మొదటి ముద్రణ : సెప్టెంబర్ 1990

కవర్ డిజైన్ : శ్రీ శీలా వీర్రాజు గారు

వెల : రూ॥ 50/-

పబ్లిషర్ :

శ్రీమతి కప్పగంతుల అన్నపూర్ణమ్మ

(అనువాదకుని సతీమణి)

16, Tuljaguda, Moazzamjahi Market,
Hyderabad - 500 001.
Phone : 557212.

ముద్రణ :

పద్మావతి ఆర్ట్ ప్రింటర్స్,
నెం. 1-1-517/బి/1, న్యూ బాకారం,
గాంధీనగర్, హైదరాబాదు - 500 380
ఫోన్ : 68418.

అనువాదకులు

శ్రీమతి కప్పగంతుల అన్నపూర్ణమ్మ

మనవి మాటలు

మహా భారతము - ఆది పర్వము ప్రచురణ ముగిసిన తరువాత సభా పర్వమును రసజ్ఞులగు పాఠకుల ముందుంచుట మాకెంతయు ముదావహము. ఈ పర్వద్వయావిష్కరణమును తమ సంస్థద్వారా చేయుటకు దయతో అంగీకరించినవారు ఆంధ్రసారస్వత పరిషత్తు అధ్యక్షులు, మాన్యులు శ్రీ దేవులపల్లి రామానుజరావుగారు వారికి మేమెంతయు కృతజ్ఞులము.

పంచమ వేదమగు మహా భారతమునకు ఆమ్నాయత్వమును సోపపత్తికముగ నిరూపించుచు ఈ గ్రంథమునకు విపులమగు ఉపోద్ఘాతమును వ్రాసి, మా నాయన గారితో తమకుగల మైత్రీబంధమును మరొకసారి గట్టిపరచుకున్నవారు, సుశ్లోకులు, శ్రీ తిరుమల రామచంద్రగారు ఆ ఉపోద్ఘాతము నీ ప్రతితో మేము జతపరచుచున్నాము. వారికివే మా ప్రణామాంజలులు.

అనివార్యములగు అచ్చుతప్పులను సూక్ష్మేక్షికతో పరిశీలించి ఈ పర్వద్వయమునకు తప్పొప్పుల పట్టికను తయారుచేసిన మిత్రులు, పండితులు, శ్రీ డి ఆర్.కె సంగమేశ్వరరావుగారు (విశాఖపట్టణము) ప్రశంసార్హులు - వారికి కృతజ్ఞులము.

ఇంత ప్రయత్నమునకు మూలము మా అమ్మ శ్రీమతి కప్పగంతుల అన్నపూర్ణమ్మగారి సంకల్పబలము. ఆమెకు ప్రణమిల్లుచు, ఈ మా ప్రయత్నమును ఆంధ్ర ప్రజానీకము ఆదరించినచో, త్వరలోనే అరణ్య పర్వాదులను మేము ప్రచురించగలమని, కీ. శే. మా నాయనగారు తీర్చుకొనిన ఋషి ఋణమును ఆంధ్ర ప్రజానీకముతో పంచుకొనగలమని నివేదించుచు, సెలవు తీసికొనుచున్నాము.

"సరస్వతీ శ్రుతమహతాం మహీయతామ్".

ఇట్లు

డా॥ కప్పగంతుల ప్రభాకరశాస్త్రి

డా॥ కె. కమల

శ్రీ కె. వి. కృష్ణమూర్తి

ఉపోద్ఘాతము

వేదాలు అనేక కాలాల, అనేక గణాం, అనేక దేశాల, అనేక సంఘాల, అనేక రాజ్యాల, అనేకానేక మహా వ్యక్తుల చరిత్ర సంకలనం. ఈ వేదాలు ఒకే సారి ముద్దగా పిడుగు పాటుగా ఆకాశం నుంచి ఊడిపడినవి కావు. ఆరునెలల చీకటి, ఆరునెలల వెలుగు ఉన్న కాలం నాటి జీవితాన్ని, ఆరునెలల చీకట్లు-కాళ రాత్రి, మహారాత్రి - విచ్చిపోతుండగా అపూర్వంగా వెలుగుతున్న ఎర్రటి కాంతిని - ఉషస్సును - చూచి ఆశ్చర్యంతో గడపిన జీతాన్ని, పరిసరారణ్యాల దావానలాన్ని చూచో, అదాటుగ వెలిగే భాస్వర జ్వాలలను చూచో కనుగొన్న అగ్ని వెలుతురులో గడచిన జీవితాన్ని, ఆ అగ్నిని రక్షించు కొనడానికి వేయి విధాల ప్రయత్నిస్తూ ప్రార్థనలలో గడపిన జీవితాన్ని, తర్వాత, ఆ అగ్ని సాహాయ్యంతో-

అగ్నేనయ సుపథా రాయే అస్మాన్
విశ్వానిదేవ వయునాని విద్వాన్
జుహోధ్యస్మజ్జుహురాణ మేనో
భూయిష్ఠాంతే నమఉక్తిం విధేమ.

(ఓ అగ్నీ! మమ్ము శ్రేయస్కరమైన ఉత్తమ మార్గంలో నడిపించు. ఓ దేవా! నీవు సకల విషయాలు తెలిసిన వాడివి. విఘ్నకరాలైన మా లోపాలను - పాపాలను - కాల్చివేయి. నీకు మరీమరీ వందనాలు పెడుతాము.) అని స్తుతిస్తూ ముందుకు సాగిపోయిన జీవితాన్ని, తొలిసారిగా ఉదయిస్తున్న సూర్యబింబం చూచి-

ఆ సత్యేన రజసా వర్తమానో
నివేశయ న్నమృతం మర్త్యంచ
హిరణ్యయేన సవితారథేన
ఆ దేవోయాతి భువనాని పశ్యన్

ఉద్వయం తమసస్పరి
పశ్యంతో జ్యోతి రుత్తరమ్
దేవం దేవత్ర సూర్యమగన్మాత్
జ్యోతి రుత్తమమ్
ఉదిత్యం జాతవేదసం
దేవం వహంతి కేతవః
దృశే విశ్వాయసూర్యం
చిత్రం దేవానా ముదగాదనీకం
చక్షుర్మిత్రస్య వరుణ స్యాగ్నేః
ఆప్రాద్యావా పృథివీ అంతరిక్ష గ్ం
సూర్య ఆత్మా జగతః తస్థుషశ్చ
తచ్చక్షు ర్దేవహితం పురస్తాత్
శుక్ర ముచ్చరత్
పశ్యేమ శరదశ్శతం
జీవేమ శరద శ్శతం
నందామ శరద శ్శతం
మోదామ శరద శ్శతం
భవామ శరద శ్శతం
ప్రబ్రవామ శరద శ్శతం
అజీతాః స్యామ శరద శ్శతం
జ్యోక్చ సూర్యంద్రశే
య ఉదగా న్మహతోర్ణవాత్
విభ్రాజమానః సలిలస్య మధ్యాత్
సమావృషభోలోహితాక్షః
సూర్యో విపశ్చిన్మనసా పునాతు

'నిజమైన కాంతితో దివిని పృథివిని నింపుతు బంగారు రథంతో భువనాలను చూస్తూ సవిత పైకి వస్తున్నాడు అంధకారం మీదుగా వస్తున్నాడు. అన్నికాంతులు సూర్యుణ్ణే చేరాయి ప్రపంచాన్ని దర్శించడానికి దేవతలు

సూర్యుణ్ణి పైకి ఎత్తుతున్నారు. ఆశ్చర్యం! దేవతల సేన పైకి వస్తున్నది. ఇతడు మిత్రుణికి, ఇంద్రుణికి, అగ్నికి కన్ను. ద్యావా పృథివులను ఆక్రమించుకొన్న సూర్యుడు జగత్తుకు ఆత్మ. దేవతలకు హితమైన కన్నయిన ఆ సూర్యుడు శుక్రుణ్ణి మించి ముందు ముందుకు వస్తున్నాడు. ఇక మనకు భయము లేదు. వంద సంవత్సరాలు చూద్దాం. వంద సంవత్సరాలు బతుకుదాం. వంద సంవత్సరాలు సంతోషిద్దాం. వంద సంవత్సరాలు ఆనందిద్దాం. వంద సంవత్సరాలు సుఖంగా ఉందాం. వంద సంవత్సరాలు మంచి మాటలు పలుకుదాం. వంద సంవత్సరాలు ఎవరికి తల ఒగ్గకుండా ఉందాం మహా దిగంతంనుండి ఉదయించిన సూర్యజ్యోతిని చూస్తున్నాం. సలిల మధ్యంలో (అంతరాళంలో) వెలిగిపోతున్నాడు. వృషభ సమానుడు, లోహితాక్షుడు, ప్రపంచాన్నంతా చూస్తున్న సూర్యుడు మమ్ములను మనస్సుతో సహా పవిత్రం చేయుగాక!

అని నర్తనం చేసిన జీవితాన్ని, ఆకాశంలో వెన్నముద్దలాగ వెలిగే చుక్కలను, చందమామను చూస్తూ కాలగణనను, పరిసర ప్రకృతిని చూచి జీవిత లక్ష్యాలను నిర్ణయించుకొన్న జీవితాన్ని ఆకళించుకొన్న మన పూర్వులు ఎప్పటికప్పుడు తమ అనుభవాలను, జ్ఞానాన్ని గుట్టలుగా పోసినట్టివి ఈ వేదాలు.

ఈ వేదాలకు జాతకం కట్టడం సాధ్యంకాదు. వాటిలోని ఏ మంత్రమూ ఒకే క్షణంలో ఆవిర్భవించింది కాదు; అవి కొన్ని వేల సంవత్సరాల కాల ప్రవాహంలో కదలి వచ్చినట్టివి మహర్షుల ధ్యానావస్థలో సాక్షాత్కరించినట్టివి ఒక ఋగ్వేద మంత్రాలే ఇప్పటికి దాదాపు ఇరవైయైదువేల సంవత్సరాల పూర్వంనుంచి ఏడెనిమిదివేల సంవత్సరాల పూర్వంవరకు ప్రవహించివుంటాయని జ్యోతిస్సున్నివేశాది వివిధ విషయాలను పరిశీలించిన డాక్టరు పద్మాకర్ విష్ణువర్తక్ అభిప్రాయం (సైంటిఫిక్ డేటింగ్ ఆఫ్ మహాభారత వార్. పుట 21) లోకమాన్య శ్రీ బాలగంగాధర తిలక్ కూడా ఋగ్వేదపు చివరి దశ ఇప్పటికి ఏడెనిమిదివేల సంవత్సరాల్లో (బి సి 5000-6000) కావచ్చునన్నారు.

మన జీవితాన్ని మలుపుతిప్పే కర్మకాండలోని మంత్రాలు కొన్నిటిని పరిశీలించినా, ముఖ్యంగా వివాహమంత్రాలు పరిశీలించినా, ఎన్నో ప్రాచీన యుగాల పూర్వాచారాలు తొంగి చూస్తాయి. ప్రతి కర్మకు ప్రారంభంలో

ఆచమనానంతరం అగ్నిహోత్రంచుట్టూ కూర్చంతోగాని, చేతితోగాని ప్రదక్షిణంగా నీటిని ప్రోక్షించడం ఉంటుంది. అదితే అనుమన్యస్వ, అనుమతే అనుమన్యస్వ, సరస్వతే అనుమన్యస్వ దేవ సవితః ప్రసువ (ఓ అదితీ, ఈ కర్మ చేయడానికి అనుమతించు. అనుమతీ అనుమతించు, సరస్వతీ అనుమతించు. ఓ సవితృదేవా, సంతోషం కురిపించు) అనే మంత్రంతో. కర్మ చివర కూడ ఈ మంత్రాన్ని భూతకాలికంగా పఠిస్తారు. ఈ అదితి కాలానికి, సవితృ కాలానికి కొన్నివేల సంవత్సరాలు గడచి ఉంటాయి. ఇందుకల గల అమావాస్య సినీవాలి, ఇందుకల లేని అమావాస్య కుహూ అయినట్టే, 'రాక,' 'అనుమతి' అక్కచెల్లెండ్లు. ఒక కళ తగ్గిన పూర్ణిమ అనుమతి, పదహారు కళలున్న పూర్ణిమ రాక.

ప్రాచీన గణాలలో అన్నా చెల్లెండ్ల సంపర్కం నిషిద్ధం, అనిష్టం, తప్పు, టాబూ. ఇది ఒక ఈజిప్ట్ వారిలో తప్ప ప్రపంచమంతటా నేటికీ పాటిస్తున్న నీతి. దీనికి సంబంధించి తెలుగులో ఒక పల్లెటూరి వచనం ఉంది:

తల్లివాయి తప్పలేదు
కూతురువాయి కూర్చవచ్చు
అత్తవాయి అదృష్టం
చెల్లెలువాయి చెప్పరాదు.

దీనికి యమ - యమీ సంవాదం మనకు ప్రమాణం.

కొన్ని ప్రాచీన గణాలలో ఒక విచిత్రమైన ఆచారం ఉండేది. ఈ గణానికి సంబంధించిన గ్రామాలలో మధ్యన నిప్పుఉండే గుడిసె ఉంటుంది. దానికి ఇటు అటు విడిగా చెరిఒక పొడుగాటి గుడిసె - శాల ఉంటుంది. నిప్పున్న గుడిసెల బృందంలో వంటా, వార్పూ జరుగుతాయి. ఆ రెండు వరుసల శాలలలో ఒకదానిలో యువకులు, రెండవదానిలో యువతులు - అవివాహితులు పడుకుంటారు. భోజనానంతరం స్త్రీలశాలలో మొదట ముఖ్యమైన వస్తువులు భద్రపరుస్తారు. దానిని వృద్ధులు కాపాడుతారు. ఆ వృద్ధులు ఒకొకప్పుడు చిన్న పిల్లలను అప్యాయతతో చూచినా తప్పలేదు. ఆ రెండు శాలలలో ఉన్న యువతీ యువకులు పరస్పరం ప్రేమించుకుంటారు. వివాహపూర్వ సంపర్కమూ కలుగవచ్చు. కలిగిన తర్వాత పెద్దలకు తెలియజేస్తారు. వారు సక్రమంగా అగ్ని

ఎదుట వివాహం తంతు జరిపిస్తారు. ఈ ఆచారం మధ్యప్రదేశ్‌లోని కొన్ని అనాది జాతులలో పూర్వం ఉండేవి. యువతీ యువకుల శాలలను ఘోట్ అంటారు. ఈ ఆచారం వివాహ కాండలోని-

సోమః ప్రథమో వివిదే గంధర్వోవివిద ఉత్తరః
తృతీయోఽగ్నిష్టేపతిః తురీయస్తే మనుష్యజాః

(ఓ కన్యా! సోముడు నీ మొదటి పతి, గంధర్వుడు రెండవవాడు మూడవ వాడు అగ్ని. నాల్గవవాడు ఇప్పుడు మనుష్యరూపంలో ఉన్న నీ పతి.) అనే మంత్రం సూచిస్తుంది. కాని, వివాహాత్పూర్వం సంబంధం కలవాడితో ఈ కన్యలకు వివాహం జరుగక మరొకనితో జరుగవచ్చు అట్టి పరిస్థితిలో ఆ వివాహ త్పూర్వ ప్రియుణ్ని నచ్చజెప్పి దూరం చేసేవారు. ఈ పద్ధతిని నాగవల్లి నాటి ఒక ఆచారం సూచిస్తుంది. నాగవల్లినాడు భార్యాభర్తల మధ్య ఒక కర్రనుపెట్టి, దానినే విశ్వావసు అనే గంధర్వుడుగా భావించి-

ఉదీర్ష్వాత విశ్వావసో
నమసేడా మహేత్వా
అన్యామిచ్ఛ ప్రఫర్వ్యం
సంజాయాపత్యసృజ

(ఓ విశ్వావసూ, నిన్ను నమస్కారంతో ప్రార్థిస్తున్నాము ఇక్కడినుంచి వెళ్ళిపో. తరుణి అయిన మరొక స్త్రీని కోరుకో. ఈ ఇద్దరికీ పతి పత్నిత్వం సృజించు) అనే మంత్రంతో ప్రార్థిస్తారు

మనువు చెప్పిన అష్టవిధ వివాహాలు నిర్దిష్టమైన పేర్లతో లేకపోయినా, అన్నీ కొన్ని దశ సహస్రాబ్దాల వైదిక సంఘంలో ఉన్నాయనే తోస్తుంది. మను స్మృతి చారిత్రకస్మృతి మనువు తనకు ముందు తనకాలంలోను ఉన్న ధర్మా లను యథాతథంగా సంగ్రహించి చెప్పాడు. ఈ అష్టవిధ వివాహాలు అన్నీ అతని

కాలంలో ఉన్నాయనలేము. ఈ వివాహాలలో బ్రాహ్మ, ప్రాజాపత్య, ఆర్ష, దైవతాలు ఉత్తమమైనవి. ప్రాజాపత్యం పేట్రియార్కల్. ఇది సెమెటిక్ జాతులలో ఉన్నది. ఆర్షం-ఒక ఋషి మరొక ఋషి ఇంటికి వచ్చినప్పుడు స్త్రీని సమర్పించే పద్ధతి. ఉద్దాలకోపాఖ్యానం దీనికి నిదర్శనం. దైవతం-యజ్ఞయాగాదులలో ఋత్విక్కులకు భార్యలను సమర్పించే పద్ధతి ఇక గాంధర్వ రాక్షస పైశాచిక ఆసురాలు అధమాలు. రాక్షసం లేపుకొని పోవడం. రావణుడు ఈ వివాహాన్ని తన ఆచారమన్నాడు పైశాచం నిద్రపోతున్నప్పుడు అపహరించుకొని పోవడం, ఆసురం బలాత్కార సంగమం. గాంధర్వం నిర్ణీత సమయంలో యువతీయువకులు కలుసుకొనడం

అప్పటి కొన్ని సంఘాలలో గణాలలో తనను కామించని భ్రాతలను చంపే స్త్రీలు, పతిని చంపేవారు, కుమారులను చంపేవారు ఉండేవారేమో!' కనుక ఈ కన్య అటువంటిది కాదు అని ఇంద్ర, వరుణ, బృహస్పతి, సవితల సాక్షిగ

అభ్రాతృఘ్నీం వరుణ అపతిఘ్నీం
బృహస్పతే ఇంద్ర అపుత్రఘ్నీం
లక్ష్యంతాం అస్యై సవితః సువ

అనే మంత్రం యోగ్యతాపత్రం ఇస్తుంది.

వేదాలకు ప్రతిబింబం వంటిది వివరణ వంటిది భారతం, కనునే ''భారతః పంచమోవేదః'' అన్నారు అభియుక్తులు. వేదాలలాగే భారతమూ అనేక కాలాల, దేశాల, సంఘాల చరిత్ర, ఇతిహాసం అన్నారు భారతాన్ని పూర్వులు ఇతిహ కథ్యతే-అని గదా ఇతిహాస వ్యుత్పత్తి. దీనిలో నేటి చరిత్రలాగ తిథుల వారీగా, పూసగుచ్చినట్టు వివరాలు ఒక క్రమంలో లేకపోవచ్చు. కాని చరిత్రాంశాలు లోపించవు కనుకనే "ఇతిహాసం చరిత్ర కాకపోయినా, చారిత్రక వాస్తవాలు ప్రతిఫలిస్తూంటాయి". అంటారు ప్రముఖతత్త్వచింతకులు శ్రీ రాంభట్ల కృష్ణమూర్తి. ఉదాహరణకు గంగాదేవి పసువులను పుట్టిన వెంటనే నీటిపాలు చేయడమనే ఆచారం ప్రపంచంలోని అనాది జాతులలోను ఉంది. తమ మొదటి ఫలాన్ని దైవానికి అర్పించినట్లే తమ మొదటి సంతానాన్ని కూడా దైవానికో,

దైవంగా భావించిన నదీనదాలకో, పర్వతారణ్యాలకో సమర్పించేవారు. అది వ్యాసుని కాలంలో యుద్ధనీతి, సంఘనీతి ఎంత అభివృద్ధి చెందిన భారత కాలంలో ఉందనలేము. కాని, వ్యాసుడు అలాటి సంఘాచారాన్ని గ్రంథస్థం, ఛందోబద్ధం, ఇతిహాసబద్ధం చేశాడని నేను భావిస్తున్నాను. ఇలాటి ఆచారాలు ఎక్కడో ప్రపంచంలోని ఇతర ప్రాంతాలలో ఉండవచ్చు. సభాపర్వంలో బ్రాహ్మణ దారుడు తెలిపిన ఆరట్టి వాహికులనే గణజాతివారి జీవిత విధానం కూడా అలాటిదే.

"భారతేతిహాస బీజాలు ఋగ్వేదంలోనే ఉన్నాయి దివోదాసు కుమారుడు సుదాసు చేసిన యుద్ధమే అది (కురుక్షేత్రయుద్ధం) ఆనాడు పది గణాలవారు ఆ యుద్ధంలో పాల్గొన్నారు. ఆ పది గణాల వారిలో సగానికిపైగా భారత గణాలు. సుదాసు కూడ భారతగణంవాడే రాజ్యంకోసం ఈ భరతుల మధ్య దాదాపు అర్థ శతాబ్దంపాటు జరిగిన యుద్ధాన్ని ఆనాటి వేదపురుషులు భారతయుద్ధమన్నారు. ఈ భరతుల యుద్ధం నుంచే భారతదేశానికి 'భారతదేశం' అని పేరు వచ్చిందని వేదపండితు లంటారు" అని శ్రీ రాంభట్ల కృష్ణమూర్తి అంటున్నారు. (పిడకల వేట - ఉదయం 20. 7. 90.)

మహర్షి శ్రీ వాశిష్ట గణపతి ముని (కావ్యకంఠ గణపతి శాస్త్రిగారు) కూడ అర్థ శతాబ్దిక్రితం ఆంధ్రవిశ్వవిద్యాలయంలో ప్రసంగిస్తూ, మహాభారతం ఋగ్వేదంలోని దేవాసుర సంగ్రామ ప్రతిబింబమేనని, వ్యాసుడు కొన్ని సమకాలిక పాత్రలతో దానిని వివరించారని అన్నారు (ఇది కేవలం నా జ్ఞాపకంతో వ్రాసిన విషయం. ఆ ప్రసంగి పాఠం నా వద్దలేదు)

ఋగ్వేదంలో 'యద్దేవాపిః శంతనవేహోత్రాయవృతఃకృప యన్న దీధేత్' దోషీత్' అని దేవాపి శంతనుల ప్రసక్తి ఉంది గనుక (10-98-7) వైదిక విషయాల వివరణే భారతోద్దేశమని కొందరి వాదం. శంతనుడు హస్తినాపురరాజు, దేవాపి అతని జ్యేష్ఠభ్రాత శంతను కుమారుడు విచిత్ర వీర్యుడు. పౌత్రుడు పాండురాజు పాండురాజు కుమారులు కౌరవులతో పోరాడిన పాండవులు ఈ దేవాపి శంతనులే పాండవుల పూర్వులనడానికి కారణం ప్రాచీన వేదోపనిషత్పురాణ సాహిత్యంలో మరొక దేవాపి శంతనులు కానరాకపోవడం.

ఈవిధంగా భారతం మూలం ఋగ్వేదంతో ప్రారంభం కావడం కొంద రికి ఆశ్చర్యకోపాలు కలిగించవచ్చు. కాని నిజం దాగని నిప్పు కదా! "మహా భారతం ఆనుశాసనిక పర్వం 30 వ అధ్యాయంలో ప్రముఖ ఋగ్వేద మహర్షి గృత్సమదుని 15 తరాలవారి వర్ణన ఉంది 15 వ తరంవాడు శౌనకుడు. ఇతడు మహాభారత సమకాలంవాడు. సౌతి మహాభారతాన్ని శౌనకునికి చెప్పాడు ఈ పదిహేను తరాలు దాదాపు ఆరు శతాబ్దాల కాలాన్ని సూచిస్తాయి. మహాభారత కాలం ఋగ్వేదానికి చాలా సన్నిహితం. అందువలననే వ్యాసుని ప్రశిష్యుడైన యాజ్ఞవల్క్యుడు కొత్త యజుర్వేదాన్ని (శుక్లయజుర్వేదాన్ని) సంకలనం చేయ డానికి సాహసించాడు. శుక్లయజుర్వేదావిర్భావానంతరం వేదాలసంకలన సంప్ర దాయం అంతమైంది" అంటారు డాక్టర్ పద్మాకర్ విష్ణువర్తక్. (సైంటిఫిక్ డేటింగ్ ఆఫ్ మహాభారత వార్. పుట 22.)

వ్యాసుడు వేదాలను వింగడించాడు గనుక వేదవ్యాసుడయ్యాడని పెద్ద లంటారు. వ్యాసుని కాలానికి మంత్రద్రష్టృత్వం సమాప్తమై ఉంటుంది. యజ్ఞ యాగాదుల నిర్వహణంలోను అవకతవకలు ఏర్పడి ఉంటాయి. అతడు వాటిని సువ్యవస్థితంచేసి ఉంటాడు. కాని, ఋగ్వేద ప్రారంభం

అగ్నిమీళే పురోహితం
యజ్ఞస్యదేవ మృత్విజం
హోతారం రత్నధాతమం

(యజ్ఞానికి దైవం, పురోహితుడు, ఋత్విక్కు, హోత అయిన కాంతులీనే అగ్నిని స్తుతిస్తున్నాను) అనే ఋక్కుతో ప్రారంభంకావడం కొంత విడ్డూరమే యజ్ఞవ్యవస్థ ఈ ఋక్కులో పేర్కొన్న విధంగా ఉండటానికి సంఘం కొన్ని వేల సంవత్సరాలు గడపి ఉంటుంది. న్యాయంగా ఋగ్వేదం సంఘపరిణామ క్రమాన్నిబట్టి ఉషస్సూక్తంతో ప్రారంభం కావడం బాగుంటుందేమో! కాని, వ్యాసుడు తన కాలపు యజ్ఞప్రాధాన్యాన్నిబట్టి ఆవిధంగా సంకలనం చేసి ఉండవచ్చు.

వేదం శ్రుతి గనుక, స్వరసంరక్షణ ప్రధానం గనుక అందరికీ అందు బాటులో లేకపోయింది. అయితే, వేదవిజ్ఞానం అందరికీ - సంఘంలోని అందరికీ

అవసరం కనుక, వ్యాసుడు వేదకాలపు చివరిదశవాడు కావడంవల్ల, వేదవిజ్ఞానాన్నంతా భారతేతిహాసంలో అనుసంధించాడు. వేదార్థులూ వేదానర్థులూకూడ సులభంగా వేద విజ్ఞానాన్ని స్వాయత్తం చేసుకోవచ్చు భారతాధ్యయనంతో. ఈవిధంగా వ్యాసుడు సాహిత్యంలో గొప్ప విప్లవమే తెచ్చాడు

వ్యాసుని ఉద్దేశం వేదోపబృహణం గనుక వేదంలోని ప్రతీకలకు కొన్నిటికి రూపకల్పనంకూడ చేశాడనవచ్చు సనత్సుజాతీయం, యక్ష ప్రశ్నలు ఇలాటివే. యక్ష ప్రశ్నలవంటివి వివిధ దేశాల పురాణాలలో ఉన్నవి గ్రీక్ పురాణ గాథలలోని మానవ శిరస్సు, సింహ దేహంకల స్పింక్స (Sphinx) రాజకుమారుని అడిగిన ప్రశ్నలు యక్ష ప్రశ్నలవంటివే. ఆర్య జాతుల పురాణ గాథలకు ద్వాదశ వర్షక్షామం సమానం. సెమెటిక్ పురాణాలలో ఏడు సంవత్సరాల క్షామం సమానం.

యుద్ధాయుధాల విషయంలోనూ, వ్యూహాల విషయంలోను భారతం పెక్కు కాలాల ఆయుధాలు వివరించిందని నా అభిప్రాయం గద ఆదిమతమమైన ఆయుధం చాలదగ్గరగా ద్వంద్వ యుద్ధానికీ, సంఘ యుద్ధానికీ వినియోగపడేది. శూలం తర్వాతి ఆయుధం. మనిషిపై దూరంనుంచి విసిరేవి గదకన్నా ఇది శక్తిమంతం. బాణం దానికన్నా శక్తిమంతం. మనిషిని చూడకుండానే, మనిషి కనిపించకుండానే ప్రయోగించవచ్చు. బాణం నుంచి తర్వాతి తుపాకులు పరిణమించాయి. అంతకన్నా శక్తిమంతమైనది చక్రం. ఇది బూమరాంగ్ వంటిదని శ్రీ రాంభట్ల అంటున్నారు బూమరాంగ్ దళం పూర్వం పుదుక్కోట రాజుల సైన్యంగా ఉండేదని, దానిని వలైత్తడి దళం అనేవారని థర్‌స్టన్ తెలిపారు. మనం వలైత్తడిని వలరి అని అనవచ్చునని, కుడివైపునుంచి విసిరివేసేది గనుక వలరి అయిందని శ్రీ రాంభట్ల అంటున్నారు

ఈ మహాభారత కాలం గురించి, భారత యుద్ధ కాలంగురించి పలువురు పలువిధాలుగా ఊహించారు భారతదేశ చరిత్రలో మహాభారత యుద్ధం గొప్ప సంఘటన. ఈ యుద్ధకాలం వివిధాధారాలతో నిర్ణయం కావాలి దీనికి ఖగోళ విజ్ఞానం, వంశానుచరితం, పురాణాదీతర సాహిత్యాధారాలు, విదేశీయుల కథనాలు, యుగ నిర్ణయం, యుధిష్ఠిరయుగాపశకాలు, శాసనాలు, భాషాశాస్త్రం

మున్నగు సాధనాలతో పలువురు ప్రయత్నించారు పీరిలో డాక్టర్ పద్మాకర్ విష్ణు వర్తక్‌గారి నిర్ణయాలు సముచితంగా తోస్తున్నాయి. ఈయన గణిత ఖగోళ శాస్త్రాల ఆధారంతో మహాభారతంలోని వివిధ ఘట్టాలను, దానిలోని జ్యోతిర్విజ్ఞానం ఆధారంగా పరిశీలించి దాదాపు అన్ని ప్రధాన సంఘటనల కాలాలు నిర్ణయించారు. అవి చాల సకారణంగా నాకు తోచాయి గనుక వాటినే గ్రహించాను. వాటి ప్రకారము మహా భారత యుద్ధం క్రీస్తుపూర్వం 5562 అక్టోబరు 16 న ప్రారంభమై, నవంబర్ 2 న సమాప్తమైంది. ధర్మరాజు అభిషేకం నవంబర్ 16 న జరిగింది అప్పటినుంచి యుధిష్ఠిర శకం ప్రారంభమైంది. (సైంటిఫిక్ డేడింగ్ అఫ్ మహాభారత వార్. డాక్టర్ పద్మాకర్ విష్ణువర్తక్, వేద విజ్ఞాన మండల్, వర్తక్ ఆశ్రమ, 497, శనివార్ పేట్, పూణే-30.)

భారతం అతి ప్రాచీన మనడానికి బహిరంగి సాక్ష్యాలూ ఉన్నాయి. వాటిలో ఒకటి క్రీస్తుపూర్వం 3000 సంవత్సరములనాటి ఒక ఈజిప్ట్ పిరమిడ్‌లో భగవద్గీతలోని రెండు శ్లోకాల అనువాదం కనిపించడం. ఇవి 15 వ అధ్యాయం లోనివి. పునర్జన్మకు సంబంధించినవి.

మమైవాంశో జీవలోకే జీవభూతః సనాతనః
మనః షష్ఠా నీంద్రియాణి ప్రకృతిస్థాని కర్షతి
శరీరం యదవాప్నోతి యచ్చా ప్యుత్క్రామతీశ్వరః
గృహీత్వైతాని సంయాతి వాయుర్గంధమివాశయాత్ (7, 8)

(ఈ ప్రపంచంలోని జీవులందరూ నా శాశ్వతాంశాలు. బద్ధజీవితం కారణంగా వారు మనస్సుతోసహ ఇంద్రియాలను ఆకర్షించి తీవ్ర సంఘర్షణ జరుపుతున్నారు వాయువు వాసనలను గ్రహించేటట్లే, జీవుడు భౌతిక ప్రపంచంలో భిన్నమైన తన జీవిత భావనలను ఒక దేహంనుంచి మరొక దేహానికి తీసుకొని వెళ్ళుతాడు. ఈ విధంగా అతడు ఒక దేహం గ్రహించి, మరొకదానిని గ్రహించడానికి ముందు దానిని వదలివేస్తాడు.) (సైంటిఫిక్ డేటింగ్ అఫ్ మహాభారత్ వార్. పు. 21)

భగవద్గీత క్రీస్తుపూర్వం మూడువేలయేండ్లనాటికే ఈజిప్టు చేరిందంటే, మహాభారతం అంతకన్నా అతిప్రాచీన మనడం నిస్సంశయం. భారత సంఘానికి

పిరమిడ్ల సంగతి తెలుసు పిరమిడ్లు పీరమిడోన్ - పిడోస్ - ఇడిక్ - ఏడూక్ అని మారాయి పిరమిడ్ ఏడుకగా భారతదేశం చేరింది ఈ ఏడుకలను పూజించడాన్ని మహాభారతం నిరసించింది.

విపరీతశ్చలోకోయం భవిష్యత్యధరోత్తరః
ఏడుకాన్పూజయిష్యంతి వర్జయిష్యంతి దేవతాః (అరణ్య 190. 69)

(ఏమిటీ విపరీతం! జనం దిగజారిపోతూంది. దేవతలను వదలి ఏడుకలను - సమాధులను - పూజిస్తుంది.) ఈ ఏడుకలు బౌద్ధస్తూపాలని, కనుక భారతం బౌద్ధయుగము తర్వాతే రచితమైందని వాదించే పండితులు ఆలోచించాలి. నిజానికి స్తూపనిర్మాణం బుద్ధునికి కొన్ని శతాబ్దాల తర్వాత జరిగింది మహాయానం పాతుకున్న తర్వాత. హీనాయనం బాహ్యపూజలను నిరసించింది.

మహాభారతం ఋగ్వేద సంకలనకాలపు చివరి దశకు దగ్గరిదయినప్పుడు పెక్కు ఉపనిషత్తులకూ మూలం కాదగినదేమో అని తోస్తుంది. భగవద్గీతను సర్వోపనిషత్సారమని మన పెద్దలంటారు గాని, వాస్తవానికి కఠాది పెక్కు ఉపనిషత్తులకు అది మూలమా అని అనిపిస్తుంది నక్షత్ర తారాగ్రహ సన్నివేశాలనుబట్టి పెక్కు ఉపనిషత్తుల కావ్యాన్ని డాక్టర్ వర్తక్ నిర్ణయించారు. (ది సైంటిఫిక్ డేటింగ్ ఆఫ్ మహాభారత్ వార్. పుట. 48.)

భగవద్గీత, ఉపనిషత్తులలో కొన్ని బౌద్ధం ప్రబలిన తర్వాత వైదిక మతాన్ని స్థిరపరచుకొనడానికి రచితమైనవనే వాదం సహేతుకంగా తోచదు. జైనులు, బౌద్ధులు తమ మతాల ప్రాచీనత్వ స్థాపనకోసం రామాయణ, భారతాది గ్రంథాలను మార్చి వ్రాసుకొన్నారు ఆ ప్రయత్నంలో మొదటివాడు విమలసూరి. ఇతడు రామాయణాన్ని పఉమచరిఉ అనే పేర రచించాడు. ఇది వివిధ దేశభాషలలో రామాయణాన్ని గురించి పెక్కు కట్టు కథలకు, పిట్టకథలకు దారితీసింది. ఈ ప్రయత్నాలకు ప్రతిగా రఘు వంశాది కావ్యాలు వెలిశాయి.

భారతాన్ని జైనులు తొలిసారిగా కన్నడంలో తమ ఇష్టానుసారం రచించుకున్నారు - విక్రమార్జున విజయమని, గదా యుద్ధమని. జైనబౌద్ధుల ప్రధానాశయం తమ మత ప్రాశస్త్యాన్ని చెప్పుకొనడం, ప్రజాసామాన్యంలో జొచ్చుకొనిపోవడమూను.

మహాభారతం మొదట ఎనిమిదివేల శ్లోకాలది అప్పటి దాని పేరు జయ. అది సంక్షిప్త యుద్ధ పంచకం. వైశంపాయనుడు దానిని 25 వేల గ్రంధం చేశాడు. తర్వాత సహాప లక్ష అయింది. ఇదంతా ఇప్పటికి ఏడెనిమిది వేల ఏళ్ళ కిందజరిగిందే. 25 వేల గ్రంథంగా ఉన్న నాటి పేరు సంహిత. తర్వాత మహాభారతం "నన్నయభట్టు తెలుంగున్ భారత సంహితా రచన బంధురు డయ్యె జగద్ధితంబుగన్." (ఆ. ప్ర. 26)

నిజానికి భారతం తొలి అనువాదం భారత సావిత్రి. ఇది జయకు సంక్షిప్త రూపం. భారత సావిత్రి ఎప్పటిదో తెలియదు. అతి ప్రాచీనమైన జానపద రచన. నా దృష్టిలో ఇది జైన బౌద్ధులను ఎదుర్కొనడానికి నన్నయకంటె ముందు జరిగిన ప్రజల మహాప్రయత్నం.

మహాభారతం తొలివచనానువాదం కటువ వీరరాజుది. పిదప తంజనగరం తేవప్పెరుమాళ్ళయ్య, సరస్వతుల సుబ్బారాయశాస్త్రి, కేతవరపు వేంకటశాస్త్రి, ఉత్పల వేంకట రంగాచార్యులు, శ్రీపాద సుబ్రహ్మణ్యశాస్త్రి, పురిపండా అప్పల స్వామి, ఉషశ్రీ, పడాల రామారావు, పురాణపండ రామమూర్తి, పిలకా గణపతి శాస్త్రి గారలు అనువదించారు. వీరిలో కొందరు సంస్కృత మూలాన్ని ప్రారంభంలో అనుసరించినా తర్వాత సంక్షేపించ సాగినారు. కొందరు కవిత్రయాన్ని అనుసరించారు. కాని నా మిత్రుడు శ్రీ కప్పగంతుల లక్ష్మణశాస్త్రి మాత్రం వ్యాస భారతాన్ని తుచ తప్పకుండా అనుసరించి, సరళ మధుర గ్రాంథికంలో తెనిగించాడు.

మిత్రుడు లక్ష్మణశాస్త్రి ఒక సాహిత్య రత్నాకరం అతని సంభాషణ చాతుర్యం సుభాషిత రత్నభాండాగారం, అతని భాషా పాటవం సప్తగోదావరం; ఆంధ్రీ, గైర్వాణీ, కర్ణాటీ, ద్రావిడీ, మహారాష్ట్రి, హిందీ, ఉరుదూలలో అతని వక్తృత్వం హరిద్వార గంగవలె, గద్గదనదద్గోదావరివలె, సముత్తుంగ వీచీ ఘుమ ఘుమారంభ గంభీర తుంగభద్రవలె సాగిపోయేది. అతని ధారణ గొప్పది; గురు సన్నిధిలో నేర్చినది, మనననిదిధ్యాసనాలతో సంపాదించినది ప్రతి అక్షరం అతనికి వాచోవిధేయం, అతని కవిత ఆంధ్ర సంస్కృతోభయ కూలంకషయై ప్రవహించే బ్రహ్మపుత్ర కనుకనే అతడు బ్రాహ్మీభూషణ,

ఆంధ్ర విజ్ఞాన, సుధీంద్రమౌళి బిరుదభూషితుడైన సాహిత్య శిరోమణి. అతడొక ఉత్తమ మిత్రుడు; పండ్లతో వంగిన చిన్నమామిడి వంటివాడు; అందుకోనివారిదే లోపం. ఆర్తుల పాలిటి ఈంగేటి జున్నువంటి వాడు; జుర్రుకోనివారిదే జాగు. 'ఈ పని నీ వల్లనే సాధ్యం' అని ఎవరు కోరినా, నెత్తిన పెట్టుకొని సాధించి సంతృప్తి పడడం అతనికి చిన్ననాటి నుంచి వచ్చిన బుద్ధి. ఈ బుద్ధి అతనిని జీవితమంతా అనువర్తించింది. ఇన్ని మించుతనాలు, మంచితనాలు ఉన్న అతడొక మరపురాని మనీషి.

మిత్రుడు లక్ష్మణ శాస్త్రి గోరఖ్‌పూర్ సంస్కృత భారత ప్రతిని అనుసరించి అనువదించాడు. దానికి ముఖ్యమైన కారణాలు ఉన్నాయి. భారత కృతులలో ప్రధానమైనవి నిర్ణయసాగర, వావిళ్ళ, భండార్కర్, గోరఖ్‌పూర్ ప్రతులు. వీటిలో మొదటి రెండూ దాక్షిణాత్య బహు కోశానుసారంగా ప్రచురితమైనవి. నిర్ణయ సాగర ప్రతిలో పాఠకులు చూడవచ్చు ఇది ఒక శతాబ్దం కాలంది. వావిళ్ళ వారి ప్రతికూడ అర్ధ శతాబ్దం ముందుదే. భండార్కర్ ప్రతి వివిధ పరిశోధనల ఫలం. అది పరిశోధకులకు విధేయమైనట్టు అనువాదకులకు కాదు. గోరఖ్‌పూర్ ప్రతి ఉత్తర భారతమంతట విస్తృతంగా ప్రచారంలో ఉన్నట్టిది. కనుక దానిని ప్రధానంగా అనుసరించి, భేదించిన సందర్భాలలో అధస్సూచికలలో సూచించడం భావ్యమనుకున్నాడు.

యథా మూలానువాదానికి రెండు ఉదాహరణలు:

మూలం:

గృహాణేదం మహాబాహో! విశిష్ట మతి దుర్ధరమ్
అస్త్రం బ్రహ్మశిరోనామ సప్రయోగనివర్తనమ్.
నచతే మానుషేష్వేతత్ ప్రయోక్తవ్యం కథంచన
జగద్వినిర్దహే దేతత్ అల్పతేజసి పాతితమ్
అసామాన్య మిదంతాత లోకేష్వస్త్రం నిగద్యతే
తద్ధారయేథాః ప్రయతః శృణుచేదం వచోమమ
బాధేతామానుష శ్శత్రు ర్యది త్వాం వీరకశ్చన
తద్వధాయ ప్రయుంజీథాః తదస్త్ర మిద మాహవే.

(ఆది. సంభవ, 148; 23-26)

"మహాబాహూ ఈ బ్రహ్మశిరము అను నస్త్రము నీకు ప్రయోగోపసంహార పూర్వకముగా నిచ్చుచున్నాను. ఇది అన్ని యస్త్రములకన్న అధిక శక్తిగలది. దీనిని ధరించుటగూడ అతి కఠినము దీనిని నీవు తీసుకొనుము ఈ యస్త్రమును నీవు ఎట్టి పరిస్థితిలో గూడ మనుషులపై ప్రయోగించ గూడదు ఇది ఒకవేళ అల్పతేజస్సుగలవానిపై ప్రయోగించిన యెడల, అతనితోపాటు సమస్త ప్రపంచమును భస్మము చేయును నాయనా, ఈ యస్త్రము మూడు లోకములలోను అసాధారణమైనది నీవు మనస్సును, ఇంద్రియములను నిగ్రహములో నుంచుకొని ఈ యస్త్రమును ధరించుము నా మాట వినుము వీరుడు, మానవేతర శత్రువు నిన్ను యుద్ధములో ఓడించినప్పుడు నీవు ఈ యస్త్రమును ప్రయోగింపవచ్చును." అని యనెను. (ఆది. 454)

శకుంతలా దుష్యంత వివాదంలోని కొన్ని పంక్తులు :

జానన్నపి మహారాజ కస్మాదేవం ప్రభాషసే
నజానామీతి నిశ్శంకం యథాన్యః ప్రాకృతస్తథా
తస్యతే హృదయంవేద సత్యస్యైవానృతస్య చ
సాక్షిణం బత కల్యాణ మాత్మాన మవ మన్యసే
యోన్యథా సంత మాత్మానం అన్యథా ప్రతిపద్యతే
కింతేన నకృతం పాపం చోరేణాత్మా పహారిణా
ఏకోహ మస్మీతి చ మన్యసేత్వం నహృచ్ఛయం వేత్సిమునిం పురాణమ్
యోవేదితా కర్మణః పాపకస్య తస్యాంతికేత్వం వృజినం కరోషి
ధర్మఏవహి సాధూనామ్ సర్వేషాం హితకారణమ్
నిత్యం మిథ్యా విహీనానామ్ న చ దుఃఖావహోభవేత్
మన్యతే పాపకం కృత్వా న కశ్చిద్వేత్తి మామితి
విదంతిచైనం దేవాశ్చ
యశ్చైవాంతర పూరుషః
ఆదిత్య చంద్రావనిలోఽనలశ్చ
ద్యౌర్భూమిరాపోహృదయంయమశ్చ
అహశ్చరాత్రిశ్చఉభేచసంధ్యే
ధర్మశ్చజానాతి నరస్య వృత్తమ్.

(ఆది. 9. శకవర 698. 5-11)

"రాజా! అజ్ఞానివలె నిర్భయముగా, నిస్సందేహముగా నాకేమియు తెలియదనుచున్నావే? ఈ విషయములో సత్యాసత్యములను గూర్చి నీ హృదయమే నీకు చెప్పుచున్నది

"రాజా! నీ మనస్సాక్షిగా చెప్పుము. నిన్ను నీవు అవమాన పరచుకొనకుము. తానొక విధముగా నుండి, దానికి వ్యతిరేకముగా చెప్పినచో నతడు ఆత్మాపహారము చేసిన చోరుడగును. అతడు మహాపాపము చేసినవాడగును.

"రాజా! నేనొక్కడనే ఉన్నానని అనుకొనుచున్నావు. నీ హృదయమునందున్న పురాణ పురుషుని తెలిసికొనకున్నావు. ఆ పరమాత్ముడు పాపకర్మలన్నియు నెరుగును అతని సమక్షములోనే పాపము చేయుచున్నావు. సమస్త సత్పురుషులకు హితము చేయునది ధర్మమే. ఆ ధర్మము సత్యవాదులకు దుఃఖప్రదముకాను పాపము చేయువాడు 'తనను ఎవరు గూడ ఎరుగరు' అని తలచును. కాని, దేవతలు, అంతర్యామిగనున్న పరమాత్ముడు, సూర్యచంద్రాగ్నివాయువులు, భూమ్యాకాశములు, జలము, హృదయము, యముడు, అహోరాత్రములు, ఉభయసంధ్యలు, ధర్మము నరునియొక్క ప్రవర్తనను తెలిసికొందురు.'
(ఆది-284)

గోరఖ్‌పూర్ ప్రతిలో లేని, కవిత్రయ భారతంలో ఉన్న విశేషాలను తన అనువాదంలో నా మిత్రుడు పొందుపరచాడు. ఈ విషయాన్ని అక్కడికక్కడే అధస్సూచికలతో తెలియపరిచాడు.

ద్రౌపదిని పంచపాండవులకు ధర్మపత్నిని చేయడం సమంజసమా, కాదా అని ధర్మవిచికిత్స వచ్చినప్పుడు వ్యాసుడు ఐదుగురికి ఇవ్వవచ్చునని ఒక పురావృత్తాన్ని ద్రుపదునికి తెలియపరచే ఘట్టంలో ఉన్న నైతంతువుల వివాహ వృత్తాంతం గోరఖ్‌పూర్ ప్రతిలో లేకపోవడం చూచి, దీనిని నన్నయ భారతం నుంచి గ్రహించాడు మిత్రుడు (పు 664.) ఈ వృత్తాంతం నిర్ణయ సాగర ప్రతిలో ఉంది :

ఇదం చాపి పురావృత్తం తన్నిబోధ చ భూమిప
కీర్త్యమానం నృపర్షీణాం పూర్వేషాం దారకర్మణి
నితంతుర్నామ రాజర్షిః బభూవ భువి విశ్రుతః
తస్య పుత్రా మహేష్వాసా బభూవుః పంచ భూమిపాః
సాల్వేయః శూరసేనశ్చ శ్రుతసేనశ్చ వీర్యవాన్
తిందు సారోతి సారశ్చ క్షత్రియాః క్రతుయాజినః
నాతిచక్ర మురన్యోన్యం అన్యోన్యస్య ప్రియంవదామ్
అనీర్ష్యవో ధర్మవిదః సౌమ్యాశ్చైవ ప్రియంకరాః
ఏతా న్నైతంతవాన్ పంచ శిబిపుత్రీ, స్వయంవరే
అవాప స్వపతీ న్వీరాన్ భౌమాశ్వీ మనుజాధిప
వీణేవ మధురారావా గాంధర్వ ద్వార మూర్ఛితా
ఉత్తమా సర్వనారీణాం భౌమాశ్వీ హ్యభవత్తదా
యస్యా నైతంతవాః పంచ పతయః క్షత్రియర్షభాః
బభూవుః పృథివీపాలాః సర్వే స్సముదితా గుణైః
తేషా మేహాభవ ద్భార్యా రాజ్ఞా మౌశీనరీ శుభా
భౌమాశ్వీనామ భద్రంతే తథారూప గుణాన్వితా
పంచభ్యః పంచధా పంచ దాయాదాన్ సాప్యజాయత
తేభ్యో నైతంతవేభ్యస్తు రాజశార్దూలవై తదా
పృథ గాఖ్యా భవ త్తేషాం భ్రాతౄణాం పంచధా భువి
(నిర్ణయసాగరప్రతి. పుట 884. శ్లో 44-58)

నన్నయ భారతంలో ఈ వృత్తాంతం సంక్షిప్తంగా ఇలా ఉన్నది. ....
"ద్రుపదునకు వెండియుం గృష్ణ ద్వైపాయనుండిట్లనియె (దొల్లి నితంతుండను రాజర్షి కొడుకు లనంత బలపరాక్రములు సాల్వేయ శూరసేన శ్రుతసేన బిందు సారాతిసారులను వారేవురుం బరస్పరస్నేహ వినయంబుల నతిప్రసిద్ధులయి పెరుగుచు నౌశీనరపతికన్యక నజిత యనుదాని స్వయం వరంబున బడసి వివాహంబయి

క. కాంతి విశేష విలాసా
సంతత్రీఁ దనరు నజితయందనఘులునై
తంతువు లేవురుఁ బడసిరి
సంతానము వేఱువేఱ సత్కులం మెసఁగన్."

(వావిళ్ళ ఆది ప. ఆశ్వా.7.279,280)

దీనిలోను కొన్ని పాఠభేదాలున్నాయి నన్నయప్రతిలో బిందుసార అని ఉండగా, నిర్ణయ సాగరప్రతిలో తిందుసార అని ఉంది. ఔశీనరపతి కన్యపేరు అజిత అని నన్నయ భారతంలో ఉండగా, నిర్ణయ సాగరప్రతిలో భౌమాశ్వి అని ఉంది.

అర్జునుని వనవాసం పన్నెండు సంవత్సరాలని గోరఖ్‌పూర్ ప్రతిలో ఉంది నన్నయ భారతంలో పన్నెండు నెలలే అని ఉంది.

“......బ్రాహ్మణునకు గోధనంబునిచ్చి క్రమ్మఱి వచ్చి ధర్మజునకు మ్రొక్కి లోకంబుల మర్యాదలు విచారించి రక్షించుచున్న మనయందు మర్యాదా భంగంబయ్యె నను నింతకంటె దుర్యశం బొండెద్దియు లేదు గావన నాకు ద్వాదశ మాసిక వ్రతంబు సలుపవలయునని పోవసమకట్టియున్న......"

(వావిళ్ళ-భార. ఆది. అష్టమ. 120)

నిర్ణయసాగరప్రతిలో నన్నయ భారతంలోలాగే ఉంది.

"ప్రాద్యానుజ్ఞాయ రాజానం వనచర్యాయ దీక్షితః
వనే ద్వాదశ మాసాంస్తు వాసాయానుజగామహ."

(ఆది 233. శ్లో. 36)

విప్రరక్షణకు అర్జునుడు ఆయుధాలు తీసుకోడానికి వెళ్ళినప్పుడు ధర్మరాజు అనుమతితో ఆయుధాగారంలో ప్రవేశించినట్లు నన్నయ భారతంలో లేదు.

"ద్రౌపదీ సహితుడై ధర్మరాజాయుధా
గారంబు నందున్నఁ గార్ముకంబు
బుచ్చికొనగ దనకు బోలమి యెఱిఁగియు

విప్రునార్తరవము వినగనోప
కర్జునుండు నిజశరాసన గ్రహణార్థ
మాయుధాలయమున కరిగెనపుడు." (వావిళ్ళ భారత.ఆ. 8 118)

కాని ఈ విషయంలో గోరఖ్‌పూర్, నిర్ణయసాగర్ ప్రతులు రెండూ సంవదిస్తున్నాయి:

నిర్ణయసాగర ప్రతిలో ఇలా ఉంది:

"ఏవం వినిశ్చిత్య తతః కుంతీ పుత్రోధనంజయః
అనుప్రవిశ్యరాజానం అపృచ్ఛ్య చ విశాంపతే
ముఖమాచ్ఛాద్య నిబిడం ఉత్తరీయేణ వాసాసా
అగ్రజందార్జునో గేహాత్ అభివాద్యానునిఃసృతః" (391-21,22)

యతివేషంలో ఉన్న అర్జునుని సుభద్ర ప్రేమించినట్లు కథ నన్నయ భారతంలో ఉంది. మిత్రుడు దీనిని గ్రహించలేదు. నిర్ణయసాగర ప్రతిలో అర్జునుడు యతివేషం ధరించి నట్లున్నది:

"చింతయన్నేవ తాంభద్రాం యతిరూపధరోర్జునః
యతిరూప ప్రతిచ్ఛన్నో ద్వారకాం ప్రాప్యమాధవీమ్
యేనకేనాప్యుపాయేనదృష్ట్వాతు వరవర్ణినీమ్
వాసుదేవ మతం జ్ఞాత్వా ప్రయతిష్యే మనోరథమ్
ఏవం వ్యవసితః పార్థో యతిలింగేన పాండవః
ఛాయాయాం వటవృక్షస్య వృష్టిం వర్షతి వాసవే
యోగభారం వహన్నేవ మానసం దుఃఖమాప్తవాన్."
(నిర్ణయ. పు. 397 16-19)

దీనిని మిత్రుడు నన్నయ భారతం నుంచి, తక్కిన గోరఖ్‌పూర్ ప్రతిలో లేని వానిని గ్రహించినట్లే గ్రహించవలసింది

వ్యాస మహాభారత రచనా లక్ష్యం వేరు. వేదార్థాన్ని సంపూర్ణంగా ప్రజలకు అందివ్వడం; వేదార్థాన్నే కాక సమకాల ప్రపంచజ్ఞానాన్నంతా అందివ్వడం. కాని నన్నయలక్ష్యం వేరు. బౌద్ధ జైనాలతో సతమతమైన వర్ణాశ్రమవ్యవస్థను

సుస్థిరపరచడం. నన్నయ తన భారతాంధ్రీకరణ లక్ష్యాన్ని వ్యాసుని లక్ష్యంగా ఇలా వివరించారు:

"ధర్మతత్త్వజ్ఞులు ధర్మశాస్త్రంబని
 యధ్యాత్మవిదులు వేదాంతమనియు
నీతి విచక్షణుల్ నీతి శాస్త్రంబని
 కవివృషభులు మహా కావ్యమనియు
లాక్షణికులు సర్వలక్ష్య సంగ్రహమని
 యైతిహాసికు లితిహాస మనియు
బరమ పౌరాణికుల్ బహుపురాణసముచ్చ
 యంబని మహి కొనియాడుచుండ
 వివిధ వేదతత్త్వవేది వేదవ్యాసు
 డాదిముని పరాశరాత్మజుండు
 విష్ణు సన్నిభుండు విశ్వజనీనమై
 పరగచుండజేసె భారతంబు."

నన్నయ ఈ పద్యంలో వివరించినట్లే భారతం మన భాషావాఙ్మయ సంఘధర్మ మనః పరలోక విశ్వాసాలను ఎంతగానో ప్రభావితం చేసింది.

మిత్రుకు లక్ష్మణశాస్త్రి తెలుగు పద్యాన్ని-
అంతం గుంతల చక్రవర్తి సరసాత్యంత ప్రియవ్యాహృతిన్
గాంతాశ్రోత్ర విభూషణంబు పునరుక్తంబౌనటుల్ సేసి తా
సంతోషంబున దోలికావిహరణా సక్తుండు కాంతామణిన్
జెంతన్ లోల విలాస దోలిపయి జేర్చెన్ భ్రాంతి శాంతిపగాన్
(విక్రమా 4.218)

ఒకచోట పంచకళ్యాణి గుర్రం లాగ, మరొక చోట మత్త వేదండంలాగ నడిపించినట్లే, గద్యాన్నికూడ కథా కథనం ప్రధానమైనప్పుడు సరళసుందరంగాను, వర్ణనం లక్ష్యమైనప్పుడు మృదంగ ధ్వని మంజులంగాను, తత్త్వ వివేచన ప్రధానమైనప్పుడు గంభీర మనోహరంగాను నడిపించాడు. దానికి ఒకటి రెండు

ఉదాహరణలు :

"జనమేజయా! హిడింబ మాటలు విని భీమసేనుడు ఆ రాక్షసితో నిట్లనియె.

'రాక్షసీ! ఇతడు నా జ్యేష్ఠభ్రాత. నాకు మాన నీయుడైన గురువు ఇంత దాక ఇతడు వివాహము చేసికొనలేదు. ఇట్టి పరిస్థితిలో నేను నీతో వివాహము చేసికొని ఏ విధముగగూడ పరివేత్త అగుటకు ఇష్టపడను. ఈ ప్రపంచమునందు సమర్థుడైయుండికూడ నావంటి పురుషుడు సుఖముగా నిద్రించియున్న సోదరు లను తల్లినిన్ని అరక్షితులనుగా విడచి, వీరిని రాక్షసులకు భోజనముగా చేసి ఎట్లు మరియొక చోటికి కామపీడితుడై పోవగలడు?" (ఆది. పుట 519)

"జనమేజయా! బకాసురుడు తన పేరు భీమునకు వినిపించుచు బాహు వులతో నతనిని పట్టుకొనెను. అప్పుడు భీముడుకూడ తన భుజములతో నతనిని అదిమి పట్టి యెదపై కరచుకొని ఇటునటు బలాత్కారముగా ఈడ్చుచుండగా బకా సురుడతని బాహుపాశమునుండి విడిపించుకొనుటకు తనుకులాడుచుండెను...... ఆ యిరువురి వేగముచేత భూమి కంపించుచుండెను. అప్పుడు వారు అక్కడి వృక్ష ములనుగూడ ఖండించిరి. రాక్షసుడు శక్తిహీనుడగుటచూచి భీముడు అతనిని ఎత్తి భూమిపైన కొట్టి, ఈడ్చుచు మోకాళ్ళతో కొట్టుచుండెను. తరువాత, భీముడు ఒక మోకాలితో రాక్షసుని వీపు అదిమిపెట్టి కుడిచేతితో అతని మెడపట్టుకొని, ఎడమచేతితో అతని నడుమునకు బిగించిన వస్త్రమును కౌపీనముతోపాటు పట్టు కొని ఆ రాక్షసుని రెండుగా విరిచెను. అప్పుడతడు బిగ్గరగా అరచెను. అట్లు భీమసేనుడు ఆ రాక్షసుని నడుము విరుచుచున్నప్పుడు అతని నోటినుండి రక్తము పారెను." (ఆది. పు. 554, 555)

నా మిత్రుడు ఆంధ్రావళికి మహావిద్వాంసుడుగా, మహాకవిగా, మహా వక్తగా పరిచితుడు అతని రచనను పరిచయం చేయడం ముంజేతి కంకణానికి అద్దం పట్టడం. రచన మీ ముందున్నది.

ఇట్టి మహా రచనకు మనవి మాటలు వ్రాసే భాగ్యం కలిగించి నందుకు మిత్రుని సంతానానికి, అతని సతీమణి సోదరి అన్నపూర్ణమ్మకు కృతజ్ఞుణ్ని. హాలుని గాథాసప్తశతిలో గొప్పవారి స్నేహాన్ని గురించి చక్కనిగాథ ఒకటుంది;

తే విరలా సప్పురిసా
జాణ సిణేహో అహిణ్ణ ముహరాఓ,
అణుదిఅహ వడ్ఢమాణో
రిణం వ పుత్తేసు సంకమఇ (2 18)

(తే విరాళాః సత్పురుషాః
యేషాం స్నేహోఽ భిన్నముఖరాగః,
అనుదివస వర్ధమానః
ఋణమివ పుత్రేషు సంక్రామతి)

(సత్పురుషుల స్నేహం ఏ పరిస్థితులలోను మారదు. ప్రతి దినం పెరుగుతూంటుంది. అప్పులాగ సంతానానికి కూడ సంక్రమిస్తుంది. అలాటి సత్పురుషులు అరుదు.) నా మిత్రుడు కూడ అలాటి సత్పురుషుడు, అతని స్నేహం కూడ అప్పులాగ అతని సంతానానికి కూడ సంక్రమించింది. తండ్రి ఆస్తి అనుభవించే అవకాశం సంగతి చెప్పలేము గాని, అప్పుమాత్రం తీర్చక తప్పదు. ఆ ఋణశేషమే ఈ మనవి మాటలు

నా మిత్రుని మధురోదార స్నేహానికి ఇవే నా అంజలులు.

కృష్ణజయంతి, 1990
హైదరాబాద్- 380

భాషాసేవకుడు
తిరుమల రామచంద్ర

విషయసూచిక

1 సభానిర్మాణ పర్వము

II లోకపాల సభాఖ్యాన పర్వము

III రాజసూయారంభ పర్వము

IV దిగ్విజయ పర్వము

V రాజసూయ పర్వము

VI పూజాకరణ పర్వము

VII శిశుపాలవధ పర్వము

VIII ద్యూత పర్వము

IX అనద్యూత పర్వము

శ్రీ

శ్రీ మహాగణపతయే నమః

శ్రీ శారదాయై నమః

శ్రీ వేదవ్యాసకృత మహా భారతము

యథామూలాంధ్ర గద్యానువాదము

(సభా పర్వము)

"శ్రీవేంకటాద్రినిలయుని
శ్రీవాసుని సంస్మరించి శ్రీభారతమున్
శ్రీవిభవ 'సభాపర్వము'
శ్రీవచనము రచన, జేతు శ్రీవాసుకృపన్."

"నారాయణం సమస్కృత్య నరం చైవ నరోత్తమమ్।
దేవీం సరస్వతీం వ్యాసం తతో 'జయ'ముదీరయేత్॥"

భగవంతు డైన శ్రీమన్నారాయణమూర్తిని, నరశ్రేష్ఠు డైన యర్జునుని, సరస్వతీదేవిని, శ్రీవేదవ్యాస మహామునిని ప్రణమించి మహాభారత (జయ) పఠనము చేయవలెను.

శ్రీ కృష్ణ భగవానుని యాజ్ఞచేత మయాసురుడు సభాభవనము నిర్మించుట:-

"వైశంపాయన మహాముని జనమేజయ మహారాజునకు సభాపర్వ కథ ఇట్లు చెప్ప దొడగెను :

"జనమేజయా! ఖాండవదహనానంతరము శ్రీకృష్ణ భగవానుని యొద్ద కూర్చొని యున్న యర్జునుని మయాసురుడు మాటిమాటికి ప్రశంసించి, చేతులు జోడించుకొని మధురవాక్కులతో నిట్లనెను. ఆ యిరువురకు ఈ విధముగ సంభాషణము జరిగెను.

మయుడు . 'అర్జునా! మిక్కిలి కృద్ధుడైన శ్రీకృష్ణ భగవానుని నుండి, దహింప దలచిన యగ్నిదేవుని నుండియు నన్ను రక్షించితివి కనుక, నీవు చేసిన ఈ యుపకారమునకు బదులాగా నీకు నేను ఏ ప్రత్యుపకారము చేయుదునో తెల్పుము.

అర్జునుడు : 'అసుర రాజా! నీవు ఈ విధముగ నాకు కృతజ్ఞత తెలిపి, నా యుపకారమునకు పూర్తిగా ప్రత్యుపకారము చేసితివి. నీకు శ్రేయస్సు కలుగు గాక! నీవు పొమ్ము. నాపైన ప్రేమ ఉంచుము నేనుగూడా నీయెడల సర్వదా స్నేహభావముతో నుండెదను.

మయుడు : 'ప్రభూ! నీవు చెప్పినమాట నీవంటి మహాపురుషులకు అనురూపముగానే యున్నది. నేను దానవులకు విశ్వకర్మను. శిల్పవిద్యాపండితుడను. కనుక, నేను నీకొఱకు ఏ దైననొక వస్తువు నిర్మించి యీయ దలచినాను.

పూర్వకాలమందు నేను దానవులకు అనేక భవనములను నిర్మించి యిచ్చినాను. ఇవిగాక, అతి రమణీయములు, సుఖప్రదములు సమస్తభోగ సాధనముల చేత సంపన్నములు నైన వివిధోద్యానములను, సరోవరములను, విచిత్రాస్త్ర శస్త్రములను, ఇచ్ఛానుసారముగా నడచు రథములను, కోటబురుజులతో, పెద్ద పెద్ద గవనులతోను కూడిన మహానగరములను, అద్భుతము లైన వేలకొలది శ్రేష్ఠవాహనములను, మనోహరములు, అతి సుఖదాయకములు నైన యనేక సురంగములను నేను దానవులకొరకు నిర్మించినాను. కనుక, అర్జునా! నేను నీ కొరకు గూడ ఏ మైన నిర్మింప దలచు చున్నాను.

అర్జునుడు : 'మయాసురా! నాచేత నీవు ప్రాణసంకటమునుండి విముక్తుడ వైనట్లు తలచి, ఏ దైన చేయ దలచు చున్నావు ఇట్టి పరిస్థితిలో నీచేత ఏపనిగూడ చేయించ జాలను. దానవా! నీయీ కోరికగూడ వ్యర్థము కాకూడదు. కాబట్టి, నీవు శ్రీకృష్ణభగవానునికొరకు ఏ దైనకార్యము చేయుము. దానిచేత నాకు నీవు చేయవలసిన కర్తవ్యము పరిపూర్ణ మగును.

"జనమేజయా! అప్పుడు మయాసురుడు శ్రీకృష్ణ భగవానుని, 'నన్ను నీకొఱకే దైన పనికి నియోగింపుము' అని నిర్బంధించుచు కోరెను. అప్పుడు

శ్రీకృష్ణుడు 'ఇతనికి ఏమిపని చెప్పవలెను' అని రెండు గడియలు యోచించి మయునితో ని ట్లనెను :

"దైత్యరాజా! నీవు నా కే దైన ప్రియము చేయ దలచినచో, నీవు అత్యుత్తమ మని తలచిన యొక సభాభవనము యుధిష్ఠిర మహారాజు కొరకు నిర్మింపుము. ఆ భవనము నిర్మింప బడినతరువాత మానవలోకపుప్రజ లందరు చూచి విస్మయము చెందవలెను.అటువంటి భవనము మఱియొకటిలోకమునందు నిర్మింప జాల కుండవలెను. ఆ భవనమునందు మేము నీచేత అంకితమైన దేవా సుర మనుష్యుల శిల్ప నిర్మాణము చూడ జాలినంతటి యద్భుత భవనము నిర్మింపుము.

"జనమేజయా! శ్రీకృష్ణ భగవానుని యాజ్ఞ శిరసా వహించి, మయా సురుడు మిక్కిలి ప్రసన్ను డై, అప్పుడు యుధిష్ఠిరునికొరకు విమానమువంటి సుందర సభా భవనము నిర్మించుటకు నిశ్చయించెను.

"రాజా! తరువాత, శ్రీ కృష్ణార్జునులు ధర్మరాజునకు ఈ విషయములు తెలిపి యతని దర్శనమును మయాసురునకు చేయించిరి. యుధిష్ఠిరుడు మయుని యోగ్యముగా సత్కరింపగా, మయుడు గూడ ఆ సత్కారము గ్రహించి, పాండ వులకు అద్భుత మైన దైత్యుల చరిత్రను వినిపించెను.

"రాజా! కొన్నిదినములవరకు మయాసురుడు అక్కడనే విశ్రాంతి తీసి కొనుచు ఉండి, దీర్ఘముగ యోచించి సభా భవన నిర్మాణమునకు ఏర్పాట్లు చేసెను. పాండవులయొక్క శ్రీకృష్ణుని యొక్కయు యభిప్రాయము ననుసరించి యొకపవిత్రదినమందు, శుభముహూర్తమునందు, శుభకర్మలు అనుష్ఠించి, స్వస్తి వాచనాదులు చేసి, మయాసురుడు శ్రేష్ఠబ్రాహ్మణులకు పాయసము తినిపించి, వారిని తృప్తిపరచి, వారికి అనేక ధనదానములు చేసి, సభా భవన నిర్మాణము కొరకు సర్వఋతుగుణములచేత గూడి, దివ్య మైన రూపము గలిగి, అన్ని వైపులనుండి పదివేల హస్తముల (గజముల) వెడలుపు, అంతయే పొడవున్ను గల భూమిని కొలిపించెను."

శ్రీకృష్ణుడు ద్వారకకు పోవుట :

"జనమేజయా! శ్రీకృష్ణుడు 'ఖాండవప్రస్థ'నగరమునందు పాండవులచేత పూజింప బడుచు, సుఖముగా నుండెను. తరువాత, తన తండ్రిని చూచుటకు శ్రీకృష్ణుడు కుంతీ-యుధిష్ఠిరులయాజ్ఞ గొని, ద్వారకకు పోవ దలచి, మేనత్తయైన కుంతీదేవి చరణములపై మస్తకము ఉంచి ప్రణామము చేయగా, ఆమె అతని తల మూర్కొని, కౌగిలించుకొనెను తరువాత శ్రీకృష్ణుడు చెల్లెలు సుభద్రతో కలియుటకు ఆమెకడకు పోవగనే, అతనికి ఆనందబాష్పములు కురిసెను. అప్పుడు సుభద్రతో మిక్కిలి అల్పములు సత్యములు, ప్రయోజనకరములు, హితకరములు, యుక్తియుక్తములు, నిరుత్తరము (బదులు చెప్పుటకవకాశ మీయనట్టినవి) లునైనమాటలు చెప్పి, తాను ద్వారకకు పోవలసిన యావశ్యకతను తెలిపి, ధైర్యము గొలిపెను అప్పుడు సుభద్ర శ్రీకృష్ణుని పూజించి యతనికి తలవంచిన నమస్కారము చేసి తల్లి-దండ్రులకు, బంధువులకున్ను తన శుభసందేశము పంపెను.

"జనమేజయా! శ్రీకృష్ణుడు సుభద్రను ప్రసన్నురాలిని చేసి, అచటి నుండి ద్రౌపదిని, ధౌమ్యమహామునినిన్ని చూచుటకు పోయెను. ధౌమ్యునకు నమస్కరించి, శ్రీకృష్ణుడు ద్రౌపదిని ఓదార్చి, వారిరువురి యనుమతి గొని యర్జునునితోపాటు ఇతరపాండవులకడకు పోయెను పంచపాండవులతో పరివేష్టితుడైన శ్రీకృష్ణుడు, దేవతాపరివృతుడైన యింద్రునివలె, భాసిల్లెను.

"రాజా! తరువాత గరుడధ్వజుడు ప్రయాణమునకు చేయవలసిన కార్యము లన్నియు చేసి, స్నానము చేసి, అలంకరించుకొని, పుష్పమాలా-జప-నమస్కారములతో చందనాది సుగంధద్రవ్యములతోను దేవతలకు, బ్రాహ్మణులకున్ను పూజ చేసి ప్రయాణమై రాజభవనమునుండి బయలువెడలెను. అప్పుడతనికొరకు బ్రాహ్మణులు స్వస్తివాచనము చేయగా, శ్రీకృష్ణభగవానుడు పెరుగుపాత్రలతో, అక్షతలతో, ఫలాదులతోపాటు ఆ బ్రాహ్మణులకు ధనము గూడ దానము చేసి వారికి ప్రదక్షిణ-నమస్కారములు చేసెను.

"రాజా! తరువాత, గరుడధ్వజశోభితమై, గదా-చక్ర-ఖడ్గ-శార-ధనురాది శస్త్రసంపన్నమై, శైబ్య-సుగ్రీవాద్యశ్వసహితమై, శుభమైన సువర్ణరథ

మందు ఆరూఢుడై, శ్రీకృష్ణభగవానుడు శుభ-దిన-నక్షత్ర-ముహూర్తములందు ద్వారకాప్రయాణమునకు ఆరంభించెను.

"అప్పుడు శ్రీకృష్ణసారథి యైన దారుకుని ప్రక్కకు జరిపి, అతనిస్థానమందు యుధిష్ఠిరమహారాజు ప్రేమపూర్వకముగా భగవంతునితోపాటు రథమునందు కూర్చొని అశ్వములపగ్గములు పట్టుకొనెను. తరువాత, అర్జునుడుగూడ శ్రీకృష్ణునిరథముపై కూర్చొని. సువర్ణదండశోభిత మైన శ్వేత చామరములు ధరించి, కృష్ణునకు కుడివైపున నుండి చామరము వీవ దొడగెను. నకుల-సహదేవ భీమసేనులు గూడ ఋత్విక్కులతో పురజనులతోను శ్రీకృష్ణుని వెనుక నడుచుచుండిరి. వారు త్వరగా ముందుకు పోయి భగవంతునిపైన దివ్యమాలికా భూషితమై, నూరు శలాకలు (కడ్డీలు) అమర్చ బడిన సువర్ణచ్ఛత్రమును పట్టుకొనిరి. ఆ గొడుగునందు వైదూర్య మణి నిర్మిత దండము అమర్చబడి యుండెను.

"జనమేజయా! నకుల సహదేవులు గూడ త్వరగా శ్రీకృష్ణుని రథమెక్కి, చామర-వ్యజనము (విసన కర్ర)లు వీచుచు భగవంతుని సేవింపజొచ్చిరి. అప్పుడు మేనబావ-మఱదు లందరితో గూడిన శ్రీకృష్ణుడు, ప్రియ శిష్యులతో గూడ ప్రయాణము చేయు చున్న గురువువలె నుండెను. శ్రీకృష్ణుని వియోగము చేత బాధపడు చున్న యర్జునుని గోవిందుడు కౌగిలించుకొని, తాను పోవుటకు అతని యనుమతి తీసికొనెను.

"తరువాత శ్రీకృష్ణుడు యుధిష్ఠిర-భీమసేనులకు నమస్కరింపగా, యుధిష్ఠిర-భీమార్జునులు భగవంతుని కౌగిలించుకొనిరి నకులసహదేవులు కృష్ణునకు ప్రణామము చేయగా వారిని ఆయన కౌగిలించుకొనెను.

"జనమేజయా! శ్రీకృష్ణుడు రెండు కోసుల దూరము పోయిన తరువాత యుధిష్ఠిరుని యనుమతి గొనుచు నతనిని తిరిగి పొమ్మని బలవంత పెట్టెను. తరువాత గోవిందుడు ప్రణామము చేసి, యుధిష్ఠిరుని పాదములు పట్టుకొనగా, ధర్మరాజు అతినిని పైకెత్తి, తల మూర్కొని, 'ఇక పొమ్ము!' అని యాజ్ఞ యిచ్చెను తదువాత శ్రీకృష్ణుడు, 'నేను తిరిగి తప్పక వచ్చెదను' అని ప్రతిజ్ఞ చేసి, తన వెంట నడచుచు వచ్చిన పురజనులను, పాండవులనున్న మిక్కిలి

కష్టముతో త్రిప్పి పంపి, సంతోషముతో ద్వారకాపురికి, ఇంద్రుడు అమరావతికి పోయినట్లు పోయెను. శ్రీకృష్ణుని వారు కనుచూపు మేర దూరము వరకు చూచిరి.

"జనమేజయా! అతిప్రేమ వలన పాండవుల మనస్సు శ్రీకృష్ణుని వెను వెంటనే పోయెను. అతని చూచుటయందు వారికి తృప్తి దీర కుండెను. ఇట్లు వారు చూచు చుండగనే శ్రీకృష్ణుడు అదృశ్యు డై, వెడలి పోయెను. పాండవులకు శ్రీకృష్ణదర్శనేచ్ఛ పూర్తిగా తీరక పోయెను. కాని, వారి మనస్సు అతని వెంటనే పోయెను.

"రాజా! పాండవులు తిరిగి తమ నగరమునకు పోయిరి. శ్రీకృష్ణుడుగూడ ద్వారకాపురి చేరెను. సాత్యకి శ్రీకృష్ణునివెనుక రథమునందు కూర్చొని సారథి దారుకుడు ముందు కూర్చొని ప్రయాణము చేయు చుండగా, ఆ యిరువురితో గరుడ వేగముతో ద్వారక చేరెను.

"జనమేజయా! యుధిష్ఠిరుడు తమ్ములతో మిత్రులతోను తిరిగి నగరము నకు వచ్చి అందరిని వీడ్కొని తన భవనమునకు పోయి, ద్రౌపదితో సంతోష పూర్వకముగా నుండెను.

"రాజా! శ్రీకృష్ణుడు ఉగ్రసేనాదియాదవులచేత సమ్మానింపబడుచు సంతోషముతో ద్వారకాపురిలో ప్రవేశించి, ఉగ్రసేనునకు, తలిదండ్రులైన దేవకీ-వసుదేవులకు బలరామునకును తల వంచి నమస్కరించెను. తరువాత ప్రద్యుమ్న-సాంబ-నిశఠ-చారుదేష్ణ-గద-భాను-అనిరుద్ధారులను స్నేహ పూర్వక ముగా కౌగిలించుకొని పెద్దల యాజ్ఞ గొని రుక్మిణీదేవి భవనమునకు పోయెను

"జనమేజయా! మయుడుగూడ యుధిష్ఠిరునికొరకు శాస్త్రోక్తముగా సమస్త రత్నభూషిత మైన సభామండపము నిర్మించుటకు మనస్సులో కల్పన చేయు చుండెను.

మయాసురుడు భీమార్జునులకు గదా - శంఖములు ఇచ్చుట. అతడు మయ సభ నిర్మించుట -

"జనమేజయా! తరువాత మయాసురుడు అర్జునునితో నిట్లనెను.

"పార్థా! నే నొకచోటికి పోయి తిరిగి శీఘ్రముగా వచ్చెదను. అజ్ఞ యిమ్ము నేను మీ కొరకు మూడు లోకములందు ప్రఖ్యాత మైన దివ్యసభ నిర్మించెదను. అది సమస్త ప్రాణులకు ఆశ్చర్యకరముగా నుండి పాండవులకు సంతోషవర్ధకముగ నుండ గలదు.

"అర్జునా! పూర్వకాలమందు దైత్యులు కైలాసపర్వతమునకు ఉత్తరమునం దున్న మైనాకపర్వతముపై యజ్ఞము చేయ దలచినప్పుడు నేను విచిత్రము, రమణీయము నైన యొక మణిమయభాండమును నిర్మించి యుంటిని అది బిందుసరస్సునకు సమీపమునం దున్న వృషపర్వుని సభలో నుంచబడెను అది యొక వేళ, ఇంతదాక అక్కడనే యుండినయెడల, దానిని తెచ్చి, దానిచేతనే యుధిష్ఠిర కీర్తివర్ధన మైన సభను నిర్మించెదను. ఆ సభ సర్వవిధరత్నభూషితము, విచిత్రము, మనస్సునకు ఆహ్లాదకరమునై యుండును

"ధనంజయా! బిందుసరస్సునందు ఒక భయంకర గద గూడ నున్నది. వృషపర్వ మహారాజు యుద్ధమునందు శత్రుసంహారము చేసి, ఆ గదను అక్కడనే యుంచెను. ఆ గద చాలపెద్దది. పెద్దబరువును దెబ్బనున్ను సహించుటలో అది మిక్కిలి సమర్థము, దృఢము నై యున్నది ఆ గదపై సువర్ణబిందువులు చెక్కబడి, వానిచేత అది అతివిచిత్రముగా కనపడు చున్నది. శతృసంహారకర మైన ఆ గద యొక్కటియే లక్షగదలతో సమానము. గాండీవధనుస్సు నీకు యోగ్య మైనట్లే, ఆ గద భీమసేనునకు యోగ్య మైనది. అక్కడనే వరుణదేవుని 'దేవదత్త' నామము గల మహాశంఖముగూడ గలదు. దానిధ్వని మిక్కిలి పెద్దగా నుండును. ఈ వస్తువు లన్నియు తెచ్చి మీకు నేను కానుకగా నిచ్చెదను.

"జనమే జయా! యిట్లు చెప్పి మయాసురుడు ఈశాన్య దిక్కునందు కైలాసమునకు ఉత్తరముగా నున్న మైనాకపర్వతముకడకు పోయెను. అక్కడనే 'హిరణ్య శృంగి' నామము గలయొక మహామణిమయ పర్వతము గలదు. ఆ పర్వతమునందు రమణీయ మైన 'బిందుసరసీ' నామము గల యొక తీర్థము కలదు అక్కడనే భగీరథరాజు భాగీరథి యైన గంగను దర్శించుట కొరకు అనేక సంవత్సరములు తపస్సు చేయుచు నుండెను అక్కడనే సమస్తభూతనాథుడైన ప్రజాపతిదేవుడు అతిముఖ్యము లైన నూరుయజ్ఞములు అనుష్ఠించి యుండెను.

ఆ యజ్ఞశాలయందు సువర్ణవేదికలు, మణిమయ యూప స్తంభములు నుండెను. ఇవి యన్నియు యజ్ఞశాల శోభకొరకే నిర్మింప బడి యుండెను కాని, శాస్త్రీయ విధిని, లేక, సిద్ధాంతమును అనుసరించి, కాదు.

"అర్జునా! ఇంద్రుడు గూడ అక్కడనే యజ్ఞములు చేసి, సిద్ధిని పొందెను. సమస్త ప్రపంచ సృష్టికర్త, సర్వప్రాణులకు అధిపతి, ఉగ్రతేజశ్శాలి, సనాతన దేవుడు నైన మహాదేవుడు(శంకరుడు) అక్కడనే వేలకొలది భూతములచేత సేవింప బడుచు నుండును.

"అర్జునా! ఒక వేయి సంవత్సరములు గడిచిన తరువాత నరనారాయణ మహర్షులు, బ్రహ్మదేవుడు, యమరాజు, ఐదవ మహాదేవుడున్ను అక్కడనే యజ్ఞములను అనుష్ఠించెదరు. భగవంతుడైన వాసుదేవుడు ధర్మరక్షణము కొరకు అనేక సంవత్సరములు నిరంతరము శ్రద్ధతో యజ్ఞములు చేసిన చోటు ఇదియే. ఆ యజ్ఞశాలయందు సువర్ణహార భూషితము లైన యూప స్తంభములు, మిక్కిలి మెఱయు చున్న వేదికలున్ను నిర్మింప బడి యుండెను. ఆ యజ్ఞములో భగవంతు డైన కేశవుడు లక్షలకొలది వస్తువులు దానముగా నిచ్చి యుండెను."

"జనమేజయా! తరువాత, మయాసురుడు, అక్కడకు పోయి ఆ గదా శంఖములు సభా భవన నిర్మాణముకొరకు అధిక మణిమయ ద్రవ్యములను (ఖాండము) తెచ్చెను. అవి పూర్వము వృషపర్వుని యధీనములో నుండెను. అనేక కింకరులు, రాక్షసులున్ను రక్షించుచుండిన యా మహాధనము కడకు పోయిమయుడు అవి యన్నియు తీసికొనివచ్చి త్రిలోకప్రఖ్యాతము దివ్యమణి మయము, మంగళకరము, సుందరము నైన ఆ యనుపమ సభాభవనము నిర్మించెను.

"జనమేజయా! అప్పుడు మయుడు తాను తెచ్చిన గద భీమసేనునకు, దేవదత్త శంఖము అర్జునునకున్ను కానుకలుగా నిచ్చెను. ఆ శంఖధ్వని విని సమస్త ప్రాణులు గడగడ వణకు చుండెను. ఆ సభలో సువర్ణమయ వృక్షములు శోభిల్లు చుండెను. అగ్ని-సూర్య-చంద్రులు సభలవలెనే ఆ సభగూడ భాసిల్లుచు, మనోహరము నుండెను ఆ సభయొక్క ప్రభ, సూర్యుని ప్రభనుగూడ ఎదురు

దెబ్బ తీయు చుండెను. అది తన యలౌకిక తేజస్సుచేత నిరంతరము దీపించు చున్నదా యనునట్లు కనపడు చుండెను. దాని యెత్తు, నూతన మేఘసమూహముల వలె, ఆకాశమును చుట్టి నిలిచి యున్నదా యనునంత యధికముగా నుండెను. దాని వైశాల్యముగూడ అధికముగా నుండెను. ఆ సభలో నున్న వారి పాపమును, తాపమును అది నశింప జేయునదిగా నుండెను.

"జనమేజయా! ఆ సభాభవనము ఉత్తమోత్తమద్రవ్యములచేత నిర్మింపబడి యుండెను. ఆ భవనప్రాకారములు, గవనులున్ను రత్ననిర్మితము లై యుండెను. ఆ సభలో అద్భుతము లైన వివిధ చిత్రములు అంకితము లై యుండెను. దానిలో అనేక ధనములు నిండి యుండెను. దానవుల విశ్వకర్మ యైనను మయాసురుడు ఆసభను మిక్కిలి సుందరముగా నిర్మించి యుండెను. మయాసురుడు నిర్మించిన సభకు సమాన మైనదిగా యాదవుల సుధర్మ[1] గాని, బ్రహ్మదేవుని సభ గాని కా కుండెను.

"జనమేజయా! మయాసురునియాజ్ఞచేత కింకరనామము గల ఎనిమిదివేల మంది రాక్షసులు ఆ సభను రక్షించుచు, దానిని ఒకచోటినుండి ఎత్తి మరియొక చోటికి కొనిపోవు చుండిరి ఆ రాక్షసులు భయంకరాకారము, ఆకాశసంచారము, మహాశరీరము, మహాబలమున్ను కలవార లై యుండిరి. వారికన్నులు ఎఱ్ఱగా, పింగళ(పసపు)వర్ణము కలవిగాను నుండెను. వారిచెవులు ముత్యపుచిప్పలవలె కనపడుచుండెను. వారందరు యుద్ధకుశలురు.

"రాజా! మయాసురుడు ఆ సభాభవనములోపల నందమైన యొక పెద్ద పుష్కరిణి నిర్మించి యుండెను దానికి సమానము మరియొకటి లే కుండెను. ఆ పుష్కరిణిలో ఇంద్రనీలమణిమయకమలపత్రములు వ్యాపించి యుండెను. ఆ తామరలతూడులు మణిమయము లై యుండెను. ఆ సరోవరములో పద్మరాగ మణిమయకమలములమనోహరసుగంధము వ్యాపించి యుండెను. అందు వివిధ

---

1 'స్వాత్ సుధర్మా దేవసభా' అను నిఘంటుప్రమాణముచేత దేవసభకే 'సుధర్మా'నామము ఉన్నట్లు తెలిసి యుండెను, ఈ వ్యాసవచనముచేత యాదవులసభకుగూడ ఆ పేరు ఉన్నట్లు తెలియు చున్నది.

పక్షులు నుండెను. వికసితకమలములు, సువర్ణమత్స్య-కూర్మములు ఆ సరస్సును విచిత్రముగ శోభిల్ల చేయు చుండెను దానిలో దిగుటకు స్ఫటిక-మణిమయసోపానములు విచిత్రముగా నిర్మింప బడి యుండెను అది పంకరహిత స్వచ్ఛజలభరితమై, సుందరముగా నుండెను. పిల్లవాయువుంచేత పైకి లేచినజలబిందువులు కమలపత్రములందు పడగా, అప్పుడు ఆపుష్కరిణియంతయు ముక్తాబిందువులతో వ్యాపించినదా యనునట్లు తోచు చుండెను. ఆపుష్కరిణికి నలువైపుల నున్నతీరములపై మణులయంచులు గలిగి, శిలామయము లైన పెద్ద-పెద్ద వేదికలు నిర్మింప బడి యుండెను.

"జనమేజయా! మణివ్యాప్త మగుటచేత ఆ పుష్కరిణికడకు పోయిన రాజులు దానిని చూచికూడా దానివాస్తవపరిస్థితియందు విశ్వాసము లేక, భ్రాంతిచేత దానిని నేల యని తలచి, దానిలో పడు చుండిరి. ఆ సభాభవనమునకు అన్నివైపుల ననేకవిధము లైన వృక్షములు కదలాడు చుండెను. అవి పుష్పభరితము లై, వానినీడ చల్లగా నుండెను. ఆ యందమైన చెట్లు నిరంతరము వాయువుతాకిడిచేత కదలు చుండెను. వృక్షములేకాక ఆ భవనము నలువైపుల అనేక సుగంధివనములు, ఉపవనములు, బావులుగూడ నుండెను అవి హంస-కారండవ (నీరుకాకి, పిల్లలుకననిలేడి) చక్రవాక పక్షులతో గూడి యుండుటచేత మిక్కిలి శోభిల్లు చుండెను అక్కడ జలకమలములు, మెట్టతామరలు నుండెను. ఆ యుభయవిధకమలముల సుగంధముతో వాయువు సర్వదా వీచుచు పాండవులను సేవించు చుండెను. మయాసురుడు పదునాలుగునెలలలో ఆ యద్భుతసభను నిర్మించి, ఆ సమాచారము యుధిష్ఠిర మహారాజునకు తెల్పెను!"

మయసభలో యుధిష్ఠిరుని ప్రవేశము - సభలోని మహామునుల - రాజుల - వర్ణనము :

"జనమేజయా! ఆ సభాభవననిర్మాణము చేసి, మయుడు అర్జునునితో ని ట్లనెను :-

"సవ్యసాచీ! ఇదిగో మీసభ దీనిలో నొకధ్వజము ఉండును. దానికొనయందు భూతములు, పరాక్రమవంతు లైన కింకరులున్ను నివసించు చుండెవరు నీధనుష్టంకారధ్వని యైనప్పుడే ఈ భూతములుగూడ మేఘములవలె గర్జిల్లును.

ఇదిగో! సూర్యసమానతేజస్సుగల అగ్నిదేవుని యుత్తమరథము. శ్వేతవర్ణము గల్గి బలశాలులు, దివ్యములు నైన యశ్వము లివిగో! వానరచిహ్నము గల ధ్వజము ఇదిగో చూడుము. ఇవి యన్నియు మాయచేత నిర్మింప బడెను. నీ రథము పరుగెత్తుచున్నప్పుడు దానిపై నున్న యీ ధ్వజము ఎక్కడగూడ వృక్షములలో ఇరుకక అగ్నిజ్వాలలవలె సర్వదా పైపైపుననే లేచి యుండును. ఈ నీవానరచిహ్నధ్వజము పెక్కురంగులలో కనబడు చుండును. నీవు యుద్ధము చేయు చున్నప్పుడు ఈధ్వజ మెప్పుడుగూడ నొరుగదు."

"జనమేజయా! ఇట్లు చెప్పి, మయాసురుడు అర్జునుని కౌగిలించుకొని, యతని సెలవు దీసికొని తన యిచ్ఛ వచ్చినచోటికి వెడలి పోయెను.

"జనమేజయా! తరువాత యుధిష్ఠిరుడు నేయి, తేనెయు కలిసిన క్షీరాన్నము, కృసరము (పులగము), జీవంతిక (పాలకూర), పలుతెరగుల వంటకములు, వివిధభక్ష్యములు, ఫలములు-చెఱకురసము మొదలైన యనేకవిధ చోష్య (పీల్చదగిన) పదార్థములు, బహువిధపేయ (త్రాగదగిన) పదార్థములు, ఈ మొద లైన ఆహారపదార్థములతో పదివేలమందిబ్రాహ్మణులకు భోజనము పెట్టి ఆ సభాభవనములో ప్రవేశించెను!

"జనమేజయా! యుధిష్ఠిరమహారాజు నూతనవస్త్రములు, అనేకహారములు మొద లైనవిబహుమానముగ బ్రాహ్మణుల కిచ్చి వారిని తృప్తిపరచెను. తరువాత ఒక్కొక్క బ్రాహ్మణునకు ఒక్కొక్కవేయిగోవులను ఇచ్చెను అప్పుడు బ్రాహ్మణులు పఠించిన పుణ్యాహవాచనాది మంత్రములధ్వని స్వర్గలోకములోగూడ మార్మ్రోగెను.

"రాజా! తరువాత యుధిష్ఠిరుడు వివిధవాద్యములచేత దివ్యసుగంధిద్రవ్యములచేతను ఆ భవనమందు దేవతలను స్థాపించి, పూజించి, అందులో ప్రవేశించెను. ఆ మహారాజుకడ ననేకమల్లులు (బాహాయుద్ధవీరుల), నటులు, ఝల్లులు (బహుమానసంపాదనార్థము కఱ్ఱలు తిప్పుచు పోటీ పడి పోరాడువారు), సూత-వైతాళికులున్ను (స్తోత్రపాఠకులు) ఉండిరి.

"రాజా! ఈవిధముగా ధర్మరాజు పూజాకార్యము ముగించి సోదరులతో స్వర్గమునందు ఇంద్రునివలె ఆ సుందరసభాభవనమందు ఆనందపూర్వకముగా నివసించు చుండెను. ఆ భవనమందు అనేక ఋషులు, వివిధదేశములనుండి వచ్చినరాజులున్ను పాండవులతో ఇష్టాగోష్ఠి జరుపుచు కూర్చొనుచుండిరి.

"జనమేజయా! ఆ సభలో 'అసిత-దేవల-సత్య-సర్పిర్మాలిన్-మహాశిరస్-అర్వావసు-సుమిత్ర-మైత్రేయ-శునక-బలి-బక-దాల్భ్య - స్థూలాశిరస్ - కృష్ణద్వైపాయన-శుకదేవులు, వ్యాసశిష్యులైన సుమంతు-జైమిని-పైల నామకులు, మేము, తిత్తిరి-యాజ్ఞవల్క్య-పుత్రసహిత లోమహర్షణ-అప్సు హోమ్య - ధౌమ్య - అణీ మాండవ్య - కౌశిక - దామోష్ణీష - త్రైబలి పర్ణాద-ఘటజానుక-మౌంజాయన-వాయుభక్ష-పారాశర్య-సారిక - బలివాక - సినీవాక - సత్యపాల - కృతశ్రమ-జాతూకర్ణ - శిఖావన్ - ఆలంబ - పారిజాతక - పర్వత - మార్కండేయ - పవిత్రపాణి - సావర్ణ - భాలుకి - గాలవ - జంఘాబంధు - రైభ్య - కోపవేగ-భృగు - హరిబభ్రు - కౌండిన్య - బభ్రుమాలిన్ - సనాతన - కాక్షీవన్-ఔశిజ-నాచికేత - గౌతమ - పైంగ్య - వరాహ - శునక - (ద్వితీయ) శాండిల్య - కుక్కుర - వేణుజంఘ - కాలాప - కఠనామకులు అరువదియేడుగురు మరి కొందరు ఉండిరి. ధర్మజ్ఞులు, జితేంద్రియులు, విజితాత్ములు, వేదవేదాంగ పారంగతులు నైన యీ మునులందరు ధర్మాత్ముడు, రాజర్షియు నైన యుధిష్ఠిర మహారాజునకు ఆ సభలో పుణ్యకథలను వినిపించు చుండిరి.

"జనమేజయా! ఈవిధముగనే క్షత్రియోత్తము లైనరాజులుగూడ ధర్మరాజును ఉపాసించు చుండిరి. వారు - ముంజకేతు - వివర్ధన-సంగ్రామజిత్ - దుర్ముఖ - ఉగ్రసేన - కక్షసేన - క్షేమక - కమఠ - కంపన నామకులు. ఈ కంపనుడు మహాబల - పౌరుషసంపన్నుడు. అస్త్రవిద్యాపండితుడు. ఇతడు, ఇంద్రుడు 'కాలకేయ' రాక్షసులను కంపింప జేసినట్లే యవనులను నిరంతరము ఇత డొకడే కంపింప జేయు చుండెను ఈ తొమ్మండుగురురాజులు శ్రీమంతులు, మహామనీషులు, ధర్మాత్ములు, పరాక్రమవంతులు, ఎవరికిన్ని ఓడనివారు, మహాబలశాలురు నై యుండిరి వీరందరు ధర్మరాజును సేవించు చుండిరి.

"జనమేజయా! పూర్వోక్తరాజులేకాక ఇంకను ననేక నరపతులు యుధిష్ఠిరుని ఉపాసింపను ఆసభలో నుండిరి వారి పేర్లు వినుము-

"జటాసుర-మద్రరాజ శల్య-కుంతిభోజ-కిరాతరాజ పుళింద-అంగరాజ-వంగరాజ - పుండ్రక - పాండ్య - ఉద్రరాజ - ఆంధ్రరాజ - అంగ - వంగ-సుమిత్ర - శత్రుసూదన శైబ్య-కిరాతరాజ సుమనస్ - యవనరాజ-చాణూర - దేవరాత - భోజ - భీమరథ - కళింగరాజ శ్రుతాయుధ - మగధదేశీయ జయసేన - సుకర్మన్ - చేకితాన - శత్రుసంహారక పురుకేతుమన్ - వసుదాన - విదేహరాజ కృతక్షణ - సుధర్మన్ - అనిరుద్ధ - శ్రుతాయున్ - అనూపరాజ - క్రిమజిత్ - సుదర్శన - పుత్రసహిత శిశుపాల - కరూషరాజ దంతవక్త్ర - వృష్ణివంశీయ ఆహుక - విపృథు - గద - సారణ - అక్రూర - కృతవర్మన్-శినిపుత్ర సత్యక - భీష్మక - ఆకృతి - ద్యుమత్సేన - కేకయరాజకుమార - సోమకపౌత్ర ద్రుపద - కేతుమన్ (ద్వితీయ) - వసుమన్, నామకులు ఏబది యొక్కరు ఉండిరి వీరేకాక ఇంకను ననేకప్రధానక్షత్రియులు యుధిష్ఠిర మహారాజుకడ కూర్చొని యుండిరి. అర్జునునియొద్ద మృగచర్మము ధరించి, ధనుర్వేదాధ్యయనము చేయుచున్న యనేకరాజకుమారులుగూడ ఆ రాజసభలో యుధిష్ఠిరమహారాజును సేవించు చుండిరి.

"జనమేజయా! వృష్ణివంశీయ రాజకుమారులుగూడ నచటనే విద్యాభ్యాసము చేయు చుండిరి - రుక్మిణీపుత్ర ప్రద్యుమ్న - జాంబవతీపుత్ర సాంబ-సత్యకపుత్ర (సాత్యకి) యుయుధాన - సుధర్మన్ - అనిరుద్ధ-శైబ్య నామకులు ఆరుగురేకాక మరియనేకరాజులు ఆ సభాభవనమందు కూర్చొని యుండిరి

"జనమేజయా! అర్జునమిత్రుడైన 'తుంబురు'నామక గంధర్వుడుగూడ ఆ సభలో సర్వదా విరాజమానుడై యుండెను. మంత్రులతోపాటు ఇరువది యేడుగురు చిత్రసేనాదిగంధర్వులు, అప్సరసలున్ను ఆ సభలో యుధిష్ఠిరుని సేవించుచు కూర్చొని యుండిరి. గీతవాద్యములందు కుశలురు, సామ్య[1]-తాళ[2]

---

1. సంగీతమునందు నృత్య-గీత వాద్యముల సమత్వము. అమరకోశమందు 'లయఃసామ్యం' అని కలదు
2 నృత్య గీతముల కాల-క్రియల పరిమాణము చేతిపై చేతినికొట్టి సూచించునది. అమరకోశమందు 'తాలః కాలక్రియామానం' అని యున్నది

ముల విశేషజ్ఞులు, ప్రమాణ[1] లయ,[2] స్థానముల[3] నెఱిగినవారైన కిన్నరులు తుంబురుని యాజ్ఞచేత నచట నితర గంధర్వులతోపాటు దివ్యతాన (తన్నకారము) ములచేత తగినట్లుగా పాడుచు, పాండవులకు, మహర్షులకును మనోరంజనము చేయుచు ధర్మరాజును ఉపాసించు చుండిరి.

"జనమేజయా! (దేవతలు) దివ్యలోకసభలో బ్రహ్మదేవుని ఉపాసించినట్లే, సత్యప్రతిజ్ఞులు, ఉత్తమవ్రతపాలకులు నైన యనేకమహా ఋషులు ఆ సభలో యుధిష్ఠిరమహారాజును ఆరాధించుచుండిరి."

(సభానిర్మాణపర్వము సమాప్తము)

(లోకపాల సభాఖ్యాన పర్వము)

నారదుడు యుధిష్ఠిరునకు ఉపదేశించుట :-

"జనమేజయా! ఒకనాడు మయసభయందు అనేక మహాపురుషులతో గంధర్వాదులతోను కూర్చునియున్న పాండవులకడకు వేదవేదాంగ పండితుడు, దేవపూజితుడు, ఇతిహాస-పురాణ - మర్మజ్ఞుడు, పూర్వకాలముల విశేషములను ఎఱిగినవాడు, న్యాయవిద్వాంసుడు, ధర్మతత్త్వజ్ఞుడు, శిక్షా - కల్ప - వ్యాకరణ-నిరుక్త - ఛందస్ - జ్యోతిష'ము లనబడు షడంగములలో పండితుడు, 'ఐక్య[4] - సంయోగనానాత్వ[5] - సమవాయ[6]' ముల జ్ఞానమునందు కుశలుడు, సమర్థుడైన వక్త, మేధావి, స్మరణశక్తిసంపన్నుడు, నీతిజ్ఞుడు, త్రికాలదర్శి,

---

1. గానముతో గూడిన నృత్యములోని కాలపరిమాణము (కొలత)
2. సంగీతనాట్యములలో కాలపరిమితి.
3. రాగమునకు గల ఉత్తమ - మధ్యమ - మంద్రస్థానములు. అనగా పాడునప్పుడు పెద్దగా - సాధారణముగా మంద్రముగాను వేరువేరుస్థాయిలో పాడు చుందురు. ఈస్థాయికే స్థానము అని పేరు.
4. పరస్పర విరుద్ధముగ కనపడు వేదవాక్యములయొక్క ఏకవాక్యత.
5. ఒకదానిలో కలిసిన వచనములను ప్రయోగసారముగ విడివిడిగ చేయుట.
6. యజ్ఞమునందు అనేకకర్మలు ఒకసారియే చేయగలిగినప్పుడు అధికారము (అర్హత) ననుసరించి యజమానునితో కలుగు సంబంధము.

అపరబ్రహ్మ, పరబ్రహ్మమును విభాగపూర్వకముగ తెలిసినవాడు, ప్రమాణములచేత ఒకనిశ్చిత సిద్ధాంతమును నిర్ణయించినవాడు, పంచావయవ[1] సహిత వాక్యముయొక్క గుణదోషములను ఎఱిగినవాడు, బృహస్పతి వంటి వక్తతో గూడ వాద-వివాదములు చేయుటలో సమర్థుడు, 'ధర్మ - అర్థ - కామ - మోక్ష'ములు అనెడు నాలుగు పురుషార్థములను గూర్చి యథార్థమైన నిశ్చయము కలవాడు, పదునాలుగు భువనము లన్నింటిని పైన-క్రింద - అడ్డము - అన్ని వైపులనుండి ప్రత్యక్షముగ చూచువాడు. మహాబుద్ధిశాలి. సాంఖ్య - యోగము లను విభాగ పూర్వకముగ ఎఱిగినవాడు. దేవాసురులకు గూడ నిర్వేదము (వైరాగ్యము) కలిగింప గోరువాడు. సంధి - విగ్రహముల తత్త్వమును తెలిసికొన గలవాడు, తమయొక్క, శత్రుపక్షముయొక్కయు బలాబలములను

---

4. ఇతరులకు ఏదైన వస్తువునుగూర్చి తెలుపుటకు పూనుకొనినవాడు ప్రయోగించునట్టి అనుమాన వాక్యమునందు 'ప్రతిజ్ఞా-హేతు-ఉదాహరణ-ఉపనయ-నిగమన'-ములు అనెడు ఐదు అవయవములు ఉండును ఇట్టి అనుమానమునకు పంచావయవానుమాన మని పేరు

"ఈ పర్వతముపై అగ్ని ఉన్నది" అను వాక్యము 'ప్రతిజ్ఞ' యనబడును ఎందుకనగా, అక్కడ ధూమము కలదు' అనునది 'హేతువు' అనబడును. 'వంటయింటిలో పొగ కనపడినప్పుడు అక్కడ అగ్ని కనపడునట్లు' అనుదృష్టాంతము 'ఉదాహరణము' అనబడును. 'ఎందుకనగా ఈ పర్వతముపై ధూమము కనపడు చున్నది.' అను హేతువు లభించుట 'ఉపనయము' అనబడును. 'కాబట్టి అక్కడ అగ్ని ఉన్నది.' అను నిశ్చయమే 'నిగమము' అనబడును.

ఈ వాక్యమునందు అనుకూలమైన తర్కము ఉండుట గుణము. ప్రతికూలమైన తర్కము ఉండుట దోషము ఎట్లనగా ఒకవేళ అక్కడ అగ్నిలేకుండిన యెడల ధూమము గూడ ఉండదు అనునది అనుకూల తర్కము, ఒకడు తటాకమునందు పొగమంచు లేచుట చూచి 'ఈ తటాకమునందు అగ్ని ఉన్నది' అని చెప్పినయెడల అతని ఆ యనుమానము 'ఆశ్రయసిద్ధము' అనబడు 'హేత్వాభాసము' (దుష్టహేతువు) చేత గూడినది యగును అది ప్రతికూల తర్కము అనబడును.

ఊహచేత నిశ్చయించి శత్రుపక్షపు మంత్రులు మొదలైనవారిలో భేదభావము కలిగించుటకు గాను వారికి ధనాదులను పంచుటకు తగిన సమయమును ఎఱిగిన వాడు, 'సంధి (సమాధాన పరచుట) - విగ్రహ (కలహము) యాన (దాడి చేయుట) - ఆసన (తనచోటనే కూర్చొని యుండుట) ద్వైధీ భావ (శత్రువులలో పరస్పర ద్వేషము కలిగించుట) సమాశ్రయ (ఒక బలవంతుడైనరాజును ఆశ్రయించుట)' ములు అను రాజనీతియొక్క అంగముల యుపయోగమును తెలిసినవాడు. సమస్తశాస్త్రములందు నిపుణ విద్వాంసుడు, యుద్ధకళలో, సంగీతకళలోను కుశలుడు క్రోధరహితుడు నైనవాడు నారద మహాముని.

"జనమేజయా! నారదుడు పైన చెప్పబడిన సద్గుణములే కాక యింకను అసంఖ్యాకము లైన సద్గుణములు గూడ గలవాడు; మననశీలుడు, పరమ కాంతి యుక్తుడు, మహాతేజశ్శాలి, దేవర్షి సత్తముడు అట్టి మహాత్ము డైననారదుడు లోక - లోకాంతరములయందు సంచరించుచు సంచరించుచు 'పారిజాత-పర్వత-సౌమ్య - సుముఖ' నామకమునులతో, ఇంకను ననేక మహర్షులతోను ఆసభలో నున్న పాండవులతో కలిసికొనుటకు మనోవేగముతో అక్కడకు వచ్చి జయ శబ్దము నుచ్చరించి, సమ్మాన పూర్వకముగ యుధిష్ఠిర మహారాజునకు ఆశీర్వాదము చేసెను.

"జనమేజయా! సమస్తధర్మజ్ఞు డైనయుధిష్ఠిరుడు దేవర్షినారదుని చూచిన వెంటనే సోదరులతో లేచి ఆ మహర్షికి ప్రేమ - వినయ - నమ్రతాపూర్వకముగ నమస్కారము చేసి ఉత్తమాసనమునందు ఆ దేవర్షిని ఆసీనుని జేసి ఆ మునికి గో - మధుపర్క - అర్ఘ - పాద్యాదులిచ్చి సవర్ణ రత్నములతో శాస్త్రోక్తముగ పూజించి అతని కోరిక లన్నియు పూర్తిగా తీర్చి ఆ దేవర్షిని సంతోషపరచెను.

"జనమేజయా! యుధిష్ఠిర మహారాజు చేసినపూజను స్వీకరించిన నారదుడు యుధిష్ఠిరునకు ధర్మార్థకామము లనెడిత్రివర్గములకు సంబంధించిన విషయములనుగూర్చి యుపదేశించుచు నా రాజును ఇట్లు అడిగెను.

"యుధిష్ఠిరమహారాజా! నీ ధనము నీవు చేయు యజ్ఞ దాన-కుటుంబ రక్షణాది కార్యములు నెరవేర్చుటకు సరిపోవు చున్నదా? ధర్మమునందు నీ మనస్సు ప్రసన్నముగ లగ్నమై యున్నదా? నీ యిచ్ఛానుసారముగ సుఖ - భోగములు నీకు లభించుచున్నవా? భగవంతుని ధ్యానమందు నిమగ్నమై యున్న నీ మనస్సునకు ఇతర వృత్తులద్వారా విఘ్నము గాని, విక్షేపము గాని కలుగుట లేదుగదా! నీవు బ్రాహ్మణ - వైశ్య - శూద్ర జాతుల ప్రజల యెడల నీ తండ్రి తాతల వలె ధర్మార్థ యుక్తముగా వ్యవహరించు చున్నావా? నీవు ధనలోభముచేత ధర్మమునకు హాని, కేవలధర్మాచరణమునందే నిమగ్నుడవై ధనమునకు హాని, అథవా, ప్రీతియే బలముగా గల కామభోగములను అనుభవించుటచేత ధర్మార్థములు రెండికిన్ని హానియు కలిగించుట లేదుగదా!

"యుధిష్ఠిరా! నీకు ధర్మార్థకామము లనెడి త్రివర్గమును సేవించుటకు ఉపయోగించు సమయమును గూర్చి తెలియును. కాబట్టి కాలమును విభజించి, నియతము - సముచితము నైన సమయము నందు నీవు ధర్మ - అర్థ - కామములను సేవించుచున్నావు కదా?*

---

* దక్షస్మృతిలో త్రివర్గ మనెడు ధర్మ - అర్థ - కామములను సేవించుటకు కాలవిభాగము ఈ విధముగ చెప్ప బడినది.

"పూర్వాహ్ణే త్వాచరేద్ ధర్మం మధ్యాహ్నే ఽర్థముపార్జయేత్।
సాయాహ్నే చాచరేత్ కామమిత్యేషా వైదికీ శ్రుతిః."

అనగా పగటిపూర్వభాగమందు ధర్మమును ఆచరించవలెను. మధ్యాహ్న కాలమందు ధనమును సంపాదించు కార్యము చేయవలెను. సాయాహ్న (రాత్రి) కాలమందు కామమును సేవించవలెను అని భావము ఇది వైదిక శ్రుతియొక్క ఆదేశము (నీలకంఠీయ వ్యాఖ్యానము నుండి ఉద్ధరింపబడినది).

"యుధిష్ఠిరా! రాజులకు ఉచితములైన ఆరు[1] గుణములచేత ఏడు[2] ఉపాయములను, నీయొక్క, శత్రువులయొక్కయు బలాబలములను, దేశపాల-దుర్గపాలాదులైన[3] పదునాలుగురు వ్యక్తులను నీవు బాగుగా పరీక్షించు చున్నావా నీయొక్క, శత్రువుయొక్కయు శక్తిని బాగుగా తెలిసికొని, ఒకవేళ, శత్రువు ప్రబలుడుగా నున్నయెడల, అతనితో సంధి చేసికొని నీధనసంపదలవృద్ధికొరకు వానిమీది[4] కార్యములను చేయు చున్నావా? నీ మంత్రులు మొదలైనయేడుగురు[5]

---

1. రాజులకు, 'వ్యాఖ్యాన (వివరణ) శక్తి, ప్రగల్భత్వము(ప్రతిభ), తర్క (ఊహ)కుశలత్వము, కడచినకాలపు స్మరణము, భవిష్యత్కాలముపై దృష్టి యుంచుట, నీతినైపుణ్యము' ఈ ఆరు గుణములు ఉండవలెను.
2. 'మంత్ర-ఔషధ-ఇంద్రజాల-సామ-దాన-భేద-దండ'ములు అను ఏడు ఉపాయములు రాజులకు ఉండవలెను.
3. పరీక్షకు యోగ్యములైన పదునాలుగుస్థానములను, లేదా, వ్యక్తులను గూర్చి నీతిశాస్త్రమునందు ఈవిధముగ చెప్ప బడినది:-
   "దేశో దుర్గం రథో హస్తి-వాజి-యోధాధికారిణః।
   అంతఃపురాన్నగణనాశాస్త్రలేఖ్యధనాసవః॥"
   అనగా- 'దేశ-దుర్గ-రథ-హస్తి-అశ్వ-శూరసైనిక-అధికారిన్-అంతఃపుర-అన్న-గణనా(లెక్క)-శాస్త్ర-లేఖ్య(లేఖనము)-ధన-అసు(బల)'ములు అను పదు నాలుగింటిపైఅధికారము గల వ్యక్తులను రాజులు పరీక్షించు చుండవలెను
4. రాజుయొక్క కోశ(ధనాగారము) - ధనములవృద్ధికొరకు చేయవలసిన యెనిమిది కార్యములు ఇవి:-
   "కృషిర్వణిక్పథో దుర్గం సేతుః కుంజరబంధనమ్।
   ఖన్యాకరకరాదానం శూన్యానాం చ నివేశనం॥
   అష్టసంధాన కర్మాణి ప్రయుక్తాని మనీషిభిః॥
   అనగా-'కృషికర్మవిస్తారము. వ్యాపారరక్షణము, దుర్గనిర్మాణ-రక్షణములు, వంతెనలనిర్మాణ-రక్షణములు, గజబంధనము, సువర్ణ-రత్నాదులగనులపై అధికారము, పన్నులు తీసికొనుట, శూన్యప్రాంతములందు ప్రజలను నివసింప జేయుట, ఈ యెనిమిదిపనులు బుద్ధిమంతులైన రాజులు చేయవలసిన సంధానకర్మలు

ప్రకృతులు, శత్రువులతో కలియ లేదుకదా? నీ రాజ్యమునందలి ధనవంతులు చెడు వ్యసనములకు అలవాటుపడక, అన్ని విధముల పరిపూర్ణముగ నీయెడల ప్రేమముతో నున్నారు గదా? ఎవరిపైన నీకు సందేహము లేదో, అట్టివారు శత్రువులకు గూఢచారులై, నీకు కృత్రిమమిత్రులై, నీ మంత్రులద్వారా నీ రహస్యాలోచనములను తెలిసికొని, వెల్లడి చేయుట లేదుకదా? 'నీ మిత్ర-శత్రు-ఉదాసీనులు ఎప్పుడు ఏమి చేయ దలచు చున్నారు?'అను విషయము నీవు తెలిసికొను చున్నావా? సరియైన సమయము విచారించియే, సంధి-విగ్రహనీతిని అనుసరించు చున్నావుకదా?

"యుధిష్ఠిరా! ఉదాసీనులు, మధ్యములు నైన వ్యక్తులయెడల ఏవిధముగ వ్యవహరించవలసినది నీకు తెలియునా? నీవలె విశ్వసనీయులైన వృద్ధులు, పరిశుద్ధహృదయులు, ఏవిషయమైనను బాగుగా తెలిసికొనగలవారు, ఉత్తమకులోత్పన్నులు, నీయందు అనురాగము గలవారు నైన పురుషులను మంత్రులనుగా నియమించుకొనినావా? ఎందు కనగా, రాజుయొక్క విజయప్రాప్తికి మంచి ఆలోచనము చెప్పుట, రహస్యరక్షణము ఇవియేకదా మూలకారణము. అది యోగ్యులైనమంత్రులయధీనమై యుండును. రహస్యాలోచనమును గుప్తముగా నుంచునట్టి శాస్త్రజ్ఞులైన మంత్రులచేత మీ రాష్ట్రము సురక్షితమై యున్నది కదా? శత్రువులచేత దానికి నాశము కలుగుట లేదుకదా?

"యుధిష్ఠిరా! నీవు అకాలమునందు నిద్రపోవుట లేదుకదా? సకాలమునందు మేలుకొనుచున్నావుకదా? నీవు అర్థశాస్త్రజ్ఞుడవే. రాత్రిపూర్వభాగమందు మేలుకొని యుండి నీ అర్థము(అనగా ఆవశ్యకమైనకర్తవ్యము-హితము)విషయములో బాగుగా విచారించు చున్నావుగదా?*

---

1. 'స్వామి(ప్రభువు) - మంత్రి - మిత్ర - కోశ(ధనాగారము) - రాష్ట్ర-దుర్గ(కోట)-సేనా-ప్రజ'లు ఈ యేడు అంగములు రాజ్యమునకు ఏడు ప్రకృతులు. అథవా, 'దుర్గాధ్యక్ష-బలాధ్యక్ష-ధర్మాధ్యక్ష-సేనాపతి-పురోహిత-వైద్య-జ్యోతిషులు' ఈ యేడుగురుగూడ ప్రకృతులు అన బడుదురు (నీలకంఠీయవ్యాఖ్యానమునుండి గ్రహింప బడినది)

* "బ్రాహ్మే ముహూర్తే చోత్థాయ చింతయేదాత్మనో హితమ్" అనగా,- బ్రాహ్మముహూర్తము(సూర్యోదయమునకు పూర్వము రెండుగడియల కాలము)నందు మేల్కొని తన హితమునుగూర్చి చింతించవలెను.

"యుధిష్ఠిర మహారాజా! ఏ రహస్యాలోచన మైనను రెండు-నాలుగు చెవుల గుప్తముగా నుండును. ఆ రహస్యము ఆరుచెవు-లో(ముగ్గురకు) పడినవెంటనే వెల్లడి యగును. కనుక, నీవు రహస్యవిషయమును ఒక్కడవే విచారించవుగదా? లేక, అనేకులతో కూర్చొని విచారించవుగదా? నీవు నిశ్చయించిన రహస్యవిషయము బయటబడి శత్రురాజ్యమువరకు వ్యాపించకుండ నున్నదిగదా? మూలధనమందు లోపము రాకుండ, అది వృద్ధిచెందుటకు తగిన యుపాయములను శీఘ్రముగ చేయుచున్నావుగదా? అట్టికార్యములందు, లేదా, అట్టికార్యములను చేయువారికి విఘ్నములు కలిగించ కున్నావుగదా?

"యుధిష్ఠిరా! మీ రాజ్యమందు కూలివారు శ్రమజీవులున్న నీకు తెలియకుండ లేరుగదా? వారు చేయుపనియందు, వారి ప్రవర్తనయెడలను నీవు దృష్టి యుంచినావుకదా? వారు నీకు అవిశ్వాసపాత్రులు కాకుండ నున్నారుకదా? అథవా, నీవు వారిని మాటి-మాటికి పనినుండి తొలగించి, మరల పనిలో తీసికొన కున్నావుగదా? ఎందు కనగా, వారందరి సహాయము స్నేహపూర్ణముగ నుండుట నీ యభ్యుదయమునకు కారణము కాగలదు ఎందు కనగా, చాల కాలమునుండి అనుగ్రహింప బడు చున్నవారే అన్నివిషయములు తెలిసికొని, విశ్వాసపాత్రులై, ప్రభువునందు అనురక్తులై యుండెదరు.

"యుధిష్ఠిరా! కృషి(వ్యవసాయము) మొదలగు కార్యములు విశ్వసనీయులు, లోభరహితులు, తండ్రితాతల కాలమునుండి ఎడతెగక పనిచేయు చున్నవారునైనట్టి వ్యక్తులచేతనే చేయించు చున్నావుగదా? నీ కార్యములు నెరవేరినతరువాత, అథవా, నెరవేరబోవు చున్నప్పుడే ప్రజలు తెలిసికొను చున్నారా, ఆ పనులు సిద్ధించుటకు పూర్వమే, ప్రజలు తెలిసికొనుట లేదుగదా? నీ రాజ్యమునందు ధర్మముయొక్క. సమస్తశాస్త్రములయొక్కయు మర్మములను తెలిసిన విద్వాంసులే రాజకుమారులకు. ముఖ్య-ముఖ్యయోధులకున్ను అవశ్యకములైన సర్వవిధవిద్యలు నేర్పు చున్నారుగదా?

"యుధిష్ఠిరా! నీవు వేయిమందిమూర్ఖులకన్న ఒకపండితునే కొనితెచ్చికొను చున్నావుగదా! అట్టి పండితుని ఆదరపూర్వకముగ స్వీకరించు నున్నావా? ఎందు కనగా, విద్వాంసుడే అర్థమునకు సంకటము కలిగినప్పుడు నీకు గొప్ప

శ్రేయస్సు కలిగించెదరు. నీ దుర్గములు (కోటలు)అన్నియు ధన-ధాన్య-అస్త్ర-శస్త్ర-జల-యంత్ర (మరలు)-శిల్పిసైనికులచేత నిండి యున్నవా? ఒక వేళ, నీ మంత్రులలో ఒక్కమంత్రి యైనను మేధావి, శౌర్యసంపన్నుడు, ఇంద్రియ నిగ్రహము కలవాడు, చతురుడు నైనయెడల, నతడు రాజునకు, లేక, రాజ కుమారులకు విపుల మైన సంపదలను చేకూర్చ గలడు.

"యుధిష్ఠిరా! నీశత్రుపక్షముయొక్క పదునెనిమిది తీర్థములకు[1] నీపక్షము యొక్క పదునైదు తీర్థములకును[2] ముగ్గురు-ముగ్గురు చొప్పున గూఢచారులను నియమించి వారి ద్వారా అజ్ఞాతముగ పరిశీలన చేయించు చున్నావా? నీవు శత్రువుల నుండి అజ్ఞాతుడ వై! సర్వదా జాగరూకుడ వై ప్రయత్నశీలుడ వై నీ సమస్త శత్రువుల ప్రవర్తనపై దృష్టి యుంచినావుగదా? నీ పురోహితులు వినయశీలురు, సత్కులీనులు, బహువిషయజ్ఞులు, విద్వాంసులు, దోషదృష్టిరహితులు, శాస్త్ర చర్చాకుశలురు నై యున్నారా వారిని నీవు పూర్తిగా సత్కరించు చున్నావా?

"యుధిష్ఠిరా! నీ యగ్నిహోత్రముల (యజ్ఞహోమాదులు) కొఱకు శాస్త్రజ్ఞులు, బుద్ధిమంతులు, సరళ స్వభావులు నైన బ్రాహ్మణులను నియమించి నావు కదా? వారు ఎల్లపుడు చేసిన-చేయబోవు హోమములనుగూర్చి నీకు సకాలములో వారు సూచించు చున్నారుగదా? నీ రాజ్యమునందు హస్త పాదాద్యంగముల పరీక్షలయందు నిపుణులు, గ్రహముల వక్రగతి, అతిచారము (ఒక గ్రహమును

---

1. శత్రుపక్షపు మంత్రి-పురోహిత-యువరాజ-సేనాపతి-ద్వారపాల-అంతర్వేశిక, (అంతఃపురాధ్యక్షుడు)-కారాగారాధ్యక్ష-కోశాధ్యక్షులను వారి యోగ్యతల ప్రకారము చేయబడు కార్యములందు ధనవ్యయము చేయు మంత్రులు, ప్రదేష్టలు (పహరాదారులకు) పనులు ఆదేశించువారు), నగరాధ్యక్ష (నగర రక్షకభటాధికారి) - కార్య నిర్మాణకర్త (శిల్పులను నడపువాడు)-ధర్మాధ్యక్ష-సభాధ్యక్ష-దండపాల - దుర్గపాల - రాష్ట్రసీమాపాల-వనరక్షకులు-ఈ పదునెనమండుగురు తీర్థము లన బడెదరు. వారిపై రాజు దృష్టి ఉంచవలెను
2. పైన చెప్ప బడిన పదునెనిమిది తీర్థములలో మొదటిమూడు విడిచి తక్కిన పదునైదు స్వపక్షపు తీర్థములనుగూడ పరీక్షించు చుండవలెను.

దాటి మరియొక గ్రహము పోవుట) మొదలైన గమనములను, వాని శుభా శుభ పరిణామాదులనున్ను గూర్చి తెలుపువారు, దివ్య-భౌమములు, శరీర సంబంధ[1]ములు నైన సర్వవిధోత్పాతములను మొదటినుండియే తెలిసికొనుటకు జ్యౌతిషికులు కుశలురుగదా?

“రాజా! నీవు ముఖ్య-ముఖ్య వ్యక్తులను వారికి తగిన మహాకార్యములందు, మధ్యమశ్రేణికార్యకర్తలను మధ్యమ కార్యములందు, చిన్న సేవకులను వారి యోగ్యతానుసారముగ చిన్నపనులయందే నియోగించి యున్నావుగదా? నీవు నిష్కపటులు, తండ్రి-తాతలకాలమునుండి క్రమముగా, పని చేయుచు పరిశుద్ధ ప్రవర్తనము, తలంపున్ను గలవారు నైన యుత్తమ మంత్రులను ఉత్తమ కార్యములందే నియోగించు చున్నావా?

“యుధిష్ఠిరా! ప్రజలకు నీవు కఠిన దండనముచేత మిక్కిలి ఉద్వేగము, దుఃఖము కలిగించుట లేదుకదా? మంత్రులు నీ రాజ్యమును న్యాయముగ పాలించు చున్నారు గదా? పవిత్రు లైన ఋత్విక్కులు పతితు డైన యజమానుని తిరస్కరించినట్లు, పవిత్ర స్త్రీలు కాముకు లైన వ్యభిచారి పురుషులను తిరస్కరించినట్లున్ను నీవు కఠినముగా పీడించి, ఎక్కువ పన్నులు తీసికొనుటచేత ప్రజలు నీకు అనాదరము చేయుట లేదుకదా?

“రాజా! నీ సేనాపతి హర్షోత్సాహములు గలవాడు, శూరుడు, బుద్ధిమంతుడు, ధైర్యవంతుడు పవిత్రుడు, సత్కులీనుడు, స్వామి భక్తుడు (ప్రభు భక్తి గలవాడు), కార్యకుశలుడు నై యున్నాడా? నీ సేనలోని ముఖ్య ముఖ్య దళాధిపతులు సర్వవిధ యుద్ధములలో చతురులు, నిర్భయులు, నిష్కపటులు, పరాక్రమవంతులునై యున్నారా? నీవు వారికి తగినట్లు సత్కారము, సమ్మానమున్ను చేయు చున్నావా? మీ సేనకు తగిన భోజనము, వేతనమున్ను సకాలములో నిచ్చు చున్నావా? వారికి అట్లు విలంబము చేయ కుండ అవి యిచ్చుట చాల అవశ్యకము. భోజన-వేతనము లిచ్చుటలో అధిక విలంబము చేసిన యెడల సేవకులు, ప్రభువుపై కోపముతో నుండెదరు. వారికోపము మిక్కిలి అనర్థమునకు కారణ మని చెప్ప బడినది.

1. 'ఆధిదైవిక ఆధిభౌతిక-ఆధ్యాత్మిక'ములైన పీడలు.

"యుధిష్ఠిరా! ఉత్తమకుల సంజాతు లైన మంత్రులు మొద లైన ప్రధానాధికారులు నీయందు ప్రేమ గలిగి యున్నారా? వారు యుద్ధమునందు నీ హితము గోరి తమ ప్రాణములను గూడ విడుచుటకు సంసిద్ధు లై యున్నారా? మీసేవకులలో తన యిష్టమున వచ్చినట్లు నడచుకొనువాడు, నీ యాజ్ఞను ఉల్లంఘించువాడు, యుద్ధసాధనములను, యుద్ధకార్యములను నొక్కడే తన యిష్టము ప్రకారము ఉపయోగించు వాడున్న ఎవడు గూడ లేడుగదా? నీయొద్ద పని చేయువా డెవడుగూడ తన పౌరుషముచేత ఏ దైన పని మంచిగా చేసినప్పుడు, అతడు అధిక సమ్మానము, అధిక వేతనము నీనుండి పొందు చున్నాడు గదా?

"యుధిష్ఠిరా! విద్యా-వినయ-శీల సంపన్నులు, జ్ఞానులు నైన వారికి వారిగుణముల ననుసరించి తగినట్లుగా ధనాదులను ఇచ్చి, వారిని సమ్మానించు చున్నావా? నీ హితముకొరకు సంతోషముతో మృత్యువును గూడ కోరుకొనువారు, లేదా, మహాసంకటములో పడువారు నైన మనుష్యుల భార్యాపుత్రాదుల రక్షణము నీవు చేయు చున్నావుగదా? భయముచేత గాని, ధననాశముచేత గాని, నీ శరణు జొచ్చిన శత్రువులను, అథవా, యుద్ధమునందు నీకు ఓడిన శత్రువునున్ను నీవు పుత్రులవలె పాలించు చున్నావా? లేదా?

"యుధిష్ఠిరా! సమస్తప్రజలు నిన్నే సమదర్శి యని, మాతా-పితృ సమానుడ వని, విశ్వసనీయుడ వనియు తలచు చున్నారా? నీ శత్రువు, స్త్రీ-ద్యూతాది దుర్వ్యసనములలో చిక్కుకొనినట్లు నీవు విని, అతనియొక్క త్రివిధ బలములను (మంత్ర-కోశ భృత్య బలములు-లేక, ప్రభుశక్తి-మంత్రశక్తి - ఉత్సాహశక్తి బలములను) విచారించి అతడు దుర్బలు డైన యెడల. అతనిపై త్వరగా దాడి చేయు చున్నావా? నీవు 'పార్ష్ణిగ్రా'హాదు లైన పన్నెండు గురు[1] వ్యక్తుల

---

1. విజయము గోరు రాజునకు రాజ శత్రు - శత్రువులు ఇద్దరు. ఆ శత్రు - శత్రువులకు మిత్రులు ఇద్దరు ఆ మిత్రులకు మిత్రులు ఇద్దరు. వెరసి ఆరుగురు వ్యక్తులు యుద్ధమునందు ముందు భాగమున నిలిచి యుండెదరు. జయేచ్ఛ గల రాజునకు వెనుక 'పార్ష్ణిగ్రాహి' (పృష్ఠరక్షకుడు), ఆక్రందుడు' (ఉత్సాహము కలిగించువాడు)·

మండలము (సముదాయము)ను తెలిసికొని నీ కర్తవ్య[1] నిశ్చయము చేసి పరా జయము వలన కలిగిన వ్యసనములు[2] నీ పక్షమున లేకుండుట, శత్రుపక్షమున అధికముగా నుండుటయు చూచి, దైవముపైన విశ్వాసము ఉంచి నీ సైనికులకు అగ్రిమవేతనము (పనికి తొలుతనే యిచ్చు జీతము) ఇచ్చి శత్రువుపై దాడి చేయుచున్నావా?

ఈ యిరువురు వ్యక్తులు నిలిచి యుండెదరు. ఈ యిరువురకు సహాయము చేయుటకు ఒక్కొక్కవ్యక్తి వారి వెనుక నిలిచి యుండెదరు. వారికి 'ఆసారులు' అని పేరు. వీరు క్రమముగా 'పార్ష్ణిగ్రాహాసారులు-అక్రందాసారులు', అని యన బడెదరు. ఈ విధముగా ముందుభాగమున అరుగురు, వెనుక భాగమున నలుగురు, వెరసి పదుగురు వ్యక్తులు ఉండెదరు. జయేచ్ఛ గల రాజునకు ప్రక్క భాగమునందు 'మధ్యముడు' అతనికి గూడ ప్రక్కన 'ఉదాసీనుడు' అను నిద్దరు ఉండెదరు. ఈ ఇరువురితో కలిసి అందరి సంఖ్య పన్నెండు అగును. ఈ పన్నెండు గురను 'రాజమండలము,' అథవా, 'పార్ష్ణిమూలము' అని యనెదరు. తనపక్షమునందు, శత్రుపక్షమునందు నున్న యీ వ్యక్తులను తెలిసి కొనవలెను.

1. నీతి శాస్త్రానుసారముగా విజయేచ్ఛ గల రాజు శత్రుపక్ష సైనికులలో లోభులుగా నుండి, వేతనము లభించని వారు, అభిమానవంతులు గా నుండి యవమానింప బడినవారు. క్రోధులుగా నుండి మిక్కిలి కోపింప బడినవారు, భయశీలురుగా నుండి మరల భయపెట్ట బడినవారు నైన ఈ నాలుగు విధముల సైనికులను విడి-విడిగా వేరు పరచి తన పక్షము నందలి యటువంటి వారిని తగినట్లుగా సమ్మానించి, వారితో వీరిని కలుపుట కర్తవ్యము.

2. వ్యసనములు 'దైవములు-మానుషములు' నని రెండు విధములుగ నుండును దైవ వ్యసనములు, 'అగ్ని-జలము-దుర్భిక్షము-ఉప్పెన-మహామారి' అని ఐదు విధములుగ నుండును. మానుష వ్యసనములు, 'మూర్ఖులు-చోరులు-శత్రువులు-రాజప్రియులు-రాజలోభము' అని ఐదు విధములుగ నుండును. ఈ దైవ-మానుష వ్యసనములచేత ప్రజలకు కలుగు భయములు 'పరాజయ మూలక వ్యసనము' లన బడును

(నీలకంఠీయ వ్యాఖ్యానమునుండి ఉద్ధరింపబడినది.)

"రాజా! శత్రు రాజ్యమునందు ఉన్న ముఖ్య - ముఖ్య యోధులకు, వారికి తగినట్టుగా ప్రచ్ఛన్నముగ రత్నాదులు కానుకలుగా నిచ్చు చున్నావా? లేదా? నీవు తొలుత నీ యింద్రియములను, మనస్సును జయించుకొనియే, ఏమరుపాటుతో అజితేంద్రియులైన శత్రువులను జయించ గోరు చున్నావా? శత్రువులపై నీవు దాడి చేయుటకు పూర్వము 'సామ - దాన-భేద - దండ'ములు అనెడు నాలుగు ఉపాయములను బాగుగా ప్రయోగించి విధిపూర్వకముగా ఆ శత్రువులపై దాడి చేయు చున్నావు కదా? ఎందు కనగా, శత్రువులను వశమునందుంచు కొనుటకు ఈ చతురుపాయములు ప్రయోగించుట అవశ్యకము.

"మహారాజా! నీవు నీ రాజ్యపు పునాది దృఢపరచుకొని, శత్రువులపై దాడి చేయు చున్నావు గదా? శత్రుజయమునకు పరిపూర్ణ పరాక్రమము ప్రదర్శించు చున్నావు గదా? శత్రుజయము సాధించిన తరువాత, వారిని అన్ని విధముల రక్షించు చున్నావు గదా?

"రాజా! నీ సేన 'ధన రక్షకులు, ద్రవ్యసంగ్రాహకులు, చికిత్సకులు, గూఢచారులు, పాచకులు, సేవకులు, లేఖకులు, పహరావారు' ఈ యెనిమిది అంగములతో, 'గజ - అశ్వ-రథ - పదాతి' అను నాలుగు విధము* లైన సైన్యములతోను కూడియుండి, యోగ్యులైన సేనాపతులచేత చక్కగా నడప బడి శత్రుసంహారము చేయుటలో సమర్థ మై యున్నదా?

"మహారాజా! నీవు శత్రురాజ్యమునందు ధాన్యము కోత సమయమును, కలుపు సమయమును ఉపేక్షించక, రణరంగమందు శత్రుసంహారము చేయు చున్నావు గదా? నీ యొక్క, శత్రువు యొక్కయు రాష్ట్రములందు నీ యధికారులు అనేకులు వివిధ స్థానములందు తిరిగి ప్రజలను వశపరచుకొని పన్నులు గైకొనుట మొద లగు పనులు చేసి, బందొరులు కలిసికొని రాష్ట్రము నందలి ప్రజలను తన పక్షమునందలి ప్రజలను రక్షించు చున్నారు కదా?

---

* ఎనిమిది అంగములు, నాలుగు విధములైన సైన్యములున్ను 'భారత కౌముది' యను వ్యాఖ్యానము ననుసరించి ఇక్కడ వ్రాయ బడెను

"మహారాజా! ఆహార - వస్త్ర - సుగంధి ద్రవ్యముల రక్షణము విశ్వాసనీయ వ్యక్తులే చేయు చున్నారుగదా? నీ శ్రేయస్సుకొరకు సర్వదా ప్రయత్నించు చున్న స్వామి భక్తి పరాయణులే నీ ధనాగారము, అన్నాగారము, వాహనములు, ప్రధాన ద్వారములు, శస్త్రాస్త్రములు, ఆదాయ సాధనములున్ను రక్షించి, జాగ్రత్తగా చూచు చున్నారు గదా? నీవు, వంటలవారు మొదలైన గృహసేవకులనుండి సేనాపతి మొదలైన బయటిసేవకులనుండియు తొలుత నీ రక్షణము చేసికొని, నీ యాత్మీయులద్వారా వారి రక్షణము చేయుచు, పరస్పరము అందరు రక్షించుకొను చున్నారు గదా!

"రాజా! నీ సేవకులు పగటి పూర్వభాగమందు నీచేత 'మద్యపానము జూదము, క్రీడలు, స్త్రీలు' మొదలైన దుర్వ్యసనములందు నీ కాలమును, ధనమును, వ్యర్థముగా నీవు నష్టపరచుటకు నీకు ఉపదేశించుట లేదుగదా? అనగా, పగటి పూర్వ భాగము ధర్మకార్యము లాచరించు సమయము గదా? నీ యాదాయములో నాలుగవభాగము లేక, అర్ధభాగము, లేక, నాల్గింట మూడు భాగముల చేత నీ రాజ్యవ్యయ మంతయు జరుగుచున్నదా? నీవు నిన్నాశ్రయించిన నీ కుటుంబ జనులకు, గురుజనులకు, పెద్దలకు, వృద్ధులకు, వ్యాపారులకు, శిల్పులకు, దీనులకు, దుఃఖితులకున్ను, ధన - ధాన్యము లిచ్చి, వారియెడల దయ జూపుచున్నావా?

"రాజా! నీ రాష్ట్రములో ఆదాయ వ్యయములను వ్రాయువారు, కూడికలు చేయువారు ఈ మొదలైన లేఖకులు ప్రతి దినము పగటి పూర్వ భాగమునందు లెక్కలు నీముందు పెట్టు చున్నారా? ఏవైన కార్యములందు నియుక్తులైన ప్రౌఢులు, నీ హితైషులు, నీకు ప్రియముగా నుండు సేవకులు - వారి యపరాధములను తొలుత విచారించకుండా నీవు వారిని పని నుండి తొలంగించకున్నావు గదా? ఉత్తమ - మధ్యమ - అధమ శ్రేణుల మనుష్యులను గుర్తెరిగి, వారిని తగిన కార్యములందు నియోగించు చున్నావు గదా?

"రాజా! లోభులను, చోరులను, శత్రువులను, వ్యవహారానుభవము లేని వారిని నీ పనిలో నియోగించకున్నావు గదా? చోరులు, లోభులు, రాజకుమారులు, రాజ్యహస్త్రీలు వీరివలన, లేక, నీవలన నైనను, నీ రాష్ట్రమునకు బాధలు

కలుగుట లేదుకదా? నీ రాజ్యమునందలి కర్షకులు సంతుష్టులై యున్నారా? నీ రాజ్యమునం దన్నివైపుల జలభరిత తటాకములు నిర్మింప బడినవా? కేవలము వాననీటిపై విశ్వాసము చేతనే కృషికర్మ జరుగుట లేదు కదా? నీ దేశమునందలి కర్షకులకు ఆహారధాన్యములు, విత్తనములు నశించుట లేదుగదా? నీవు ప్రతి యొక్క కర్షకునకు నూరు రూపాయలు వడ్డీపై ఋణముగా నిచ్చు చున్నావా? నీ రాష్ట్రములలోని సుజనులు, కృషి-గోరక్షణ-వ్యాపారములు బాగుగా చేయు చున్నారు గదా? నీ విషయమై మంచిగా ప్రచారము జరుగుచున్నది కదా? అట్లు మంచి పేరు తెచ్చుకొనిన వారే ఉన్నతి పొంద గలరు.

"రాజా! నీ దేశములోని ప్రతిగ్రామములోను శూరులు, బుద్ధిమంతులు, కార్యకుశలురు నైన ఐదుగురు-ఐదుగురు వ్యక్తులు కలిసి (పంచాయతీసమితులు) జనహితకార్యములను బాగుగా చేయుచు ప్రజలకు మేలు చేయు చున్నారా? నగర రక్షణముకొరకు గ్రామములకుగూడ నగరమునకువలెనే అనేకశూరులచేత రక్షణము కల్పింప బడుచున్నదా? పొలిమేరలలో (సరిహద్దులు) నున్న గ్రామములకుగూడ ఇతరగ్రామములకువలెనే సమస్త సౌకర్యములు కల్పింప బడినవా? ఆ ప్రాంతములు, గ్రామములు, నగరములున్ను పన్నులుగా సేకరించిన ధనము నీకు సర్పించు చున్నవా?* నీ రాజ్యము నందలి రక్షక భటులు, సేనతో పాటు తిరుగుచు దొంగలను, బందిపోటుదారులను అణచుచు సులభ మార్గములు, దుర్గమ మార్గములున్ను గల నగరము లందు సంచరించు చున్నారా? నీవు స్త్రీలను శాంత పరచుచు వారికి సంతోషము కలిగించు చున్నావు గదా? నీ రాష్ట్రములో స్త్రీలకు పరిపూర్ణ రక్షణ మున్నదా? స్త్రీలను పూర్తిగా నమ్మి వారికి రహస్య విషయములు నీవు తెలుపుట లేదుగదా?

"పాండు కుమారా! నీవు ప్రతి దినము సకాలములో నిద్ర మేల్కొని, స్నానాది కాలకృత్యములు తీర్చుకొని, వస్త్ర భూషణాలంకృతుడవై దేశకాలజ్ఞు

* సరిహద్దులలో ఉన్న గ్రామముల యధికారులు ప్రభుత్వపు పన్నును చేర్చి గ్రామాధిపతికి ఇవ్వవలెను గ్రామాధిపతులు ఆ ద్రవ్యమును నగరాధిపతికి, అతడు దేశాధిపతికి, అతడు రాజునకున్ను పన్ను ధనము ఇవ్వవలెను.

లైన మంత్రులతో సమావేశము చేసి, నిన్నేదైన ప్రార్థించుటకు గాని, లేక, నీ దర్శనము కొరకు గాని, వచ్చిన మనుష్యుల కోరికలు నెరవేర్చు చున్నావు గదా? రక్త వస్త్రములు ధరించి, భూషణాలంకృతు లై, ఖడ్గధారు లైన యోధులు నీ రక్షణము కొరకు అన్ని వైపుల నీ యొద్ద నున్నారు కదా? నీవు దండించ దగిన అధికారుల యెడల, యమరాజు పట్లవలె, పూజనీయ పురుషులను గూర్చియు ధర్మరాజు వలె వ్యవహరించు చున్నావా? ప్రియాప్రియ వ్యక్తులను బాగుగా పరీక్షించియే వారితో వ్యవహరించు చున్నావు కదా?

"రాజా! నీ వైద్యులు, అష్టాంగ చికిత్సలలో* సమర్థులు, నీ హితైషులు నీ యందు ప్రేమ గలవారు నై, నీ శరీరము ఆరోగ్యముతో నుంచుటకు సర్వదా ప్రయత్నించు చున్నారు గదా? నీ కడకు వచ్చిన అర్థులు (యాచకులు), ప్రత్యర్థులు (రాజు వారికి ఇచ్చిన వృత్తులు నిలిచి పోవుట చేత, వారు దుఃఖితు లై మరల ఆ వృత్తులను పొందుటకు వచ్చిన యాచకులు) అట్టివారి వైపు నీవు లోభ-మోహ-అభిమానముల చేత కన్నెత్తియైన చూడవా? నీవు నీయాశ్రితుల జీవన వృత్తిని లోభ మోహ-ఆత్మ విశ్వాస-ఆసక్తులచేత నిలిపివేయుట లేదుగదా?

"రాజా! నీ నగరము నందు, రాష్ట్రము నందున్ను నివసించు ప్రజలు సంఘటితు లై, నీతో విరోధము చేయుట లేదు కదా? వారికి శత్రువులు లంచ మిచ్చి వారిని కొనుట లేదు కదా? నీ చేత పూర్వము బాధింప బడి, చంప బడక యున్న దుర్బల శత్రువులు, ఇప్పుడు కుట్ర చేసి, సమాలోచనములు సలుపుట చేత, సేనల చేతను వారు బలవంతు లై, మరల తల యెత్తుట లేదు కదా? ముఖ్య-ముఖ్య రాజులు నీ యెడల ప్రేమ గలిగి యున్నారా? నీ చేత సమ్మానితు లైన వారు నీ కొరకు తమ ప్రాణములను గూడ బలి యిచ్చుటకు సిద్ధముగా నున్నారా?

"రాజా! నీకు అన్ని విద్యలయందున్ను ఆయా విద్యల గుణాను సారముగా ఆదరము కలదా? బ్రాహ్మణులకు సాధు సత్పురుషులకున్ను సేవలు,

---

* 'నాడులు (జ్వరము) - మల - మూత్ర-జిహ్వా-నేత్ర-రూప-శబ్ద-స్పర్శ' ములు ఈ యెనిమిది చికిత్సా ప్రకారము అని చెప్ప బడినది.

పూజ౯న్ను చేయుచున్నావా? అవియే నీకు శుభములు, శ్రేయస్సులున్ను కలిగించును. బ్రాహ్మణులకు సర్వదా దక్షిణ లిచ్చు చున్నావు గదా? ఎందు కనగా, వారు స్వర్గ-మోక్షములు నీకు ఇప్పించ గలవారు.

"రాజా! మూడు వేదములే మూలముగా గలిగి, పూర్వులచేత ఆచరింప బడిన ధర్మమును అనుష్ఠించుటకు నీవు నీపూర్వులవలెనే ప్రయత్నశీలుడ వై యున్నావా? ధర్మానుకూలకార్యములందే నీ ప్రవర్తన యున్నదా? నీ భవనము నందు నీ సమక్షములో గుణవంతు లైన బ్రాహ్మణులు రుచికరము, బలకరము నైన ఆహారము భుజించు చున్నారా? భోజనానంతరము వారికి నీవు దక్షిణలు ఇచ్చుచున్నావా?

"రాజా! నీవు మనస్సును వశమునం దుంచుకొని, ఏకాగ్రచిత్తుడ వై, వాజపేయ-పుండరీకాది యజ్ఞయాగము లన్నియు సమగ్రముగా అనుష్ఠించుటకు పూనుకొనుచున్నావా? నీయొక్క 'జ్ఞాతి-గురుజన-వృద్ధ-దేవతా-తపస్వి-చైత్య వృక్ష(రావిచెట్టు)ము'లు ఈ మొద లైన వారికి బ్రాహ్మణులకున్ను నమస్కారము చేయు చున్నావా? అదియే నీకు శ్రేయస్కరము. నీవు ఎవరి కైన దుఃఖము గాని, కోపము గాని కలిగించ కున్నావా? నీ యొద్ద ఎవ రైన మంగళ వస్తువులు తీసి కొను చున్నారా?

"రాజా! ఇంతదాకా నీకు నేను తెలిపిన ప్రకారముననే నీ బుద్ధి (విచారము), వృత్తి (ప్రవర్తన) ఉన్నవి కదా? ధర్మానుకూల బుద్ధి - వృత్తులే నీ యాయుస్సును, యశస్సునున్ను అభివృద్ధిపరచి, నీకు ధర్మ - అర్థ - కామములు పరిపూర్ణముగ కలిగించును. ఇట్టి బుద్ధితో వ్యవహరించు రాజుయొక్క రాష్ట్రము ఎప్పుడు గూడ సంకటములలో చిక్కుకొనదు. అట్టి రాజు సమస్త భూమండలమును జయించి సుఖమయ మైన జీవితముతో దిన-దినము ఉన్నతి పొందు చుండును.

"రాజా! శాస్త్ర పండితు లైన విద్వాంసుల సంగము చేయని మూర్ఖ మంత్రులు, నిష్కపట హృదయము గల మంచివారిపై దొంగతనము మోపి వారి ధన మంతయు అపహరించుట లేదు కదా? అధిక ధనలాభము చేత ఆ సజ్జనులకు ప్రాణదండనము విధించుట లేదు గదా? చోరులు దొంగిలించు చున్నప్పుడు

రక్షకభటులు చూచి, దొంగిలించ బడిన వస్తువులతో పాటు దొంగలను పట్టుకొని నప్పుడు ధనలాభము చేత రక్షకభటులు ఆ దొంగలను విడిచిపెట్టుట లేదు గదా?

"యుధిష్ఠిరా! నీ మంత్రులు కొండెములు చెప్పువాని ప్రోద్బలము చేత వివేకహీనులై, ధనవంతునకు గాని, దరిద్రునకు గాని అల్పకాలములోనే అకస్మాత్తుగా లభించిన ధనమును మిథ్యా దృష్టిచేత చూచుట లేదు గదా? అథవా, వారికి వృద్ధి చెందిన ధనము చౌర్యాదుల వలన లభించిన దని నీ మంత్రులు తలచుట లేదు గదా?

"రాజా! నీవు 'నాస్తికత్వము - అసత్యము - క్రోధము - ఏమరుపాటు- విలంబముగా పనిచేయుట - జ్ఞానులతో సంగము చేయ కుండుట - సోమరితనము - పంచేంద్రియ విషయాసక్తి - ప్రజల విషయములో ఏకాకి గానే విచారము సలుపుట - అర్థశాస్త్రజ్ఞానము లేని మూర్ఖులతో సమాలోచనములు, విమర్శలున్ను చేయుట-నిర్ణీతకార్యములందు ఆరంభించుటలో విలంబము మార్పులున్ను చేయుట - రహస్యాలోచనమును గుప్తముగా రక్షింప కుండుట - శుభకార్యాదులు చేయకుండుట - ఒకేసారిగ శత్రువులందరిపైన దాడి చేయుకుండుట'. రాజ సంబంధము లైన ఈ పదునాలుగు దోషములను విడిచినావు కదా? ఎందు కనగా, రాజ్య మూలము స్థిరముగా నున్న రాజులు గూడ ఈ దోషముల వలన నశించెదరు.

"రాజా! నీవు అభ్యసించిన వేదములు, సంపాదించిన ధనము, పెండ్లియాడిన స్త్రీలు, నీ శాస్త్రజ్ఞానమున్ను సఫలములుగా నున్నవా?"

"జనమేజయా! ఈ విధముగా నారదుడు చేసిన యుపదేశములు విని యుధిష్ఠిరుడు ఆ మహామునితో, 'దేవర్షీ! వేదములు, ధనములు, స్త్రీలు, శాస్త్రజ్ఞానమున్ను ఎట్లు సఫలము లగును? అని అడుగగా నారదుడు అతనికి ఇట్లు చెప్ప దొడగెను:

"రాజా! వేదముల సఫలత్వము అగ్నిహోత్రాది యాగముల చేత, ధన సఫలత్వము దాన - భోగములచేత, స్త్రీ సఫలత్వము రతిచేత - పుత్రప్రాప్తి చేతను. శాస్త్రజ్ఞాన సఫలత్వము సచ్ఛీల-సత్ప్రవర్తనముల చేతను సిద్ధించును."

"జనమేజయా! ఈవిధముగా నారదమహాముని చెప్పి, ధర్మాత్ముడైన యుధిష్ఠిరుని మరల నిట్లు ప్రశ్నించెను.-

"యుధిష్ఠిరా! పన్నులు తీసికొను నీ సేవకులు దూరమునుండి లాభము పొందుటకు వచ్చిన వ్యాపారులనుండి సరిగా పన్నులు తీసికొనుచు నున్నారా? అధికధనము తీసికొనుట లేదుకదా? వ్యాపారులు మీ పట్టణములందు, రాష్ట్రము నందున్న గౌరవింపబడుచు అమ్ముటకు ఉపయుక్తము లైన వస్తువులు తెచ్చుచున్నారా? ఆ వస్తువులను నీ సేవకులు కపటముచేత వ్యాపారులను మోసగించుట లేదుగదా? నీవు ధర్మార్థజ్ఞాన సంపన్నుడవు, అర్థశాస్త్ర పండితుడవు. పెద్దల నుండి ధర్మార్థయుక్తము లైనవిషయములను విను చున్నావుగదా?

"రాజా! నీ రాజ్యములో ఉత్పన్నము లైన 'ఆహార ధాన్యములు, ఫలపుష్పములు, ఆవుపాలు, ఘృతము' ఈ యన్నింటిచేత మధువు (అన్నము) బ్రాహ్మణులకు పెట్టబడు చున్నదా? నీవు సర్వదా నియమముతో శిల్పులందరికి ఒక్కటేసారి వస్తునిర్మాణ సామాగ్రిని నాలుగు మాసములకు సరిపడున దైనను ఇచ్చు చున్నావా? ఇతరు లెవ రైన చేసిన ఉపకారము నీకు తెలియు చున్నదా? అట్టి యుపకారులను ప్రశంసించుచు, నీవు సభలో వారికి నీ కృతజ్ఞత తెలిపి, సత్కరించు చున్నావా?

"యుధిష్ఠిరా! సంక్షేపముగ సిద్ధాంతములను ప్రతిపాదించు 'హస్తిసూత్ర-అశ్వసూత్ర-రససూత్ర'ములు ఈ మొదలైన సూత్రగ్రంథములను చేకూర్చుకొని నీవు వానిని పఠించు చున్నావా? నీ యింటిలో 'ధనుర్వేదసూత్ర-యంత్రసూత్ర-[1] నాగరిక[2] సూత్రములను బాగుగా అభ్యసించు చున్నావా? సర్వవిధాస్త్రములను,[3] వేదోక్తదండ విధానమును శత్రునాశకరము లైన సర్వవిధ విష ప్రయోగముల నున్ను తెలిసికొని యున్నావా?

---

1. మందుగుండు బలముచేత గాజుపెంకులు శిలాగోళములును ప్రయోగించు ఉక్కు యంత్రములు. ఆ యంత్రముల ప్రయోగవిధిని తెలుపు సంక్షిప్త వాక్యము యంత్రసూత్రమన బడును.
2. నగర రక్షణముకొరకు నగరోన్నతికొరకున్ను సాధనములను తెలుపు సంక్షిప్తవాక్యములు నాగరిక సూత్రములన బడును
3. మంత్రబలముచేత ప్రయోగింప బడునని అస్త్రములన బడును.

'రాజా! 'అగ్ని - సర్ప - రోగ'ముల నుండి రాక్షసులవలని భయము నుండియు నీ రాష్ట్రము నంతటిని రక్షించు చున్నావా? 'అంధులు-మూగవారు-కుంటివారు - అంగవిహీనులు - బాంధవులేని అనాధులు - సన్న్యాసులు' వీరిని తండ్రివలె కాపాడు చున్నావా? 'నిద్ర - సోమరితనము - భయము - క్రోధము-కఠినత్వము-విలంబముగా పనిచేయుట' ఈ ఆరుదోషములను నీవు విడిచితివా?"

"జనమేజయా! యుధిష్ఠిరమహారాజు బ్రహ్మపుత్రుడైన నారదుని సదుపదేశము విని, ఆ మునీశ్వరుని చరణములకు నమస్కరించి, ఇట్లనెను :

"దేవర్షీ! నీవు ఉపదేశించిన ప్రకారమే నడుచుకొనెదను. నీ యీ సదుపదేశముచేత నా ప్రజ్ఞ అధికముగ వృద్ధి చెందును."

ఇట్లు చెప్పి యుధిష్ఠిరుడు నారదోపదేశము ప్రకారమే ఆచరించుచు, సముద్రపర్యంత భూమండల రాజ్యమును బడసెను. యుధిష్ఠిరుని మాట విని, నారదమహాముని అతనితో 'రాజా! ఈ విధముగ నాలుగు వర్ణధర్మములను, నాలుగు ఆశ్రమ ధర్మములను రక్షించునట్టిరాజు ఈ లోకమునందు మిక్కిలి సుఖము ననుభవించి, చివరకు ఇంద్రలోకమునకు పోవును.' అని చెప్పెను.

యుధిష్ఠిరుడు దివ్యలోకసభలను గూర్చి తెలిసికొన గోరుట:-

"జనమేజయా! నారదుని యుపదేశము వినినతరువాత యుధిష్ఠిరుడు ఆ దేవర్షిని పూజించి ఆయన ప్రశ్నములకు ఇట్లు ఉత్తరము చెప్పెను:-

"భగవాన్! నీవు చెప్పిన రాజధర్మ సిద్ధాంతములు న్యాయసమ్మతముగా నున్నవి. నేను నీ యాజ్ఞను యథాశక్తి పాలించెదను, ప్రాచీనరాజులు చేసిన కార్యములు న్యాయసమ్మతముగా, సకారణములుగా, ఒక విశిష్ట ప్రయోజనము గలవిగాను నున్నవి నేనుగూడ, ఆ రాజుల యుత్తమ మార్గమందే నడచుకొన దలచు చున్నాను. కాని, ఆ మహాపురుషులు నియతాత్ములు కాబట్టి వారివలె నేను నడువ జాలనని తలచుచున్నాను."

"జనమేజయా! ఇట్లు యుధిష్ఠిరుడు చెప్పి, రెండు గడియల తరువాత నారదుని సమీపమునందు కూర్చొని ఆ మహర్షిని ఇట్లడిగెను:

"మునివరా! నీవు మనోవేగము గలవాడవుగనుక పూర్వము బ్రహ్మదేవుడు నిర్మించిన వివిధలోకములను నీవు దర్శించుచు, తిరుగు చుందువు. నీవు ఈ మయసభకంటె మంచి దైన సభ ఏ లోకమం దైనను చూచితివా!"

''జనమేజయా! యుధిష్ఠిరుని ప్రశ్నకు నారదముని ఇట్లు ఉత్తరము చెప్ప దొడగెను:

''నాయనా! యుధిష్ఠిరా! మణినిర్మిత మైన యీ మయసభవంటిసభ నేను మనుష్యలోకమునం దెప్పుడుగూడ కనివిని యుండ లేదు. దేవలోకసభలను గూర్చి నీవు విన దలచుకొనినయెడల, నేను నీకు యమ-వరుణ-ఇంద్ర-కుబేర-బ్రహ్మలయొక్క సభలనుగూర్చి వర్ణించెదను.ఆ సభలయందు ఏవిధ మైనక్లేశము లుండవు. ఆవి దివ్యాదివ్యభోగపరిపూర్ణములై, ప్రపంచమునందలి యనేక రూపములచేత అలంకృతము లై యున్నవి. ఆ సభలు దేవ - పితృదేవ-యాజక -సాధ్యులచేత, మనోనిగ్రహముగల మునీశ్వరులచేతను సేవింపబడు చున్నవి అక్కడ విరివిగా దక్షిణ లిచ్చి, వేదోక్తయజ్ఞకర్మానుష్ఠానములు జరుప బడు చుండును.

''జనమేజయా! నారదమహాముని యీవిధముగ చెప్పగా, యుధిష్ఠిరుడు సోదరులతో, బ్రాహ్మణులతోనున్న నారదమునిని అంజలిబద్ధు డై యిట్లు ప్రశ్నించెను:-

మహర్షీ! మే మందరము, ఆ దివ్యసభావర్ణనము విన దలచు చున్నాము. ఆ సభలనుగూర్చినవిషయము లన్నియు తెలుపుము ఆ సభలు ఏద్రవ్యములచేత నిర్మింపబడినవి? వానిపొడవు-వెడల్పు ఎంత? బ్రహ్మదేవునిసభలో సభాసదు లెవరు కూర్చొని యుందురు? ఇంద్ర-యమ-వరుణ-కుబేరుల సభలలో ఎవ-రెవరు ఉండెదరు? మే మందరము నీనుండి ఈవిషయము లన్నియు వినుటకు కుతూహలముతో నున్నాము."

''జనమేజయా! అప్పుడు నారదముని ఆసభలను గూర్చి యుధిష్ఠిరునకు ఇట్లు వర్ణింప జొచ్చెను."

ఇంద్రసభా వర్ణనము :

"యుధిష్ఠిరా! తేజోమయ మైన యింద్రసభ, సూర్యునివలె, ప్రకాశించు చుండును. విశ్వకర్మ, మిక్కిలి ప్రయత్నించి ఆ సభను నిర్మించెను. ఇంద్రుడు నూరుయజ్ఞములు చేసి, ఆ సభను గెలుచుకొని యున్నాడు. ఇంద్రసభ పొడవు నూటయేబదియోజనములు, వెడల్పు నూరుయోజనములున్ను కల దై యున్నది. ఆ సభ ఆకాశమునందు ఇచ్ఛానుసారముగా తీవ్రగమనముతోను, మందగమనముతోను, సంచరింప చుండును దానియెత్తుగూడ ఐదు యోజనములు కల దై యున్నది.

"రాజా! ఆ సభలో జరా (శిథిలత్వము) - శోక - క్లేశములు, అలసటయు నుండవు. అది మంగళకర మై శోభిల్లుచు భయరహిత మై యుండును. ఆ సభలో ఉండుటకు సుందర భవనములు, కూర్చొనుటకు ఉత్తమ సింహాసనములున్ను నిర్మింపబడె, అది వివిధవృక్షములతో శోభిల్లు చుండును. ఆ సభలో అత్యుత్తమ సింహాసనముపై ఇంద్రుడు, లక్ష్మివంటి శచీదేవితో విరాజిల్లు చుండును. అప్పుడు ఇంద్రునిరూపము వర్ణనాతీతముగ నుండును. రత్నకిరీటము, ఎఱ్ఱనిభుజకీర్తులు, స్వచ్ఛవస్త్రములు, విచిత్రకంఠమాలలున్ను ధరించిన యింద్రుడు 'లజ్జా, కీర్తి, కాంతి' యను ముగ్గురు దేవేరులతో విరాజిల్లు చుండును.

"రాజా! ఇంద్రుని దివ్యసభలో మరుద్గణములు, గృహమేధు లైన దేవతలు అందరుగూడ నూరు యజ్ఞములు అనుష్ఠించినవారు. ప్రతిదినము వారు ఇంద్రుని సేవించుచుందురు. అక్కడ సిద్ధులు, దేవర్షులు, సాధ్యులు, మరుత్వంతులు ఈ ఉండదగిన సువర్ణహారములతో తేజస్విరూపములతోను కూర్చొని యుండి, ఇంద్రుని సేవించు చుండెదరు. వారందరు సేవకులతోపాటు అక్కడ ప్రకాశించు చుండెదరు.

"యుధిష్ఠిరా! పాపరహితు లైన పవిత్రదేవర్షులు, ఇంద్రుని ఉపాసించు చుండెదరు. వారికి చింతా-శోకములు ఉండవు

"రాజా! ఇంకను, 'పారాశర్య - పర్వత - సావర్ణి - గాలవ - శంఖ - లిఖిత - గౌరశిరస్ - దుర్వాసస్ - క్రోధన - శ్యేన - దీర్ఘతమస్ - పవిత్రపాణి-సావర్ణి (రెండవ) - యాజ్ఞవల్క్య - భాలుకి - ఉద్దాలకి - శ్వేతకేతు-తాండ్య-

ఖాండాయని - హవిష్మన్ - హరిశ్చంద్రరాజ - హృద్య-ఉదరశాండిల్య-వ్యాస-కృషీవల - వాతస్కంధ - విశాఖ - విధాతృ - కాల - కరాళదంత - త్వష్టృ-విశ్వకర్మన్-తుంబురు' నామకు లైన మునీశ్వరులే కాక, అయోనిజులు, యోనిజులు నైనయనేక మునీశ్వరులు, వాయుభక్షకులు, హవిర్భక్షకులు నైన మునీశ్వరులు గూడ ఇంద్రుని ఉపాసించు చుండెవరు.

"యుధిష్ఠిరా! ఇంద్రసభలో 'సహదేవ - సునీథ - వాల్మీకి - శమీక - ప్రచేతస్ - మేధాతిథి - వామదేవ - పులస్త్య - పులహ - క్రతు - మరుత్తు - మరీచి - స్థాణు - కక్షీవన్ - గౌతమ-తార్క్ష్య - వైశ్వానర - షడర్తు - కవష-ధూమ్ర - రైభ్య - నల - పరావసు - స్వస్త్యాత్రేయ - జరత్కారు - కహోల-కాశ్యప - విభాండక - ఋష్యశృంగ - ఉన్ముఖ - ద్విముఖ - కాలకవృక్షీయ-ఆశ్రావ్య - హిరణ్మయ - సంవర్త - దేవహవ్య - విష్వక్సేన - కణ్వ - కాత్యాయన-గార్గ్య - కౌశిక-' నామకు లైన మునీశ్వరులు కూర్చొని యుండెదరు.

"రాజా! 'దివ్యజల - ఓషధులు, శ్రద్ధా - మేధా - సరస్వతీ - అర్థ - ధర్మ - కామ - విద్యుత్ - మేఘ - వాయు - గర్జితమేఘ - పూర్వదిశా' నామకములు, యజ్ఞహవిస్సును ధరించు నిరువదియేడు పావకులు,* అగ్ని - సోములు, ఇంద్రాగ్నులు, మిత్ర - సవితృ - అర్యమన్ - భగ - విశ్వేదేవ - సాధ్య - బృహస్పతి - శుక్ర - విశ్వావసు - చిత్రసేన - సుమనస్ - తరుణ' నామకులు, వివిధయజ్ఞములు, దక్షిణలు, గ్రహ - తారకలు, యజ్ఞ నిర్వాహక మంత్రములు ఇని యన్నియు ఇంద్రసభలో నుండును.

---

* నీలకంఠీయవ్యాఖ్యలో ఇరువదియేడుగురు పావకుల పేర్లు ఈ విధముగా చెప్ప బడినవి: 'అంగిరస్ - దక్షిణాగ్ని - గార్హపత్యాగ్ని - ఆహవనీయాగ్ని - నిర్మంథ్య - వైద్యుత - శూర - సంవర్త - లౌకిక - జఠరాగ్ని -విషగ - క్రవ్యాత్ - క్షేమవన్ - వైష్ణవ - దస్యుమన్ -బల-శాంత - పుష్ట - విభావసు - జ్యోతిష్మన్ - భరత - భద్ర - స్విష్ట కృత్ - వసుమన్ - క్రతు - సోమ - పితృమన్' నామకులు.

"యుధిష్ఠిరా! అక్కడ మనోహరలైన యప్సరసలు, సుందర గంధర్వులున్ను, నృత్య - వాద్య-గీత - వివిధ హాస్యములచేత ఇంద్రునకు మనోరంజనము కలిగించు చుందురు. వీరేకాక, స్తుతి - మంగళపాఠములచేత పరాక్రమ కర్మములచేత, గానములచేతను బల - వృత్రరాక్షసనాశకు డైన యింద్రుని స్తుతించుచుండెదరు

"రాజా ! బ్రహ్మర్షి - రాజర్షి - దేవర్షు లందరున్ను మాలికలు ధరించి, వస్త్రభూషణాలంకృతు లై, దివ్యవిమానములందు అగ్నివలె దేదీప్యమాను లగుచు ఆ సభకు వచ్చుచు పోవుచు నుందురు శుక్రుడు, బృహస్పతి సర్వదా అక్కడ నుందురు ఇంకను, అనేక సంయమీంద్రులు అక్కడ చంద్రునివలె దివ్యదర్శన మిచ్చుచు విమానములలో నుండెదరు. బ్రహ్మసమానప్రభావశాలు రైన భృగు సప్తర్షులును అక్కడ శోభిల్లు చుందురు కమల మాలికలతో విరాజిల్లు చున్న ఇంద్రసభను నేను చూచితిని. ఇక, యమరాజ సభావర్ణనమును గూర్చి చెప్పెద వినుము.

యమ సభావర్ణనము :-

"యుధిష్ఠిరమహారాజా! సూర్యపుత్రు డైన యముని సభా భవనముగూడ విశ్వకర్మయే నిర్మించెను ఆ సభ పొడవు, వెడల్పున్ను సమానముగ నూరు యోజనములు గల దై యుండును. ఇంకను నెక్కువ యుండవచ్చును దాని ప్రకాశము సూర్యుని తేజమువలె నుండును ఇచ్ఛానుసార రూపధారణము చేయు నట్టి ఆ సభ అన్నివైపులనుండి ప్రకాశించును దానితో అధిక శీతోష్ణ వాతావరణము లేక, అది మనస్సునకు ఆనందము కలిగించు చుండును ఆ సభలో శోక - జరా (జీర్ణత్వము)-క్షుత్ - పిపాసలు ఉండవు. అక్కడ ఏలాటి అప్రియ సంఘటనములు గూడ కలుగవు దైన్యము, శ్రమము, ప్రతికూలత్వమును యమసభలో నామమాత్రము కూడ నుండవు.

"యుధిష్ఠిరా! యమసభలో దివ్యములు, మానుషములు నైన సర్వవిధ సుఖ-భోగములు లభించును. సరసములు, రుచికరములు నైన భక్ష్య (నమల దగినవి), భోజ్య (చప్పరించిన దగినవి), లేహ్యములు (నాక దగినవి), చోష్యములు (జుఱ్ఱ దగినవి), పేయములు (త్రాగ దగినవి), మనస్సునకు ప్రియము

లైనవి, రుచికరములు, మనోహరములు నైన యనేకవస్తువులు అక్కడ సర్వదా ఉండును. ఆ సభలో పవిత్ర సుగంధిపుష్పమాలికలు, ఎల్లప్పుడు కోరినపండ్లు ఇచ్చునట్టి వృక్షములున్ను ఉండును. యమసభలో రుచికరమైన చల్లనీరు, వేడి నీరున్ను నిరంతరము లభించును. అక్కడ పుణ్యాత్ము లైన అనేక రాజర్షులు, పరిశుద్ధహృదయు లైన బ్రహ్మర్షులు, సంతోషముతో కూర్చొని యమరాజును ఉపాసించు చుండెదరు. వారిపేర్లు చెప్పెద వినుము :-

"యయాతి - నహుష - పూరు - మాంధాతృ - సోమక - నృగ - త్రసద్దస్యు - కృతవీర్య - శ్రుతశ్రవస్ - అరిష్టనేమి - సిద్ధ - కృతవేగ - కృతి - నిమి - ప్రతర్దన - శిబి - మత్స్య - పృథులాక్ష - బృహద్రథ - వార్త - మరుత్త - కుశిక - సాంకాశ్య - సాంకృతి - ధ్రువ - చతురశ్వ - సదశ్వోర్మి - కార్తవీర్యార్జున - భరత - సురథ - సునీథ - నిశఠ - నల - దివోదాస - సువనస్ - అంబరీష - భగీరథ - వ్యశ్వ - సదశ్వ - వధ్ర్యశ్వ - పృథువేగ - పృథుశ్రవస్ - పృషదశ్వ - వసుమనస్ - క్షుప - రుషద్రు - వృషసేన - పురుకుత్స - ఆర్షిషేణ - దిలీప - ఉశీనర - ఔశీనరి - పుండరీక - శర్యాతి - శరభ - శుచి - అంగ - అరిష్ట - వేన - దుష్యంత - సృంజయ - జయ - భాంగాసురి - సునీథ - నిషధేశ్వర - వహీనర - కరంధమ - బాహ్లిక - సుద్యుమ్న - మధు - పురూరవస్ - మరుత్త - కపోతరోమన్ - తృణక - సహదేవ - అర్జున - అశ్వ - సాశ్వ - కృశాశ్వ - శశబిందు - దశరథ - కకుత్స్థ - ప్రవర్ధన - అలర్క - కక్షసేన - గయ - గౌరాశ్వ - పరశురామ - నాభాగ - సగర - భూరిద్యుమ్న - మహాశ్వ - పృథాశ్వ - జనక - పృథు - వారిసేన - పురుజిత్ - జనమేజయ . బ్రహ్మదత్త - త్రిగర్త - ఉపరిచర - ఇంద్రద్యుమ్న - భీమజాను - గౌరపృష్ఠ - అనఘ - లయ - పద్మ - ముచుకుంద - భూరిద్యుమ్న - ప్రసేనజిత్ - అరిష్టనేమి - సుద్యుమ్న - పృథులాశ్వ -" నామములు గల నూటపదునాలుగురు రాజర్షులు ఉండెదరు "మత్స్యరాజులు, నీప రాజులు, గయరాజులు, ధృతరాష్ట్రులు, బ్రహ్మదత్తులు, 'ఏర'రాజులు, 'ఈరి' రాజులు, భీములు, ప్రతివింధ్యులు, నాగులు, హయులు, పలాశులు, కాశులు, కుశులు"ననువారిలో నొక్కొక్కవర్గమునకు నూరుగురుచొప్పుననున్నారు. ఎనుబది మంది జనమేజయులు. ఇన్నూరుగురు భీష్ములు, శాంతను - పాండు - ఉశంగవ -

శతరథ - దేవరాజ - జయప్రద - వృషదశ్వ'నామకులు, మరియు వేలకొలది శశబిందురాజులున్ను యమసభలో నున్నారు. వా రందరున్ను అనేకదక్షిణ లిచ్చి, అశ్వమేధయాగములు చేసి, యమలోకమునకు పోయి యుండిరి. ఆ రాజు లందరు పుణ్యాత్ములు. కీర్తిమంతులు బహుశాస్త్రజ్ఞాన సంపన్నులు నైన రాజర్షులు ఆ సభలో యమరాజును ఉపాసించు చుండెదరు.

"యుధిష్ఠిరమహారాజా! యమసభలో యోగశరీరధారు లైన 'అగస్త్య - మతంగ - హాల - మృత్యు - యజ్ఞకర్తృ' నామకులు, అగ్నిష్వాత్తాది పితరులు, 'ఫేనప (నురుగు త్రాగువారు)-ఊష్మప (వేడిమి త్రాగువారు)-స్వధావన్-బర్హిషద్'-నామములు గలిగి మూర్తిమంతు లైన యితరపితరులున్ను, సంవత్సరము మొదలగుకాల విభాగములకు అభిమానదేవత లైన'కాలచక్ర'నామములు, హవిర్ద్రవ్యములను వహించు అగ్ని, దక్షిణాయనమునందు మరణించినవారు, కోరికలు నెరవేర్చుకొనుటకు శ్రమసాధ్యము లైన దుష్కరకర్మలు చేయువారు, జనేశ్వరు డైన కాలుని యాజ్ఞను నెరవేర్చు యమదూతలు, 'శింశప - పలాశ - కాశ - కుశా'దులయభిమానదేవతలు శరీరధారణము చేసి, ఆసభలో యమధర్మరాజును ఉపాసించుచుండెదరు.

"యుధిష్ఠిరా! ఇంకను ననేకులు యమసభలో నుండెదరు. వారిపేర్లును, కర్మములనున్ను లెక్కపెట్టుటకు సాధ్యము కాదు ఆ సభలో ఏలాటి బాధలు నుండవు. అది రమణీయ మై, ఇచ్ఛానుసారగమనము గలదిగా నుండును విశ్వకర్మ చాలకాలము తపస్సు చేసి, ఆ సభను నిర్మించెను. అది తేజస్సుచేతజ్వలించుచు నుండును. కఠోరతపస్సు చేసిన వారు, ఉత్తమవ్రతపాలకులు. సత్యవాదులు, శాంతులు, సన్న్యాసులు, స్వకీయపుణ్యకర్మలచేత పరిశుద్ధులు, పవిత్రులు నైన వారున్ను ఆ సభలో ప్రవేశింపజాలుదురు. ఆయందరిశరీరములు ప్రకాశించు చుండును అందరున్ను నిర్మల వస్త్రధారు లై యుందురు.

"యుధిష్ఠిరా! యమసభలోనివా రందరున్న అద్భుతము లైన భుజకీర్తులను, విచిత్రహారములను, మెఱయు చున్న కుండలములనున్ను ధరించెదరు. వారు తమ పవిత్ర - శుభ కర్మములతో, వస్త్ర భూషణములతోను విరాజిల్లుచుండెదరు. అనేక గంధర్వులు, అప్సరసలున్ను గుంపులు - గుంపులుగా యమ

సభలో నుండెదరు. సర్వవిధ 'వాద్య-నృత్య-గీత-హాస్య-లాస్య' కళలు అక్కడ ప్రదర్శించు చుండెదరు.

"యుధిష్ఠిరా! ఆ సభలో పవిత్ర గంధము, మధుర శబ్దము, దివ్య మాలికల సుఖ స్పర్శమున్ను నిరంతరము లభించు చుండును. కోట్ల కొలదిగ ధర్మాత్ములు, మనీషులు, మహాత్ములున్ను దివ్య సుందర రూపధారు లై యమ ధర్మరాజును ఉపాసించు చుండెదరు.

"యుధిష్ఠిరా! పితృరా జైన యముని సభ ఈ విధముగనే యున్నది. నేను ఇక నీకు మూర్తిమంతము లైన పుష్కరాది తీర్థ పంక్తుల చేత సుశోభిత మైన వరుణ సభను గూర్చి కూడ వర్ణించి చెప్పెద వినుము."

వరుణ సభా వర్ణనము :

"యుధిష్ఠిర మహారాజా! వరుణ దేవుని దివ్య సభ అత్యంత కాంతితో ప్రకాశించు చుండును. ఆ సభ యొక్క పొడవు - వెడల్పులు యమరాజ సభ యంతయే యుండును. ఆ సభ దుర్గములు, ద్వారములున్ను సుందరములుగా నున్నవి. ఆ సభను విశ్వకర్మ, జలము లోపల ఉండి నిర్మించెను. అది పుష్ప-ఫలముల నిచ్చు రత్నమయ వృక్షములతో శోభిల్లు చుండును.

"రాజా! ఆ సభలోని వివిధ ప్రదేశములు నీలముగా, పసుపు రంగు గలవిగా, నల్లగా, ఎఱ్ఱగాను నున్న లతా - గుల్మము (పొద)లతో కప్పబడి యున్నది. ఆ లతలకు పుష్పగుచ్ఛములు శోభిల్లుచుండును సభలోపల వేలకొలది పక్షులు విచిత్ర - మధుర స్వరముతో కిలకిలా రావములు చేయు చుండును. దాని సౌందర్యము వర్ణింప నలవి కాదు ఆ సభాస్పర్శము శుభప్రద మై, అధిక శైత్యము, అధికోష్ణమున్ను లేక యుండును. ఆ తెల్లని సభలో, పెక్కుగదులు, ఆసనములున్ను ఏర్పరుప బడి యుండెను ఆ సభలో దివ్యవస్త్ర - రత్నాభరణ భూషితు డై, వరుణదేవుడు వారుణీ దేవితో విరాజిల్లు చుండును అక్కడ దివ్య సుగంధ - చందననాదు లైనయంగ రాగములను అలదుకొని అమాత్యులు వరుణ దేవుని ఉపాసించుచు నుండెదరు.

"రాజా! వాసుకి - తక్షక - ఐరావత - కృష్ణ - లోహిత - పద్మ - చిత్ర - కంబళ - అశ్వతీర - ధృతరాష్ట్ర - బలాహక - మణి నాగ - నాగ - మణి - శంఖ - నఖ - కౌరవ్య - స్వస్తిక - ఏలాపత్ర - వామన - అపరాజిత - దోష - నందక - పూరణ - అభీక - శిభిక - శ్వేత - భద్ర - భద్రేశ్వర - మణిమన్ - కుండ ధార - ప్రహ్లాద - మూషికాద - జనమేజయ' నామకు లైన పతాకా - మండల - ఫణశోభితు లైన సర్పరాజులు అక్కడ ఉండెదరు.

"రాజా! వరుణ సభలో మహానాగరా జైన అనంత భగవానుడు గూడ నుండును. అతనిని చూడగనే వరుణదేవుడు అర్ఘ్యపాద్యాసనములతో పూజించును. వాసుకి మొద లైన నాగరాజు లందరు చేతులు జోడించుకొని అనంతుని యెదుట నిలిచి, శేషభగవానుని యాజ్ఞ గొని తమకు అర్హ మైన యాసనములపై కూర్చొని శోభిల్లు చుందురు. వీరేకాక, ఇంకను ననేక నాగరాజులు వరుణసభలో క్లేశ రహితు లై ఉండి, వరుణ దేవుని ఉపాసించు చుందురు.

"యుధిష్ఠిరా! ఆ సభలో, 'బలి - నరకాసుర - ప్రహ్లాద - విప్రచిత్తి - కాలఖంజ - సుహను - దుర్ముఖ - శంఖ - సుమనస్ - సుమతి - ఘటోదర - మహాపార్శ్వ - క్రథన - పిఠర - విశ్వరూప - స్వరూప - విరూప - మహా శిరస్ - దశముఖరావణ - వాలిన్ - మేఘవాసస్ - దశావర - టిట్టిభ - విటభూత - సంహ్రాద - ఇంద్రతాపన నామకులైన దైత్య-దానవుల సముదాయము, కుండల-హార - కిరీట - వస్త్రాభరణధారు లై, ఆ సభలో ధర్మపాశధారి యైన వరుణ దేవుని ఉపాసించెదరు. వా రందరు వరములు పడసి, శౌర్యసంపన్ను లై, మృత్యురహితు లైనవారు. వారి పవిత్ర చరిత్రములు, నియమ వ్రతములున్ను ఉత్తమములుగా నున్నవి.

"రాజా! నాలుగు సముద్రములు, గంగా - యమునా - విదిశా - వేణా - నర్మదా - వేగవాహినీ - విపాశా - శితద్రు - చంద్రభాగా - సరస్వతీ - ఇరా వతీ - వితస్తా - సింధు-దేవనదీ - గోదావరీ - కృష్ణవేణా - కావేరీ - కింపునా - విశల్యా - వైతరణీ - తృతీయా - జ్యేష్ఠిలా - శోణ - చర్మణ్వతీ - పర్ణాశా - మహా నదీ - సరయూ - వారవత్యా - లాంగలీ - కరతోయా - మహానదతాహిత్య - లంఘతీ - గోమతీ - సంధ్యా - త్రిస్రోతసీ - నామకములైన యీ నదులు సుప్రసిద్ధము లైన ఉత్తమ తీర్థములు ఇవి వరుణుని సేవించు చుండును.

"మహారాజా! సమస్త నదీ - జలాశయ - సరోవర - కూప - నిర్ఝర (సెలయేర్లు) - పల్వల (చిన్నగుంటలు) - తటాకాదులు, సర్వదిక్కులు, పృథివి, పర్వతములు, సమస్త జలచర జంతువులు, ఇవి యన్నియు తమతమ దేహములు ధరించి, ఆ సభలో వరుణదేవుని ఉపాసించు చుండును.

"రాజా! సర్వగంధర్వులు, అప్సరసలు ఆ సభలో గీత - నృత్యములు చేయుచు, వాద్యములు వాయించుచు, వరుణదేవుని స్తుతించు చుండెదరు. రత్న పర్వతములో రసములు (శరీరధారులై) అతి మధురకథలు చెప్పుచు అక్కడ నివసించు చుండును.

"రాజా! వరుణదేవుని మంత్రి యైన 'సునాభుడు' తన పుత్రపౌత్రులతో 'గో-పుష్కర' నామకములైన తీర్థములతోను కలిసికొని వరుణదేవుని ఉపాసించు చుండును.

"యుధిష్ఠిరమహారాజా! పూర్వము నేను అన్నిదిక్కులందు తిరుగుచు వరుణదేవుని యొక్క రమణీయసభను గూడ చూచితిని. ఇక నీకు కుబేరసభను వర్ణించి చెప్పెద వినుము."

కుబేర సభా వర్ణనము :

"యుధిష్ఠర మహారాజా! కుబేరసభ శతయోజన దీర్ఘము, డెబ్బది యోజనముల వెడల్పు కలది యై విరాజిల్లు చుండును. విశ్రవసుని పుత్రు డైన కుబేరుడు స్వయముగా తపస్సు చేసి, ఆ సభను సంపాదించెను. అది చంద్రకాంతిని తిరస్కరించుచు, కైలాసశిఖరము వలె కనపడు చుండును. గుహ్యకులు ఆ సభను ఎత్తుకొని పోవుచున్నప్పుడు అది ఆకాశమును అంటుకొనినట్లు కన బడును. ఆ దివ్యసభలో ఎత్తైన బంగరు మేడలు ఉండును.

"రాజా! ఆ సభ రత్న నిర్మిత మై, మెఱయు చుండును దాని నుండి సుగంధము వ్యాపించుచు ప్రేక్షకుల మనస్సును ఆకర్షించును. తెల్లని మేఘముల శిఖరమా యనునట్లు తోచునట్టి యా సభ ఆకాశము నందు ఈదుచు పోవు చున్నదా యనునట్లు కలపడును. ఆ దివ్య సభయొక్క గోడలు విద్యుత్తువలె దీపించునట్టి బంగారు రంగుల చేత చిత్రింప బడి యున్నవి.

"రాజా! ఆ సభలో సూర్యునివలె మెరయు చున్న పరపులు పరప బడి యుండి, యుండును, అచట దివ్య పాదపీఠములచేత శోభిల్లు నుత్తమ సింహాసనముపై దివ్యజ్యోతులు వెలుగు కుండలములను, విచిత్ర వస్త్ర - భూషణాదుల నున్ను ధరించిన శ్రీమంతు డైన వైశ్రవణ (కుబేర) రాజు వేలకొలది స్త్రీల చేత పరివృత్తు డై కూర్చొని యుండును.

"రాజా! యాచకుల కోరికలను తీర్చు మందార వృక్షముల వనములను కదలించుచు, సౌగంధికోద్యానము అలక యను పుష్కరిణి నందనోద్యానము - వీని సుగంధ భారమును వహించి హృదయానందము కలిగించు శీతలగంధవాహము (వాయువు) ఆ సభలో కుబేరుని సేవించు చుండును. దేవ-గంధర్వులు, అప్సరసలతో ఆ సభకు వచ్చి దివ్యతానములతో గానము చేసెదరు.

"రాజా ! మిశ్రకేశీ - రంభా - చిత్రసేనా - శుచిస్మితా - చారునేత్రా - ఘృతాచీ - మేనకా - పుంజిక స్థలా - విశ్వాచీ - సహజన్యా - ప్రమ్లోచా - ఊర్వశీ - ఇరా - వర్గా - సౌరభేయీ - సమీచీ - బుద్బుదా - లతా' - నామములు గల యనేక సహస్రాప్సరసలు, గంధర్వ గణములున్ను నృత్య - గానములు చేయుచు కుబేర సభలో నుండెదరు. గంధర్వాప్సరసలచేత భరిత మై, దివ్యవాద్య - నృత్య - గీతములచే నిరంతరము ధ్వనించుచు నున్న కుబేర సభ మిక్కిలి మనోహరముగా నుండును.

"యుధిష్ఠిరా! 'కిన్నరులు, నరులు' అను పేరుగల గంధర్వులు, 'మణిభద్ర - ధనద - శ్వేత భద్రగుహ్యక - కశేరక - గండకండూ - ప్రద్యోత - కుస్తుంబురు - పిశాచ - గజకర్ణ - విశాలక - వరాహకర్ణ - తామ్రోష్ఠ - హలకక్ష - హలోదక - హంసచూడ - శిఖావర్త - హేమనేత్ర - విభీషణ - పుష్పానన - పింగళక - శోణితోద - ప్రవాళక - వృక్షవాసిగ్ - అనికేత - చీరవాసన్, నామకులు, ఇంకను అనేక లక్షల యక్షులున్ను ఆ సభలో కుబేరుని సేవించు చుందురు

"రాజా! సంపదకు అధిష్ఠాత్రి యైన లక్ష్మీదేవి, నలకూబరుడు (కుబేర పుత్రుడు), నేను, నావంటి వారు అనేకులున్ను తరచుగా ఆ సభలో నుండెదరు.

బ్రహ్మర్షి - దేవర్షులు, ఇతర ఋషిగణములు, పిశాచ - గంధర్వ - లోకపాలాదులున్ను ధనదుని ఉపాసించు చుండెదరు.

"రాజేంద్రా! లక్షలకొలది భూత సంఘములచేత పరివృతు డై, ఉగ్ర ధనుస్సు ధరించినవాడు, పశుపతి (జీవులకు ప్రభువు), త్రిశూలధారి, భగదేవత నేత్ర నాశకుడు, త్రిలోచనుడు, భగవంతుడు నైన ఉమాపతి పార్వతీ దేవితో పాటు, వామనులు, వికటులు, కుబ్జులు, రక్తనేత్రులు, మహా కోలాహలము చేయువారు, మేదో - మాంస భక్షకులు, వివిధ శస్త్రాస్త్రధారులు, వాయువేగశాలురు, భయంకరులు నైన భూతప్రేతాదులతో పాటున్ను ఆ సభలో ధనదుడు తన మిత్రుడు నైన కుబేరుని కడ కూర్చొని యుండును. వీరేకాక, వివిధ-వస్త్ర-భూషణాలంకృతు లై, నూర్లకొలదిగ, 'విశ్వావసు - హాహా - హూహూ - తుంబురు-పర్వత - శైలూష - చిత్రసేన - చిత్రరథ' నామకు లైన గంధర్వపతులు, ఇతర గంధర్వులున్ను కుబేరుని ఉపాసించు చుండెదరు. విద్యాధరాధిపతి యైన 'చక్రధర్మ' యను నతడు గూడ తన తమ్ములతో పాటు అక్కడ కుబేరుని ఆరాధించు చుండెను.

"యుధిష్ఠిరా! భగదత్తాది రాజులు, కిన్నరప్రభు వైన 'ద్రుమ' నామకుడు గూడ కుబేరుని ఉపాసించు చుందురు. మహేంద్ర-గంధమాదనులు, ధర్మాత్ముడు, రాక్షసరాజు నైన విభీషణుడు, యక్ష-గంధర్వ-నిశాచరులతో పాటు తన సోదరు డైన కుబేరుని ఉపాసించు చుండెదరు.

"రాజా! 'హిమవన్ - పారియాత్ర - వింధ్య - కైలాస - మందర - మలయ - దర్దుర - మహేంద్ర - గంధమాదన - ఇంద్రకీల - సునాభ' నామకము లైన దివ్య పర్వతములున్ను అనేకములు అక్కడ ధనస్వామిని ఉపాసించు చుండును.

"రాజా! 'నందీశ్వర - మహాకాల - శంకుకర్ణ' నామకులు తదితరులు నైన కాష్ఠ - కుటీముఖ - దంతిన్ - తపస్విన్ - విజయ - శ్వేత వృషభ, నామకులు, ఇతర రాక్షసులు, పిశాచులు గూడ అక్కడ నుండెదరు. పారిషదుల చేత పరివృతు డైన దేవదేవేశ్వరుడు, త్రిభువన భావనుడు, బహురూపధారి, కళ్యాణ

స్వరూపుడు, ఉమావల్లభుడు, భగవంతుడు నైన మహేశ్వరుడు ఆ సభలో విరాజమాను డై యున్నప్పుడు, కుబేరుడు ఆ భగవంతుని చరణము లందు మస్తకము ఉంచి, ప్రణామము చేసి, ఆయన యాజ్ఞతో ఆయన కడ కూర్చొనును. కుబేరుడు ఈ నియమమునే సర్వదా పాటించు చుండును. కుబేర సఖు డైన శంకర భగవానుడు అప్పుడప్పుడు ఆ సభకు విచ్చేయు చుండును.

"రాజా! ఉత్తమ ప్రముఖనిధు లైన 'శంఖ - పద్మ' ములు రెండున్నూ మూర్తిమంతము లై, ఇతర నిధు లన్నింటితోపాటు కుబేరుని సేవించు చుండును. ఆకాశమునందు సంచరించు రమణీయ మైన ఆ కుబేరసభను నేను కనులార చూచితిని. ఇక, నిపుడు బ్రహ్మదేవుని సభను వర్ణించెదను. వినుము "

బ్రహ్మ సభావర్ణనము :

"నాయనా యుధిష్ఠిరా! 'బ్రహ్మదేవుని సభ ఇట్లున్న' దని చెప్పుటకు సాధ్యము కాదు. పూర్వము కృత యుగమునందు సూర్యభగవానుడు, బ్రహ్మదేవుని సభను చూచి మనుష్యలోకమును చూచుటకు ద్యులోకము నుండి దిగి వచ్చి మనుష్యరూపములో ఇటు - నటు తిరుగుచు నాతో బ్రహ్మసభను గూర్చి యాథార్థ వర్ణనము చేయుచు చెప్పెను.

"యుధిష్ఠిరా! బ్రహ్మసభ అప్రమేయము. దివ్యము. బ్రహ్మ మానస సంకల్పముచేత సృష్టింపబడినట్టిది, సమస్త ప్రాణుల మనస్సును మోహింప జేయునది. దాని ప్రభావము వర్ణింప నలవి కానిది. ఆ సభ యొక్క యలౌకిక గుణములను విని నాకు దానిని చూడవలె నను నిచ్ఛ గలిగి సూర్యునితో ఇట్లు అంటిని :

"భగవన్! నేను గూడ బ్రహ్మసభను చూడ గోరుచున్నాను. ఏ తపస్సుల చేత, ఏ సత్కర్మలచేత, ఏ ఓషధి ప్రభావముచేత పాపనాశక మైన బ్రహ్మ సభను నేను చూడ గలుగుదునో ఆ యుపాయము లన్నియు చెప్పుము.

"యుధిష్ఠిరమహారాజా! ఇట్లు నేను అడుగగా, సహస్రకిరణుడు నాతో, 'నారదా! నీవు ఏకాగ్రచిత్తుడ వై, 'బ్రహ్మవ్రతము'ను అనుష్ఠించుము ఆ యుత్తమ వ్రతము చేయుటకు వేయిసంవత్సరముల కాలము పట్టును!' అని యనెను.

అప్పుడు నేను హిమాలయశిఖరముపైకి పోయి ఆమహావ్రతమును అనుష్ఠించుట ఆరంభించితిని నా తపస్సు పరిపూర్ణ మైనతరువాత, సూర్యభగవానుడు నన్ను తోడ్కొని బ్రహ్మదేవునిసభకు పోయెను.

''రాజా! ఆ సభ 'ఈ విధముగ నున్నది!' వర్ణించుట అసాధ్యము. ఎందు కనగా, ఆసభ క్షణక్షణము అవర్ణనీయము లైన స్వరూపములను మార్చుకొను చుండును. 'దానిపొడవు, వెడల్పు ఎంత యున్నది? లేక, దాని పరిస్థితి యేమి?" అను విషయము లేవియు నే నెరుగను. నేను అట్టి స్వరూపముగల సభను ఎప్పుడుగూడ చూచి యుండ లేదు.

''రాజా! బ్రహ్మసభ సర్వదా సుఖప్రదముగ నుండును. అక్కడ చలి గాని, వేడిమి గాని ఉండక, అది సమశీతోష్ణముగా నుండును. ఆ సభలో ప్రవే శించినవారికి ఆకలిదప్పులు, ఆలసట కలగవు ఆ సభ వివిధమణినిర్మితము. అక్కడి స్తంభములు ఆధారములు లేకయే నిలిచి యుండును. దానికి నాశము అనునది ఉండదు గాబట్టి, ఆ సభ శాశ్వత మైనది అని తలచ బడెను *

''రాజా! అనంతప్రభలు గలిగి, వివిధముగా ప్రకాశించు చున్న దివ్య వస్తువులచేత ఆ సభ చంద్రాగ్నిసూర్యులకంటెను అధికప్రకాశమాన మై, తన తేజస్సుచేత సూర్యమండలమును తిరస్కరించు చున్నదా యనునట్లు తోచుచు, స్వర్గముకంటె పైభాగమునందు ప్రకాశించు చుండును

''రాజా! దానిలో సమస్తలోకపితామహు డైన బ్రహ్మదేవుడు విరాజ మాను డై, దేవమాయచేత సర్వజగత్తును స్వయముగానే సృష్టించుచు, ఆయన యొక్కడే యుండును

భృగు - అత్రి - వశిష్ఠ - గౌతమ - అంగిరస్ - పులస్త్య - క్రతు - ప్రహ్లాద - కర్దమ - అథర్వాంగిరస్' నామక ఋషులు, సూర్యకిరణపానము చేయు వాలఖిల్యులు, మనస్ - అంతరిక్ష విద్యా - వాయు - తేజస్ - జల -

---

* 'ఏతత్ సత్యం బ్రహ్మపురం' అను శ్రుతిచేతగూడ ఆ సభయొక్క నిత్యత్వమే తెలియు చున్నది.

పృథ్వీ - శబ్ద - స్పర్శ - రూప - రస - గంధ - ప్రకృతి - వికృతు'లు పృథివీ నిర్మాణమునకు కారణము లైన యిన్నింటి యొక్క అభిమాని దేవత లున్ను బ్రహ్మసభలో నుండెదరు.

"రాజా! 'అగస్త్య - మార్కండేయ - జమదగ్ని - భరద్వాజ - సంవర్త - చ్యవన - దుర్వాసస్ - ఋష్యశృంగ - సనత్కుమార - అసిత - దేవల - జైగీషవ్య - ఋషభ - మణి' నామకు లైన మునీశ్వరులు, అచట నుండెదరు, అష్టాంగసహిత మైన ఆయుర్వేదము, నక్షత్రసహిత చంద్రుడు, సూర్యుడును అచట నుండెదరు. వాయువు, క్రతువు, సంకల్పము, ప్రాణములు, తదితరములున్ను అనేకములు శరీరధారు లై, బ్రహ్మదేవుని సేవించు చుండును.

"రాజా! 'అర్థ - ధర్మ - కామ - హర్ష - ద్వేష - తపస్ - దమ' (ఇంద్రియ నిగ్రహము) ములుగూడ మూర్తిమంత ములై, ఆ సభలో బ్రహ్మదేవుని ఉపాసించు చుండును. గంధర్వులు, అప్సరసల యిరువది గణములు, ఇతర ప్రధాన గంధర్వులు ఏడుగురున్ను సమస్తలోకపాలకులు, శుక్ర - బృహస్పతి - బుధ - కుజ - రాహు - కేతు - శనైశ్చ'రాదు లైన గ్రహములు గూడ ఆ సభలో నుండును.

"రాజా! సామగాన సంబంధము లైన మంత్రములు, రథంతర సామములు, హరిమంతుడు, వసుమంతుడు, ఇంద్రుడు, ద్వాదశాదిత్యులు, 'అగ్నీ - షోమము' లవంటి ద్వంద్వనామములు గల దేవతలు, మరుద్గణములు, విశ్వకర్మ, వసుగణములు, పితృగణములు, సర్వహవిష్యములు, ఋగ్ - యజుస్ - సామ - అథర్వ నామకము లైన చతుర్వేదములు సమస్తశాస్త్రములు, ఇతిహాసములు,* ఉపవేదములు ఆరు* వేదాంగములు, గ్రహ - యజ్ఞ - సోమములు, సర్వశాస్త్రములున్ను ఆ సభలో నుండును.

---

* 'ఆయుర్వేదము, ధనుర్వేదము, గాంధర్వవేదము, అర్థశాస్త్రము' అను ఈ నాలుగు ఉప వేదములు అనబడును.

* 'శిక్షా - వ్యాకరణ - ఛందస్ - నిరుక్త - జ్యోతిష - కల్ప'ములు వేదాంగములు.

"యుధిష్ఠిరా! బ్రహ్మసభలో 'దుర్గమ దుఃఖమునుండి రక్షించు దుర్గాదేవి, (గాయత్రి), యేడువిధము*లైన ప్రణవరూప ఓంకారవాణి, మేధ ధృతి, శ్రుతి, ప్రజ్ఞ, బుద్ధి, యశస్సు, క్షమ' వీరందరు ఉండెదరు. 'సామ - స్తుతి - గీత - వివిధగాథలు, తర్కసహితభాష్యములుగూడ మూర్తిమంతము లై అక్కడ ఉండును. వివిధ నాటక - కావ్య - కథా - అఖ్యాయికా - కారికాదులు ఆ సభలో దేహధారు లై యుండును. గురుజనులను పూజించు పుణ్యాత్ములుగూడ అక్కడ ఉండెదరు.

"యుధిష్ఠిరా! క్షణములు, లవములు, ముహూర్తములు, దినములు, రాత్రులు, పక్షములు, మాసములు, ఆరు ఋతువులు-ఈ మొద లైనకాలములు ఆ సభలో నుండును. ఇట్లే, అరువదిసంవత్సరములు, ఐదుసంవత్సరములయుగములు, నాలుగువిధము లైన దినరాత్రులు (మానవ - పితృ-దేవతా - బ్రహ్మల దినరాత్రులు), నిత్య - దివ్య - అక్షయ - అవ్యయ - కాలచక్రములు, ధర్మ చక్రములున్ను మూర్తిమంతము లై సర్వదా బ్రహ్మదేవుని సభలో ఉండును.

"రాజా! 'అదితి - దితి - దను - సురసా - వినతా - ఇరా - కాలికా - సురభీదేవి - సరమా - గౌతమీ - ప్రభా - కద్రూ' నామములుగల దేవమాతలు, 'రుద్రాణీ - శ్రీ - లక్ష్మి - భద్రా - అపారా - షష్టి - పృథ్వీ - గంగా - లజ్జా - స్వాహా - కీర్తి - సురాదేవీ - శచీ - పుష్టి - అరుంధతీ - సంవృత్తి - ఆశా - నియతి - సృష్టిదేవీ - రతి' నామములు గలవారేకాక, ఇతరదేవీజనము గూడ ఆ సభలో బ్రహ్మదేవుని ఉపాసించుచుండెదరు 'ఆదిత్య - వసు - రుద్ర - మరుద్గణ - అశ్వినీకుమార - విశ్వేదేవ - సాధ్యు'లు, మనోవేగము గల పితరులున్ను అక్కడ ఉండెదరు. ఈ పితరులలో ఏడు గణములు మాత్రమే ఉండును. ఆ గణములలో నాలుగు మూర్తిమంతములు, మూడు అమూర్తములు.

* 'అకార - ఉకార - మకార - అర్ధమాత్రా - నాద - బిందు-'నామములు (ఏడున్ను) ప్రణవవిధములు (అథవా), సంస్కృత - ప్రాకృత - పైశాచీ - అపభ్రంశ - లలిత - మాగధ - గద్యములను బడు ఏడున్ను వాక్కుయొక్క ప్రకారము లని యెరుగ వలెను.

"రాజా! సమస్తలోకములలో ప్రసిద్ధమైన స్వర్గలోకమందు సంచరించు మహాత్ములైన 'వైరాజ - అగ్నిష్వాత్త - సోమపా - గార్హపత్య'ములు అను నలుగురు మూర్తిమంతులు. 'ఏకశృంగ - చతుర్వేద - కలా'నామములు గల ముగ్గురు అమూర్తులు. ఈ యేడువిధములైన పితరులను నాలుగు వర్ణముల ప్రజలు పూజించెదరు తొలుత ఈ పితరులు తృప్తి జెందిన తరువాత సోమదేవతగూడ తృప్తి చెందును. ఈ పితరు లందరు బ్రహ్మసభలో బ్రహ్మదేవుని ఉపాసించు చుండెదరు.

"రాజా! ఈ విధముగానే 'రాక్షస-పిశాచ-దానవ-గుహ్యక-నాగ-సుపర్ణు'లు ఉత్తమ పశువులున్ను అక్కడ బ్రహ్మను సేవించు చుండును. స్థావర-జంగమాత్మకము లైన మహాభూతములు, 'ఇంద్ర-వరుణ-కుబేర-యములు, పార్వతీ సహితు డైన మహాదేవుడు, వీ రందరున్ను ఆ సభలో నెల్లప్పుడు ఉండెదరు.

"రాజా! కార్తికేయస్వామి (కుమారస్వామి) గూడ అక్కడ ఉండి బ్రహ్మను సేవించు చుండును. భగవంతు డైన నారాయణమూర్తి, దేవర్షి గణము, వాలఖిల్యా ఋషులు, అయోనిజులు, యోనిజులు నైన యితర ఋషులున్ను బ్రహ్మను ఆరాధించుచు ఆ సభలో ఉండెదరు. వేయేల, ఆ సభలో మూడులోకము లందలి స్థావర జంగమములుగా కనపడు చున్నయన్నింటిని నేను చూచితిని ఎనుబదియారు వేల ఊర్ధ్వరేతస్కు లైన ఋషులు, ఏబదిమంది సంతానవంతు లైన మహర్షులున్ను అక్కడ ఉండెదరు.

"రాజా! ఆ మహర్షులు దేవతలు అందరుగూడ తమ యిష్టము వచ్చినట్లు బ్రహ్మదేవుని సందర్శించి తల వంచి నమస్కరించి ఆయన యాజ్ఞగొని పోవు చుందురు. అప్పుడు తన కడకు వచ్చిన యతిథు లైన 'దేవ-దైత్య-నాగ-పక్షి-యక్ష-సుపర్ణ-కాలేయ - గంధర్వ - అప్సరసం'తో, సమస్త భూతములతోను బ్రహ్మదేవుడు కలిసి వారిని అనుగ్రహించు చుండును.

"మహారాజా! విశ్వాత్ము డైన బ్రహ్మదేవుడు అతిథు లందరిని ఆత్మీయులను చేసికొని, శాంతిపరచి, సమ్మానించి వారి కోరికలు నెరవేర్చి, వారి యిష్ట

ప్రకారము సుఖభోగసామగ్రులను ఇచ్చును. ఈ విధముగా అక్కడను రాక-పోకలు సలుపు జనులచేత నిండిన ఆ సభ మిక్కిలి సుఖప్రదముగ నుండును

"రాజా! అ సభ పరిపూర్ణ తేజస్సంపన్న మై, బ్రహర్షి - దేవర్షులచేత సేవింప బడుచు బ్రాహ్మీ సంపదచేత భాసిల్లుచు నుండును. అటువంటి సభను నేను చూచితిని. మానవలోకమందు ఈ నీ సభ దుర్లభ మైనట్లే, సమస్త లోకము లందు బ్రహ్మసభ వంటి సభ మరియొకటి దుర్లభము

"ధర్మరాజా! ఈ సభ లన్నియు నేను పూర్వము దేవలోకమునందు చూచితిని మనుష్యలోక మందైతే నీ యీ సభయే సర్వశ్రేష్ఠ మైనది."

ఇట్లు నారదుడు చెప్పగా యుధిష్ఠిరుడు ఆ మహాముని తో ని ట్లనెను:

హరిశ్చంద్ర మాహాత్మ్యము - యుధిష్ఠిరునకు పాండురాజు సందేశము :-

"భగవన్! నీవు వర్ణించిన విధముగ యమ సభలోనే చాలమంచి రాజు లున్నట్లు తెలియు చున్నది. వరుణసభలో అధికసంఖ్యలో నాగులు, దైత్యులు, నదులు, సముద్రములే యున్నట్లు చెప్పితివి. కుబేర సభలోను యక్ష-గుహ్యక-రాక్షస - గంధర్వ - అప్సరసలు, శంకర భగవానుడున్ను ఉన్నట్లు చెప్పితివి. బ్రహ్మదేవుని సభలో మహర్షులు, సమస్త దేవగణములు, సర్వశాస్త్రములు నున్నట్లు తెలిపితివి.

"కాని, నారదా! ఇంద్రసభలో అధికసంఖ్యలో దేవతలే ఉన్నట్లు, ఇతర గంధర్వులు, మహర్షులున్ను అల్పసంఖ్యలో నున్నట్లు తెలిపితివి. ఇంద్రసభలో నున్న రాజర్షులలో ఒక హరిశ్చంద్రుని పేరు మాత్రమే చెప్పితివి. అతడు ఏ కర్మలు, ఏ తపస్సులు చేసి, కీర్తిమంతు డై ఇంద్రునితో స్పర్థపడు చున్నాడు? పితృలోకమునకు పోయినప్పుడు నీవు నా తండ్రి పాండురాజును గూడ చూచి యుంటివి కదా? ఆయన నీతో నెట్లు కలిసెను? తెలుపుము"

"జనమేజయా! యుధిష్ఠిరుని మాటకు నారదు డిట్లు బదులు చెప్పెను:-

"యుధిష్ఠిరా! నీ తండ్రి పాండురాజు హరిశ్చంద్రుని సంపత్తి చూచి ఆశ్చర్యముతో నీకు ఒక సందేశము పంప దలచి, మనుష్య లోకమునకు వచ్చుచున్న నాకు ప్రణామము చేసి, నాతో ఇట్లు చెప్పెను:-

"దేవర్షీ! నీవు యుధిష్ఠిరునితో నా మాటగా నిట్లు చెప్పుము:-

యుధిష్ఠిరా! నీ తమ్ములు నీ యాజ్ఞకు వశు లై యున్నారు. నీవు ఈ సమస్త భూమండలము జయించుటకు సమర్థుడవు. కనుక, నీవు రాజసూయ యాగము చేయుము. నీ వా యజ్ఞము చేసిన తరువాత నేను గూడ హరిశ్చంద్రుని వలె అనేక సంవత్సరములు ఇంద్రభవనమందు ఆనందించు చుండెదను అను సందేశము నీ కొరకు నాతో చెప్పగా నేను పాండురాజుతో 'భూలోకమునకు నేను పోయినప్పుడు నీ కొడుకు యుధిష్ఠిరునకు నీ సందేశము చెప్పెదను' అని అంటిని.

"యుధిష్ఠిరా! నీవు నీ తండ్రి సంకల్పమును నెరవేర్చిన యెడల నీవు గూడ నీ పూర్వులవలె ఇంద్ర లోకమునకు పోగలవు. ఆ యజ్ఞము నందు, యజ్ఞ నాశకు లైన బ్రహ్మ రాక్షసులు లోపములు కనిపెట్టు చుందురు, కనుక, అనేక విఘ్నములు సంభవించ వచ్చును. ఆ యజ్ఞాంతము నందు భూమండల వినాశకారి యైన యొక మహా యుద్ధము కలుగుటకు కారణము గూడ యేర్పడును. ఆ యుద్ధము అనేక క్షత్రియుల సంహారమునకు, భూమండల వినాశమునకున్ను కారణము కా గలదు.

"యుధిష్ఠిరా! ఇవి యన్నియు విచారించి నీకు హిత మని తోచిన కార్యము చేయుము. నాలుగు వర్ణముల ప్రజలను రక్షించుటకు సర్వదా జాగరూకుడ వై యుండుము. ప్రపంచమునందు నీకు అభ్యుదయము, ఆనందమున్ను కలుగు గాక! ధన దానము చేసి, బ్రాహ్మణులను తృప్తి పరచుము. నీవు నన్ను అడిగిన దంతయు సవివరముగా చెప్పితిని. ఇక నేను ఇక్కడి నుండి ద్వారకా పట్టణము నకు పోయెదను."

"జనమేజయా! నారదుడు పాండవులకు ఇట్లు చెప్పి, తన వెంట వచ్చిన ఋషులతో వెడలి పోయిన తరువాత యుధిష్ఠిరుడు రాజసూయ యజ్ఞ విషయ మును గూర్చి తన తమ్ములతో విచారింప జొచ్చెను."

(లోకపాల సభాఖ్యాన పర్వము సమాప్తము)

అగ్నిదహనములు, పీడలున్ను కలుగ కుండెను. దొంగలు, వంచకులు రాజుతో, రాజపరివారముతో, ప్రజలతోను అత్యాచారము గాని, అసత్యవ్యవహారము గాని చేయ కుండిరి. ప్రజ లందరుగూడ పరస్పరము అసత్యముగా వ్యవహరించ కుండిరి.

''రాజా! యితర ప్రాంతపురాజులు, వివిధదేశములవైశ్యులున్ను యుధిష్ఠిరునకు ప్రియము చేయుటలో, పన్నులు చెల్లించుటలో, తమ ధనమును కానుకగా నిచ్చుటలో, సంధివిగ్రహాదులలో రాజుతో సహకరించుటకు అతనియొద్దకు వచ్చు చుండిరి. ధర్మాత్ము డైన యుధిష్ఠిరునిశాసనకాలమందు రజోగుణస్వభావము గలవారు, లోభులున్ను స్వేచ్ఛగా ధనాదులను అనుభవించు చున్నప్పటికిన్ని అతని దేశము దినదినము అభివృద్ధి పొందు చుండెను.

''రాజా!యుధిష్ఠిరునిఖ్యాతి అంతట వ్యాపించెను.అతనిసద్గుణములు అతనిని శోభిల్ల జేయు చుండెను. అతడు శీతోష్ణసుఖదుఃఖాదిద్వంద్వములను సహించుటలో సమర్థు డై రాజగుణములచేత శోభిల్లు చుండెను. దశదిక్కులయందు ప్రకాశమానుడుగా నున్న యుధిష్ఠిరచక్రవర్తి ఏ దేశము పోయినను అక్కడ గొల్లవారి నుండి బ్రాహ్మణులవరకు సమస్తప్రజలు అతనిని తల్లిదండ్రులనువలె ప్రేమించు చుండిరి.

''జనమేజయా! యుధిష్ఠిరుడు మంత్రులతో, సోదరులతోను రాజసూయ యజ్ఞసంబంధ మై వారిసమ్మతికొరకు మాటిమాటికి విచారించు చుండెను. వారు అయనతో ని ట్లనిరి:-

''మహారాజా! రాజసూయయాగముచేసి అభిషిక్తు డైన మహారాజు వరుణునిగుణములను పొంద గలడు కనుక, ప్రతియొక రాజు ఆ యజ్ఞము చేసి, చక్రవర్తి గుణములను పొంద గోరును రాజా! నీవు చక్రవర్తి గుణములు పొందుటకు అన్ని విధముల యోగ్యుడవు గనుక, ఇప్పుడు నీవు ఆ యజ్ఞము చేయుటకు సరి యైన సమయ మని నీ హితైషు లందరు భావించు చున్నారు. ఆ యజ్ఞమునకు సరి యైన సమయము క్షాత్ర సంపదపై, సైన్యాదుల పైనను ఆధారపడి యున్నది సత్కర్మాచరణు లైన బ్రాహ్మణులు సామవేదమంత్రముల ద్వారా అగ్నిస్థాపనకు ఆరు అగ్ని వేదికలు నిర్మించెదరు.

"రాజా! రాజసూయ యజ్ఞానుష్ఠానము చేయువాడు 'దర్వీ హోమము' (అగ్నిహోత్రాదులు) మొదలుకొని సమస్త యజ్ఞముల ఫలము పొంద గలడు. యజ్ఞాంతము నందు చేయ బడు అభిషేకము (అవభృథము) చేత ఆ యజ్ఞము చేసిన రాజు 'సర్వజిత్ సమ్రాట్!' (అందరిని జయించిన చక్రవర్తి) అని ప్రసిద్ధు డగును.

"రాజా! ఆ యజ్ఞము చేయుటకు నీవు సమర్థుడవు. మే మందరము నీ యాజ్ఞావశుల మై యున్నాము. నీవు త్వరలోనే రాజసూయ యజ్ఞము పరిపూర్ణ ముగా చేయ గలవు. కనుక, ఏలాటి విచారము చేయక రాజసూయానుష్ఠానము నకు పూనుకొనుము."

"జనమేజయా! ఈ విధముగా మిత్రులందరు యజ్ఞానుసారము కొరకు సమ్మతి తెలుపగా, యుధిష్ఠిరుడు వారి మాటను అంగీకరించి ఆ యజ్ఞము చేయుట తనకు సాధ్య మనియు తలచెను. తరువాత, ధర్మరాజు సోదరులతో ఋత్విక్కు-లతో, మంత్రులతో, ధౌమ్యాచార్యునితో, వ్యాసాది మహర్షులతోను ఈ విషయ మై మరల విచారించుచు వారితో 'రాజసూయము చక్రవర్తి చేయుటకే యోగ్య మైనది. ఐనను, నేను దానిని చేయ బూనినాను గనుక, అట్లు నేను కోరుట సరిగా నున్నదా?' అని యడిగెను.

"జనమేజయా! ధర్మరాజు ఈ విధముగ అడిగినప్పుడు వా రందరు గూడ 'ధర్మజ్ఞా! నీవు రాజసూయ మహాయజ్ఞము చేయుటకు అన్ని విధముల యోగ్యుడవు' అని యనిరి. ఋత్విక్కులు, మహర్షులు ఇట్లు చెప్పినప్పుడు ధర్మ రాజు, అతని మంత్రులు, సోదరులుగూడ వారిమాటను ఆదరించిరి.

"జనమేజయా! తరువాత యుధిష్ఠిరుడు సమస్త లోకముల హితముకొరకు తన మనస్సులో 'తన శక్తి - సాధనములు గమనించి దేశకాలములు, ఆయ - వ్యయములు బాగుగా తెలిసికొని కార్యము ఆరంభించిన బుద్ధిమంతుడు ఎప్పుడు గూడ కష్టములలో చిక్కుకొనడు కేవలము నేను మాత్రమే నిశ్చయించి, యజ్ఞా రంభము చేయుట తగదు' అని విచారించెను.

"తరువాత, యుధిష్ఠిరుడు యజ్ఞభారమును వహింప దలచి, ఆ కార్యమును పూర్తిగా నిశ్చయించుట కొరకు శ్రీ కృష్ణభగవాను డొక్కడే అందరికన్న ముఖ్యుడని తలచి ఆ భగవంతునకు తెలుప దలచెను." శ్రీకృష్ణుడు జన్మరహితుడైనను, ధర్మమును సత్పురుషాదులను రక్షించుట కొరకు మనుష్యలోకమునందు అవతరించినాడు. కాబట్టి, అయనయే ఈ కార్యము నిశ్చయింప దగినవాడు' అని ధర్మరాజు తలచెను శ్రీ కృష్ణుడు దేవపూజితుడు, అలౌకిక శక్తి సంపన్నుడు. కాబట్టి, అతనికి తెలియనిది గాని, అతడు చేయ జాలనిది గాని ఏదియు లేదు.

''జనమేజయా! యిట్లు నిశ్చయించుకొని యుధిష్ఠిరుడు తాను చేయ దలచిన పని గురు జనులకు నివేదించువిధముగ, సమస్తప్రాణులకు గురువైన శ్రీకృష్ణునికడకు శీఘ్రముగ ఒక దూతను పంపెను. ఆ దూత త్వరగా ద్వారకకు పోయి శ్రీకృష్ణుని సందర్శనము చేసి, అయనతో నిట్లనెను:

''భగవాన్! యుధిష్ఠిర మహారాజు, ధౌమ్య - వ్యాసాది మహర్షులు, ద్రుపద - విరాటాది మహారాజులు, సమస్త పాండవులును నీ దర్శనము చేయ దలచు చున్నారు.''

''జనమేజయా! 'ఇంద్రసేనుడు' అను పేరుగల యుధిష్ఠిరదూత చెప్పిన మాట విని శ్రీకృష్ణ భగవానుడు ఆ దూతతో పాటు త్వరగా, ఇంద్రప్రస్థ నగరమునకు వచ్చెను. అప్పుడు తన మేనబావమఱదులైన పాండవులు శ్రీకృష్ణుని తండ్రిని వలె పూజించిన తరువాత, ఆయన మేనత్త యగు కుంతీదేవితో మిత్రుడగు అర్జునునితోను కలిసి మిక్కిలి ప్రసన్నుడయ్యెను తరువాత, నకుల సహదేవులు, ఆయనను గురువును వలె పూజించిరి. తరువాత శ్రీకృష్ణుడు కొంచెముసేపు విశ్రమించెను అప్పుడు యుధిష్ఠిరుడు శ్రీకృష్ణుని కడకువచ్చి ఆయనను పిలిపించుటకు కారణమంతయు ఇట్లు తెలిపెను :-

''శ్రీకృష్ణా! నేను రాజసూయ యజ్ఞము చేయదలచు చున్నాను కేవలము, తలచినంత మాత్రముచేత అది పరిపూర్ణము కాదు దాని పరిపూర్తికి తగిన యుపాయములు నీకే తెలియును. ఏ కార్యమైనను చేయుగలవాడు, అంతట

పూజింపబడువాడు, సర్వేశ్వరుడు నైన రాజుమాత్రమే రాజసూయ యాగము చేయ గలడు. నా మిత్రు లందరు ఆ యజ్ఞము చేయుమని నన్ను ప్రోత్సహించు చున్నారు. కాని, ఈ విషయములో నీవు నాకు చెప్పిన తరువాతనే, నేను అంతిమ నిశ్చయము చేసెదను.

"శ్రీకృష్ణా! కొందరు నా యందలి ప్రేమచేత, మరికొందరు బంధు భావము చేతను నాకు దోషములు తెలుపరు. మరి కొందరు, స్వార్థపరులై నాకు ప్రియమునే మెరమెచ్చులకు చెప్పు చుందురు. ఇంక కొందరు, తమకు హిత మైన విషయమే నాకు గూడ ప్రియము, హిత మని తలచెదరు. ఈ విధ ముగా తమ-తమ ప్రయోజనములను అనుసరించి తరచుగ అనేకులు అనేక విధములుగ చెప్పు చుందురు. కాని, నీకు పైన చెప్ప బడిన కారణము లేవియు లేవు. నీవు కామ - క్రోధరహితుడవై, స్వస్వరూపములో నుండెదవు. కాబట్టి, ఉత్తమ మైనది, నేను చేయుటకు యోగ్య మైనదియ నగు కార్యము దయచేసి, సరిగా చెప్పుము."

రాజసూయమునకు శ్రీకృష్ణుని సమ్మతి:-

"జనమేజయా! ఇట్లు ధర్మరాజు చెప్పగా విని, శ్రీకృష్ణుడు ఆయనతో ని ట్లనెను:-

"మహారాజా! నీవు అన్ని సద్గుణములున్ను గలవాడవు గనుక, రాజ సూయ యాగము చేయుటకు యోగ్యుడవు. నీకు అన్ని విషయములు తెలిసి నప్పటికిన్ని నన్ను అడిగినావు. కనుక, ఈ విషయములో చెప్పెద వినుము:-

"యుధిష్ఠిరా! పూర్వము, జమదగ్ని పుత్రు డైన పరశురాముడు సమస్త క్షత్రియ సంహారము చేసినప్పుడు గుప్తముగా దాగి యున్న కొందరు క్షత్రి యులు మాత్రమే మిగిలి యున్నారు. వారు గూడ చాల అల్పశక్తి గలవా రై యున్నారు. కనుక; ప్రపంచములో ఇప్పుడు క్షత్రియులు నామ మాత్రా వశిష్టు లై యున్నారు. వారందరు గూడ పూర్వులు చెప్పినట్లు 'మనలో అందరిని జయించినవాడే మనకు చక్రవర్తి కా గలడు!' అని కలసికట్టుగా ఒక నియమము చేసికొనినారు. నీకు గూడ తెలిసి యుండును ఐల (పురూరవుడు) వంశము

నందు, ఇక్ష్వాకువంశమునందున్ను నేడు ఒక నూరు కులములు మాత్రమే మిగిలి యున్న వని తెలిసికొనుము.

"మహారాజా! నేడు యయాతికులములో అధిక గుణసుసంపన్ను లైన భోజ వంశీయులు మాత్రమే వృద్ధి చెంది సమస్తదిక్కులందు వ్యాపించి యున్నారు సమస్త క్షత్రియులు భోజవంశీయులనే ఆశ్రయించి యున్నారు.

"రాజా! యిప్పుడిప్పుడే జరాసంధుడు ఆ సమస్త క్షత్రియుల రాజలక్ష్మి కంటె మించినవా డై, సమస్తరాజులచేత చక్రవర్తి పదవియందు అభిషిక్తు డై, తన బలపరాక్రమముల చేత అందరిని ఆక్రమించుకొని అందరు రాజులకు మూర్ధాభి షిక్తుడుగా నున్నాడు అతడు మధ్యభూమి ననుభవించుచు, రాజులలో పరస్పరము భేదము కలిగించు చున్నాడు. ఇప్పు డతడే అందరికన్న ప్రబలుడు, ఉత్కృష్టుడు నైన రాజు. ఈ సమస్త జగత్తు అతని వశములోనే యున్నది. అతడు తన రాజనీతి యుక్తులచేత ఇప్పుడు చక్రవర్తి యై యున్నాడు.

"యుధిష్ఠిరా! ప్రతాపవంతు డైన 'శిశుపాలుడు' గూడ అన్ని విధముల జరాసంధుని ఆశ్రయించి, అతనికి ప్రధానసేనాపతి యైనాడు. మాయా యుద్ధ కుశలుడు, కరూషదేశరాజు నైన 'దంతవక్త్రుడు' గూడ జరాసంధుని యెదుట శిష్యునివలె చేతులు జోడించుకొని నిలుచును. ఇట్లే, మహాపరాక్రమ సంపన్ను లైన 'హంసుడు, డింభకుడు' అను నిరువురు సోదరులు గూడ జరాసంధునిశరణు జొచ్చినారు.

"యుధిష్ఠిరా! కరూషదేశరా జైనదంతవక్త్రుడు, కరభుడు, మేఘవాహనుడు మొద లైన యీ రాజులందరు తలపై దివ్యమణిమయ కిరీటము ధరించి యున్నను జరాసంధుని తమ తలపై అద్భుతమణిగా భావించి అతనిచరణములపై తమ తల వంచి యున్నారు

"రాజా! 'ముర' దేశము 'నరక'దేశము పాలించుచు అనంతసేన గలవా డై, 'వరుణుని వలె పశ్చిమదిశాధిపతి' అని చెప్ప బడును, వృద్ధు డై, నీతండ్రికి మిత్రుడుగా నుండిన యవనాధిపతి 'భగదత్త' రాజు గూడ మనోవాక్కాయ కర్మలతో జరాసంధుని యెదుట తల వంచి యున్నవా డైనను, మనస్సులో,

తండ్రి, పుత్రులను ప్రేమించునట్లు, నీ యెడల స్నేహ భావము గలవాడై, వాత్సల్యముతో నున్నాడు.

"యుధిష్ఠిరా! భరత ఖండము నందు పశ్చిమము నుండి దక్షిణ దిక్కు వరకు గల దేశమును పాలించుచు, వీరుడు, కుంతి భోజ కులవర్ధనుడు, నీ మేన మామయు నైన 'పురుజిత్తు' ఒక్కడు మాత్రమే మీ యందు స్నేహము, ఆదర భావము కలిగి యున్నాడు.

"రాజా! ఎవనిని నేను ఉపేక్షించి పూర్వము చంప లేదో, ఎవని బుద్ధి దుష్టముగా నున్నదో, ఎవడు 'చేది' దేశమందు పురుషోత్తము డని తలచబడు చున్నాడో, ఎవడు జగత్తు నందు తనకు తానే పురుషోత్తముడ నని చెప్పికొను చున్నాడో, మోహము చేత ఎవడు, నా శంఖ-చక్రాది చిహ్నములను ధరించు చున్నాడో, ఎవడు వంగ-పుండ్ర-కిరాత దేశములకు రాజుగా నున్నాడో, ఎవనికి లోకమునందు 'వాసుదేవ' నామముతో ప్రసిద్ధి గలదో, అటు వంటి బలవంతు డైన 'పౌండ్రక వాసుదేవుడు' గూడ జరాసంధునితో కలిసి యున్నాడు.

"రాజా! భూమండలము నందు నాలుగవ భాగమునకు ప్రభువు, ఇంద్రు నకు మిత్రుడు, బలవంతుడు, అస్త్ర విద్యా బలము చేత పాండ్య-క్రథ-కౌశిక దేశములను జయించిన వాడు, ఆకృతిలో పరశురామునకు సమానుడు, శౌర్య సంపన్నుడు నైన సోదరుడు గలవాడు నైన భోజవంశ రాజు 'భీష్మకుడు' నాకు శ్వశురు డైనప్పటికిన్ని జరాసంధునకు భక్తు డై యున్నాడు. ఆ భీష్మకునకు మేము సర్వదా ప్రియముగ నుండి, ఆతని యెడల వినమ్రుల మై యుండిన సన్నిహిత బంధువుల మైనప్పటికిన్ని అతడు మా వంటి తన భక్తులను ఆత్మీయు లనుగా భావించక మా శత్రువులతో కలిసినాడు ఆ భీష్మకుడు తన బలము, కులమును గూడ దృష్టియందుంచక, కేవలము జరాసంధుని కీర్తి మాత్రమే చూచి అతనిని ఆశ్రయించెను

"యుధిష్ఠిరా! ఈ విధముగనే ఉత్తర దిక్కునం దున్న పదునెనిమిది కులముల భోజవంశీయులు జరాసంధుని భయముతోనే పారిపోయి, పశ్చిమ దిక్కునం దున్నారు. ఇట్లే, 'శూరసేన - కుళింద - కుంతి - శాల్వాయ' నాది

రాజులు గూడ తమ సోదరులతో, సేవకులతోను దక్షిణ దిక్కునకు పారిపోయిరి. ఈ విధముగనే, దక్షిణ పాంచాల దేశమునందు, పూర్వ కుంతి దేశమునందు నున్న క్షత్రియు లందరు, కోసల - మత్స్య - సన్యస్త పాదాది రాజపుత్రులు గూడ జరాసంధుని భయముచేత బాధితు లై, ఉత్తర దిక్కు విడిచి, దక్షిణదిక్కునకు పోయిరి. ఇట్లే, పాంచాల దేశీయు లైన సమస్త క్షత్రియులు జరాసంధుని భయముచేత దుఃఖితు లై, తమ - తమ రాజ్యములను విడిచి నలుదిక్కులకు పారిపోయిరి.

"యుధిష్ఠిరా! పూర్వ మొక్కప్పుడు దుర్బుద్ధి యైన కంసుడు, సమస్త యాదవులను అణగద్రొక్కి జరాసంధుని యిద్దరు పుత్రిక లైన 'అస్తి - ప్రాప్తి' అనువారిని పెండ్లి చేసికొనెను. ఆ యిద్దరు కన్యకలు సహదేవునకు (ఇతడు పాండవుడుకాడు) చెల్లెండ్రు. అప్పుడు దుష్టబుద్ధి గల కంసుడు జరాసంధుని బలముచేతనే తన వంశవు బంధువులను అవమానపరచి, అందరికి ప్రధాను డై, మిక్కిలి అత్యాచారము చేసెను. దురాత్ము డైన కంసుని బాధచేత భోజవంశీయు లైన పెద్దలు, వృద్ధులున్ను తమ వంశపు బంధువులను రక్షించు మని నన్ను ప్రార్థించిరి. అప్పుడు నేను 'ఆహుకుని' పుత్రి యైన 'సుతను' అను పేరుగల కన్యకను అక్రూరుని కిచ్చి వివాహముచేసి, అతనిని బలరామునకు సహచరునిగా చేసి, భోజవంశీయ బంధువుల కార్యము నెరవేర్చితిని నేను, బలరాముడుకలిసి, కంసుని, సునాముడు అను వానిని చంపితిమి

"రాజా! దానిచేత కంసుని భయమైతే పోయెను గాని, జరాసంధుడు కుపితు డై మాకు ప్రతి క్రియ చేయుటకు పూనుకొని యున్నాడు. అప్పుడు భోజవంశీయు లైన పదునెనిమిది కులములవారు మంత్రిపురోహితాదులతో కలిసి, ఇట్లు విచారించిరి:

"ఒకవేళ మనము శత్రునాశకరము లైన అస్త్రములచేత నిరంతరము పోరాడినప్పటికిన్ని మూడునూర్ల సంవత్సరము లైనను జరాసంధుని సేనను నశింప జేయ జాలము ఎందు కనగా, అతిబల - పరాక్రమసంపన్ను లైన 'హంస-డింభకులు' అతనికి సహాయకులుగా నున్నారు. వారిరువురు దేవతా సమానులు వారికి ఏ యస్త్ర-శస్త్రములచేతగూడ చావకుండ వరము లభించినది.

ఒకటిగా నుండు హంస-డింభకులు, జరాసంధుడు ఈ ముగ్గురు కలిసి మూడు లోకములను ఎదిరించుటకు చాలి యున్నారు. సమస్త రాజులుగూడ ఇట్లే తలచు చున్నారు.

"యుధిష్ఠిరా! జరాసంధునితో మాకు పదిహేడవపర్యాయము జరిగిన యుద్ధములో 'హంసుడు' అనుపేరు గలమరియొకరాజుగూడ వచ్చి బలరాముని చేత చంప బడెను. అది చూచిన సైనికులు 'హంసుడు వధింప బడెను'అని కోలాహలము చేయగా, అది వినిన డింభకుడు 'తనసోదరుడైన హంసుడే చంపబడె' నని తలచి యమునానదిలో దుమికి, 'హంసుడు లేకుండ ప్రపంచమునందు నేను జీవించి యుండ జాలను' అని నిశ్చయించి, తనప్రాణములు విడిచెను. డింభకుడు చచ్చినసంగతి విని శోకముచేత సోదరు డగుహంసుడుగూడ యమునలో పడి చచ్చెను. ఆ ఇరువురిమృత్యువు విని, జరాసంధుడు హతాశుడై, నిరుత్సాహముతో తన రాజధానికి తిరిగి పోయెను అప్పుడు మే మందరము మధురకు వచ్చితిమి.

"యుధిష్ఠిరా! తరువాత పతిశోకముచేత కంసునిభార్య తనతండ్రి యైన జరాసంధునికడకు మగధదేశమునకు పోయి 'నా పతిని చంపిన వానిని చంపుము' అని తండ్రిని పలుసార్లు ప్రోత్సహించెను. అప్పుడు మేము పూర్వము చేసికొనిన రహస్యాలోచనమును స్మరించి, నిర్విణ్ణుల మై, 'ఇక్కడి సంపద నంతయు విడి-విడిగా కొంచెము - కొంచెము పంచి, పుత్ర - సోదర - బంధువులతో పాటు శత్రు భయము చేత మధురానగరము నుండి పారిపోవుదము' అని నిశ్చయించుకొని పశ్చిమ దిక్కునకు పోయి, రైవతక పర్వత సమీపము నందలి 'కుశస్థలి' అను రమణీయ నగరమునందు నివసించితిమి.

"రాజా! మేము కుశస్థలీ నగరమునకు దుర్గమును సరిచేయించితిమి. దేవతలు కూడ ఆ దుర్గమునందు ప్రవేశించజాలకుండిరి. ఇప్పు డా దుర్గమునం దున్న స్త్రీలు కూడా యుద్ధము చేయ గలరనగా నిక వృష్ణివంశీయ మహారథికుల గూర్చి వేరుగా చెప్పనేల? ద్వారకాపురియందు నిర్భయముగా మేము ఉంటిమి. మా పురము ప్రక్కన రైవతకాద్రి శత్రుదుర్గమముగా నుండెను. కనుక నిక జరాసంధుని నుండి సంకటములను మేము దాటితి మని మిక్కిలి సంతోషించితిమి.

"యుధిష్ఠిరా! మేము జరాసంధునికు అపరాధము చేసితిమి. కనుక శక్తి మంతుల మై యుండికూడ మా శాశ్వత నివాసమును విడిచి గోమంత (రైవతక) పర్వతమును అశ్రయించి వచ్చితిమి. రైవతక గిరిదుర్గము మూడు యోజనముల పొడవు వుండెను. ఒక్కొక్క యోజనమందు గూడ మూడు-మూడు నూర్ల సేనా దళముల నివేశము ఉండెను. ప్రతియొక యోజనము చివరకు నూరు-నూరు ద్వారములు సైన్యరక్షితము లై యుండెను ఆ దుర్గమునకు వీరుల పరాక్రమమే ముఖద్వారముగ నుండెను. యుద్ధోన్మత్తు లై బలపరాక్రమములను ప్రదర్శించు నట్టి పదునెనమండుగురు యాదవవంశీయ క్షత్రియులు ఆ దుర్గమును రక్షించు చుండిరి.

"యుధిష్ఠిరా! మాకులమునందు పదునెనిమిదివేలమందిసోదరు లున్నారు. 'ఆహుకు'నకు నూరుగురుపుత్రు లున్నారు. వారిలో ఒక్కొక్కడుగూడ దేవతా సమానపరాక్రమశాలిగ నుండెను. 'చారుదేష్ణుడు' తన సోదరునితో చక్రదేవుడు, సాత్యకి, నేను, బలరాముడు, సాంబుడు, ప్రద్యుమ్నుడు— ఈ ఏడుగురము అక్కడి అతిరధవీరులము. మేముకాక కృతవర్మ, అనాధృష్టి, సమీకుడు, సమి తింజయుడు, కంకుడు, శంకుడు, కుంతి - అను నీ యేడుగురు మహారధికులు గూడ నక్కడ నుండిరి. అంధక-భోజుల ఇరువురుపుత్రులు, వృద్ధరా జైన ఉగ్ర సేనునిగూడ వారితోచేర్చినచో మహారధికులసంఖ్య పది యగును.

"రాజా! ఈ వీరులందరు వజ్రమువంటి దృఢకాయము గలవారు,పరాక్రమ వంతులు, మహారధికులు. వీరు మధ్యదేశమును స్మరించుచు వృష్ణికులమునందు నివసించు చున్నారు 'విశద్రు - ఝల్లి - బభ్రు-ఉద్ధవ - విదూరథ - వసుదేవ - ఉగ్రసేన'నాయకులుఏడుగురు ముఖ్యమంత్రులుగ నున్నారు. ప్రసేనజిత్తు, సత్రా జిత్తు-ఈఇరువురుబంధువులు కుబేరోపమసద్గుణములచేత సుశోభితులు. వారికడ నున్న 'స్యమంతక'నామము గలమణినుండి అధికముగ సువర్ణము పుట్టు చుండును.

"యుధిష్ఠిరా! నీవు చక్రవర్తిగుణోపేతుడవు కనుక, చక్రవర్తివి కమ్ము. దుర్యోధన - భీష్మ - ద్రోణ - అశ్వత్థామన్ - కృపాచార్య - కర్ణ - శిశుపాల - రుక్మిన్ - ఏకలవ్య - ద్రుమ - శ్వేత-శైబ్య - శకున్యాది వీరులను జయించకుండ

నీవు రాజసూయ యజ్ఞమును ఎట్లు చేయ జాలుదువు? ఐనను, వీరందరు నీ యందలి గౌరవముచేత యుద్ధము చేయరు.

"రాజా! ఐనను, మహాబలశాలి యైన జరాసంధుడు జీవించి యున్నంత వరకు నీవు రాజసూయమును పరిపూర్ణము చేయ జాలవు. అతడు, సింహము పర్వతగుహలో పెద్ద - పెద్ద గజరాజులను బంధించినట్లు రాజులందరిని జయించి 'గిరివ్రజము' నందు చెరబట్టి యుంచినాడు. జరాసంధుడు ఉమావల్లభు డైన మహాదేవుని ఉగ్రతపస్సుచేత ఆరాధించి విశేషశక్తిని సంపాదించెను. కనుక రాజు లందరు అతనికి ఓడిపోయిరి. జరాసంధుడు రాజులను బలి యిచ్చి ఒక యజ్ఞము చేయ దలచు చున్నాడు. తన ప్రతిజ్ఞ నతడు ఇంచుమించు నెరవేర్చియే యున్నాడు. ఎందు కనగా, అతడు సేనలతో వచ్చిన రాజులను ఒక్కొక్కరినే జయించి తన రాజధానికి తెచ్చి చెరసాలలో అనేక రాజులను ఒకచోట ఉంచెను.

"మహారాజా! అప్పుడు మేముగూడ జరాసంధుని భయముచేతనే, మధురా నగరము విడిచి, ద్వారకా పురమునకు పోయి ఇంతదాక అక్కడనే నివసించు చున్నాము.

"రాజా! ఒకవేళ, నీవు ఈ రాజసూయ యాగము పరిపూర్ణముగ చేయ దలచిన యెడల జరాసంధుడు చెరబట్టిన రాజులను విడిపించుటకు, జరాసంధుని సంహరించుటకున్ను ప్రయత్నము చేయుము. ఇట్లు నీవు చేయనియెడల రాజ సూయ యజ్ఞము పరిపూర్ణముగ సఫలము కా జాలదు. కనుక, జరాసంధ వధో పాయమును యోచింపుము అతనిని జయించిన తరువాత సమస్తరాజుల సేనలపై నీకు విజయము కలుగును.

"యుధిష్ఠిరా! ఇది నా యభిప్రాయము తరువాత నీకు సముచిత మని తోచినట్లు చేయుము. ఇట్టి పరిస్థితిలో నీవు స్వయముగ, కారణములను యుక్తు లను యోచించి ఒక నిశ్చయము చేసి నాకు తెలుపుము."

జరాసంధుని విషయమై యుధిష్ఠిర - భీమ - శ్రీకృష్ణులు సమాలోచనము చేయుట:

"జనమేజయా! ఇట్లు శ్రీకృష్ణుడు చెప్పగా విని, యుధిష్ఠిరు డతనితో ని ట్లనెను:-

"శ్రీకృష్ణా! నీవు చాల బుద్ధిమంతుడవు నీవలె మఱియొకడు ఉపదేశింప జాలడు. భూమండలము నందు సమస్త సంశయములను పోగొట్టుటకు నీవుదప్ప మఱియొకడు లేడు. ఈ దినములలో ఇంటింటికి రాజు లున్నారు. అందరు తమ-తమ ప్రియకార్యములు చేసెదరు. ఐనను, వారు చక్రవర్తి పదమును పొంద జాల కున్నారు ఎందుకనగా, ఆ పదవి మిక్కిలి కఠినముగా లభించును. ఇత రుల ప్రభావమును తెలిసినవాడు తన ప్రశంస ఎట్లు చేసికొనగలడు? ఇతరులతో ఎదుర్కొని పోరాడిన వానికే అంతట పూజ జరుగును

"శ్రీకృష్ణా! భూమండలము అతి విశాలమైనది అనేక రత్నములతో నిండి యున్నది. మనుష్యుడు దూరము పోయి సత్పురుషుల సంగము చేసి, తనకు శ్రేయస్సు ఎట్లు కలుగు నని తలచును. నేను మనస్సును ఇంద్రియములను నిగ్రహించుటయే సర్వోత్తమ మని భావించెదను. దాని చేతనే నాకు మేలు కలుగును. రాజసూయ యజ్ఞారంభము చేసిన తరువాత గూడ దానికి ఫల రూప మైన బ్రహ్మ లోక ప్రాప్తి నాకు కలుగుట యసంభవ మని తలచెదను. ఉత్తమ కుల సంజాతు లైన రాజులలో ఎప్పుడో యొకడు సర్వ విజయమును సాధించ గలవాడు పుట్ట గల డని బుద్ధిమంతులు తలచెదరు.

"జనార్దనా! మేము గూడ జరాసంధుని భయము చేత, అతని దుష్టత్వము చేతను సర్వదా శంకించు చుందుము. నీ బాహు బలముపైననే విశ్వాస ముంచి నాను. నీవే జరాసంధునకు భయపడినప్పుడు నేను అతని యెదుట బలవంతుడ నని ఎపుడు గూడ తలచ జాలను. నీవు, బలరాముడు, భీమసేనుడు, అర్జునుడు గాని జరాసంధుని చంపగలరా లేదా? నీ శక్తి అనంతము అని తెలిసి కూడ నేను ఈ విషయమునే మాటి-మాటికి విచారించు చుండెదను నా గర్వ కార్యము లందు నిన్నే ప్రమాణముగ తలచెదను."

"జనమేజయా! ఈ విధముగ చెప్పిన యుధిష్ఠిరుని మాటలు విని వాక్చా తుర్యము గల భీమసేనుడు ఇట్లనెను :

"మహారాజా! ప్రయత్నము చేయని రాజు, దుర్బలు డై యుండి కూడ తగిన ఉపాయము చేత యుక్తుల చేతను పని సాధించక బలవంతునితో తలపడిన రాజు-ఈ యిరువురున్ను చెదలు పెట్టిన వల్మీకమువలె నశింతురు కాని సోమరి

తనము పిడిచి మంచి యొత్తుంతో, నీతులతోను పని చేయువాడు, దుర్బలు డైనను, బలవంతు డైన శత్రువును జయించ గలడు శ్రీకృష్ణునకు నీతి గలదు. నాకు బలము గలదు అర్జునునకు విజయశక్తి గలదు. మేము ముగ్గురము కలిసి, మూడు అగ్నులు యజ్ఞమును సిద్ధింప జేసినట్లు, జరాసంధుని వధించెదము. శ్రీ కృష్ణా! నీ బుద్ధి బలముతో యుధిష్ఠిరుడు అన్నియు పొందగలడు. సర్వదా నీ రక్షణములో నున్న పాండవులకు విజయము సిద్ధించుట నిశ్చయము."

"జనమేజయా! యిట్లు భీమసేనుడు చెప్పిన తరువాత శ్రీకృష్ణుడు ధర్మ రాజుతో ని ట్లనెను:-

"రాజా! అజ్ఞాని యైనవాడు పెద్ద-పెద్ద పనులను ఆరంభించును. కాని, కార్యముల పరిణామములపై దృష్టి యుంచడు. కనుక, కేవలము తన కార్య సాధనమునందే, నిమగ్ను డై యున్న యవివేకి యైన శత్రువుయొక్క వ్యవహార మును వీరపురుషులు సహించ జాలరు. యవనాశ్వుని పుత్రు డైన మాంధాత జయించ దగిన శత్రువులను జయించి, చక్రవర్తి పదమును బొందెను. భగీ రథుడు ప్రజలను పాలించుటచేత, సహస్రబాహువులు గల కార్తవీర్యార్జునుడు తపోబలముచేత, భరతుడు తన సహజబలము చేత, మరుత్తరాజు తన సంపద చేతను చక్రవర్తు లైరి. ఇంత వరకు ఈ యైదుగురు సమ్రాట్టుల పేరులనే మనము విను చున్నాము. వీరందరు ఒక్కొక్కరు ఒక్కొక్క గుణము చేతనే సమ్రాట్టులు కా గలిగిరి. కాని, నీవు సంపూర్ణ సామ్రాజ్యపదవిని పొంద దలచు చున్నావు. నీవు సామ్రాజ్య ప్రాప్తికి కావలసిన శత్రువిజయము, ప్రజాపాలనము, తపశ్శక్తి, ధనసమృద్ధి, ఉత్తమనీతి ఈ యైదు గుణములు కలవు

"యుధిష్ఠిరా! ఇన్ని గుణములు నీకు ఉన్నను, నీ మార్గమునందు బృహ ద్రథపుత్రు డైన జరాసంధుడు బాధకుడుగా నున్నా డని నీవు తెలిసికొనవలెను. నూరు కులముల క్షత్రియులు ఎప్పుడుగూడ అతనిని అనుసరించరు. కనుక, నతడు తన బలము చేతనే తన సామ్రాజ్యమును స్థాపించి యున్నాడు. రత్నాధిపతులైన రాజులు జరాసంధునకు ధన మిచ్చి అనిని ఉపాసించు చున్నారు. ఐనను, దాని చేత గూడ నతడు సంతుష్టి జెందక, వివేక శూన్యు డై, అన్యాయముచేత వారిపై అత్యాచారములే చేయుచున్నాడు. నే డతడు సర్వప్రధాను డై మూర్ధాభిషిక్తుడైన

రాజును చెరబట్టుచున్నాడు విధిపూర్వకముగ రాజ్యమందు పట్టాభిషక్తులైన రాజులలో ఒక్కనిని గూడ అతడు బలిగొనని వానిని గాని, చెరలో పెట్టబడని వానిని గాని నేను చూడ లేదు

"యుధిష్ఠిరా! ఈ విధముగ జరాసంధుడు దాదాపు నూరు రాజ కులముల రాజులలో కొందరిని దప్ప తక్కిన యందరిని వశపరచుకొనినాడు ఇట్లుండగా అతిదుర్బలులైన రాజు అతనితో తలపడుటకు ఎట్లు సాహసించును? రుద్ర దేవతకు బలి యిచ్చుటకు గాను జలము ప్రోక్షించి మార్జనము చేసి, శుద్ధి చేయ బడిన పశువులు పశుపతి మందిరమునందు బంధింప బడినట్లు ఉన్న ఆ రాజులకు తమ జీవితముపై ఇప్పుడు యేమి ప్రీతి గలదు? క్షత్రియుడు యుద్ధమునందు అస్త్రశస్త్రముల చేత చంప బడినప్పుడే అతనికి సత్కారము కలదు. కనుక, మనము జరాసంధుని ద్వంద్వయుద్ధమున నందు చంపుదము.

"యుధిష్ఠిరా! జరాసంధుడిప్పుడు నూటికి ఎనుబది యారుగురు రాజులను చెరలో పెట్టియున్నాడు. ఇప్పుడు కేవలము నూటికి పదునాలుగురు రాజులు మాత్రము మిగిలి యున్నారు. వారిని గూడ నతడు చెరబట్టిన తరువాత, తన క్రూర కర్మ చేయుట కారంభించును అతని యీ క్రూర కర్మమందు విఘ్నమును కల్పించి, అతనిని జయించిన వాడు ఉజ్జ్వల మైన యశస్సు సంపాదించి తప్పక సమ్రాట్టు కా గలడు."

జరాసంధుని జయించుట యందు నిరుత్సాహము చూపిన యుధిష్ఠిరుని అర్జునుడు ప్రోత్సాహ పరచుట ·

"జనమేజయా! ఇట్లు శ్రీకృష్ణుడు చెప్పిన మాటలు విని ధర్మరాజు అతనితో ని ట్లనెను:-

"శ్రీకృష్ణా! నేను చక్రవర్తిగుణములను పొందు నిచ్ఛతో స్వార్థసాధనమందు తత్పరుడనై, కేవలము సాహసమునందు విశ్వాస ముంచి, జరాసంధుని కడకు మిమ్ము ఎట్లు పంపుదును? భీమార్జునులు నాకు రెండు కన్నులు. నీవో! నాకు మనస్సే అయియున్నావు కనుక, నా మనస్సును, నేత్రములను

పోగొట్టుకొనిన తరువాత నా యీ జీవితము ఎట్లు కానున్నది? జరాసంధుని సేనను జయించుట అతికఠినము. అతని పరాక్రమము భయంకర మైనది. యుద్ధమునందు అతని సేనను ఎదిరించి యమరాజుగూడ విజయము పొంద జాలడనగా, అక్కడ మీ ప్రయత్నము ఎట్లు సాగ గలదు? మీరు అతని నెట్లు జయించి నాకడకు తిరిగి రాగలరు? ఈ కార్యము మనము కోరిన ఫలమునకు విపరీతఫల మిచ్చునదిగా నాకు తోచు చున్నది ఈ పనికి పూనుకొనినవానికి తప్పక అనర్థము ప్రాప్తించ గలదు ఇంతవరకు మనము చేయ దలచిన రాజసూయ యజ్ఞమును చేయుట సముచితము కాదు. జనార్దనా! ఈ విషయములో నే నొక్కడనే యెట్లుయోచించగలను? నీవుగూడ విచారించి నిర్ణయింపుము. నాకైతే, ఈ కార్యము విడచుటయే మంచి దని తోచు చున్నది. రాజసూయానుష్ఠానము అతికఠినము. అది యిప్పుడు నా మనస్సును నిరుత్సాహపరచు చున్నది."

"జనమేజయా! ఇట్లు యుధిష్ఠిరుడు చెప్పగా విని గాండీవము, అక్షయ తూణీరములు, దివ్యరథ - ధ్వజములు కలిగి, మయసభను సంపాదించిన యర్జునుడు ఉత్సాహముతో యుధిష్ఠిరమహారాజుతో నిట్లనెను:-

"రాజా! లోకములో ధనుస్సు, శస్త్రములు, అస్త్రములు, బాణములు, పరాక్రమము ఉత్తమసహాయకులు, భూమి, యశస్సు, బలము-ఇవి యన్నియు అతి కఠినముగా లభించును కాని, ఈ దుర్లభవస్తువు లన్నిగూడ నాయిచ్ఛకు అనుకూలముగ నాకు లభించినవి ఉత్తమ కులమునందు పుట్టుటను విద్వాంసులు ప్రశంసించెదరు. కాని, అది గూడ బలముతో సమానము కాదు. నాకైతే, అన్నిటికన్న బలపరాక్రమములే శ్రేష్ఠము లని తోచు చున్నది.

"రాజా! మహా పరాక్రమముగ గల కృతవీర్యుని కులమునందు పుట్టి కూడ దుర్బలు డైన వాడు ఏమి చేయగలడు? దుర్బలకులోత్పన్ను డైనను బల పరాక్రమములు గలవాడే శ్రేష్ఠుడు. శత్రువులను జయించుటయందు ప్రవృత్తి గలవాడే అన్నివిధముల ఉత్తమ క్షత్రియుడు సర్వగుణశూన్యు డైనను, బలవంతుడు శత్రువుల సంకటములనుండి దాట గలడు. సర్వసంపన్ను డైనను దుర్బలుడు ఏమి చేయ గలడు? పరాక్రమమునకు ఇతర గుణము లన్నియు అంగము లై యుండును.

"మహారాజా! సిద్ధి (మనోయోగము)కి, ప్రారబ్ధమునకు అనుకూల మైన పురుషార్థమే విజయమునకు కారణ మగును. బలవంతు డైనను, ప్రమాదము (ఏమరుపాటు) వలన కర్తవ్య కర్మయందు మనస్సు పెట్టనియెడల, అతడు తన యుద్దేశమందు సఫలుడు కా జాలడు. ఏమరుపాటు అనెడి లోపము కారణముగా, బలవంతుడైన శత్రువు గూడ తన శత్రువులచే చంపబడును బలవంతునకు దైన్య ముండుట చాల పెద్ద దోషము. అట్లే, బలిష్ఠునకు మోహము ఉండుట కూడ గొప్ప దుర్గుణము . ఈ దైన్యమోహములు రెండున్ను వినాశమునకు కారణము లగును. కనుక విజయము కోరు రాజు ఈ రెంటిని విడువవలెను.

"మహారాజా! మన మొకవేళ రాజసూయ యజ్ఞ సిద్ధికొరకు జరాసంధుని వినాశము, చెరలో నున్న రాజుల రక్షణమును చేయ గలిగిన యెడల, ఇంత కంటె ఉత్తమ మైనది యేమి యుండ గలదు? ఒకవేళ, మనము యజ్ఞారంభము చేయనియెడల తప్పక మన అయోగ్యత, దుర్బలత్వము ప్రకటితము లగును. కనుక, నిశ్చిత మైన గుణమును ఉపేక్షించి, నీవు నిర్గుణత్వ మనెడు కళంకమును ఎందుకు స్వీకరించుచున్నావు? ఇట్లు చేసినయెడల, శాంతిని గోరు సన్న్యాసుల కాషాయ వస్త్రములే మనకు సులభము లగును. కాని, మనము సామ్రాజ్యమును పొందుటకు సమర్థులము కనుక, మనము శత్రువులతో తప్పక యుద్ధము చేయుదము!"

శ్రీకృష్ణుడు అర్జునుని మాట మెచ్చుకొని యుధిష్ఠిరునకు జరాసంధుని జన్మ కథ చెప్పుట :

"యుధిష్ఠిర మహారాజా! భరత వంశోత్పన్ను డైన పురుషునకు, కుంతి వంటి తల్లియొక్క పుత్రునకు ఉండ వలసిన బుద్ధినే అర్జును డిప్పుడు ప్రదర్శించెను. మృత్యువు ఎప్పుడు కలుగునో మనకు తెలియదు. రాత్రియా? పగలా? యనికూడ మన మెరుగము ఎందుకనగా,దాని సమయము ఎవరికిన్ని తెలియదు. యుద్ధము చేయ కుండుట చేత అమరు డౌనని కూడా మనము విన లేదు. కనుక, వీరుల కర్తవ్య మే మనగా, వారు సంతోషముతో నీతిశాస్త్రమునందు తెలుప బడిన నీతి ననుసరించి శత్రువులపై దాడి చేయవలెను

"రాజా! దైవము ప్రతికూలముగా లేకుండ మంచినీతి - ఉపదేశముల ప్రకారము ఆరంభింప బడిన కార్యము పరిపూర్ణముగా సఫలము కా గలదు. శత్రువుతో కలపడిన తరువాతనే ఇరుపక్షముల యంతరము తెలియ గలదు. రెండు దళములు గూడ అన్ని విషయములలో సమానము లై యుండుట గూడ అసంభవము. మంచినీతిని అనుసరించక శ్రేష్ఠ మైన యుపాయము చేత పని చేయని వానికి యుద్ధమునందు సర్వవిధముల వినాశము కలుగును. ఇరు పక్షములు సమానము లైన యెడల, రెండింటికి జయ-పరాజయములు కలుగవు.

"రాజా! మనము నీతిని ఆశ్రయించి శత్రువు సమీపమునకు పోయినప్పుడు నదీవేగము తీరము నందలి వృక్షములను నష్టపరచినట్లే శత్రువును ఎందుకు అంత మొందింప జాలము? మనము మన లోపములను కప్పిపెట్టుకొని, శత్రువు లోపములను కనిపెట్టి, సమయము రాగానే అతనిపై ఆక్రమణము చేయుదము. సేనలు వ్యూహముగ నిలిపికొనిన యత్యంత బలవంతు లైన శత్రువులతో ఎదురు పడి యుద్ధము చేయ గూడదు ఇది బుద్ధిమంతుల నీతి. ఈ నీతియే నాకు మంచి దని తోచుచున్నది. మనము ప్రచ్ఛన్నముగ శత్రువు నింటివరకు పోయి శత్రువుపై, ఆక్రమణము చేసి, మన పని నెరవేర్చుకొనెదము.

"రాజా! జరాసంధుడు ప్రాణులలో నున్న యాత్మవలె ఎల్లప్పుడు తానొక్కడే సామ్రాజ్యలక్ష్మిని అనుభవించు చున్నాడు. కనుక, అతడు ఏ యుపాయము చేత గూడ నశింప డని తోచు చున్నది అతని వినాశమునకు మనము ప్రయత్నము చేయ వలసి యుండును. లేదా, ఒకవేళ జరాసంధుని సంహరించి అతని పక్షమునందు మిగిలి యున్న సైనికులచేత మనము గూడ చంప బడిన యెడల మనకు ఏమాత్రము హాని లేదు మన స్వజాతి సోదరుల రక్షణమునకు ప్రాణత్యాగము చేసి యుండుటచేత మనకు స్వర్గమే లభించ గలదు.''

"జనమేజయా! ఈ విధముగా శ్రీకృష్ణుడు చెప్పిన తరువాత, అతనితో యుధిష్ఠిరుడు, 'శ్రీకృష్ణా! ఈ జరాసంధు డెవడు? ఇతని బల-పరాక్రమము లెటు వంటివి? ఇతడు ప్రజ్వలితాగ్నివంటి నీ స్పర్శచేత గూడ మిడుతవలె భస్మము కాక ఎందు కున్నాడు?' అని యడుగగా, శ్రీకృష్ణ డతనితో 'రాజా! జరాసంధుని బలపరాక్రమము లెటువంటివో ఇతడు పలుసార్లు మాకు అప్రియము చేసినను

మేము అతనిని ఎందుకు ఉపేక్షించితిమో, ఆ విషయము లన్నియు చెప్పెద వినుము'.

"యుధిష్ఠిరా! మగదేశమందు బలవంతు డైన 'బృహద్రథుడు' అనునొక సుప్రసిద్ధ రాజు రాజ్యము చేయు చుండెను. అతనికి మూడు అక్షౌహిణీలసేన లుండెను. అతడు మిక్కిలి స్వాభిమానముతో యుద్ధము చేయగలవాడు. ఆ బృహద్రథరాజు మహారూప - ధన - బల - పరాక్రమ సంపన్నుడు. అతడు రెండవ యింద్రునివలె యజ్ఞదీక్షా చిహ్నములతో శోభిల్లు చుండెను. బృహద్రథుడు తేజస్సులో సూర్యునకు, ఓర్పులో పృథివికి, క్రోధమునందు యమరాజునకు, ధన సంపత్తిలో కుబేరునకున్ను సమానుడుగా నుండెను.

"యుధిష్ఠిరా! సూర్యకిరణములచేత సమస్త పృథివి ఆచ్ఛాదింప బడినట్లే అతని యుత్తమ గుణములచేత సమస్త భూమండలము వ్యాపించి యుండెను. అంతటగూడ అతని గుణములను గూర్చి ప్రశంసింప బడు చుండెను. మహా పరాక్రమశాలి యైన బృహద్రథుడు, రూప - సౌందర్యములచేత అపూర్వముగ శోభిల్లునట్టి కాశిరాజు పుత్రిక లిరువురను వివాహము చేసికొని ఏకాంతమునందు ఇద్దరు భార్యలతో 'నేను మీ యిరువురితో ఎప్పుడుగూడ విషమముగా వ్యవహరించను. ఇరువురిని సమాన ప్రేమముతో చూచు చుండెదను' అని ప్రతిజ్ఞ చేసెను. రెండు కరిణులతో, గజరాజు శోభిల్లునట్లే బృహద్రథుడు తన ప్రియ పత్ను లిరువురితోను కలిసి శోభిల్లు చుండెను.

"రాజా! బృహద్రథుడు ఆ యిరువురి భార్యల నడుమ నున్నప్పుడు గంగా - యమునల నడుమ మూర్తిమంతు డై యున్న సముద్రునివలె శోభిల్లు చుండెను ఇట్లు విషయోప భోగములందు మునిగి యున్న బృహద్రథుని యౌవన మంతయు గడచెను కాని, అతనికి వంశకరు డైన పుత్రుడు పుట్ట లేదు. అప్పు డారాజు అనేక శుభకార్యములు, హోమములు, పుత్రకామేష్టి యాగమున్ను చేయించినను వంశాంకురము పుట్ట లేదు

"రాజా! ఇట్లుండగా నొకనాడు బృహద్రథుడు," గౌతమగోత్రీయుడు, మహాత్ముడు, కాక్షీవంతునిపుత్రుడు, పరమోదారుడు నైన 'చండకౌశిక' మహా

ముని తపస్సు ముగించుకుకొని అకస్మాత్తుగా అచటికి వచ్చి ఒక చెట్టుక్రింద కూర్చొని యున్నాడు' అని వినిఇద్దరుభార్యలతో, పౌరులతోను చండకౌశికుని కడకు పోయి, వివిధరత్నములను (మునిజనులకు ఉచితము లైన ఉత్తమవస్తువులు) కానుక లుగా సమర్పించి ఆ మునిని సంతుష్టుని జేసెను.

"రాజా! అప్పు డామహర్షిగూడ యథోచితముగ రాజును ప్రసన్నుని చేసెను. తనయాజ్ఞచేత తనకడ కూర్చొనియున్నఆరాజును ఆ ముని, 'రాజా! నీవు ఏ యుద్దేశముతో సపరివారముగా నిక్కడకు వచ్చితివి?' అని యడుగగా, ఆ రాజు ఇ ట్లనెను :-

"భగవన్! నాకు పుత్రులు లేరు. పుత్రహీనుని జన్మము వ్యర్థ మనెదరు. ఈ వృద్ధావస్థలో పుత్రహీనుడ నైననాకు రాజ్యముతో ప్రయోజన మేమి? కనుక, నేను నా భార్యలతో తపోవనమునందు తపస్సు చేయు చుండెదను. మహాత్మా! సంతానహీనునకు ఈలోకమునందు కీర్తి, పరలోకమునందు స్వర్గమున్ను లభించదుగదా?"

"యుధిష్ఠిరా! బృహద్రథుడు ఇ ట్లడుగగా చండకౌశికమహాముని యత నితో ని ట్లనెను :-

"రాజేంద్రా! నేను నీయెడల సంతుష్టుడ నైతిని. నీ యిష్టమైన వరము కోరుకొనుము" అని యనగా, బృహద్రథుడు తనభార్యలతోపాటు ఆ మహాముని చరణములపై పడి పుత్రప్రాప్తియందు నిరాశు డై యుండుటచేత కన్నీరుగార్చుచు గద్గదవచనముతో ని ట్లనెను :-

"భగవన్! నేనైతే, యిప్పుడు రాజ్యము విడిచి తపోవనమునకు పోవు చున్నాను. ఇట్టిదౌర్భాగ్యవంతుడ నై సంతానహీనుడ నైన నాకు వరముతోగాని, రాజ్యముతోగాని అవశ్యకత యే మున్నది?"

"యుధిష్ఠిరమహారాజా! ఇట్లు పిరికివానివలె మాట్లాడు చున్నబృహద్రథుని మాట విని చండకౌశికుడు క్షోభిల్లెను. అతని హృదయము కఱగెను అప్పు డతడు ధ్యానస్థు డై ఆ మామిడి చెట్టు క్రిందనే కూర్చొని యున్నప్పుడు ఆ మహా ముని

యొడిలో ఒక మామిడి పండు పడెను. అది వాయువు చేత పడ లేదు. దానికి చిలుక ముక్కు చేత ఛిద్రములు పడ లేదు. అప్పు డా మహాముని ఆ పండును తీసికొని, అభి మంత్రించి, పుత్ర ప్రాప్తి కొరకు బృహద్రధ రాజునకు ఇచ్చి అతని ని ట్లనెను :

"రాజా! నీ మనోరథము నెరవేరినది. ఇక నీ రాజధానికి తిరిగి పొమ్ము. ఈ ఫలము నీకు పుత్ర ప్రాప్తి కలిగించును. ఇక నీవు వనమునకు పోయి తపస్సు చేయకుము. ధర్మముతో ప్రజా పాలనము చేయుము. ఇదియే రాజుల ధర్మము. అనేక యజ్ఞముల చేత భగవంతుని పూజించుము. సోమరసము చేత ఇంద్రుని తృప్తి పరచుము. పుత్రుని రాజ్య సింహాసనము నందు కూర్చొన బెట్టి వానప్రస్థా శ్రమమునకు రమ్ము. నేను నీ పుత్రునకు ఎనిమిది వరములు ఇచ్చెదను :

1) అతడు బ్రాహ్మణ భక్తుడగును 2) యుద్ధమునందు అజేయు డగును. 3) అతనికి యుద్ధమునం దభిలాష ఎప్పటికిన్ని తగ్గదు. 4) అతడు అతిథులను ప్రేమించును. 5) దీనులను, దుఃఖితులను దయతో చూచును 6) అతని బలము చాల గొప్పదిగా నుండును. 7) లోకమునందు అక్షయ మైన కీర్తి విస్తరిల్లును. 8) అతడు ప్రజలపై ఎల్లప్పుడు స్నేహము గలవా డై యుండును."

"యుధిష్ఠిరా! చండకౌశిక మహా ముని ఇట్లు బృహద్రథునకు పుత్రుని, ఎనిమిది వరములను ప్రసాదించిన తరువాత, ఆ రాజు ఆ మునికి నమస్కరించి తనయింటికి పోయెను. సకాలమునందు ఆ రాజు తన ఇరువురు భార్యలకు ఆ ఒక్క పండునే ఈయగా, వారు దానిని రెండుభాగములు చేసి, చెరియొకటి భక్షించిరి. భవితవ్యము తప్పక జరిగి తీరును. మునియొక్క సత్యవాక్యప్రభావముచేత ఆ పండు తినుట వలనఇద్దరు భార్యలున్ను గర్భవతులగుట చూచి రాజు మిక్కిలి సంతోషించెను.

"యుధిష్ఠిరా! ఆ యిరువురకు ప్రసవ కాలమందు సగము - సగము శరీరపు తునుకలు పుట్టెను. ఒక్కొక్క భాగమునందు, ఒక్కొక కన్ను, చెయ్యి, కాలు, సగము సగము కడుపు, ముఖము, నడుము క్రిందిభాగమునందు సగము

సగము భాగములుగను పుట్టిన ఆ శరీరశకలములను రెంటిని చూచి ఆ తల్లులు భయపడి వణక జొచ్చిరి. ఆ యబలలు భయముతో దుఃఖించుచు ఇద్దరు సంప్రదించుకొని ప్రాణము గల ఆ రెండు శకలములను విడిచిరి. ఆ యిరువురి దాదులు ఆ రెండు తునుకలను బట్టతో చుట్టి బయటకు పోయి, చతుష్పథమునందు పారవేసి పోయిరి.

"యుధిష్ఠిరా! అక్కడ పడి యున్న ఆ రెండు శరీర ఖండములను రక్తమాంసఖాదిని యైన 'జర'యను నొకరాక్షసి పై కెత్తి విధి విధానము చేత ప్రేరితురా లై ఆ రెంటిని సౌకర్యముతో తీసికొనిపోవుటకుగాను ఒకటిగా చేర్చెను. అవి ఒకటిగా చేరగనే శరీరధారు డైన యొక వీరకుమారు డాయెను. అది చూచి ఆ రాక్షసికి ఆశ్చర్యము కలిగెను. ఆ శిశువు వజ్రసారముతో చేయ బడినట్లు మిక్కిలి బరువుగా నుండుటచేత ఆ రాక్షసి ఆ శిశువు నెత్తుకొని పోవ జాల కుండెను. ఆ శిశువు ఎఱ్ఱనిచేతులపిడికిలి నోటిలో పెట్టుకొని మిక్కిలి క్రోధముతో జలధరితమేఘమువలె గంభీర స్వరముతో ఏడ్వ జొచ్చెను.

"యుధిష్ఠిరా! ఆ శిశువు యొక్క ఏడ్పుధ్వని చేత రాజాంతఃపురస్త్రీలందరు భయపడి రాజుతోపాటు హఠాత్తుగా బయటకు వచ్చిరి. అప్పుడు పుత్రప్రాప్తియందు ఆశ విడిచి, వాడిన ముఖములు గల యిద్దరు రాణులుగూడ పాలు నిండిన పాలిండ్లతో బయటకు వచ్చి నిరుత్సాహముతో నుండుట, రాజు సంతానమునం దుత్సుకు డై యుండుట, ఆ బాలకుడు అత్యంత బలశాలి యై యుండుటయు చూచి ఆరాక్షసి 'నేను ఈ రాజ్యములో నున్నాను. ఇతనికి పుత్రేచ్ఛ గలదు. కనుక, ధర్మాత్ము డైన యీ రాజుయొక్క పుత్రుని హత్య చేయుట నాకు తగదు!" అని నిశ్చయించి మానవీరూపముతో మేఘమాల సూర్యుని ధరించినట్లే ఆ బాలకుని ఒడిలో నెత్తుకొని ఆ రాజుతో 'బృహద్రథా! ఇతడు నీ పుత్రుడు. నీకు ఇచ్చు చున్నాను, గ్రహింపుము. బ్రహ్మర్షివరముచేత నీయిరువురి భార్యల గర్భములనుండి ఈశిశువు జనించెను. దాదులు ఈ శిశువును ఇంటిబయట పారవేయగా నేను రక్షించితిని' అవి చెప్పెను.

"యుధిష్ఠిరా! వెంటనే కాశిరాజుభార్య లిద్దరు ఆ బాలకుని ఒడిలో తీసికొని చనుబాలచేత తనిపిరి ఇది యంతయు చూచి బృహద్రథునకు అత్యంతహర్షము

కలిగెను. అతడు సువర్ణకాంతి గలిగి, రాక్షస స్వరూపము లేనట్టి యారాక్షసితో 'కల్యాణీ! నాకు పుత్రదానము చేసిన నీ వెవతెవు? స్వేచ్ఛగా సంచరించు దేవతవుగా నీవు కనపడుచున్నావు' అని యనెను."

జరారాక్షసి తననుగూర్చి తెలుపుట - ఆమెపేరుతోనే ఆ బాలకుని నామకరణము చేయుట:-

"బృహద్రథమహారాజా! నీకు శుభ మగుగాక! నాపేరు జర. నేను కోరిన రూపము ధరించు రాక్షసిని. నీయింటిలో పూజింప బడుచు సుఖముగా నున్నాను. నేను మనుష్యుల ప్రతియింటిలోను సర్వదా యుండెదను. నేను పేరునకు రాక్షసినే కాని, పూర్వకాలమందు బ్రహ్మదేవుడు నన్ను 'గృహదేవత' యనుపేరుతో సృష్టించెను. ఆ దేవుడు నన్ను దానవులవినాశముకొరకు నియోగించెను. నేను దివ్యరూపము ధరించుదానను. ఎవడు తనయింటిగోడపై అనేకపుత్రులుగల స్త్రీరూపములో భక్తితో నా చిత్రమును వ్రాసి పూజించునో, అతనియింటిలో ఎల్లప్పుడు అభివృద్ధి కలుగును. అట్లు చేయనివానికి హాని కలుగును. రాజా! నేను నీ యింటిలో ఉండి సర్వదా పూజింప బడు చున్నాను.

"రాజా! నీయింటిగోడపై అనేకపుత్రులతో గూడిన నాచిత్రము వ్రాయ బడియున్నది ఆ నాచిత్రమునకు గంధ-పుష్ప-దీప-ధూప-భక్ష్య-భోజ్యాదులతో పూజా-నైవేద్యములు జరుగు చున్నవి, కనుక, నీయింటిలో జరుగు నాపూజకు బదులుగా నీకు ఏదైన యుపకారము చేయ వలె నని సర్వదా యోచించు చుంటిని ధర్మాత్మా! నేను నీ పుత్రుని రెండు శరీర శకలములు చూచి వానిని జోడించి యిచ్చితిని. దైవికముగా నీ భాగ్యవశముననే ఆ రెండు శరీర ఖండములు కలియుట చేత, ఈ రాజకుమారుడు ప్రకటితు డయ్యెను. నే నిందులో కేవలము నిమిత్తమాత్రమే అయియున్నాను.

"రాజా! ఇక నీవు ఇప్పుడీ బాలకునకు అవశ్యకములైన సంస్కారములు చేసికొనుము. ఈ బాలకుడు ప్రపంచమునందు నాపేరుతోనే ప్రఖ్యాతు డగును నాకు సుమేరు పర్వతమును గూడ మ్రింగుశక్తి కలదు కనుక, నీ యీ బాలకుని భక్షించుట నాకు పెద్ద విషయము కాదు కాని, నీ యింటిలో నాకు జరుగు పూజ చేత సంతుష్టురాలనై, నే నీ బాలకుని నీకు సమర్పించితిని "

"యుధిష్ఠిర మహారాజా! యిట్లు చెప్పి జరా రాక్షసి అక్కడనే అంతర్ధానము చెందెను. బృహద్రథ మహారాజు ఆ బాలకుని తీసికొని తన భవనమునకు పోయి, అతనికి ఆవశ్యకము లైన జాతకర్మాది సంస్కారములను చేసి, మగధ దేశమందు జరా రాక్షసిని గృహ దేవతగా నిలిపికొని, పూజలు, మహోత్సవములు జరుపుటకు ఆజ్ఞ యిచ్చెను.

"యుధిష్ఠిరా! బృహద్రథుడు ఆ బాలకుని శరీర శకలములు రెండు జరా రాక్షసి సంధించెను కనుక, అతనికి 'జరాసంధ' నామకరణము చేసెను. ఆ బాలకుడు తల్లిదండ్రులను ఆనంద పరచుచు, మంచి స్వరూపము, బలము కలవా డై ఆజ్యాహుతి చేత ప్రజ్వలించు అగ్నివలె, శుక్లపక్షచంద్రుని వలెను, ప్రతిదిన ప్రవర్ధమాను డగు చుండెను." ఇట్లు చెప్పి, శ్రీకృష్ణుడు తరువాత కథ యుధిష్ఠిరునకు చెప్ప దొడగెను:-

చండకౌశికముని జరాసంధుని భవిష్యత్తు చెప్పుట - అతనికి తండ్రి రాజ్యాభిషేకము చేసి, వనమునకు పోవుట :

"యుధిష్ఠిరా! కొంతకాల మైన తరువాత చండకౌశిక మహాముని మరల మగధ దేశమునకు వచ్చెను. ఆ మహాముని యాగమనముచేత బృహద్రథునకు మిక్కిలి సంతోషము కలిగి, సపరివారముగా ఆ ముని కడకు పోయెను. ఆయనకు అర్ఘ్యపాద్యాదులతో పూజ సలిపి, తన రాజ్యమును పుత్రసహితముగా అతని యధీనము చేసెను. అప్పుడు, ఆ మహాముని సంతుష్టు డై బృహద్రథునితో నిట్లనెను.

"రాజా! జరాసంధుని జన్మము నుండి ఇంతదాక, జరిగిన విషయము లన్నియు దివ్యదృష్టిచేత నేను తెలిసికొనినాను ఇక నిప్పు డతని భవిష్యత్తును గూర్చి చెప్పెద వినుము ఈ బాలకునకు రూప - శక్తి - బల - ఓజస్సులు విశేషముగా కలుగును. సామ్రాజ్య లక్ష్మీ సంపన్ను డగును తన పరాక్రమము చేత తాను కోరిన సమస్త వస్తువుల నితడు పొందగలడు ఎగురు చున్న గరుడ పక్షి వేగమును ఇతర పక్షులు పొందజాలనట్లు బలవంతుడైన ఈ రాజకుమారుని శౌర్యమును ఇతర రాజులు అనుసరింప జాలరు. ఇతనితో శత్రుత్వము చేసిన వారు నశించెదరు.

"రాజా! నదీవేగము పర్వతమును బాధించనట్లే, దేవతలు ప్రయోగించిన శస్త్రాస్త్రములు గూడ ఇతనిని గాయపరచ జాలవు. ఇతడు రాజ్యాభిషిక్తులైన రాజు లందరిపైన ప్రకాశించు చుండ గలడు. సూర్యుడు, సమస్త గ్రహ నక్షత్రముల కాంతిని హరించునట్లే ఈ రాజకుమారుడు రాజులందరి తేజస్సును తిరస్కరించ గలడు. మిడుతలు అగ్నిలో పడి భస్మమైనట్లు, రాజులు గూడ ఇతని నెదిరించగనే సైన్య - వాహన సహితముగా నశించ గలరు. ఇతడు సమస్త రాజులు సంపాదించిన ధనసంపదను, వర్షాకాలము నందు పెరిగిన నద - నదీ జలములను సముద్రుడువలె తన యధికారములో తీసికొనగలడు.

"రాజా! మహాబలశాలి యైన యీ రాజకుమారుడు నాలుగు వర్ణముల ప్రజలను ఆశ్రయము, అన్ని ధాన్యములను ధరించు భూమి శుభాశుభము లన్నింటికి ఆశ్రయ మిచ్చినట్లు, ఈయగలడు సమస్త ప్రాణుల యాత్మలు వాసుదేవునకు అధీనము లైనట్లే, రాజులందరు ఇతని యాజ్ఞకు వశు లయ్యెదరు. ఈ మగధరాజు ప్రపంచమునం దంతట మిక్కిలి బలవంతుడై త్రిపురాసుర నాశకుడు, సర్వదుఃఖహంతయు నైన మహాదేవరుద్రుని ఆరాధించి ప్రత్యక్ష దర్శనము చేయగలడు."

"యుధిష్ఠిరా! యిట్లు చెప్పి, చండకౌశిక మహాముని బృహద్రథుని వీడుకొలిపెను. తరువాత, బృహద్రథుడు తన రాజధానికి పోయి, తన జ్ఞాతులతో, బంధువులతోను కలిసికొని, జరాసంధునకు రాజ్యపట్టాభిషేకము చేసి, మిక్కిలి సంతుష్టు డాయెను పట్టాభిషేకానంతరము తన యిరువురు భార్యలతో నతడు తపోవనమునకు పోయెను తల్లిదండ్రులు అట్లు వానప్రస్థాశ్రమమునకు పోయిన తరువాత జరాసంధుడు రాజులందరిని వశపరచుకొనెను."

"జనమేజయా! అట్లు బృహద్రథుడు చాలా కాలము తపస్సు చేయుచు తన భార్యలతో స్వర్గవాసి యయ్యెను. ఇక్కడ జరాసంధుడు గూడ చండకౌశిక ముని చెప్పినట్లు శంకరభగవానుని నుండ అన్ని వరములు పొంది రాజ్యము పాలించు చుండెను. శ్రీకృష్ణుడు జరాసంధుని యల్లుడైన కంసుని చంపిన తరువాత జరాసంధునకు కృష్ణునితో అధికముగా విరోధము కలిగెను. ఆ కారణముచేత బలవంతుడైన జరాసంధుడు తన గదను తొంబది తొమ్మిదిసార్లు త్రిప్పి

'గిరివ్రజ' పట్టణము నుండి మధురా పట్టణము వైపు విసరివేసెను. అప్పుడు శ్రీకృష్ణుడు మధురలోనే యుండెను. ఆ గద తొంబది తొమ్మిది యోజనముల దూరము పోయి, మధురలో పడెను. అది చూచి పురవాసులు శ్రీకృష్ణునకు తెలిపిరి. మధురాపట్టణ సమీపమునందు ఆ గద పడిన చోటికి 'గదావసానము' అను పేరు ప్రసిద్ధముగ నేర్పడెను.

"జనమేజయా! జరాసంధునకు ఆలోచనము చెప్పువారు, బుద్ధిమంతులు, నీతిశాస్త్ర నిపుణులు నైన హంసుడు, - డింభకుడు, అను పేర్లు గల యిద్దరు మంత్రులు ఉండిరి. వారికి ఏ శస్త్రములచేత గూడ మరణము లే కుండెను. ఆ హంస - డింభకులను గూర్చి నీకు పూర్వమే చెప్పితిని, ఆ ముగ్గురు కలిసి, మూడులోకములను ఎదురించుటకు సమర్థు లై యున్నారు. ఈ కారణము చేతనే అప్పుడు, బలవంతు లైనను, కుకుర - అంధక - వృష్ణివంశముల యోధులు జరాసంధుని ఉపేక్షించిరి.

"జనమేజయా! తరువాత శ్రీకృష్ణుడు యుధిష్ఠిరునితో నిట్లనెను:-

యుధిష్ఠిరుని సమ్మతిపై భీమార్జునుల మగధ దేశయాత్ర :-

"ధర్మరాజా! జరాసంధుని ముఖ్యసహాయకు లైన 'హంస - డింభకులు' యమునానదిలో పడి సపరివారముగా మరణించిరి. ఇక, నిప్పుడు జరాసంధుని నాశనమునకు కాలము సమీపించినది యుద్ధమునం దతనిని సమస్త దేవదానవులు గూడ జయింప జాలరు. కనుక, అతనిని బాహుయుద్ధముతోనే జయించవలె నని తలచెదను నాప నీతి, భీమసేనునకు బలము ఉన్నవి. మా యిరువురను రక్షించుటకు అర్జును డున్నాడు దక్షిణాగ్ని - ఆహవనీయము - గార్హపత్యము అను త్రేతాగ్నులు యజ్ఞమును సిద్ధింప చేయునట్లు మేము ముగ్గురము కలసి జరాసంధుని వధించెదము. మేము ముగ్గురము ఏకాంతమునందు జరాసంధునితో కలిసినప్పుడు అతడు మా ముగ్గురిలో నొకనితో ద్వంద్వయుద్ధము చేయుటకు తప్పక అంగీకరించును.

"యుధిష్ఠిరా! అవమాన భయముచేత జరాసంధుడు మహాయోధు డైన భీమసేనునితో యుద్ధము చేయు లోభము వలన తన బాహుబలదర్పము చేత త్రుళ్ళి

పడుచు, తప్పక భీమసేనునితోనే యుద్ధము చేయుటకు ఉద్యుక్తు డగును. సమస్త జగద్వినాశమునకు ఒక యమరాజు మాత్రమే చాలినట్లు మహాబాహుబలసంపన్ను డైన భీమసేను డొక్కడే జరాసంధుని వధకు చాలును. నీకు నాయభిప్రాయ మెరిగి, నాయందు విశ్వాస మున్నయెడల వెంటనే భీమార్జునులను నాకు న్యాసము (ఇల్లడ)గా నొప్పగింపుము."

"జనమేజయా! ఇట్లు శ్రీకృష్ణభగవానుడు చెప్పగా, అక్కడి నిలిచియున్న భీమార్జునుల ముఖములు ప్రసన్నము లయ్యెను అప్పు డాయిరువురను చూచి, యుధిష్ఠిరుడు శ్రీకృష్ణునితో ని ట్లనెను:-

"అచ్యుతా! నీవు ఇట్లు అన వద్దు. నీవు పాండవులందరకు స్వామివి, రక్షకుడవు. మేము నీ శరణు జొచ్చితిమి. నీ మాటయే బా గున్నది. రాజ్యలక్ష్మి విముఖ మైనవారి యెదుటకు నీవు రానేరావు. నీ యాజ్ఞానుసారముగ నడచినంత మాత్రముచేత జరాసంధుడు చంప బడినట్లు, అతడు చెరబట్టిన రాజులందరు విముక్తు లైనట్లు, నారాజసూయ యాగముగూడ పరిపూర్ణ మైనట్లున్ను తలచు చున్నాను.

"పురుషోత్తమా! ఈ కార్యము లన్నియు త్వరగా నెరవేరుటకు నీవు జాగ్రత్తగా, ఉపాయము చేయుము. ధర్మార్థ కామ రహితుడు రోగములతో దుఃఖితుడై, జీవితముపై ఆశ విడిచినట్లే నేనుగూడ మీ ముగ్గురు లేక జీవింపజాలను. కృష్ణుడు లేక అర్జునుడు, అర్జునుడు లేక కృష్ణుడు ఉండజాలరు. కృష్ణనామధారు లైన మీ యిరువురు వీరులకు అజేయ మైనది ప్రపంచమునందు ఏదియు లే దని నా విశ్వాసము

"కృష్ణా! మహాబలశాలి యైన వీరభీమసేనుడు గూడ మీ యిరువురతో కలిసినచో ఏ కార్యము చేయ జాలడు? సమర్థు డైన సేనాపతిచేత నడప బడిన సేన మహాకార్యము చేయును. అట్లు లేని సేన అంధము, జడము అని యనెదరు. కనుక, నీతి నిపుణులైన వారే సేనను నడప వలెను నిమ్నముగా నున్న నేల వైపే జలమును ప్రవహింప జేసెదరు ఛిద్రము లున్నచో గూడ జలమును ప్రవహింప జేసెదరు. ఇవి బుద్ధిమంతుల లక్షణము. ఈ విధముగనే మీరు గూడ కార్య

సాధనము నందు ఏది సుకరమో అట్లే చేయుకు కనుకనే మేము నీతి విధానము నెరిగిన ప్రపంచ ప్రఖ్యాత మహా పురుషుడైన శ్రీ గోవిందుని శరణు జొచ్చి కార్య సిద్ధికి ప్రయత్నించెదము. కార్యసిద్ధి ప్రయోజనము సిద్ధియు కలుగుటకు సమస్త కార్యము లందున్న బుద్ధి-నీతి-బల-ప్రయత్న-ఉపాయములు గల శ్రీ కృష్ణునే ముం దిడుకొని అందరు కార్యములు చేయుట యుచితము. యదు శ్రేష్ఠా! ఈ విధముగనే సర్వ కార్యముల సిద్ధి కొరకు నిన్ను ఆశ్రయించుట అవశ్యకము అర్జునా! నీవు శ్రీ కృష్ణుని అనుసరింపుము. నిన్ను భీమసేనుడు అనుసరింప గలడు. నీతి-విజయము-బలము-ఈ మూడున్ను కలిపి పరాక్ర మించిన వానికి తప్పక కార్యసిద్ధి కలుగును."

"జనమేజయా! యుధిష్ఠిరు డిట్లు చెప్పిన తరువాత మహా పరాక్రమ సంపన్ను లైన శ్రీ కృష్ణార్జున భీమసేనులు ముగ్గురు కలిసి జరాసంధుని ఎదు రించుటకు అతని రాజధానికి పోయిరి వారు స్నాతక వ్రతమునం దున్న బ్రాహ్మణులవలె వస్త్రములు ధరించి క్షత్రియ రూపమును దాచుకొని ప్రయాణము చేయునప్పుడు వారి మిత్రులు వారిని అభినందించిరి.

"జనమేజయా! జరాసంధుని యందలి కోపము చేత ఆ ముగ్గురు ప్రజ్వలితాగ్నులవలె నుండిరి. స్వజాతి సోదరుల యుద్ధారము కొరకు వారి తేజస్సు అట్లు ప్రకటిత మయ్యెను. అప్పుడు సూర్యచంద్రాగ్నుల వంటి తేజస్సు గల ఆ ముగ్గురి స్వరూపములు మిక్కిలి భాసిల్లు చుండెను. యుద్ధము నందు ఎప్పుడు గూడ పరాజయము పొందని నరనారాయణావతారు లైన శ్రీకృష్ణార్జునులు భీమసేనుని ముం దిడుకొని పోవుట చూచి, జరాసంధుడు తప్పక చంప బడునని యుధిష్ఠిరునకు నిశ్చయ మేర్పడెను. ఎందు కనగా, ఆ యిరువురు మహాత్ములు నిమేష - ఉన్మేషముల నుండి మహాప్రళయ కాలపర్యంతము అన్ని కార్యములను నియమించుచు ధర్మార్థ కామములను సాధించువారని అయా కార్యముల యందు నియమించు ఈశ్వరు లైన నరనారాయణులు కదా!

"జనమేజయా! ఆ ముగ్గురు - కృష్ణార్జున భీమసేనులు కురుదేశము నుండి బయలుదేరి కురు జాంగలము నడిమినుండి పోవుచు రమణీయ మైన పద్మ సరో వరము చేరిరి. తరువాత, కాలకూట పర్వతము దాటి 'గండకీ - మహాశోణ -

సదానీరా' నదులను 'ఏక పర్వతక' ప్రదేశము నందలి నదుల నన్నింటిని క్రమముగా దాటుచు ముందుకు సాగి పోయిరి. దానికంటె పూర్వము వారు మార్గమునందు సరయూ నది దాటి పూర్వ కోసల ప్రదేశమునకు పోయి, ఆ దేశమునుండి అనేక నదులను చూచుచు మిథిలా నగరమునకు పోయి, అక్కడి నుండి 'గంగా - శోణ - భద్ర' నదులను దాటి ఆ వీరులు పూర్వాభిముఖులై పోవ బొచ్చిరి.

"జనమేజయా! వారు కుశములను, నారచీరలను ధరించి యుండిరి. మగధక్షేత్రము యొక్క సీమను చేరి సర్వదా గోధనముచేత నిండి జలపరిపూర్ణమై, సుందర వృక్షశోభిత మైన 'గోరధ' పర్వతముపైకి పోయి మగధ రాజధానిని చూచిరి.

"అప్పుడు శ్రీకృష్ణుడు అర్జునునితో ని ట్లనెను:-

శ్రీకృష్ణుడు మగధ రాజధానిని ప్రశంసించుట - చైత్యక పర్వతశిఖరములను భేరీలను పగులగొట్టి ఆముగ్గురి రాజభవనప్రవేశము - కృష్ణ - జరాసంధుల సంవాదము:-

"కుంతీనందనా! ఈ మగధరాజధాని ఎంత శోభాయమానముగ నున్నదో చూడుము. ఇక్కడ అధికపశుసంపద ఉండి, నిరంతరపరిపూర్ణజలసౌకర్యము కలిగి, రోగ-వ్యాధులులేకుండ, సుందరము లైనమేడలతో నిండి ఈ నగరము మిక్కిలి మనోహరముగ నున్నది. ఇక్కడ విహరించుటకు తగిన 'విపుల - వరాహ - వృషభ - (ఋషభ) - ఋషిగిరి (మాతంగ)-చైత్యకములు అనెడు ఐదుపర్వతములు గలవు. పెద్ద-పెద్దశిఖరములు గల యాసుందరపర్వతములు శీతలచ్ఛాయావృక్షములచేత శోభిల్లుచు ఒండొంటిని ఒరసికొనుచు 'గిరివ్రజ' నగరమును రక్షించు చున్నవా యనున ట్లున్నవి.

"అర్జునా! అక్కడ అనేకము లైన లోధ్ర (లొద్దుగు) వృక్షముల మనోహరవనములు ఆ యైదుపర్వతములను కప్పి యున్నవి. ఆ వృక్షశాఖాగ్రములందంతట పుష్పములే కనపడు చున్నవి ఈ సుగంధిలోధ్రవనము కాముకులకు అతి

ప్రియ మైనది. ఇక్కడనే అత్యంతకఠోరతపోవ్రతపాలనము చేయు 'గౌతమ' మహాముని ఉశీనరదేశీయ శూద్రజాతిస్త్రీగర్భమునుండి 'కాక్షీవంతుడు' మొదలైనపుత్రులను కని యుండెను. ఈకారణముచేతనే ఆ గౌతమముని రాజులప్రేమచేత ఆశ్రమమునందు ఉండి మగధదేశరాజవంశమును సేవించు చున్నాడు. పూర్వము అంగ - వంగాదిరాజులుగూడ గౌతమమునియింటినుండి వచ్చి ఇక్కడ నుండిరి.

"పార్థా! గౌతమాశ్రమసమీపమునందు శోభిల్లు చున్న పిప్పల(రావి) - లోధ్రవృక్షముల సుందరవనపంక్తులను చూడుము. ఇక్కడ 'అర్బుదము' - 'చక్రవాపి' అను పేర్లు గల రెండుసర్పము లున్నవి. అవి శత్రుసంతాపకరములు. ఇక్కడనే 'స్వస్తిక'యొక్క, 'మణి' నాగముయొక్కయు భవనములు గలవు. మనువు మగధదేశవాసులను మేఘములకు అనుగ్రహింపదగినవారినిగా చేసెను. కనుక, అక్కడ మేఘములు సర్వదా సకాలములందు యథేష్టముగా వర్షములు కురియును. చండకౌశికముని, మణిమంతుడను నాగరాజుగూడ మగధదేశముపై ననుగ్రహముతో నున్నారు. పూర్వము నేను చెప్పిన యైదుపర్వతములపై సిద్ధులందరియొక్క విశాలభవనములు, యతుల - మునుల - మహాత్ముల యనేకాశ్రమములు నున్నవి.

"అర్జునా! మహాపరాక్రమశాలు రైన 'వృషభ-తమాల' నామకులు, గంధర్వులు, రాక్షసులు, నాగులుగూడ ఇక్కడ నివసించుచు ఈ పర్వతముల శోభను వృద్ధి పొందించు చుండెదరు. ఈవిధముగా నలువైపుల ఎవరికిని ప్రవేశించుటకు అసాధ్యమైన యీ రమణీయనగరమును పొంది జరాసంధుడు, తనకు అసమానమైన అర్థసిద్ధి కలుగు నను నభిమానముతో నుండును

"జనమేజయా! ఈవిధముగ శ్రీకృష్ణార్జునభీమసేనులు మాట్లాడుకొనుచు మగధరాజధానిలో ప్రవేశించుటకు బయలుదేరిరి. ఆ నగరము నాలుగుజాతుల ప్రజలచేత నిండి యుండెను. అందలిప్రజలు హర్షముతో బలిసి యుండిరి. అక్కడ అనేకము లైన యుత్సవములు జరుగు చుండును. ఎవడుగూడ ఆ నగరమును జయింప జాలడు. అటువంటి 'గిరివ్రజ' నగరసమీపమునకు వారు ముగ్గురు పోయి ముఖ్యద్వారమువైపున పోవక నగరముయొక్క చైత్యకము,

ను ఉన్నతపర్వతముపైకి పోయిరి. అప్పుడు ఆ నగరవాసులు, బృహద్రధుని టుంబ జనులున్ను ఆ పర్వతమును పూజించు చుండిరి. మగధ దేశ ప్రజలకు చైత్యకపర్వతము మిక్కిలి ప్రియ మైనది. అచ్చట పూర్వము బృహద్రథ జు వృషభరూపము ధరించిన 'ఋషభు' డను పేరు గల మాంసభక్షకు డైన క్షసునితో యుద్ధము చేసి అతనిని సంహరించి అతని చర్మముచేత మూడు రిలను చేయించెను. వానిపై ఒకసారి దెబ్బ కొట్టినచో ఒక నెలవరకు ఆ ధ్వని మాగు చుండును. (కనుకనే ఆభేరీలకు 'మాస తాలములు' అని పేరు గలదు.) హద్రథ రాజు ఆ నగారలను అ రాక్షసుని చర్మముచేత చేయించి తన నగర ందు ఉంచెను ఆ నగారలు వాయించగనే అక్కడ దివ్యపుష్పములు కురియు ండును.

** జనమేజయా! శ్రీకృష్ణార్జునభీమసేనులు ఆమూడునగారలను పగులగొట్టి ధాయుధములచేత ఆ ప్రాకారద్వారమునందలి చైత్యక పర్వతముపై దాడి రి. జరాసంధుని చంపునిచ్ఛతో అతనితలపై దెబ్బ కొట్టినారా అనునట్లు దాడి యుండెను. ఆ చైత్యకపర్వతశిఖరము అతిపురాతన మైనను దృఢముగా ండెను. మగధదేశమందు ఆపర్వతమునకు గొప్ప కీర్తి - ప్రతిష్ఠలు ఉండెను. ంధపుష్పాదులచేత దానిపూజ జరుగు చుండెను. శ్రీకృష్ణాదులు ముగ్గురు వీరులు ు మహాభుజములతో కొట్టి ఆ చైత్యకపర్వతశిఖరమును క్రింద పడగొట్టి తుష్టు లై, మగధరాజధాని యైన'గిరిప్రవజ'పట్టణములో ప్రవేశించిరి.

** జనమేజయా! ఆ సమయమందే వేదవిద్వాంసు లైన బ్రాహ్మణులు అనే ము లైన అపశకునములను చూచి, ఆవిషయము జరాసంధునకు తెలిపిరి. అప్పుడు రోహితులు జరాసంధరాజును ఏనుగుపై కూర్చొనబెట్టి దానిచుట్టు ప్రజ్వలితాగ్ని ని ప్పిరి. జరాసంధుడు అనిష్టశాంతికొరకు వ్రతదీక్షానియమములు పాలించు వాసము చేసెను.

** జనమేజయా! ఇట్లుండగా, శ్రీకృష్ణార్జునభీములు స్నాతకవ్రతబ్రాహ్మ వేషములో అస్త్రశస్త్రములు పరిత్యజించి, తమ భుజములనే ఆయుధములుగా కొని, జరాసంధునితో యుద్ధము చేయగోరి గిరివ్రజ నగరములో ప్రవేశించిరి.

"జనమేజయా! ఆ ముగ్గురు ఆహారపానీయ పుష్పమాలాది ముఖ్యవస్తువుల అంగళ్ళు గల అంగడి వీధి యొక్క అపూర్వ శోభను, ఆ నగర వైభవమును చూచిరి. అది అభీష్టవస్తువు లన్నియు లభించునదిగా వారికి తోచెను. అప్పుడు శ్రీకృష్ణార్జునభీములు పుష్పమాలలు అమ్ము వానినుండి బలాత్కారముగా మాలికలు తీసికొని ధరించి రాజమార్గములో పోవు చుండిరి. వారి వస్త్రము లన్నియు వివిధ వర్ణములలో నుండెను. హార-కుండలములు ధరించి యున్న ఆ ముగ్గురు వీరులు, జరాసంధభవన సమీపమునకు, హిమాలయగుహలలో నివసించు సింహము గోశాలను వెదకుచు పోవు చున్నట్లే, పోయి చేరిరి. వారి భుజములు మద్దిచెట్ల స్తంభముల వలె నుండి, చందనము పూయ బడి యుండెను.

"జనమేజయా! ఉన్నత భుజములు, విశాలవక్షములు గలిగి, గజసదృశ జంఘాలు రైన ఆ వీరులను చూచి గిరివ్రజపుర జనులకు మిక్కిలి ఆశ్చర్యము కలిగెను. ఆ ముగ్గురు అనేక కక్ష్యలు దాటి చింతా-భయరహితు లై జరాసంధ రాజుకడకు పోయిరి. అభిమానధను లైన ఆ ముగ్గురు మధుపర్క-గోదానాదుల పొందుటకు అర్హులుగా నుండిరి. వారిని చూచి జరాసంధుడు లేచి, అతిథ్యసత్కారములు చేసి, వారికి స్వాగతము చెప్పెను.

"జనమేజయా! అప్పుడు భీమార్జునులు మౌనముతో నుండిరి. శ్రీ కృష్ణుడు జరాసంధునితో, రాజేంద్రా! ఈ ఇరువురకు అర్ధరాత్రి యగుదాక మాట్లాడ గూడదని నియమము గలదు. అర్ధరాత్రి తరువాత నీతో వీరు మాట్లాడెదరు" అని చెప్పెను. అప్పుడు జరాసంధుడు వారిని యజ్ఞశాలలో నివసింప జేసి, తాను రాజభవనమునకు పోయి ఆనాడు అర్ధరాత్రి తరువాత ఆ బ్రాహ్మణుల కడకు పోయెను. స్నాతకబ్రాహ్మణుల యాగమనము గూర్చి అర్ధరాత్రి సమయములో వినినను వారికి అప్పుడు స్వాగత సత్కారములు చేయుట, అట్టి అతిథులకడకు పోవుట జరాసంధునకు నియమముగా నుండెను.

"జనమేజయా! ఆ ముగ్గురు అపూర్వ వేషములో నుండుట చూచి, జరాసంధుడు విస్మయముతో వారికడకు పోయెను. వెంటనే వారు ఆశిస్సుతో 'మహారాజా! నీకు శుభ మగుగాక!' అని చెప్పి ముగ్గురు లేచి నిలుచుకొని, జరాసంధుడు, పాండవులును పరస్పరము చూచు చుండిరి. అప్పుడు వారితో జరా

సంధుడు 'మీరు కూర్చొనుడు' అని చెప్పగా, వారు కూర్చొనిరి. వారు మహాయజ్ఞములో జ్వలించు చున్న త్రేతాగ్నులవలె అపూర్వశోభతో భాసిల్లు చుండిరి.

"జనమేజయా! ఆ సమయమందు సత్యప్రతిజ్ఞుడైన జరాసంధుడు ఆ ముగ్గురి విపరీత వేషమును చూచి వారిని నిందించుచు నిట్లనెను!

బ్రాహ్మణులారా! లోకములో స్నాతకవ్రత నిష్ఠులైన బ్రాహ్మణులు సమావర్తనాది విశేషకారణములు లేకుండ చందనపుష్ప మాలాదులు ధరించరని నాకు బాగుగా తెలియును. మీ రెవరు? కంఠములలో పుష్పమాలలు భుజములందు అల్లెత్రాడు ఒరసుకొనిన చిహ్నములు స్పష్టముగా కనపడు చున్నవి. మీకు క్షత్రియోచిత తేజస్సు కలదు కాని, బ్రాహ్మణవేషములో నున్నారు. ఈవిధముగ వివిధ వర్ణములవస్త్రములు కట్టుకొని, అకారణముగా చందన-పుష్పమాలలు ధరించిన మీ రెవరు? సత్యము చెప్పుడు. సత్యాదిత్వము రాజులకు శోభిల్లును.

బ్రాహ్మణులారా! చైత్యకపర్వతశిఖరమును విఱిచి రాజునకు అపరాధము చేసికూడ, అందుకు భయపడక కపటవేషము ధరించి, ద్వారముగుండా కాక, అపమార్గముగుండా ఈనగరములో మీరు ప్రవేశించుటకు కారణ మేమి? బ్రాహ్మణులకు తరచుగా మాటలలోనే వీరత్వము ఉండును గాని, క్రియలలో నుండదు. మీరు ఈ పర్వతశిఖరమును పడ గొట్టితిరి. అది మీజాతికి వేషమునకును విపరీతముగా నున్నది. మీరు నేడు ఏమి చేయదలచినారో చెప్పుడు. ఈ విధముగ నాకడకు వచ్చి మీరు నేను శాస్త్రోక్తముగా చేయు పూజలను ఎందుకు గ్రహింప కున్నారు? ఏ ప్రయోజనమును గూర్చి నా కడకు మీరు వచ్చితిరి?

"జనమేజయా! జరాసంధుడు ఇట్లనినతరువాత వాక్చాతుర్యము గల శ్రీకృష్ణుడు స్నిగ్ధగంభీరముగ నిట్లనెను:-

రాజా! నీవు మా వేషమును చూచి స్నాతకబ్రాహ్మణు లని తలచు చున్నావు. బ్రాహ్మణ - క్షత్రియ - వైశ్యులు మూడువర్ణములవారుగూడ స్నాతకవ్రతమును పాలించెదరు ఈ స్నాతకులలో విశేషనియమమును పాలించువారు కొందరు. సాధారణనియమపాలకులు మఱికొందఱు నుండెదరు. విశేషనియమ

పాలకు లైన క్షత్రియులు లక్ష్మిని బడసెదరు. పుష్పమాలాధారణము చేయువారి యందు లక్ష్మి స్థిరనివాసముతో నుండును కాబట్టి, మేము పుష్పమాలలు ధరించి నాము. క్షత్రియుల బల-పరాక్రమములు వారిభుజములలో నుండును. మాటలలో వారు వీరులుగా నుండరు కనుకనే, క్షత్రియులమాటలు ధృష్టత్వము లేక వినయ పూర్వకముగా నుండ వలె నని చెప్పబడెను. బ్రహ్మదేవుడు, క్షత్రియులబలము వారిభుజములందే నింపి యుంచెను.

"రాజా! ఒకవేళ, నేడు ఆ భుజబలము చూడ దలచినయెడల తప్పక చూడ గలవు. ధీరపురుషులు శత్రుగృహమునందు ముఖ్యద్వారముగుండా ప్రవే శించరు. మిత్రునియింటిలోనే ద్వారముగుండా ప్రవేశించెదరు. శత్రు - మిత్రుల కొఱకు ధర్మశాస్త్రములో ద్వారములు ఇట్లు తెలుప బడినవి. మే మొక కార్యసాధ నకు నీయింటికి వచ్చితిమి కనుక, శత్రువు చేసినపూజ గ్రహింప జాలము అని తెలిసికొనుము. ఇది మా సనాతనవ్రతము!"

శ్రీకృష్ణ - జరాసంధుల సంవాదము - జరాసంధుని యుద్ధప్రయత్నము - శ్రీకృష్ణ - జరాసంధులవైరమునకు కారణము :-

"జనమేజయా! శ్రీకృష్ణునిమాటలు విని జరాసంధుడు ఆ ముగ్గురితో ని ట్లనెను :-

బ్రాహ్మణులారా! 'నేను మీతో ఎప్పుడు వైరము చేసితి' నని ఎంత యోచించినను నేను మీకు చేసినయపరాధమునుగూర్చి జ్ఞప్తికి రా కున్నది. నేను మీకు అపరాధమే చేయనప్పుడు, నిరపరాధుడ నైన నన్ను మీరు శత్రువుగా ఎట్లు తలచెదరో చెప్పుడు? ఇది సత్పురుషుల వ్యవహారము కాదు. ఒకరి ధర్మార్థము లందు బాధ కలిగించుట చేత మనస్సుకు తప్పక సంతాపము కలుగును. ధర్మ జ్ఞుడు, మహారథికుడు నైన క్షత్రియుడు లోకములో ధర్మమునకు విపరీతముగా ఆచరించుచు నిరపరాధవ్యక్తి పైన ఇతరుల ధన ధర్మములను నశింప జేసిన దోషము ఆరోపించిన వాడు కష్టగతికి పోవును. అతనికి శ్రేయస్సు కలుగదు. ఇందులో సందేహము లేదు.

బ్రాహ్మణులారా! సత్కర్మలు ఆచరించు క్షత్రియుల కొరకు మూడు లోకములలో క్షత్రియధర్మమే శ్రేష్ఠ మైనది. కనుక, క్షత్రియులు తదితరుల ధర్మములను ఆశ్రయించుటను ధర్మజ్ఞులు ప్రశంసించరు. నేను మనస్సును వశములో నుంచుకొని సర్వదా స్వధర్మ మైన క్షత్రియ ధర్మమునందే స్థిరముగా నున్నాను. ప్రజలకు గూడ ఏలాటి యపరాధము నేను చేయను. ఇట్టి పరిస్థితిలో గూడ మీరు ఏమరుపాటుతో నన్ను శత్రువుగా, అపరాధినిగాను తలచు చున్నారు.

"జనమేజయా! ఇట్లు జరాసంధుడు చెప్పగా విని శ్రీకృష్ణుడ తనితో నిట్లనెను:

"మహాబాహూ! కుల మంతటికి ఎవడో ఒకడు మాత్రమే కులముయొక్క భారమును వహించి కులమువారి నందరిని రక్షించును. అట్టి మహాపురుషుని యాజ్ఞ చేతనే మేము నేడు నిన్ను దండించుటకు పూని వచ్చినాము. రాజా!-నీవు భూలోకమునందలి క్షత్రియులను చెర బట్టితివి క్రూర మైన యిట్టి యపరాధము చేసినను నీవు నిరపరాధుడ నని ఎట్లు తలచు చున్నావు? ఒక రాజు ఇతర రాజుల హత్య ఎట్లు చేయ గలడు? నీవు రాజులను చెర బట్టి రుద్రదేవతకు బలి యీయ దలచు చున్నావా? నీవు చేయు ఈ పాపము మాయందఱకు సంక్రమించును. మేము ధర్మరక్షణము చేయుటకు సమర్థులము. నీ య ధర్మమును సహింప జాలము దేవతాపూజ కొరకు మనుష్యులు వధ చేయుట మే మెప్పుడును చూడ లేదు ఇ ట్లుండగా సమస్త ప్రపంచ శివంకరు డైన శివభగవానుని పూజ నీవు మనుష్యుల హింసద్వారా ఎట్లు చేయ గోరు చున్నావు?

జరాసంధా! నీ బుద్ధి నశించినది. నీవుగూడ ఆ రాజుల జాతి వాడవే. నీ జాతి వారినే పశువులనుగా భావించి వారి హత్య చేసెదవా? నీవంటి క్రూరుడు మరియెవ డున్నాడు? ఎవడు ఎట్టి పరిస్థితిలో ఏకార్యము చేయునో వాడు దానికి అనుగుణ మైన ఫలమునే పొందును. నీవు నీ జాతి సోదరులకే హంతకుడ వైతివి. మేము సంకటా వస్థలో నున్న దీనులను, దుఃఖితులనున్ను రక్షించువారము. కనుక, స్వజాతి బంధువుల వృద్ధికొరకు మేము నిన్ను వధించుటకు వచ్చినాము.

రాజా! 'ప్రపంచక్షత్రియులలో నీతో సమానుడు మఱి యొకడు లేడు!' అని నీవు తలచుట, కేవలము నీ బుద్ధి భ్రమయే తమ జాతి బంధువులను రక్షించుట పరమధర్మ మని తెలిసియుండి కూడ స్వాభిమానము గల క్షత్రియుడు యుద్ధము చేసి, అసమాన మైన అక్షయ స్వర్గలోకమునకు పోవ గోరనివాడు ఎవడు ఉండును? స్వర్గప్రాప్తి కొరకే రణయజ్ఞ దీక్షితు లైన క్షత్రియులు తాము కోరిన లోకములను జయించుకొనెద రను విషయమును నీవు బాగుగా తెలిసికొన వలెను

జరాసంధా! వేదాధ్యయనము, పరోపకార కీర్తి, తపస్సు ఇవి యన్నియు స్వర్గప్రాప్తి కారణములు, సాధనములు నని చెప్ప బడెను. కాని, క్షత్రియులకు ఈ మూడింటికంటె యుద్ధమరణము వరించుటయే స్వర్గప్రాప్తికి అమోఘ మైన సాధనము. క్షత్రియులకు ఈ యుద్ధమరణ మన్నది ఇంద్రుని వైజయన్త మనెడు రాజభవన మగును. అట్టి యుద్ధమునందు సర్వదా అన్ని గుణములు పరిపూర్ణము లై యుండును. యుద్ధము చేతనే ఇంద్రుడు అసురులను ఓడించి సమస్త ప్రపంచరక్షణము చేయు చున్నాడు.

రాజా! మాతో నీకు జరుగ బోవు యుద్ధము నీ స్వర్గప్రాప్తికి సాధనము కా గలదు. అట్టి యుద్ధము ఇతరులకు సులభ మెట్లను? 'నాయొద్ద చాలగొప్ప సేన, నాకు బలపరాక్రమములున్న కలవు' అను పొగరుతో నీవు అగణికము లైన మగధసేనలతో ఇతరులకు అవమానము చేయకుము. ప్రతిమనుష్యునకు బల-పరాక్రమములు ఉండును కొందరకు, నీ పరాక్రమము వంటిది ఉండును. మరి కొందరకు నీకన్న మిన్నగా నుండును. ఈ విషయము నీవు తెలిసికొని యుండ నంతవరకే నీ యీ దర్పము పెరుగు చుండును. ఇప్పుడు నీ దురభిమానము మాకు సహింప జాలనిదిగా నున్నది. కనుక, నేను నీ కొకయుపదేశము చేసెదను - నీవు నీ సమాన వీరులతో అభిమానముతో, పొగరుతోను వ్యవహరించుట విడువుము. ఇట్టి దురభిమాన-దర్పములు గల నీవు నీ పుత్ర-మంత్రి - సేనాపరివారముతోపాటు యమలోకమునకు పోవుటకు సంసిద్ధుడవు కా కుము. దంభోద్భవ - కార్తవీర్యార్జున - ఉత్తర - బృహద్రథాది రాజు లందరు తమకంటె అధికులను అవమానపరచి తమ సేనలతోపాటు నశించి పోయిరి.

జరాసంధా! నీతో యుద్ధము చేయ గోరుచున్న మేము బ్రాహ్మణులము కాము. నేను వసుదేవపుత్రుడనైన హృషీకేశుడను. ఈ యిరువురు వీరులు పాండుపుత్రులైన భీమసేనార్జునులు. నేను ఈ యిరువురుకు మేనమామ పుత్రుడను. నీ సుప్రసిద్ధశత్రువైన కృష్ణుడను. నన్ను బాగుగా గుర్తింపుము. మేము నిన్ను యుద్ధమునకై ఆహ్వానించుచున్నాము. నీవు స్థిరముగా నిలిచి మాతో పోరాడుము. నీవు చెర బట్టిన రాజులనైన విడువుము, లేక, యమలోకమునకైన పొమ్ము!

"జనమేజయా! ఇట్లు, శ్రీకృష్ణుడు చెప్పిన మాటలు విని జరాసంధుడతనితో నిట్లనెను.-

శ్రీ కృష్ణా! నేను యుద్ధములో జయించకుండ ఏ రాజులనుగూడ చెర బట్టి ఇక్కడకు తీసికొని రాను. ఇతరులకు అజేయుడైనప్పటికిన్ని నాచేత జయింప బడని శత్రురాజు ఇక్కడ ఎవడున్నాడు? క్షత్రియుడు పరాక్రమించి, శత్రువును వశపరచుకొని, అతనితో తన యిష్టము వచ్చినట్లు వ్యవహరించుట క్షత్రియునకు ధర్మానుకూలమైన జీవిక యని చెప్పబడినది. నేను క్షత్రియ వ్రతమును సర్వదా జ్ఞప్తియందుంచుకొనియే దేవతకు బలి యిచ్చుటకు తేబడిన ఈ రాజులను నేడు నీ భయముచేత ఎట్లు విడువ గలను? నీసేన, వ్యూహరచన చేయబడిన నా సేనతో పోరాడుగాక! అథవా, మీలో ఒక్కడు నాతో ఏకాకిగా యుద్ధము చేయుగాక! లేదా, నే నొక్కడనే మీలో ఇద్దరితో ముగ్గురితో వంతుల ప్రకారముగాని, లేక, మీ ముగ్గురితో ఒకేసారిగాని, యుద్ధము చేయ గలను!

"జనమేజయా! జరాసంధు డిట్లు చెప్పి, ఆ ముగ్గురితో యుద్ధము చేయు కోరికతో తన పుత్రుడైన సహదేవునకు రాజ్యాభిషేకము చేయుటకు ఆజ్ఞ యిచ్చెను. తరువాత జరాసంధుడు యుద్ధారంభమునందు అప్పటికి మరణించి యున్న తన సేనాపతులైన 'కౌశికుడు - చిత్రసేనుడు' అను నిరువురను స్మరించెను వారే హంస - డింభకులు. మానవలోకములో నందరు ఆ యిరువురను ఆదరించు చుండిరి

"జనమేజయా! అభిమానవంతుడు, సర్వశ్రేష్ఠుడు, సత్యప్రతిజ్ఞుడు, పురుషసింహుడు, పరాక్రమవంతుడునైన శ్రీకృష్ణుడు దివ్యదృష్టితో స్మరించి, 'ఈ బలవంతుడైన జరాసంధుడు ఇతర వీరునిచేత చంప బడును' అను నియమము

ఉన్నదని తెలిసికొనెను. యదువంశీయులు ఎవరు గూడ అతనిని వధింపజాలరు. కనుక, బ్రహ్మదేవుని యాదేశము ప్రకారము శ్రీకృష్ణుడు అతనిని చంప గోర కుండెను."

ఇట్లు వైశంపాయనుడు చెప్పగా విని జనమేజయ మహారాజు ఆ మహా మునితో నిట్లనెను:-

"మునీంద్రా! శ్రీకృష్ణ - జరాసంధులు పరస్పరము ఎట్లు శత్రువు లైరి? జరాసంధుడు యదుకుల తిలకు డైన శ్రీకృష్ణుని ఎట్లు యుద్ధమునందు ఓడించ గలిగెను? కంసునకు, జరాసంధునకు గల బంధుత్వ మేమి? ఆ కారణము చేతనే కదా జరాసంధుడు భగవంతునితో వైరము చేసెను? ఈ విషయము లన్నియు యథార్థముగా నాకు తెల్పుము." ఆ మాటకు వైశంపాయనుడు జనమేజయునితో నిట్లనెను:-

"జనమేజయా! యదుకులమునందు వసుదేవుడు పుట్టెను. అతడు వృష్ణి వంశ రాజకుమారులకు, ఉగ్రసేనునకున్ను విశ్వసనీయ మంత్రిగా నుండెను. ఉగ్రసేనుని జ్యేష్ఠపుత్రుడు కంసుడు మిక్కిలి బలవంతుడు, శస్త్రాస్త్రవిద్యానిపుణుడుగను నుండెను. అతనిభార్య జరాసంధుని కూతురు. జరాసంధుడు తన అల్లుని రాజ్యపదమునందు వెంటనే అభిషిక్తుని చేయ వలె నను నిబంధనతో తన కూతురును కంసున కిచ్చి యుండెను. అందుచేత కంసుని మథురా రాజ్యము నందు పట్టాభిషిక్తుని జేసిరి.

"జనమేజయా! ఐశ్వర్యబలోన్మత్తుడు, శారీరక శక్తి మోహితుడు నైన కంసుడు తన తండ్రి ఉగ్రసేనుని చెరలో పెట్టి అతని రాజ్యమును మంత్రులతో పాటు అనుభవింప జొచ్చెను. మందబుద్ధి యైన కంసుడు వసుదేవుని యొక్క సదుపదేశమును అంగీకరించ లేదు ఐనను, వసుదేవుడు కంసునితోనే ఉండి మథురా రాజ్యమును ధర్మపూర్వకముగా పాలింప జొచ్చెను దైత్యరా జైన కంసుడు మిక్కిలి సంతోషముతో తన చెల్లెలైన దేవకితో వసుదేవునకు వివాహము చేసెను ఆమె, ఉగ్రసేనుని సోదరు డైన దేవకుని కూతురు

"జనమేజయా! దేవకీదేవిని పతియింటికి పంపునప్పుడు కంసుడు గూడ ఆమె వెంట రథమునందు వసుదేవునితో పాటు కూర్చొనెను. అప్పుడు ఆకాశమునందు దేవదూత వాక్కు వినపడెను. ఆ మాటను కంస వసుదేవులు వినిరి. అది యే మనగా- 'కంసా! నీవు నేడు రథముపై కొనిపోవు చున్న నీ చెల్లెలి యెనిమిదవ గర్భము నీ మృత్యువునకు కారణము కాగలదు!' అని.

"జనమేజయా! ఆ యాకాశవాణిని వినగనే పరమదుర్మతి యైన కంస రాజు మెఱయు చున్న కత్తిని ఒరనుండి లాగి దేవకి తల నఱకుటకు పూనుకొనెను. అప్పుడు, బుద్ధిశాలియైన వసుదేవుడు నవ్వుచు, క్రుద్ధుడైన కంసుని ఊరడించుచు, అనునయ వాక్యములతో నిట్లనెను :-

రాజా! సాధారణముగా స్త్రీ అవధ్యురా లని అన్ని ధర్మశాస్త్రములలో చెప్ప బడెను. నిరపరాధురా లైన ఈ యబలను హఠాత్తుగా నీవు చంపెదవా? ఈమె వలన నీకు కలుగబోవు భయకారణమును నీవు నివారించ గలవు గదా! ఈమెను నీవు రక్షించవలెను. ఈమె ప్రాణ రక్షణము కొరకు నీవు విధించు నిబంధనమును నేను అంగీకరించి తప్పక పాలించెదను.

రాజా! ఈమెకు అష్టమ శిశువు పుట్టగనే నీవు ఆ శిశువును చంపుము. ఈ విధముగా నీకు కలుగబోవు ఆపద తొలగిపోవును.

"జనమేజయా! వసుదేవుడు ఇట్లు చెప్పిన మాటను కంసుడు అంగీకరించెను. తరువాత దేవకీ గర్భము నుండి సూర్యసమాన తేజస్సుగల అనేక కుమారులు వరుసగా పుట్టిరి. వారిని పుట్టగానే కంసుడు చంపుచుండెను. తరువాత, దేవకీదేవి యేడవ గర్భమున బలరాముడు పుట్టెను. యముడు యమసంబంధి మాయ చేత అసమానమైన ఆ యేడవ శిశువును దేవకిదేవి గర్భమునుండి వెలికి ఊడదీసి రోహిణీదేవి గర్భమునందు ఉంచెను ఆ శిశువు గర్భమునుండి ఆకర్షింపబడుట చేత ఆ బాలకునకు 'సంకర్షణుడు' అను పేరు, అధిక బలముగలవా డగుటచేత 'బలదేవుడు' అను పేరున్ను ప్రసిద్ధము లయ్యెను.

"జనమేజయా! ఆ తరువాత, దేవకీ గర్భమునందు ఎనిమిదవ శిశువుగా సాక్షాత్తు భగవంతుడైన మధుసూదనుడు అవతరించెను. ఆ గర్భమును కంసుడు

మిక్కిలి ప్రయత్నముతో రక్షించెను తరువాత ప్రసవ కాలమందు వసుదేవునిపై కఠినమైన కావలి ఉంచుటకు కంసుడు ఉగ్రస్వరూపుడు, క్రూరకర్ముడు నైన తన మంత్రి నొకనిని నియమించెను కాని, బాలస్వరూపములో నున్న శ్రీకృష్ణుని మహిమచేత రక్షకులు నిద్రామోహితు లై యున్నప్పుడు, వసుదేవుడు ఆ బాల కునితో పాటు 'వ్రజ'మునకు పోయెను. అట్లు పోవునపుడు వసుదేవుడు, ఆ శిశు వునకు బదులుగా ఒక గోపాల పుత్రిని తెచ్చి కంసునకు ఇచ్చెను

"జనమేజయా! పూర్వము దేవదూత చెప్పినమాటను జ్ఞప్తికి తెచ్చుకొని కంసుడు ఆ యష్టమ గర్భభయము నుండి విముక్తి పొందుటకు ఆ గోపకన్యకను గూడ నేలపై యాడ్చి కొట్టెను. కాని, ఆ కన్యక అతని చేతినుండి విడిపించుకొని నవ్వుచు, 'ఆర్యా!' అని ఉచ్చరించుచు అక్కడి నుండి వెడలిపోయెను. కనుక, ఆ కన్యకకు 'ఆర్యా!' అనుపేరు వచ్చెను. ఈ విధముగా వసుదేవుడు కంసుని వంచించి, తన పుత్రుని వాసుదేవుని గోకులమునందు కాపాడెను. వాసుదేవుడు జలమునందు కమలములవలె గోపాలురలో పెరుగు చుండెను. కాష్ఠమునందు దాగి యున్న యగ్నివలె వాసుదేవుడు. అక్కడ అజ్ఞాతముగా నుండెను. కృష్ణుని విషయము కంసునకు తెలియ కుండెను.

"జనమేజయా! కంసుడు గోపకుల నందరను మిక్కిలి బాధించెను. శ్రీకృష్ణుడు పెరిగి పెద్దవా డై తేజో - బలసంపన్ను డయ్యెను. కంసరాజు బాధచేత భయపడిన గోపాలకగణము ఒక చోట చేరి శ్రీకృష్ణుని చుట్టుకొని యుండిరి. ఈ విధముగా బలమును చేకూర్చుకొని శ్రీకృష్ణుడు ఉగ్రసేనునియనుమతి ప్రకారము కంసుని సోదర సహితముగా సంహరించి ఉగ్రసేనుని మధురా రాజ్యమునందు పట్టాభిషిక్తుని జేసెను

"జనమేజయా! శ్రీకృష్ణుడు కంసుని సంహరించిన సమాచారము విని జరాసంధుడు మహాసేనతో దాడిచేసి, శ్రీకృష్ణుని ఓడించి, తన కూతురి కొడుకును శూరసేనదేశ రాజ్యాభిషిక్తుని జేసెను. జరాసంధునకు మహాబలము, సైనిక శక్తియు నుండెను అతడు ఉగ్రసేన మహారాజును, వృష్ణి వంశీయులను సర్వదా బాధించు చుండెను జనమేజయా! ఇదియే శ్రీకృష్ణ - జరాసంధుల వైరమునకు కారణము.

"జనమేజయా! సర్వసమృద్ధిశాలి యైన జరాసంధుడు, కృత్తివాసుడు, త్ర్యంబకుడు, దేవశ్రేష్ఠుడు నైన మహాదేవునకు భూమండలమునందలి రాజుల నందరను బలి యిచ్చి ఆ పరమేశ్వరుని యజ్ఞము చేయ దలచెను కనుక, తన వాంఛాసిద్ధికై జరాసంధుడు తనకు ఓడిన సమస్త రాజులను చెరలో పెట్టెను. రాజా! ఈ సమాచార మంతయు నీకు యథావత్తుగా చెప్పితిని. ఇప్పుడు భీమసేనుడు జరాసంధుని వధించిన వృత్తాంతము చెప్పెద వినుము!"

జరాసంధ - భీమసేనుల యుద్ధము - జరాసంధుడు అలసి పోవుట :

"జనమేజయా! జరాసంధుడు యుద్ధము చేయుటకు నిశ్చయించినపుడు శ్రీకృష్ణుడు అతనితో ని ట్లనెను :-

'రాజా నీవు మా ముగ్గురిలో నొకనితో పోరాడుటకు ఉత్సాహము కలిగి యున్నావు. ఎవనితో నీవు యుద్ధము చేయుటకు సిద్ధముగా నున్నావు?'

"జనమేజయా! యిట్లు శ్రీకృష్ణు డడిగినప్పుడు జరాసంధుడు భీమసేనునితో యుద్ధము చేయ గోరెను. అట్లు అతడు ఉత్సుకు డై యుండుట చూచి, అతని పురోహితుడు గోరోచనము, పుష్పమాలలు, ఇతర మంగళ ద్రవ్యములు, బాధ కలిగినప్పుడు గూడ సుఖము కలిగించునట్టివి, మూర్ఛ వచ్చినప్పుడుగూడ తెలివి గలిగించునట్టివియు నగు ఓషధులను గూడ తీసికొని జరాసంధునికడకు వచ్చి, స్వస్తి వాచన పూర్వకముగా అతనికి ఆ వస్తువులు సమర్పించినప్పుడు, జరాసంధుడు క్షత్రియధర్మమును స్మరించి యుద్ధము కొరకు కటిబద్ధుడయ్యెను.

"జనమేజయా! అప్పుడు జరాసంధుడు కిరీటము దించి, వెంట్రుకలు ముడి వేసికొని, మహాసాగరము తీరభూమిని దాటి పోవుటకు పూనుకొని నట్లుగా, యుద్ధ సన్నద్ధు డై నిలిచి భీమసేనునితో 'భీమా! రమ్ము నేను నీతో యుద్ధము చేసెదను. ఎందు కనగా, శ్రేష్ఠపురుషునితో పోరాడి ఓడుటగూడ మంచిదే!' అని భీమసేనుని వైపు సాగి, బలాసురుడు, ఇంద్రునితో తలపడుటకు పోవునట్లు, ముందుకు పోవు చుండెను

"జనమేజయా! అప్పుడు భీమసేనుడు గూడ కృష్ణునితో సంప్రదించి, స్వస్తి వాచనానంతరము జరాసంధునిపై బడెను. పురుష సింహులు, పరాక్రమ

వంతులు నైన ఆ యిరువురు వీరులు, మిక్కిలి హర్షోత్సాహములతో, పరస్పర జయేచ్ఛతోను తమ భుజములనే ఆయుధములుగా చేసికొని ఒండొరులు బాహు యుద్ధము చేయ దొడిగిరి. తరువాత, ఇద్దరు చేతులు కలిపికొని పాదములకు పరస్పరము నమస్కారము చేసి, బాహుమూలములను కదలించి, అక్కడ కట్ట బడిన భుజకీర్తులను ఆడించుచు. ఆ యిరువురు చప్పట్లు చరచిరి పరస్పరము భుజములపై మాటిమాటికి దెబ్బలు కొట్టుకొనుచు వారు అన్ని అవయవములను చుట్టి ఇద్దరు కలుచుకొని, ఒండొరులు రాచుకొనుచు, ఒకసారి చేతులు వేగముతో ముడుచుకొనుచు, మరియొకసారి విడుచుకొనుచు, ఇంకొకసారి క్రిందకు మీదకు చేతు లాడించుచు, ఒకొక్కప్పుడు పిడికిలి బంధించుచు నిట్లు చిత్రహస్తాది బాహు యుద్ధకౌశలము చూపుచు వారు 'కక్షాబంధ' ప్రయోగము (నడుమునకు చేతులు చుట్టి శత్రువును బంధించుట) చేసిరి. తరువాత కంఠము, గండస్థలములనున్న అగ్నినుండి మిణుగురులు వెడలునట్లు కొట్టుకొనగా పిడుగులు పడినట్లు శబ్దము వచ్చుచుండెను.

"జనమేజయా! తరువాత వారు 'బాహుపాశము', 'చరణపాశము' మొద లైన పట్టులతో పోరాడుచు, ఒండొరులు కాళ్ళతో, శరీరమునందలి నరములను పీడించుచున్నారా యనునట్లు భీషణముగ పోరాడ జొచ్చిరి. తరువాత ఆ ఇద్దరు 'పూర్ణకుంభము' (రెండుచేతుల వ్రేళ్లను ఒండొరులు ఇరికించుకొని అరచేతులతో శత్రువు శిరస్సుపై కొట్టుట) అను పట్టుతో పోరాడిరి. తరువాత 'ఉరోహస్త' (ఒండొరులు ఎదలపై కొట్టుకొనుట) ప్రయోగము చేసిరి. తరువాత ఒండొరుల చేతులను అణచి పట్టుకొని గజరాజులవలె ఘీంకరింప జొచ్చిరి రెండు భుజముల తోనే కొట్టుకొనుచు మేఘగంభీరధ్వనివంటి సింహనాదము చేసిరి. అరచేతుల దెబ్బలు తిని వారు పరస్పరము ఉరిమి చూచుచు అత్యంత క్రోధముతో రెండు సింహములవలె తమవైపునకు ఒండొరులను ఈడ్చుకొను చుండిరి

"జనమేజయా! అప్పుడు ఆ యిరువురు తమ యంగములచేత భుజముల చేతను ప్రతిద్వంద్వి శరీరమును అణచి శత్రువు యొక్క ఉదరమును వీపునుండి బాహువులతో పట్టుకొని ఎత్తి దూరమున విసరివేసికొనుచుండిరి ఈ విధముగనే నడుము, పార్శ్వములున్ను పట్టుకొని అణచుటకు ప్రయత్నము చేయుచుండిరి. శరీరము ముడుచుకొని శత్రువుపట్టునుండి తప్పించుకొను విద్య ఇరువురకున్న

తెలిసియుండెను. ఇద్దరుగూడ మల్లయుద్ధ విశారదులే. వారు కడుపుక్రింద చేయి వేసి, చేతులతో కడుపును చుట్టి శత్రువు కంఠమును ఎదవరకు వంచి పైకెత్తి నేలపై కొట్టుచుండిరి. అన్నిటికంటే మించిన 'పృష్ఠభంగ' (ఒండొరుల వీపులను నేలపై అణచియుంచు పట్టు) మనెడు పట్టుచేత పోరాడిరి ఇద్దరు భుజములచేత కడుపు మొదలైన వానిపై కొట్టి మూర్ఛిల్ల చేయుట అనబడు సంపూర్ణ మూర్ఛా ప్రయోగమును 'పూర్ణకుంభ' ప్రయోగమునున్ను చేయ దొడిగిరి.

"జనమేజయా! తరువాత వారు ఇచ్ఛానుసారముగా 'తృణపీడ' (త్రాడు పేనుటకు వేరుపరచబడు గడ్డిపోచలవలె, హస్త-పాదములను వేరు-వేరుగ చేసి, వంచుట) మనబడు ప్రయోగము, 'ముష్టికాఘాత' (ముష్టిని ఒక యంగమును కొట్టుటకు చూపి మరియొక యంగమునందు కొట్టుట) సహిత మనబడు పూర్ణ ప్రయోగము - ఈ మొదలైన మల్లయుద్ధపు పట్టుల ప్రయోగములు ఒకనిపై నొకడు చేసికొన జొచ్చెను.

"జనమేజయా! అప్పుడు వారి మల్లయుద్ధము చూచుటకు బ్రాహ్మణ-క్షత్రియ-వైశ్య-శూద్ర-స్త్రీ-బాల-వృద్ధాది పురజనులు వేలకొలదిగ వచ్చిరి అపారమైన ఆ జన సంఘముచేత ఆ చోటు క్రిక్కిరిసి యుండెను. ఆ యిరువురి భుజాఘాతములచేత, పరస్పర నిగ్రహ-ప్రగ్రహములు* చేతను, వజ్రాయుధము-పర్వతమున్ను ఒండొంటిని కొట్టుకొనుచున్నవా యనునట్లు చట-చట శబ్దములు భయంకరముగ వినపడు చుండెను బలవంతులైన ఆ యిరువురు వీరులు అత్యంత హర్షోత్సాహములతో ఒందొరుల దౌర్బల్యముపై అజాగ్రత్తపైనను దృష్టి యుంచి పరస్పరము విజయేచ్ఛతో పోరాడుచుండిరి. ఇంద్ర-వృత్రాసురులవలె యుద్ధము చేయుచున్న ఆ యుద్ధభూమిలో ప్రేక్షకులు దూరముగ పారిపోవునంత భయంకర యుద్ధము జరుగుచుండెను

"రాజా! వారు పరస్పరము వెనుకకు త్రోయుచు ముందుకు లాగుచు, మాటి - మాటికి ఈడ్చుకొనుచు,అదుముకొనుచు, ఇరువురు కొట్టుకొనుచు శరీరము

---

* రెండుచేతులంతో శత్రువుమెడ పట్టుకొని గుర్రుజూచు ముఖములను క్రిందకు పడగొట్టు ప్రయత్నము 'నిగ్రహము' అనబడును శత్రువును వెల్లకిల పడవేయుటకు అతని కాళ్లు పట్టుకొని ఈడ్చుట ప్రగ్రహ మనబడును.

లను గాయపరచుచు, మోకాళ్ళతో కొట్టుకొనుచు, రాచుకొనుచు, పరస్పరము గర్జించుచు బెదరించుచు అధిక్షేపించుచు పాషాణవర్షములు కురియునట్లు దెబ్బలు కొట్టుకొనుచు, ఇరువురిరొమ్ములు వెడల్పుగా భుజములు పొడవుగాను నుండెను గనుక, ఉక్కువంటిభుజములచేత పొడుచుకొనుచును నుండిరి

"జనమేజయా!కార్తికమాసప్రథమదివసమందు ఆ యిరువురి మల్లయుద్ధము మొదలై, రేయింబవళ్ళు ఆహార - పానీయములు విడిచి త్రయోదశిదాక నిర్విరామముగ జరిగెను చతుర్దశిరాత్రి జరాసంధుడు క్లేశముచేత అలసి యుద్ధమును మానుకొను చున్నాడా యనున ట్లుండెను అత డట్లు అలసి యుండుట చూచి శ్రీకృష్ణుడు భీమసేనునితో ని ట్లనెను :

కుంతీకుమారా! శత్రువు అలసి యున్నప్పుడు అతనిని అధికముగ బాధించుట తగదు. అతని నొకవేళ పూర్తిగా బాధించినచో ప్రాణములను విడువ గలడు. కనుక, నతని నెక్కువగా బాధింపకుము. భుజములతోనే అతనితో సమ భావముతో యుద్ధము చేయుము.

"జనమేజయా! యిట్లు శ్రీకృష్ణుడు చెప్పినప్పుడు భీమసేనుడు, జరాసంధుడు అలసి యున్నా డని తెలిసికొని అతనిని వధింప దలచి మిక్కిలి క్రుద్ధు డయ్యెను."

భీముడు జరాసంధుని వధించుట - బంధితు లైన రాజులవిముక్తి - శ్రీకృష్ణాదులు కానుకలు గొని ఇంద్రప్రస్థమునకు వచ్చుట - శ్రీకృష్ణుడు ద్వారకకు పోవుట :

"జనమేజయా!తరువాత భీమసేనుడు జరాసంధవధేచ్ఛతో సంబోధించుచు, 'యదునందనా జరాసంధుడు కౌపీనము నడుమునకు గట్టిగా బిగించి కట్టుకొని నాడు. ఈ పాపిష్టుడు ప్రాణము లుండగా నా వశములో వచ్చునట్లు తోచుట లేదు' అని యనగా, శ్రీకృష్ణుడు జరాసంధవధకు భీమసేనుని ఉత్తేజపరచుచు ని ట్లనెను:-

భీమా! నీవు దైవస్వరూపము గలవాడవు. వాయుదేవునినుండి నీకు దివ్యబలము ప్రాప్తించి యున్నది ఆ నీ బలమును నేడు త్వరగా మా సమక్షము నందు జరాసంధునిపై చూపింపుము దుర్బుద్ధి యైన యితడు నీచేతనే చంప బడ

గలడు. ఈ విషయము, బలరాముడు జరాసంధుని వధింప బూనినప్పుడు ఆకాశవాణిద్వారా వినపడెను కనుకనే, 'గోమంత'పర్వతముపైన బలరాము డితనిని ప్రాణముతో విడిచెను అట్లు గాకున్నచో బలరామునివశములో వచ్చినతరువాత జరాసంధుడుదప్ప మరియొక డెవడు జీవించి పోవ గలుగు చుండెను? నీవువప్ప మరియెవరిచేతగూడ యితనిమరణము జరుగదు. నీవు వాయుదేవుని ధ్యానించి ఈ మగధరాజును చంపుము."

"జనమేజయా! యిట్లు శ్రీకృష్ణుడు చెప్పినతరువాత భీముడు జరాసంధుని పైకెత్తి వేగముగా ఆకాశమునందు గిర - గిర త్రిప్పెను. అప్పుడు శ్రీకృష్ణుడు జరాసంధుని చంపింప దలచి, భీమసేనుని చూచి 'నలము'*అను నొకతృణవిశేషపువెన్ను తీసికొని దానిని (పండ్లుదోముకొనుపుల్లనువలె) నిలుగా చీల్చి పారవేసెను. అది జరాసంధుని చంపుటకు ఒక సంకేతముగ శ్రీకృష్ణుడు చూపెను.

"జనమేజయా! భీమసేనుడు ఆ సంకేతమును తెలిసికొని, జరాసంధుని నూరుపర్యాయములు ఆకాశమునందు త్రిప్పి, నేలపై ఈడ్చి కొట్టి, అతనివీపును ధనుస్సునువలె వంచి రెండుమోకాళ్ళకొసలచేత వీపు విఱిచి తనశరీరము అతనిపై రుద్ది చూర్ణము చేయుచు బిగ్గరగా సింహనాదము చేసెను. తరువాత భీముడు ఒక చేతితో అతని ఒక కాలు పట్టుకొని, రెండవ చేయి అతని మఱియొక కాలుపై ఉంచి అతనిని రెండు ఖండములుగా చీల్చి వైచెను

"జనమేజయా! అప్పుడు ఆరెండు శరీర శకలములు కలిసికొని జరాసంధుడు మరల భీమునితో తలపడి యుద్ధము చేయ సాగెను. వారి యుద్ధముచేత సమస్త ప్రపంచ సంహారము జరుగునా యనునట్లు తోచుచు ప్రాణిభయంకరముగా నుండెను అప్పుడు శ్రీకృష్ణుడు మరల నొక నలతృణము తీసికొని పూర్వమువలెనే దానిని రెండుగా చీల్చి, ఆ రెంటిని విడి-విడిగా విపరీత దిక్కులందు (కుడియెడమలుగా) పారవేసెను జరాసంధుని వధకు ఇది రెండవ సంకే

* పేపబెత్తమువలె నున్న ఒక తృణవిశేషము 'నలము' అనబడును దానితో వ్రాయుటకు కలమును చేసెదరు

తము. దానిని గ్రహించి భీముడు మరల మగధరాజును రెండుగా చీల్చి, కాళ్లతోనే ఆరెండు శకలములను విపరీత దిక్కులందు పారవేసి వికటముగా గర్జిల్లెను.

"జనమేజయా! అప్పుడు జరాసంధుని శరీరము శవమై, మాంసపిండము వలె కనపడెను అతని మాంసము, ఎముకలు, మేదస్సు (ఎముకల నడిమినీరు), చర్మము ఇవియన్నియు ఎండిపోయెను. అతని మస్తిష్కము (తల, మెదడు), శరీరము రెండు భాగములుగ చీలి పోయెను. జరాసంధుడు నేలపై రాచ బడుచు, భీముడు గర్జిల్లుచు అతనిని చూర్ణము చేయుచున్నప్పుడు భీమసేనుని గర్జనము జరాసంధుని యాక్రోశము- ఆ రెంటి మహానాదము కలిసి సమస్త ప్రాణులకు భయము కలిగించు చుండెను. ఆ ధ్వని విని మగధపుర జను లందరు భయము చేత గడ-గడ వడకిరి. (గర్భిణీ) స్త్రీలకు గర్భస్రావము లయ్యెను. ఆ ధ్వని వినిన మాగధపుర జనులు భయముచేత 'హిమాలయ పర్వతము విరిగెనా యేమి? భూమి చీలలేదుగదా?' అని విచారింప జొచ్చిరి.

"జనమేజయా! తరువాత శ్రీ కృష్ణార్జునభీములు ఆ రాత్రియే జరాసంధుని మృత శరీరమును నిద్ర బోవుచున్నవాని శరీరమువలె ఎత్తుకొని పోయి రాజ భవన ద్వారమునందు విడిచి వెడలి పోయిరి. శ్రీకృష్ణుడు ధ్వజపతాకాలంకృత మైన జరాసంధుని దివ్యరథమందు భీమార్జునులతోపాటు కూర్చొని పోయి, పర్వత గుహలో బంధింప బడి యున్న స్వజాతిబంధువులైన రాజుల నందరను విడి పించెను. ఆ మహాభయమునుండి విముక్తులైన రాజులు శ్రీకృష్ణునితో కలిసి ఆతనికి వివిధ రత్నములు కానుకలుగా నిచ్చిరి.

"జనమేజయా! శ్రీకృష్ణుడు గాయపడనివాడై శస్త్రాస్త్ర సంపన్నుడుగ నుండెను శత్రువిజయమును సాధించి, దివ్యరథ మెక్కి, బంధవిముక్తులైన రాజులతో 'గిరివ్రజ' నగర బహిర్భాగమునకు పోయెను. జరాసంధుని యా రథమునకు 'సోదర్యవంతము' అని పేరు. దానిలో సోదరులవలె నిద్దరు మహా రథికులు కూర్చొని ఏకకాలములో యుద్ధము చేయ గలుగు చుండిరి. ఇప్పుడు ఆ రథమునకు శ్రీకృష్ణుడు సారథ్యము చేయు చుండెను. ఆ రథమునందు మాటి-మాటికి శత్రువులను కొట్టుటకు అనుకూలమైన సౌకర్యములు ఉండెను. అది సుందరముగా నుండెను గనుకనే, సమస్త రాజులకును దుర్జయముగా నుండెను.

"జనమేజయా! ఆ రథమునందు యోధులుగా భీమార్జునులు కూర్చొని యుండిరి. శ్రీకృష్ణుడు సారథిగా నుండెను కనుక, సమస్తధనుర్ధరులకు అది అతి దుర్జయముగా నుండెను ఆ యిదువురు రథిక శ్రేష్ఠు లున్న యా రథము ఇంద్ర - విష్ణువులు ఒకటిగా కూర్చొని తారకామయ సంగ్రామమందు సంచరించు చున్నారా యనునట్లు, శోభిల్లు చుండిరి ఆ రథము తప్త సువర్ణ కాంతితో వెలుగొందు చుండెను ఆ రథమునందు మువ్వలజాలములు కట్టబడి యుండెను. ఆ రథపు ఘర్ఘరధ్వని మేఘగంభీరగర్జనమువలె వినపడు చుండెను అది శత్రువులను చంపి విజయప్రదముగ నుండెను. అట్టి రథముపై శ్రీకృష్ణు డప్పుడు ప్రయాణము చేసెను. పూర్వము ఆ రథముచేతనే ఇంద్రుడు తొంబదితొమ్మిది మంది దానవులను వధించి యుండెను అట్టి రథమును బడసి శ్రీకృష్ణార్జునభీములు మిక్కిలి ప్రసన్నులైరి.

"జనమేజయా! తరువాత ఇరువురు మేనబావమరుదులతోపాటు రథమునందు కూర్చొని యున్న శ్రీకృష్ణుని చూచి మగధపురవాసు లందరు మిక్కిలి విస్మయము చెందిరి ఆ రథమునకు దివ్యాశ్వములు కట్టబడి, అది వాయువేగముతో పోవుచుండెను. శ్రీకృష్ణుడు కూర్చొని యుండుటచేత అది మిక్కిలి శోభిల్లు చుండెను. దానిపైన దేవనిర్మిత ధ్వజము ఎగురుచుండెను అది రథమునకు అంటకుండ ఆధార రహితముగ రథముపై ఎగురుచుండెను ఇంద్రధనుస్సు వలె వివిధ వర్ణములచేత శోభిల్లు చున్న యా ధ్వజము ఒక యోజనము (ఆమడ) దూరమునుండియే కనబడు చుండెను

"జనమేజయా! అప్పుడు శ్రీకృష్ణభగవానుడు గరుడుని స్మరించిన వెంటనే అతడు వచ్చెను ఆ రథ ధ్వజమందు అనేక భూతములు నోళ్ళు తెరచుకొని వికటముగా గర్జిల్లు చుండెను. ఆ భూతములలో పాటే, గరుడుడు గూడ ఆ రథముపై నిలిచెను. అతనిచేత ఆ ధ్వజము అత్యున్నత మైన చైత్యవృక్షము వలె శోభిల్లును. ఆ ధ్వజము సహస్ర కిరణములు గలిగి మధ్యందిన మార్తాండుని వలె అధిక తేజస్సుతో ప్రకాశించుచుండెను. ఏ ప్రాణులుగూడ దానిని కన్నెత్తి చూడ జాలకుండిరి. ఆ ధ్వజము వృక్షములలో ఇరుకదు. అస్త్రశస్త్రములచే విరు

గము. అది దివ్యము, శ్రేష్ఠము. మనుష్యులకు అది దృష్టిగోచరము మాత్ర మగు చుండెను.

"జనమేజయా! మేఘగర్జనము వలె గంభీరమైన ఘరఘర ధ్వనితో భాసిల్లుచున్న ఆ దివ్యరథముపై కూర్చొని శ్రీకృష్ణార్జున భీమసేనులు ఆ పట్టణము వెలుపలకు పోయిరి. ఆ రథమును ఇంద్రుని నుండి వసురాజు పడసియుండెను. పిదప అది క్రమముగా వసువునుండి బృహద్రథునకు, అతని నుండి జరాసంధునకు లభించి యుండెను. శ్రీకృష్ణుడు బయటకు వచ్చి సమతల భూమిపై రథము నిలిపి అక్కడ నిలిచియున్న బ్రాహ్మణాది పౌరులందరను శాస్త్రవిధి ప్రకారము సత్కరించి, పూజించెను. బంధవిముక్తులైన రాజులుగూడ మధుసూదనుని పూజించి స్తుతించుచు ని ట్లనిరి. 'మహాబాహూ! నీవు దేవకీదేవి యానంద వర్ధనుడవైన భగవంతుడవు. భీమార్జునుల బలము గూడ నీకు తోడుగా నున్నది. నీవు చేయు ధర్మరక్షణము నీవంటి ధర్మావతారులకు ఆశ్చర్యకర విషయముగాదు. ప్రభూ! మేమందరము దుఃఖపంక నిమగ్నులమై, జరాసంధుడనెడి భయంకర కుండములో మునిగి యుంటిమి. మమ్ము నీవు ఉద్ధరించుట, నీవంటి వానికి యోగ్యమే. విష్ణూ! అత్యంత భయంకర గుహలో బంధితుల మైన మాకు అతి దుఃఖముతో రాత్రింబవళ్ళు గడచు చుండెను. నీవు మాకు ఈ సంకటము నుండి విముక్తి కలిగించి, ఉజ్జ్వల యశస్సు పొందితివి. ఇది మహా సౌభాగ్యకరమైన విషయము. పురుషసింహా! మేము నీ పాదములపై పడితిమి. నీకు ఏ సేవ చేయవలెనో ఆజ్ఞ యిమ్ము అది యెంత దుష్కర కార్యమైనను మేమందరము కలిసి నెరవేర్చెదము.'

"జనమేజయా! ఆ రాజుల మాటలు విని హృషీకేశుడు వారి నందరను ఆశ్వాసించి, వారితో 'రాజులారా! యుధిష్ఠిర మహారాజు రాజసూయ యాగము చేయ దలచినాడు. ధర్మతత్పరుడుగానే యుండి అతడు చక్రవర్తి పదవిని పొంద గోరు చున్నాడు. ఈ కార్యమునందు యుధిష్ఠిరునకు మీరందరు సహాయము చేయుడు' అని యనెను.

"జనమేజయా! తదుపరి ఆ రాజులందరు 'అట్లే యగుగాక!' యని భగవదాజ్ఞను శిరసావహించి, భగవంతునకు రత్నములు కానుకలు ఈయగా

ఆయన యిష్టము లేకున్నను, అతి కష్టముతో వారిని సంతోషపరచుటకు ఆ కానుకలు తీసికొనెను.

"జనమేజయా! తరవాత, జరాసంధ పుత్రుడైన సహదేవుడు తన పురోహితుని ముందిడుకొని మంత్రులతో, పురజనులతోను నగర బహిర్భాగనముకు అనేక రత్నముల భాండాగారము తీసికొని వచ్చి వినయ భావముతో, శ్రీకృష్ణుని పాదములు పట్టుకొని యతని శరణు జొచ్చి యి ట్లనెను:

జనార్దనా! నా తండ్రి చేసిన యపరాధము మనస్సునందుంచుకొనక నీ శరణు జొచ్చిన నన్ను కృప జూడుము. నా తండ్రికి దహనసంస్కారము చేయగోరు చున్నాను మీ ముగ్గురి యాజ్ఞ గొని ఆ కార్యము చేసి, మీ కృపచేత నిర్భయు డనై, ఇచ్చాను సారముగా సుఖముతో సంచరించెదను!

"జనమేజయా! సహదేవు డిట్లు విన్న వించిన తరువాత శ్రీకృష్ణార్జున భీమ సేనులు ప్రసన్ను లై, ముగ్గురు ఒక్కటిగా ని ట్లనిరి :

రాజా! నీవు నీ తండ్రి యొక్క అంత్యేష్టి సంస్కారము చేయుము

"అప్పుడు సహదేవుడు సపరివారముగా తిరిగి నగరమునకు పోయి చందన కాష్ఠములు, కుంకుమ పూవు, దేవదారువు, నల్ల అగురు మొద లైన సుగంధి కాష్ఠములతో చితిని పేర్చి, దానిపై మగధరాజు శవము నుంచి, నిప్పు అంటించి, కాలు చున్న ఆశవ శరీరముపై నానావిధ చందనాది-సుగంధి తైలములను ఘృత ధారలనున్ను పోసి, అన్నివైపుల వికసిత పుష్పములను చల్లిరి. శవదాహ మైన తరువాత సహదేవుడు తన తమ్మునితో పాటు తండ్రికి జలాంజలి యిచ్చెను ఇట్లు తండ్రికి పారలౌకిక కర్మలు చేసి, సహదేవుడు నగరము వెలుపలకు వచ్చి, శ్రీకృష్ణార్జున భీమసేను లున్నచోటికి పోయి వినమ్రుడై, చేతులు జోడించుకొని, శ్రీకృష్ణునితో, 'ప్రభూ! ఈ గో-మహిష-మేషాది పశువులనున్ను అనేక రత్నములను, గజాశ్వములను, వివిధ వస్త్రముల నున్ను నీకు ఇచ్చు చున్నాను. ఈ వస్తువు లన్నియు యుధిష్ఠిర మహారాజున కైనను, నిమ్ము. అథవా, నీ యిష్టాను సారముగా నీవు ఆజ్ఞ యిచ్చిన సేవ చేసెదను' అని చెప్పెను.

"జనమేజయా! సహదేవుడు భయపీడితుడై, యుండెను. శ్రీకృష్ణభగవానుడు అతనికి అభయ మిచ్చి, అతడు కానుకలుగా తెచ్చిన బహుమూల్య రత్నాది వస్తువులను స్వీకరించెను. తరువాత, శ్రీకృష్ణుడు సహదేవుని అతని తండ్రి రాజ్యమునందు పట్టాభిషిక్తుని జేసి, యతనిని తనకు అభిన్న మిత్రునిగా చేసికొనెను గనుక, భీమార్జునులు గూడ సహదేవుని మిక్కిలి సత్కరించిరి

"జనమేజయా! శ్రీకృష్ణార్జున భీమసేనులచేత పట్టాభిషిక్తుడైన సహదేవుడు తన పట్టణమునకు తిరిగి పోయెను. తరువాత శ్రీకృష్ణుడు అనేక రత్నముల కానుకలతో శోభిల్లుచు కుంతీ కుమారులతో పాటు ఇంద్రప్రస్థ నగరమునకు వచ్చి, యుధిష్ఠిరునితో మిక్కిలి సంతోషముతో నిట్లనెను

రాజేంద్రా! భీమసేనుడు జరాసంధుని వధించి, రాజులను చెరవిడిపించెను. ఇది మహా సౌభాగ్యకర విషయము. భాగ్యము చేతనే భీమార్జునులు క్షేమముగా తిరిగి నగరమునకు వచ్చిరి. వీరికి ఏలాటి బాధ కలుగలేదు!

"జనమేజయా! అప్పుడు యుధిష్ఠిరుడు శ్రీకృష్ణుని సత్కరించి, భీమార్జునులను కౌగలించుకొని ఆనందించుచు శ్రీకృష్ణునితో నిట్లనెను :

జనార్దనా! నీ సహాయముతోనే భీముడు జరాసంధుని వధించెను. నేనిక శుభకాలమునందు రాజసూయ యాగము నీ బుద్ధి - బలాసహాయముతో చేసెదను. ఈ యుద్ధముచేత భూమండలమందు నీ యశస్సు విస్తరిల్లెను. జరాసంధ వధచేత నీ కధిక సంపత్తి లభించెను.

"జనమేజయా! యిట్లు చెప్పి యుధిష్ఠిరుడు భగవంతునకు జరాసంధుని శ్రేష్ఠమైన రథ మిచ్చెను. ఆ రథలాభముచేత గోవిందుడు ప్రసన్నుడై, ధర్మరాజు ఇచ్చిన ఆ కానుకను స్వీకరించి. ఆ రథములో అర్జునునితో కూర్చొనెను. యుధిష్ఠిరుడు తన తమ్ములతో కలిసి పోయి అక్కడ చేరి యున్న రాజులను వారి-వారి వయస్సు క్రమమున కలిసి, వారిని సత్కరించి, పూజించి వీడ్కొలిపెను. యుధిష్ఠిరుని యాజ్ఞ తీసికొని ఆ రాజులందరు హర్షముతో విభిన్న వాహనములందు [illegible] తమ-తమ దేశములకు పోయిరి.

"జనమేజయా! ఈ విధముగ జనార్దనుడు తన శత్రు వైన జరాసంధుని పాండవులచేత వధింప జేసిన తరువాత ఇంద్రప్రస్థమునందలి కుంతీ-ద్రౌపదీ-సుభద్రలకు, పాండవులకు, ధౌమ్యునకున్ను చెప్పి, వారి యాజ్ఞ గొని యుధిష్ఠిరుడు కానుకగా నిచ్చిన మనోవేగము గల జరాసంధుని దివ్యరథములో సమస్తదిక్కులను మార్మోగించుచు ద్వారకానగరమునకు పోయెను. అతడు బయలుదేరునప్పుడు యుధిష్ఠిరాది పాండవులు ఆతనికి ప్రదక్షిణ నమస్కారములు చేసిరి.

"జనమేజయా! శ్రీకృష్ణుడు మహావిజయము పొంది, జరాసంధునిచేత బంధింప బడినరాజులకు అభయ ప్రదానము చేసి, వెడలిపోయెను. పాండవుల కీర్తి జరాసంధవధచేత ఇనుమడించెను. వారు ఆ కార్యముచేత ద్రౌపదికి ప్రీతి వర్ధను లైరి. అప్పుడు ధర్మార్థకామముల సంసిద్ధికొరకు చేయ వలసిన సముచిత కార్యములను యుధిష్ఠిరుడు చేసెను. ప్రజలను పాలించుటతోపాటు వారికి ధర్మములనుగూడ ఉపదేశించు చుండెను."

(జరాసంధ వధ పర్వము సమాప్తము)

(దిగ్విజయ పర్వము)

భీమాదిసోదరుల దిగ్విజయ యాత్ర :-

"జనమేజయా! అర్జునుడు శ్రేష్ఠధనుస్సును, రెండు అక్షయతూణీరములను, దివ్యరథమును, దివ్యధ్వజమును, అద్భుత సభాభవనమునున్ను అంతకు పూర్వమే పొంది యుండెను. అతడు యుధిష్ఠిరునితో ని ట్లనెను :-

'రాజా! నాకు ధనుర్బాణాదులు, పరాక్రమము, కృష్ణునివంటి సహాయకుడు, ఇంద్రప్రస్థ దుర్గముతో భూమి, యశో-బలములు - ఈ దుర్లభములైన మనోవాంఛిత వస్తువులు లభించి యున్నవి ఇప్పుడు నేను మన ధనాగారమును వృద్ధి నొందించుటయే నాయావశ్యక కార్య మని తలచెదను కనుక, సమస్తరాజులను జయించి, వారినుండి కప్పములు గొనెదను .నీ యాజ్ఞ యైనచో ఉత్తమ తిథి-నక్షత్ర-ముహూర్తములందు బయలుదేరి, కుబేరపాలితమైన ఉత్తరదిక్కు జయించుటకు వెడలెదను.'

"జనమేజయా! యిట్లు అర్జునుడు చెప్పగా విని, ధృతరాష్ట్రునకు, మంత్రులకు, వ్యాసధౌమ్యాది మహర్షులకును, మిక్కిలి హర్షము గలిగెను. తరువాత, వ్యాసమహాముని అర్జునునితో నిట్లనెను :-

'అర్జునా! నిన్ను నేను మాటి-మాటికి ప్రశంసించెదను. ఎందు కనగా, సౌభాగ్యముచేత నీకు సమస్త భూమండలము జయించు సంకల్పము, ఉత్సాహమున్ను కలిగెను నీవంటి పరాక్రమవంతుడైన పుత్రుని బడసి పాండురాజు ధన్యుడయ్యెను. నీ పరాక్రమముచేత యుధిష్ఠిర మహారాజునకు సమస్త వస్తువులు లభించి, యతడు సార్వభౌమ సామ్రాజ్యపదవియందు ప్రతిష్ఠితుడగును. నీ బాహుబలాశ్రయముచేత యుధిష్ఠిరుడు రాజసూయయాగము అనుష్ఠించ గలడు. శ్రీకృష్ణభగవానుని యుక్తమనీతిచేత, భీమార్జునుల బలముచేత, నకులసహదేవుల పరాక్రమముచేతను ధర్మరాజునకు సమస్తము లభించగలదు.

'కనుక, అర్జునా! నీవు దేవతలచేత సురక్షితుడవై, ఉత్తర దిగ్విజయ యాత్ర చేయుము. ఎందు కనగా, ఉత్తరదిక్కునందున్న దేవతలను జయించి, బలాత్కారముగ అక్కడినుండి రత్నరాసులు తెచ్చుటకు నీవే సమర్థుడవు.

మహాబలశాలియైన భీమసేనుడు పూర్వదిగ్విజయయాత్ర చేయుగాక! మహారథికులైన సహదేవుడు దక్షిణ దిగ్విజయము, నకులుడు వరుణపాలితమైన పశ్చిమదిక్కు విజయమున్ను చేయుదురుగాక! పాండవులారా! మీరు ఈ సమస్త భూమండలమును పాలించ గలరు. ఇది నా నిశ్చయము!'

"జనమేజయా! వ్యాసభగవానుడు చెప్పిన మాటలు విని పాండవులు సంతోషముతో 'మునిశ్రేష్ఠా! నీయాజ్ఞ ప్రకారమే చెసెదము!' అని చెప్పిరి.

"జనమేజయా! అర్జునుని పూర్వోక్త వచనములు విని యుధిష్ఠిరుడు మేఘగంభీర ధ్వనితో నిట్లనెను:-

'భరతకుల భూషణా! బ్రాహ్మణులచేత స్వస్తి వాచనము చేయించి, విజయ యాత్రకు వెడలుము. ఈ నీ యాత్ర శత్రువులకు శోకము, మిత్రులకు ఆనందము వృద్ధిని పొందించునది యగుగాక! నీ విజయము నిశ్చితము; నీ కోరికలు సిద్ధించును.'

"జనమేజయా! అర్జునుడిట్లు యుధిష్ఠిరుని యాజ్ఞ గొని, మహాసేనతో అగ్నిదేవు డిచ్చిన రథముపై యుద్ధ ప్రస్థానము చేసెను. అట్లే భీమ - నకుల - సహదేవులు గూడ ధర్మరాజుచేత సమ్మానితులై, సేనలతో దిగ్విజయ యాత్రకు వెడలిరి.

"జనమేజయా! అర్జునుడు కుబేరపాలిత మైన ఉత్తరదిక్కును జయించెను భీమసేనుడు పూర్వదిక్కును, నకుల-సహదేవులు పశ్చిమ-దక్షిణ దిక్కులనున్ను జయించిరి ఆ సమయమందు యుధిష్ఠిర మహారాజు మిత్ర పరివృతుడై తన రాజ్యలక్ష్మితో ఖాండవ ప్రస్థ నగరమునందే యుండెను."

వైశంపాయను డిట్లు చెప్పగా విని జనమేజయు డతనితో నిట్లనెను:-

"బ్రహ్మన్! పాండవుల దిగ్విజయమును గూర్చి విస్తారముగ వర్ణింపుము. నా పూర్వుల చరిత్రను వినుచు-వినుచు నాకు తృప్తి దీరకున్నది!"

ఆమాట విని వైశంపాయన మహాముని యిట్లు పాండవుల దిగ్విజయ యాత్రను వర్ణింప జొచ్చెను:-

"జనమేజయా! నలుగురు పాండుకుమారులు ఒకసారే నాలుగు దిక్కులను జయించి నప్పటికిన్ని తొలుత నీకు అర్జున దిగ్విజయ వృత్తాంతము చెప్పెద వినుము:-

"రాజా! అర్జునుడు మహాపరాక్రమము చూపించకయే, అవలీలగా తొలుత, 'పుళింద' దేశరాజులను వశపరచుకొనెను. వారితోపాటే, 'కాలకూట - అనర్త' దేశరాజులను జయించి, సేనాసహితుడైన 'సుమండల' రాజునుగూడ జయించెను. తరవాత అర్జునుడు సుమండలుని మిత్రుని జేసికొని అతనితో కలిసి పోయి 'శాకల' ద్వీపమును, 'ప్రతివింధ్య' రాజునున్ను జయించెను శాకల ద్వీపమునందు, ఇతర సప్తద్వీపము లందున్ను నున్న రాజులతో అర్జునునకు ఘోర యుద్ధము జరిగెను.

"జనమేజయా! అర్జునుడు ఆ రాజుల నందఱను జయించి స్నేహము చేసి వెంట బెట్టుకొని 'ప్రాగ్జ్యోతిష' పురముపై దాడి చేసెను ఆ నగరమునకు భగవత్తుడు రాజుగా నుండెను. అతనితో అర్జునునకు మహా యుద్ధము జరిగెను.

భగవదత్తునకు కిరాతులు, చీనులు, సముద్రతీర జలప్రాయ ప్రదేశవాసులు, ఇతర యోధులున్ను సహాయకులుగా నుండిరి. భగదత్తుడు అర్జునునితో నెనిమిది దిన ములు యుద్ధము చేసినప్పటికిన్ని అర్జునుడు అలయ కుండుట జూచి భగదత్తుడు నవ్వుచు నర్జునునితో ని ట్లనెను:-

'కౌరవనందనా! నీవు ఇంద్రపుత్రుడవు, సంగ్రామ వీరుడవు కనుక, నీకు ఇట్టి బల-పరాక్రమము లుండుట తగి యున్నది. నేను ఇంద్ర మిత్రుడను. యుద్ధమునందు అతనికంటె కొంచెము గూడ తీసి పోవను. ఐనను, నాయనా! సంగ్రామమందు నీ యెదుట నిలువ జాల కున్నాను. కనుక, నీ కోరిక తెల్పుము. నీకు ఏ ప్రియకార్యము చేయుదును? వత్సా! నీవు చెప్పిన దంతయు చేసెదను.'

జనమేజయా! భగదత్తు డట్లు చెప్పిన మాటలు విని, అర్జును డతనితో, 'మహారాజా! సత్యప్రతిజ్ఞు డైన యుధిష్ఠిర మహారాజు విరివిగా దక్షిణ లిచ్చి రాజసూయ యజ్ఞము చేయ నున్నాడు. అతడు సమ్రాట్టు కావలె నని కోరు చున్నాను. కనుక, ధర్మరాజునకు నీవు కప్పము నిమ్ము. నీవు నాతండ్రికి మిత్రుడవు, నాయందు ప్రేమ గలవాడవు నై యున్నావుగనుక, నీకు నేను ఆజ్ఞ యీయ జాలను నీవు ప్రేమభావముతోనే యుధిష్ఠిర మహారాజునకు కానుకలు ఇమ్ము!'' అని యనగా, భగవదత్తు డతనితో, 'నాకు నీ వెట్లో యుధిష్ఠిరుడుగూడ నట్లే ప్రియుడు. కనుక, నీవు కోరిన దంతము చేసెదను. నీకు ఇంకను ఏమి కోరిక యున్నదో చెప్పుము' అని యనెను."

అర్జునుడు అనేక పర్వతీయ దేశములను జయించుట :

'జనమేజయా! భగదత్తు డిట్లనిన తరువాత అర్జునుడతనితో 'రాజా! కప్పము కట్టుటకు అంగీకరించిన మాత్రముచేత నన్ను నీవు సత్కరించినట్లే యైనది. ఆజ్ఞ యిమ్ము! ఇక పోయెదను."

"జనమేజయా! అర్జును డిట్లు భగదత్తుని జయించి, ఉత్తర దిక్కున ముందుకు సాగి పోయి, క్రమముగా అక్కడ 'అంతర్గిరి - బహిర్గిరి - ఉపగిరి' యను ప్రదేశములను జయించి, పర్వతములను, అక్కడి రాజులను వశపరచు కొని, వారి నుండి ధనము తీసికొనెను. ఆ పర్వతీయరాజులతో స్నేహముచేసి, వారిని తోడ్కొని 'ఉలూక' దేశవాసి యైన 'బృహంత' రాజుపై ఆక్రమణము

చేసెను, 'మృగంగ - రథనేమి - గజ' నాదములచేత భూమిని వణికించుచు, ముందుకు సాగి పోవు చుండెను. అప్పుడు బృహంతరాజు చతురంగసేనలతో పట్టణము వెలుపలకు వచ్చి అర్జునునితో యుద్ధము చేయ దొడగెను. ఆ యిరువురకు ఘోర యుద్ధము జరిగెను కాని, అర్జున పరాక్రమమును బృహంతుడు సహించ లేక యుద్ధమునుండి తొలగిపోయి, అర్జునునకు వివిధ రత్నములు కానుకలుగా నిచ్చుటకు వచ్చెను. అప్ప డర్జునుడు బృహంతునకు అతని రాజ్యము నిచ్చి, ఉలూకరాజుతోపాటు 'సేనాబిందు' రాజుపై దాడి చేసి, అతనిని రాజ్యచ్యుతుని చేసెను.

"జనమేజయా! తరువాత అర్జునుడు 'మోదాపుర - వామదేవ -స్సుధామ-సుసంకుల - ఉత్తరోలూక, దేశములను రాజులను జయించి, వశపరచుకొని, తన సేవకులద్వారా 'పంచగణ' దేశమును జయించెను. అర్జునుడు మోదాపురాది దేశములలోనే యుండెను. అత డక్కడనుండి సేనాబిందుని రాజధాని యగు 'దేవప్రస్థ'మునకు వచ్చి చతురంగసేనతోపాటు అక్కడనే తన నివేశము ఏర్పరచుకొనెను. అక్కడినుండియే మహారథికు లైన పర్వతీయశూరులను జయింప జేసి 'పౌరవుని'ని ఓడించి, పర్వతనివాసులు, ఎనిమిదిదళములుగా నున్న వారు, 'ఉత్సవసంకేత'నామకులు నైన చోరులను జయించెను.

"జనమేజయా! తరువాత అర్జునుడు కాశ్మీరదేశీయక్షత్రియవీరులను వీరులను పది మండలములతో గూడిన 'లోహిత' రాజునున్ను జయించెను. తరువాత 'త్రిగర్త - దార్వ - కోకన'దాది వివిధ క్షత్రియ రాజగణములు అన్ని వైపులనుండి వచ్చి అర్జునుని శరణు జొచ్చెను. తరువాత అర్జునుడు రమణీయమైన 'అభిసారీ' నగరిని జయించి, 'ఉరగ' వాసి యైన 'రోచమాన' రాజును గూడ ఓడించెను.

"జనమేజయా! తరువాత అర్జునుడు 'చిత్రాయుధ' రాజుచేత సురక్షితమైన 'సింహపురము'పై దాడి చేసి జయించెను తరువాత 'సుహ్మ - చోళ' దేశములసేనలను మథించి తరువాత 'బాహ్లీకు'లను వశపరచుకొని 'కాంబోజు' లను 'దరదు'లను గూడ జయించి ఈశాన్య దిక్కున వనములందు దొంగలను, దోపిడీగాండ్రను జయించి వశపరచుకొనెను అట్లే, 'లోహ - పరమకాంబోజ-ఋషిక-

ఉత్తర' దేశములనుగూడ జయించెను ఋషిక దేశమునందు ఋషిక రాజునకు అర్జుననకు తారకామయ సంగ్రామమువంటి భయంకరయుద్ధము జరిగి, యుద్ధారంభమునందు "ఋషికులను ఓడించి, అర్జునుడు చిలుకయుదరమువంటి ఆకు పచ్చ వన్నెగల యెనిమిది గుఱ్ఱములను ఋషికులనుండి కానుకగా తీసికొనెను. ఈ యశ్వములనేకాక, నెమలివన్నె గల యుత్తమాశ్వములనుగూడ అనేకములను అర్జునుడు కప్పముగా వారినుండి తెచ్చెను. తరువాత అర్జునుడు 'హిమవత్-నిష్కుట' పర్వత ప్రదేశముల రాజులను జయించి 'ధవళగిరి'కి వచ్చి అక్కడ సేనను విడియించెను."

అర్జునుడు కింపురుష-హాటక ఉత్తర కురుదేశములను జయించి, ఇంద్రప్రస్థమునకు వచ్చుట :-

"జనమేజయా! తరువాత అర్జునుడు 'ధవళగిరి'ని దాటి, 'ద్రుమపుత్ర' రాజుచేత సురక్షితము, కిన్నరులకు నివాసము నైన 'కింపురుష' దేశమునకు పోయి అక్కడి క్షత్రియులను నశింపజేసి ఆ దేశమును జయించి ఆ దేశరాజును కప్పము గట్టు నిబంధనముపై ఆ రాజ్యమునందే ప్రతిష్ఠించెను. తరువాత అర్జునుడు అక్కడినుండి 'గుహ్యక' రక్షితమైన 'హాటక' దేశముపై దాడి చేసి గుహ్యకులను సామోపాయము చేతనే వశపరచుకొని అక్కడినుండి 'మానస సరోవరము'నకు పోయి అక్కడ ఋషుల నామములతో ప్రసిద్ధములైన 'ఋషికుల్యాలు' అను జల నిర్ఝరములను దర్శించెను. 'హాటక' దేశ సమీపమందు 'గంధర్వ' రక్షితమైన ప్రదేశమునుగూడ జయించి వశపరచుకొనెను. గంధర్వ నగరమునుండి అర్జునుడు కప్పములుగా 'తిత్తిరి-కల్మాష-మండూక' నామములు గల యుత్తమాశ్వములను అనేకములను తీసికొనెను

"జనమేజయా! అర్జునుడు తరువాత 'హేమకూట' పర్వతమునకు పోయి దానిని జయించి, అక్కడినుండి 'హరివర్షము'నకు పోయి అక్కడి మనోహరనగరములను, సుందరవనములను నిర్మలజలభరితనదులను చూచెను అక్కడిపురుషులు దేవతలవలె తేజస్వులుగా, స్త్రీలు సుందరులుగాను నుండెదరు. వారిని చూచి అర్జునుడు మిక్కిలి ప్రసన్నుడయ్యెను అతడు హరివర్షమును వశపరచుకొని అక్కడినుండి యనేకరత్నములను గైకొనెను.

"జనమేజయా! తరువాత అర్జునుడు 'నిషధ'పర్వతమునకు పోయి అక్కడి వారిని జయించి, దానిని దాటి దివ్యము, జంబూద్వీపమధ్యవర్తి భూభాగము నైన 'ఇలావృతవర్ష'మునకు పోయెను. అక్కడ దేవసమానులుగా నున్న దివ్యపురుషులను చూచెను. వారు అతిసౌభాగ్యశాలురు, అద్భుతులు నై యుండిరి. అంతకు పూర్వ మర్జునుడు అటువంటి దివ్యపురుషులను ఎప్పుడుగూడ చూచి యుండ లేదు. అక్కడి భవనములు ఉజ్జ్వలములుగా, భవ్యములుగాను, స్త్రీలు అప్సరసలవలెను నుండిరి. అర్జును డక్కడి సుందరస్త్రీపురుషులను చూచెను. వారుగూడ నతనిని చూచిరి.

"జనమేజయా! అర్జును ఆ దేశవాసులను జయించి, కప్పములు గొని, ఆ భాగ్యశాలురను అక్కడిరాజ్యములందు ప్రతిష్ఠించి వారినుండి వస్త్ర - భూషణ - దివ్యరత్నాదులను కానుకలుగా గొని అతిసంతోషముతో అక్కడినుండి ఉత్తర దిక్కునకు సాగి పోయి, అక్కడ పర్వతరాజ మైన 'మహామేరు'పర్వతమును దర్శించెను. అది సువర్ణమయ మై యుండెను. అది నాలుగువిధము లైన వన్నెలతో నుండెను. అక్కడకు పోవుట అందరికిని అతికఠినసాధ్యముగ నుండెను. ఆ పర్వతముపొడవు ఒక లక్షయోజనము లుండెను. తేజఃపుంజమువలె తళ-తళ మెఱయుచు, సువర్ణకాంతి గల శిఖరములచేత ఆ మేరుపర్వతము సూర్యప్రభను తిరస్కరించు చుండెను. ఆ సువర్ణపర్వతమును దేవతలు, గంధర్వులున్ను సేవించు చుండిరి. అక్కడ సిద్ధ - చారణులు నిత్యనివాసము చేయు చుండిరి. అపర్వతముపై నిరంతరము ఫలపుష్పములు నిత్యనూతనములుగా నుండెను. అధర్మపరాయణులు ఆ పర్వతమును స్పృశింప జాలరు.

"జనమేజయా! సుమేరుపర్వతమందు భయంకర సర్పములు తిరుగు చుండును. దానిని దివ్యౌషధులు ప్రకాశింప జేయు చుండును ఆ మేరు గిరి తన యౌన్నత్యముచేత స్వర్గలోకమును గూడ ఆవరించి నిలిచి యుండెను. ఇతరులు అక్కడకు మనస్సుచేత గూడ పోవ జాలరు ఎన్నియో నదులు, వృక్షములున్ను ఆ శైల శిఖర శోభను వృద్ధి పొందించు చుండును. వివిధ మనోహర పక్షులు ఆ పర్వతముపై కలరవములు (అవ్యక్త మధుర ధ్వనులు) చేయు చుండును. అటువంటి మనోహర మేరుగిరిని చూచి అర్జునుడు మిక్కిలి ప్రసన్ను డయ్యెను.

"జనమేజయా! సుమేరు పర్వతమునకు నలువైపుల మండలాకారముగ 'ఇలావృత వర్షము' కలదు మేరువునకు దక్షిణపార్శ్వమందు 'జంబూ' (నేరేడు) వృక్ష మొకటి కలదు. అని సర్వదా ఫల పుష్పభరిత మై యుండును. సిద్ధ - చారణులు ఆ వృక్షమును సేవించు చుందురు. ఆ జంబూ వృక్షశాఖ మిక్కిలి పొడవుగా నుండి, స్వర్గలోకమువరకు వ్యాపించి యుండెను. దాని పేరనే దీనికి 'జంబూద్వీపము' అని పేరు వచ్చినది.

"జనమేజయా! అర్జునుడు ఆ వృక్షమును చూచి, 'ఈ జంబూవృక్షము, మేరుపర్వతము రెండున్ను ప్రపంచమునందు అసమానములు' అని తలచి అక్కడ అన్ని వైపుల చూపు పరపుచు సిద్ధులనుండి, చారణుల నుండియు వేలకొలదిగ రత్న - వస్త్రభూషణములు, అనేక బహు మూల్యవస్తువులున్ను గ్రైకొనెను. తరువాత, వారిని వీడ్కొని అన్నగారు చేయు చున్న యజ్ఞము కొరకు అనేక రత్నములను (ఉత్తమవస్తువులను) చేకూర్చుకొని అక్కడినుండి పోవుటకు ఉద్యుక్తు డాయెను.

"జనమేజయా! మేరుపర్వతమునకు కుడివైపుగా అర్జునుడు 'జంబూనది' తీరమునకు పోయి, ఆ నదీ శోభలను చూడ గోరెను. ఆ దివ్య నదియందు నేరేడు పండ్ల రుచికర మైన రసము జలముగా పాచు చుండెను బంగరు రెక్కలు గల పక్షులచేత సేవింప బడు చున్న యా నది సువర్ణకమలభరిత మై యుండెను. దాని బురదగూడ సువర్ణ మయముగా నుండి ఆ నదీ జలమునుండి సువర్ణశోభ వెడలు చుండగా, దాని ఇసుకగూడ సువర్ణచూర్ణశోభతో నుండెను కొన్ని-కొన్ని చోట్ల ఆ నదిలో సువర్ణపుష్పములు, కొన్నిచోట్ల సుందరము లైన తెల్లకలువలు, నల్లకలువలున్ను సువర్ణకాంతులను ఈను చుండెను కొన్నిచోట్ల, నదీతీరమునందు సుందరపుష్పములు గల సువర్ణమయ వృక్షములు వ్యాపించి యుండెను ఆ నది రేవులందు అన్నివైపుల బంగారుమెట్లు నిర్మింప బడి, వానిపై పొదుగబడిన స్వచ్ఛమణులు ఆ నదిశోభను వృద్ధి పొందించు చుండెను నృత్య గీతముల మధురధ్వనులు ఆ ప్రదేశమును, శబ్దాయమానముగ చేయు (మారుమ్రోగించు) చుండెను

"జనమేజయా! ఆ నదియొక్క రెండుతీరము లందున్న బంగారుతో మెఱయు చున్న వితానములు (చాందినీలు - మేలుకట్లు) నిర్మింప బడుటచేత, జంబూనది మిక్కిలి శోభిల్లు చుండెను. పూర్వ మెప్పుడున్ను చూడని యా నదిని చూచి అర్జునుడు దానిని ప్రశంసించుచు, సంతోషించెను

"జనమేజయా! ఆ నదీతీరమునందు అనేక దేవసమాన పురుషులు, తమ స్త్రీలతో సంచరించు చుండిరి, వారు అతి మనోహరులుగ దర్శనీయులుగాను నుండిరి జంబూనదీ జలమే వారి యాహారము సర్వదా వారు సుఖానంద నిమగ్నులై యుండిరి అప్పు డర్జునుడు వారినుండి గూడ వివిధరత్నములను పొంది, 'జంబూనదము' అను పేరు గల దివ్యసువర్ణమూ, వివిధ భూషణములు మొద లైన దుర్లభ వస్తువులను పొంది అక్కడినుండి పశ్చిమదిశకు పోయెను.

"జనమేజయా! పశ్చిమ దిక్కునందు అర్జునుడు నాగుల ప్రదేశమును జయించి అక్కడినుండి ఇంకను పశ్చిమమునకు పోయి, అక్కడ గంధమాదన' పర్వతమునం దున్న వారిని జయించి, వశపరచుకొనెను. ఆ పర్వతము దాటి రత్న సహితు డై అర్జునుడు 'కేతుమాల వర్ష'మునకు పోయెను. అక్కడ దేవ సమాన స్త్రీ - పురుషు లుండిరి. ఆ వర్షమునుగూడ జయించి అర్జునుడు, వారిని కప్పముగట్టువారినిగా జేసి, దుర్లభము లైన రత్నములను తీసికొని అక్కడి నుండి మరల మధ్యదేశమునం దున్న 'ఇలా వృత'వర్షమునకు వచ్చెను.

"జనమేజయా! అక్కడినుండి అర్జునుడు తూర్పుదిక్కునకు పోయి అక్కడ 'మేరు-మందర' పర్వతములమధ్య నున్న - 'శైలోదా' నదియొక్క రెండు తీరములందు వెదుళ్లయొక్క సుందరచ్ఛాయలో నివసించు చున్న 'ఖశ-ఝష - నదోత్యిత - ప్రఘస - దీర్ఘవేణిక - పశుప - కుళింద - తంగణ - పర తంగ' వాని జాతులను ఓడించి, వారినుండి రత్నములు కానుకలుగా తీసికొని అర్జునుడు 'మాల్యవతీ' పర్వతమునకు పోయెను అక్కడినుండి 'భద్రాశ్వవర్ష' ములో ప్రవేశించెను అది స్వర్గమువలె సుందరముగా నున్నది. అక్కడ దేవ సమాను లైన సుందర పురుషులు సుఖ నివాసము చేయు చుందురు. అర్జునుడు వారినందరను జయించి, వశపరచుకొని, వారిపై కప్పములు విధించెను. ఈ

విధముగా అనేక ప్రాంతములనుండి అసంఖ్యాకము లైన రత్నరాసులను చేకూర్చుకొని 'నీలగిరి'కి పోయి అక్కడివారిని జయించెను.

"జనమేజయా! అర్జునుడు నీలగిరి దాటి సుందర స్త్రీ - పురుషులు గల 'రమ్యక' వర్షమునందు ప్రవేశించెను. ఆ దేశమునుగూడ జయించి, అక్కడి ప్రజలపై పన్నులు విధించిన తరువాత, 'గుహ్యక' రక్షిత మైన దేశమును జయించి, వశపరచుకొనెను. ఆ దేశమునందు అర్జునునకు సువర్ణ మృగములు, పక్షులు లభించెను. ఆ రమణీయము లైన మృగ పక్షులను అతడు యజ్ఞ సమృద్ధి కొరకు తీసికొని పోయెను.

"జనమేజయా! తరువాత అర్జునుడు అనేక రత్నములతో పోయి, గంధర్వ రక్షితమైన దేశమును గంధర్వ సహితముగా వశపరచుకొని, అక్కడి వారిని జయించి, అక్కడి నుండి 'హిరణ్యక' వర్షమునకు పోయెను. అక్కడ అతడు రమణీయ ప్రదేశములందు పెద్ద పెద్ద మేడల పంక్తులందు తిరుగుచు నక్షత్రముల మధ్య చంద్రునివలె శోభిల్లు చుండెను.

"జనమేజయా! అర్జునుడు హిరణ్యకవర్షము నందలి విశాల రమణీయ - రాజ మార్గములందు పోవు చున్నప్పుడు; మేడలపై నిలిచి యున్న సుందర స్త్రీలు అతనిని చూచు చుండిరి. కీర్తి వర్ధను డైన యర్జునుడు వివిధ భూషణములు ధరించి యుండెను. రథములో అనేక సేనలతో నతడు పోవు చుండెను అతడు కవచ - కిరీటధారి యై యుద్ధసన్నద్ధు డై, సకల యుద్ధ సామగ్రులు గలిగి యుండెను. అతడు సుకుమారుడు అతిధైర్యశాలి, తేజస్వి, ఇంద్రపరాక్రమశాలి, శత్రుహంత, శత్రుగజగమనములను అపువాడు నై యుండెను. అతనిని చూచి ఆదేశ స్త్రీలు 'ఈ వీరపురుషుడు సాక్షాత్తు కార్తికేయుని రూపము వంటి రూపము గలవా డై వచ్చినాడు' అని తలచిరి.

"జనమేజయా! ఆ స్త్రీలు పరస్పరము 'ఇతడు-అధిక పరాక్రమముతో, యుద్ధము చేయునప్పుడు శత్రువులు తమ ఆస్తిత్వమును పోగొట్టుకొనెదరు' అని అనుకొను చుండిరి. అట్లు మాట్లాడుచు ఆ స్త్రీలు ప్రేమతో అర్జునుని చూచి అతని గుణగానము చేసి, అతనిపై పూవులు కురిపించిరి. ఆ హిరణ్యక వర్షవాసు

లందరు కౌతూహలముతో అతనిని చూచి, అతని యెదుట రత్నములు, భూషణ ములున్ను సంతోషముతో వర్షించిరి.

"జనమేజయా! వారి నందరిని జయించి అర్జునుడు వారిపై కప్పములు విధించి, అక్కడి నుండి మణి - సువర్ణ - ప్రవాళ (పగడములు) - రత్నాదులు భూషణములున్ను తీసికొని, 'శృంగవత్' పర్వతమునవు పోయి అక్కడి నుండి ముందుకు సాగి 'ఉత్తరకురువర్ష'మునకు పోయి, దానిని జయింప దలచెను ఇంత లోనే, అర్జునునికడకు ద్వారపాలకులు వచ్చి అతనితో నిట్లనిరి:-

పార్థా! నీకు ఈ నగరమును ఏ విధముగగూడ జయింప జాలవు కనుక తిరిగి పొమ్ము! ఈ నగరములో ప్రవేశించిన మనుష్యుడు తప్పక మృత్యువు వాత పడును. ఇంతదాక వచ్చి చేరుటయే నీవు గొప్ప విజయముగా భావింపుము. ఇక్కడ నీవు జయింప దగిన వస్తు వేదియు లేదు ఈ ఉత్తర కురుదేశమునందు యుద్ధములు జరుగవు. ఇక్కడ నీవు ఏమియు చూడజాలవు ఎందుకనగా, ఈ దేశమునందు మానవశరీరమునుండి ఏవస్తువు గూడ చూడ బడ జాలదు ఇక్కడ యుద్ధముదప్ప, మరియేదైన కార్యము నీవు నీవు చేయ దలచినచో చెప్పుము. ఆ కార్యము మేము స్వయముగా నెరవేర్చెదము.

"జనమేజయా! ఆ ద్వారపాలకుల మాట వాని అర్థునుడు నవ్వుచు వారితో నిట్లనెను :

'ఆర్యా! నాయన్నగారైన యుధిష్ఠిరమహారాజును నేను సమస్త భూమండ లమునకు చక్రవర్తి యైన సమ్రాట్టును చేయ దలచు చున్నాను. మీ దేశము మనుష్యులకు విపరీతపద్ధతిలో నున్నయెడల నే నిందులో ప్రవేశించను. యుధిష్ఠిర మహారాజునకు కప్పముగా కొంత ధనము నిమ్ము

"జనమేజయా! ఆ మాటలు విని, ద్వారపాలకులు అర్జునునకు పన్నులుగా, అనేక వస్త్రములు, దివ్యభూషణములు దివ్యము లైన పట్టు వస్త్రములు, మృగ చర్మములున్ను నిచ్చిరి. ఈ విధముగా అర్జునుడు క్షత్రియ రాజులతో, దొంగల తోను అనేక యుద్ధములు చేసి ఉత్తర దిక్కును జయించి, రాజులనుండి కప్ప ములు గొని, మరల వారి రాజ్యములందు వారిని ప్రతిష్ఠించి, వారియందరినుండి

వివిధ రత్నములు కానుకలు గొని వాయువేగము గల 'తిత్తిరి* - కల్మాష - శుకపక్ష - మయూర' సదృశము లైన గుఱ్ఱములతో చతురంగ సేనలతోను తిరిగి యింద్రప్రస్థ నగరమునకు వచ్చెను.

"జనమేజయా! అర్జునుడు తన వెంట తెచ్చిన ధనరాసులను, అశ్వములను ధర్మరాజునకు సమర్పించి తన యింటికి పోయెను.''

భీమసేనుడు పూర్వదిగ్విజయమునకు పోవుట - అనేకదిక్కులను జయించుట:

"జనమేజయా! అప్పుడే భీమసేనుడు గూడ ధర్మజుని యాజ్ఞ గొని, గజాశ్వరథములతో కవచాదులు ధరించి, తూర్పుదిక్కు జయించుటకు వెడలెను. భీమసేనుడు తొలుత పాంచాలనగర మైన 'అహిచ్ఛత్రా'పురమునకు పోయి అనేకోపాయములతో పాంచాల వీరులను సమాధానపరచి వశపరచుకొనెను. అక్కడినుండి ముందుకు పోయి భీముడు గండకీనదీతీరమునందలి 'గండక' దేశమును విదేహ (మిధిల) దేశమునున్ను కొలదికాలములోనే జయించి, 'దశార్ణ' దేశములనుగూడ వశపరచుకొనెను. అక్కడ దశార్ణదేశ రాజైన సుధర్ముడు భీమునితో శస్త్రాస్త్ర యుద్ధము చేయక మల్లయుద్ధము చేసెను. భీమసేనుడు అతని యద్భుత పరాక్రమము చూచి అతనిని తన ప్రధాన సేనాపతిగా చేసెను.

'జనమేజయా! భీమసేనుడు అక్కడినుండి తన మహాసేనతో భూమిని దద్దరిల్ల చేయుచు, 'విదిశా' నగరమువైపు పోయి 'అశ్వమేధ' దేశ నరపతి యైన 'రోచమాన' రాజును సేనాసహితముగ జయించెను. తరువాత భీమసేనుడు పూర్వదేశమును జయించి దక్షిణదిక్కుకు వచ్చి అక్కడ పుళిందులకు రాజధాని యైన 'సుకుమార' నగరమును, ఆ రాజు 'సుమిత్రు'నిన్ని జయించి వశపరచుకొనెను. అక్కడినుండి శిశుపాలుని కడకు పోయెను. భీముని యభిప్రాయము కనుగొని, చేదిదేశ నరపాలు డైన శిశుపాలుడుగూడ నగరమునుండి వెలుపలకు వచ్చి భీమునకు స్వాగత-సత్కారములు చేసెను ఆ యిరువురు కురుదేశ-చేది దేశముల నరపతులు; పరస్పరము కలిసికొని కుశలప్రశ్నములు చేసికొనిరి. తరువాత శిశుపాలుడు తన రాష్ట్రమును భీమసేనునకు సమర్పించి, 'వీరవరా!

---

* తీతువుపిట్టవన్నె వంటి రంగు గల గుఱ్ఱములు.

యేమి చేయ గోరుచున్నావు?' అని యిడుగగా, భీముడు ధర్మరాజు చేయిదలచిన రాజసూయయాగాది కార్యము లన్నియు చెప్పగా శిశుపాలుడు అతని మాట యంగీకరించి, కప్పము ఇచ్చుటకు ఒప్పుకొనెను. తరువాత భీమసేనుడు తన పరివారముతో పదమూడు దినము లుండి, అక్కడినుండి వీడ్కొని బయలు దేరెను."

భీమసేనుడు తూర్పు దిక్కు దేశములను, రాజులనున్ను జయించి మహా ధన సంపత్తితో ఇంద్రప్రస్థమునకు తిరిగి వచ్చుట :-

"జనమేజయా! తరువాత భీమసేనుడు కుమారదేశ రాజైన 'శ్రేణిమంతుని', కోసల రాజైన బృహద్బలునిన్ని జయించి, ధర్మజ్ఞుడు అనేక యజ్ఞ కర్మలు చేసినవాడు నైన అయోధ్యాధిపతితో భీమసేనుడు సద్భావపూర్వకముగా వ్యవహరించి అతనిని వశపరచుకొనెను.

"జనమేజయా! ఈ విధముగనే భీముడు 'గోపాలకక్ష-కోసల' దేశములను జయించి 'మల్ల' రాష్ట్రాధిపతి యైన 'పార్థివు'ని వశపరచుకొని హిమాలయ సమీపమునకు పోయి 'జలోద్భవ' దేశమును త్వరలోనే జయించి వశపరచుకొనెను. తరువాత 'భల్లాట' దేశమునకు సమీపము నందున్న దేశములను 'శుక్తిమత్' పర్వతమునున్ను జయించెను. అట్లే కాశిరాజును, 'సుపార్శ్వ' సమీపమునందలి రాజరాజేశ్వరు డైన 'క్రథ' రాజును, అత డెదిరించి యుద్ధము చేయగా ఓడించి, అక్కడినుండి "మత్స్య-మలద-అనఘ-అభయ" నామక దేశములను జయించి 'పశుపతినాథ' దేవునకు సమీపమునందలి 'నేపాల' దేశమైన 'పశుభూమి' అను దేశమునుగూడ జయించెను. అక్కడినుండి 'మదధార' పర్వతమునందు 'సౌభదేయ' దేశవాసులను జయించి ఉత్తరాభిముఖముగ పోయి వత్సదేశమునుగూడ బలాత్కారముగా తన యధీనములో తీసికొనెను.

"జనమేజయా! తరువాత భీమసేనుడు క్రమముగా 'భర్గ-నిషాద' దేశముల రాజులను 'మణిమంతుడు' మొదలైన రాజులనున్ను తన యధికారములో తీసికొని 'దక్షిణమల్ల' దేశమును, 'భోగవ'త్పర్వతమునున్ను అనాయాసముగా జయించెను. 'శర్మక-వర్మక' రాజులను ఓడించి, 'విదేహ' దేశ రాజైన

'జనకు'నిగూడ అవలీలగానే జయించి 'శక-బర్బర' దేశములను కపటపూర్వక ముగా జయించెను. 'విదేహ' దేశమునం దుండియే భీముడు 'ఇంద్ర పర్వత' సమీపమునం దున్న యేడుగురు కిరాతరాజులను జయించి, 'సుహ్మ-ప్రసుహ్మ' దేశ రాజులను సపరివారముగ యుద్ధములో ఓడించి, 'మగధ' దేశమునకు పోవుచు మార్గమధ్యమందు 'దండ-దండధార' రాజులను తదితర రాజులనున్ను జయించి వారితో స్నేహము చేసికొని వారిని వెంట బెట్టుకొని, మగధరాజధాని యైన 'గిరివ్రజ' నగరమునకు పోయెను.

"జనమేజయా! అక్కడ జరాసంధపుత్రు డైన 'సహదేవు'ని సమాధాన పరచి, అతనినుండి కప్పములు గొని, రాజ్యమునందు ప్రతిష్ఠించి, భీముడు వారితోపాటు పోయి 'కర్ణు'నిపై దాడి చేసి అతనితో యుద్ధము చేసెను. అక్కడ కర్ణుని ఓడించి వశపరచుకొని, పర్వతీయరాజులను గూడ జయించి 'మోదాగిరి' రాజును తన భుజబలముతో సంహరించెను.

"జనమేజయా! తరువాత భీమసేనుడు 'పుండ్రక' దేశ రా జైన 'వాసు దేవు'నితో యుద్ధము చేసెను. అతడు 'కౌశికి' (కోసీ) నదీ తీరమునందు మహా పరాక్రమశాలి యైన రాజుగా నుండెను యుద్ధములో భీమసేనుడు 'పౌండ్రక వాసుదేవు'ని ఓడించి 'వంగ' దేశరాజుపై దాడి చేసెను. తరువాత 'సముద్ర సేన - చంద్ర సేన-తామ్రలిప్త' రాజులను, 'కర్వట' దేశరాజును, 'సుహ్మ' భూపతిని జయించి సముద్రతీరమునందలి సమస్త మ్లేచ్ఛులను వశపరచు కొనెను.

"జనమేజయా! ఇట్లు భీమసేనుడు అనేక దేశములను జయించి ఆ రాజుల నుండి ధనములను తీసికొని 'లౌహిత్య' దేశమునకు పోయి అక్కడ సముద్ర జలప్రాయప్రదేశములందు నివసించు చున్న అనేక మ్లేచ్ఛ రాజులను జయించి వారినుండి కప్పములను, వివిధ రత్నములనున్ను గైకొనెను. ఆ రాజులు భీమునకు 'చందన - అగరు-వస్త్ర-మణి-ముక్తా-కంబళ-సువర్ణ-రజత-ప్రవాళ' ములు కానుకలుగా నిచ్చిరి వారు కోట్లకొలది సంఖ్యలో ధనములు, రత్నములు కప్పములుగా నిచ్చిరి. అని యన్నియు తీసికొని భీమసేనుడు ఇంద్రప్రస్థనగర మునకు వచ్చి, అవి ధర్మరాజునకు సమర్పించెను."

సహదేవుని దక్షిణ దిగ్విజయము :

"జనమేజయా! యుధిష్ఠిరుని సెలవు నేసికొని సహదేవుడు సేనతో దక్షిణ దిగ్విజయమునకు బయలుదేరెను. మొట్టమొదట 'శూరసేన' దేశవాసు లందరను జయించి, 'మత్స్య' దేశరా జైన 'విరాటు'ని వశపరచుకొని, 'దంత వక్త్రు'ని గూడ ఓడించి, అతనినుండి కప్పములు గొని అతనిరాజ్యమునందే అతనిని ప్రతిష్ఠించెను. తరువాత సహదేవుడు 'సుకుమార-సుమిత్ర' రాజులను లోబరచుకొని ఇతర 'మత్స్య'లను, 'చోరు'లను గూడ జయించి, 'నిషాద-పర్వతప్రవర-గోశృంగ' దేశములను జయించి, 'శ్రేణిమంతుని' గూడ వేగ ముగ ఓడించెను.

"జనమేజయా! ఆ తరువాత, సహదేవుడు 'నరరాష్ట్ర'మును జయించి 'కుంతిభోజు'నిపై దాడి చేయగా, నతడు సంతోషముతోనే పాండవుల యేలుబడిని స్వీకరించెను. తరువాత, 'చర్మణ్వతీ' నదీ తీరమందు సహదేవుడు 'జంభక' పుత్రుని జూచెను. అతని పూర్వశత్రు వైన శ్రీకృష్ణుడు అతనిని ప్రాణములతో విడిచి యుండెను. అజంభ పుత్రుడు సహదేవునితో ఘోరసంగ్రామము చేసెను. కాని, సహదేవు డతనిని ఓడించి దక్షిణ దిక్కునకు పోయెను.

"జనమేజయా! అక్కడ సహదేవుడు 'సేక-అపరసేక' దేశములను జయించి, వారినుండి వివిధ రత్నములను కానుకలుగా గొని సేనాధిపతిని తన వెంట తోడుకొని నర్మదానది వైపు ప్రయాణము చేసి అక్కడ మహాసేనా సమేతులు, 'అవంతీ' రాజ కుమారులు నైన 'విందాను విందు'లను జయించి, అక్కడినుండి రత్నములు కానుకలుగా గొని, 'భోజకట' నగరమునకు పోయి అక్కడ రెండు దినములు యుద్ధము చేసెను. అక్కడి రా జైన 'భీష్మకు'ని జయించి, కోసలాధిపతిని 'వేణా'నదీ తీరమునం దున్న రాజులను, 'కాంతారక-పూర్వకోసల' దేశ రాజులను గూడ జయించి, 'నాటకేయు'లను 'హేరంబకు' లను కూడ ఓడించెను.

తరువాత, సహదేవుడు బలాత్కారముగా 'మారుధ-రమ్యగ్రామ' రాజులను జయించి, 'నాచీన-అర్బుక' నామకులను, సమస్తవనేచర రాజులనున్ను జయించి, 'వాతాధిప' నామకుని వశపరచుకొనెను. తరువాత, 'కుళింద' లను ఓడించి ముందుకు పోయి 'పాండ్య' రాజుతో యుద్ధము చేసి ఓడించి,

దక్షిణాపథమువైపు పోయి, 'కిష్కింధా' గుహను చేరెను. అక్కడ మైంద - ద్వివిద' నామకులతో ఏడు దినములు యుద్ధము చేసినను, వారు సహదేవుని ఏమియు చేయ జాలక, ఆవానరరాజు లిద్దరు మిక్కిలి సంతోషముతో సహదేవునితో ప్రేమ పూర్వకముగ 'పాండవోత్తమా! నీవు అన్ని విధములైన రత్నములను కానుకలుగా కొనిపొమ్ము, ధర్మరాజు కార్యమునకు ఏలాంటి విఘ్నములు కలుగ గూడదు. అని యనిరి.

"జనమేజయా! తరువాత సహదేవుడు వారిచ్చిన రత్నములు తీసుకొని, 'మాహిష్మతీ' నగరమునకు పోయి అక్కడ 'నీల'* నామకరాజుతో యుద్ధము చేసెను. ఆ యుద్ధము మహాఘోరముగ నుండెను. అది పిరికిపందలకు భయంకరముగా, సేనలకు వినాశకముగా, ప్రాణములను తీయునదిగాను నుండెను. అగ్ని దేవుడు నీలరాజునకు సహాయము చేయు చుండెను. ఆ యుద్ధమునందు సహదేవునియొక్క రథాశ్వగజపదాతి సేనలు, కవచములున్ను దగ్ధము లై పోయెను. దానివేళ సహదేవుడు మిక్కిలి భయపడి, దానికి ప్రతీకారము చేయ జాలక పోయెను."

అది విని జనమేజయుడు వైశంపాయన మహామునితో 'బ్రహ్మన్! సహదేవుడు యజ్ఞముకొరకే గదా ప్రయత్నము చేయుచుండెను? ఇట్లుండగా (యజ్ఞమునకు ప్రధానముఖ మైన) అగ్నిదేవుడు సహదేవునకు యుద్ధములో ఎందులకు విరోధము చేసెను?' అని యడుగగా వైశంపాయనుడు జనమేజయునితో నిట్లనెను :-

"జనమేజయా! మాహిష్మతీనగరమందు నివసించునట్టి అగ్నిదేవుడు, పూర్వము నీలరాజు కన్యకయైన 'సుదర్శన'యందు ప్రేమ గలిగి యుండెను. దానికి కారణము చెప్పెద వినుము :-

---

* ఈ నీలుడు ఇక్ష్వాకు వంశీయు డైన 'దుర్జయు'ని పుత్రుడు. ఇతని రెండవ పేరు దుర్యోధనుడు. ఈ రాజు మిక్కిలి ధర్మాత్ముడు. ఇతని కథ అనుశాసనపర్వమందు రెండవ అధ్యాయములో చెప్పబడినది.

"జనమేజయా! అసమాన సుందరియైన ఆ సుదర్శన తన తండ్రియొక్క అగ్నిహోత్ర గృహమందు అగ్నిని మండించుటకు సర్వదా ఉండెను. విసనకఱ్ఱలతో ఎంతగా విసిరినప్పటికిన్ని అగ్నిదేవుడు మండకుండెను. ఆ కన్యక తన యందమైన పెదవులతో ఊదినప్పుడే అగ్ని ప్రజ్వలించుచుండెను. అగ్నిదేవుడు సుదర్శనను ప్రేమించుచున్నట్లు నీలరాజునకు ఆ పురజనులకున్ను తెలిసెను. తరువాత నొకనాడు బ్రాహ్మణ వేషముతో స్వేచ్ఛగా సంచరించుచున్న అగ్ని దేవుడు సుదర్శనకడకు వచ్చి తన కామభావమును ప్రకటించగా, ధర్మాత్ముడైన నీలరాజు శాస్త్రానుసారముగా ఆ బ్రాహ్మణుని దండించెను.

"జనమేజయా! అప్పుడు క్రోధముతో అగ్నిదేవుడు తన రూపములో ప్రజ్వరిల్లెను. అతనిని జూచి నీలరాజు మిక్కిలి ఆశ్చర్యపడి ఆతని యెదుట నేలపై తల వంచి అగ్నిదేవునకు ప్రణామము చేసెను. తరువాత ఆ రాజు వివాహయోగ్యమైన ఒక ముహూర్తమందు ఆ కన్యను బ్రాహ్మణరూపధారి యైన అగ్నిదేవునకు సమర్పించి, అగ్నిదేవుని చరణములపై మస్తక ముంచి నమస్కరించెను. అగ్ని భగవానుడు సుదర్శనను పత్నిగా గ్రహించి, ఆ రాజుపై మిక్కిలి కృప గలవాడుగా నుండెను. రాజుయొక్క యిష్టార్థసిద్ధికి సహాయము చేయదలచి అగ్నిదేవుడు వరము కోరు మని ఆ రాజును నిర్బంధించెను. అప్పు డారాజు 'తన సేనకు అభయప్రదానము చేయు'మని వరము కోరెను.

"జనమేజయా! అప్పటినుండియే ఎవరైన రాజులు అజ్ఞానముచేత ఆ మాహిష్మతీపురమును జయింప దలచినచో వారిని అగ్నిదేవుడు దహించుచుండెను. ఆ దినములలో మాహిష్మతీపురమునందలి యువతులు ఇచ్ఛానుసారముగా గ్రహింపబడుటకు యోగ్యులు గాకుండిరి. వారు తాము స్వతంత్రముగానే తమ వరులను వరించుచుండిరి. అగ్నిదేవుడు 'అక్కడి స్త్రీలు తమవరులను స్వేచ్ఛముగా వరించుకొనుటకు ఎవరుగూడ వారిని నివారించజాలరు!' అని వరమిచ్చి యుండెను. ఆ వర ప్రభావముచేత మహిష్మతీపురస్త్రీలు స్వేచ్ఛగా తమ వరులను వరించుకొనుటకు సంచరించుచుండిరి. అప్పటినుండియే ఆ రహస్యము నెరిగిన రాజులు అగ్ని భయముచేత మాహిష్మతీపురముపై దాడి చేయకుండిరి,"

"జనమేజయా! సహదేవుడు అగ్ని అంటుకొనిన తన సేన భయపీడిత మగుట చూచి, పర్వతమువలె కదలక మెదలక నిట్టనిలువున నిలిచెను భయ కంపితుడు కా లేదు. అప్పు డతడు ఆచమనము చేసి పవిత్రుడై అగ్నిదేవునితో ని ట్లనెను :

కృష్ణవర్త్మా! మేము చేయు ఈ రాజసూయ యాగప్రయత్నము నీకొరకే కదా! నీకు నమస్కారము చేయు చున్నాను. నీవు దేవతలకు ముఖము; యజ్ఞ స్వరూపుడవు; అన్నింటిని పవిత్రము చేయుదువుగనుక, నీవు పావకుడవు: హోమము చేయ దగిన పదార్థములను వహించెదవు గనుక, హవ్యవాహనుడవు; వేదములు నీకొరకే ప్రకటితము లయ్యెను గనుక, నీవు జాతివేదుడవు; నీవే చిత్ర భానుడవు; సురేశుడవు; అమలుడవు అని చెప్పబడు చున్నావు, నీవు నిరంతరము స్వర్గద్వారమును స్పృశించుచుందువు; నీవు హోమము చేయ బడిన పదార్థము లను భక్షించెదవు గనుక, హుతాశనుడవు; ప్రజ్వలించు చున్నావు గనుక, జ్వలనుడవు; శిఖలు (జ్వాలలు) ధరించెదవు గనుక, 'శిఖి'యన బడెదవు; నీవే వైశ్వానరుడవు; పింగేశుడవు, ప్లవంగుడవు; భూరితేజస్సువు; నీవే కార్తికేయునకు (కుమారస్వామి)జన్మదాతవు; నీవే ఐశ్వర్య సంపన్ను డవు గనుక, భగవంతు డవు, శ్రీరుద్రదేవుని వీర్యమును ధరించు చున్నావు గనుక, రుద్రగర్భుడ వన బడు చున్నావు; సువర్ణమును పుట్టించు చున్నావుగనుక 'హిరణ్య కృత్' అను పేరు గలవాడ వైతివి, అగ్నిదేవా! నాకు తేజస్సు నిమ్ము; వాయు దేవుడు నాకు ప్రాణశక్తిని ఇచ్చు గాక! పృథివీదేవి నాయందు బలమును నిలుపును గాక! జలము నాకు శ్రేయస్సు కలిగించు గాక! జలమును పుట్టించు మహాశక్తి సంపన్నుడ వైన జాతవేదా! సురేశ్వరుడ వైన అగ్నిదేవా! నీవు దేవతాముఖము గనుక, నీ సత్యప్రభావముచేత నన్ను పవిత్రుని జేయుము; ఋషులు, బ్రాహ్మ ణులు, దేవతలు, రాక్షసులును సర్వదా యజ్ఞము చేయునప్పుడు నీయందు ఆహుతులు వేసెదరు; అట్టి నీవు సత్యప్రభావముచేత నన్ను పవిత్రుని జేయుము; నీకు ధూమము ధ్వజము, శిఖలను (జ్వాలలను) ధరించెదవు; వాయువుచేత నీవు ప్రకాశితు డవయ్యెదవు; నీవు సమస్త పాపనాశకుడవు; సమస్త ప్రాణుల లోపల సర్వదా విరాజమానుడ వై యుండెదవు; అట్టి నీ సత్యప్రభావముచేత నన్ను పవిత్రుని జేయుము; నేను పవిత్రుడ నై, ప్రేమ భావముచేత నిన్ను ఈ విధముగ

స్తుతించితిని. భగవన్! అగ్నిదేవా! నీవు నాకు తుష్టి, పుష్టి, శ్రవణశక్తి, శాస్త్ర జ్ఞానము, ప్రీతియు నిచ్చి అనుగ్రహింపుము.*

సహదేవ కృత అగ్నిస్తుతి :

"త్వదర్థోఽయం సమారంభః కృష్ణ వర్త్మన్! నమోఽస్తు తే
ముఖం త్వమసి దేవానాం యజ్ఞస్త్వమసి పావక॥
పావనాత్ పావకశ్చాసి వహనాత్ హవ్యవాహనః।
వేదాస్త్వదర్థం జాతా వై జాతవేదాస్తతో హ్యసి॥
చిత్రభానుః సురేశశ్చ అనలస్త్వం విభావసో!।
స్వర్గద్వార స్పృశశ్చాసి హుతాశో జ్వలనః శిఖీ॥
వైశ్వానరస్త్వం పింగేశః ప్లవంగో భూరితేజసః।
కుమారసూస్త్వం భగవాన్ రుద్రగర్భో హిరణ్య కృత్॥
అగ్నిర్దదాతు మే తేజో వాయుః ప్రాణం దదాతు మే
పృథివీ బలమాదధ్యాత్ శివం చాపో దిశంతు మే॥
అపాంగర్భ మహాసత్త్వ! జాతవేదః సురేశ్వర!
దేవానాం ముఖమగ్నే! త్వం సత్యేన విపునీహి మామ్॥
ధూమకేతుః శిఖీ చ త్వం పాపహాఽనిలసంభవః।
సర్వప్రాణిషు నిత్యస్థః సత్యేన విపునీహి మామ్॥
ఏవం స్తుతోఽసి భగవన్! ప్రీతేన శుచినా మయా।
తుష్టిం పుష్టిం శ్రుతిం చైవ ప్రీతిం చాగ్నే! ప్రయచ్ఛ మే!'

"జనమేజయా! ఈవిధముగ శ్లోకరూపములోనున్న ఆగ్నేయ మంత్రములను పఠించుచు ప్రతి నామము కొనకు 'స్వాహా' అని చెప్పి అగ్ని దేవునకు ఆహుతులను సమర్పించు బ్రాహ్మణుడు ఎల్లప్పుడు అభివృద్ధిని పొంది ఐశ్వర్యము కలవాడై, జితేంద్రియుడై సర్వపాపముల నుండి విముక్తుడగును.

---

* అగ్ని స్తోత్రము చేసి హోమాదులు చేయు వారికి ఉపయుక్తముగ ఆ స్తోత్రము ప్రతిదినము పఠించుటకుగాను వ్యాసభగవానుని శ్లోకములు ఇక్కడ వ్రాయబడినవి. భక్తులు పఠించ వచ్చును.

"జనమేజయా! ఈ విధముగ సహదేవుడు స్తుతించి, మరల అగ్నిదేవుని సంబోధించుచు, హవ్యవాహనా! నీవు యజ్ఞమందు విఘ్నములు వేయ గూడదు. అని యనెను.

"జనమేజయా! ఈ విధముగ చెప్పి సహదేవుడు నేలపై దర్భలు పరచి భయపడిన తమ సేనను ముందుభాగమందు అగ్నికి సమ్ముఖముగా కూర్చొన బెట్టెను. మహాసాగరము తీర భూమిని ఉల్లంఘించనట్లే, అగ్ని దేవుడు సహదేవుని దాటి అతని సేనలో పోవ లేదు. అగ్నిదేవుడు. సహదేవుని యొద్దకు మెల్ల-మెల్లగా వచ్చి అతనిని ఊరడించుచు ఇట్లనెను:

'కౌరవ్యా! లెమ్ము! లెమ్ము! నేను నీ పరీక్ష చేసితిని. నీయొక్క, యుధిష్ఠిరుని యొక్కయు అభిప్రాయము నంతయు నెరుగుదును కాని, సహదేవా! నీ* రాజుయొక్క కులమందు అతని వంశపరంపర సాగు చున్నంతవరకు ఈ మాహిష్మతీ పురమును నేను సంరక్షింప వలసి యుండును. దానితోపాటే నీ భీష్టము గూడ నెరవేర్చ వలెను'

"జనమేజయా! ఇట్లు అగ్నిదేవుడు చెప్పగా విని సహదేవుడు ప్రసన్న చిత్తుడై, అక్కడినుండి లేచి చేతులు జోడించుకొని తల వంచుకొని అగ్నిదేవుని పూజ చేసెను. అగ్నిదేవుడు తిరిగి పోయిన తరువాత ఆ దేవుని యాజ్ఞచేత నీల రాజు అక్కడికి వచ్చి ఆ యోధులకు అధిపతి యైన సహదేవుని సత్కార పూర్వకముగా పూజించెను. అతని పూజను గ్రహించి, సహదేవుడు అతనిపై కప్పము విధించి, విజయముతో దక్షిణపువైపు సాగి పోయెను.

"జనమేజయా! తరువాత సహదేవుడు 'త్రిపురి' రాజైన 'అమితౌజు'ని వశపరచుకొని, 'పౌరవేశ్వరుని' చెరబట్టి, మహాప్రయత్నముతో 'సురాష్ట్ర' దేశాధిపతి యైన 'కౌశికాచార్యుని' యాకృతిని* (వంశమును) వశపరచుకొనెను.

---

* మూలములో 'ఆకృతి' అని కలదు ఆ పదమునకు గలయర్థములలో 'వంశము' అనికూడ నున్నది. ఆ యర్థము సమంజసముగా తోచి ఇక్కడ అదియే గ్రహింపబడెను.

''జనమేజయా! 'సురాష్ట' దేశమందే నిలిచి యుండి, సహదేవుడు 'భోజకట' నివాసుడైన 'రుక్మి' యనువానిని, 'విశాల' రాజ్యాధిపతి, ఇంద్ర సఖుడైన 'భీష్మకు'ని కడకు దూతను పంపగా నతడు శ్రీకృష్ణునిపై దృష్టి యుంచి పుత్రసహితుడై ప్రేమపూర్వకముగా సహదేవుని యేలుబడిని స్వీకరించెను. అక్కడినుండి సహదేవుడు రత్నములను కానుకలుగా గొని ముందుకు సాగిపోయి, 'శూర్పారక - తలాటక' దేశములను జయించి దండకారణ్యమును వశపరచుకొనెను. తరవాత, సముద్ర ద్వీపములందు నివసించు మ్లేచ్ఛ రాజులను, నిషాదులను (ఆటవికులు,) రాక్షసులను, కర్ణప్రావరణులను* గూడ జయించెను. మనుష్యులు, రాక్షసులు - ఈ రెండు తెగలవారి సంయోగము చేత పుట్టిన యోధులైన 'కాలముఖులు' అన బడువారిని జయించెను. 'కోలగిరి - సురభీ పత్తన-తామ్రద్వీప - రామక పర్వత-తిమింగిల' రాజులను గూడ జయించి సహదేవుడు ఏకపాదులకు,• (ఒకటే కాలుగలవారికి) కేరళులకు, వనవాసులకు, 'సంజయంతీ' నగరమునకు 'పాఖండ - కరహాటక' దేశములకున్ను దూతలద్వారా సందేశము పంపియే, వారిని అధీనములో తీసికొని, ఆయంపర నుండి కప్పములు గైకొనెను.

''జనమేజయా! 'పాండ్య - ద్రవిడ - ఉండ్ర - కేరళ-ఆంధ్ర - తాళవన - కళింగ - ఉష్ట్రకర్ణిక - ఆటవీపురీ - యవన' నామక నగరములను దూతలద్వారాయే వశపరచుకొని, ఆ నగరాధిపతులను కప్పము లిచ్చునట్లు చేసెను. అక్కడినుండి సహదేవుడు సముద్రతీరమునకు పోయి సేనను అక్కడ విడియించి, బుద్ధిమంతులైన తన మంత్రులతో పాటు కూర్చొని సమాలోచనములు జరిపెను.

''జనమేజయా! ఆ మంత్రుల సమ్మతితో వెంటనే తన యన్న కొడుకైన ఘటోత్కచుని స్మరింపగనే అతడు వచ్చి యెదుట నిలిచెను. అతడు మహా

---

* తమ చెవులచేతనే శరీరమును కప్పికొను వారిని కర్ణప్రావరణులు అని యనెదరు. ప్రాచీన కాలమందు కాళ్ళదాకా వ్రేలాడు చెవులుగల జాతివారు వుండిరి.

• ఒక కాలు గలవా రుండరు గనుక, 'ఏకపాద దేశ' నివాసులు అను నర్థమిచట సమంజస మని తోచు చున్నది.

కాయుడు. వివిధ భూషణములు ధరించియుండెను. అతని శరీరవర్ణము మేఘము వలె నల్లగా నుండెను. చెవులకు సువర్ణకుండలములు మెఱయు చుండెను. కంఠ హారములు, భుజకీర్తులున్ను అతనికి విచిత్రశోభను కలిగించు చుండెను. కటిభాగ మునం దతడు మువ్వలతో, మణులతోను భూషింప బడి యుండెను. అతనికి సువర్ణ కంఠమాలలు, కిరీటము, నడుమునకు పట్టీలు, పెద్ద - పెద్ద కోరలు, తామ్రవర్ణము గల తలవెంట్రుకలు, హరితవర్ణము గల మీసపు-గడ్డపు వెంట్రుకలు, భయంకర నేత్రములు, సువర్ణ భుజకీర్తులున్ను ప్రకాశించు చుండెను.

"జనమేజయా! ఘటోత్కచుడు సర్వాంగములకు రక్తచందనము పూసికొని యుండెను. అతి సూక్ష్మము లైన వస్త్రముల నతడు ధరించి యుండెను. బలవంతు డైన యా రాక్షసుడు మహావేగముచేత భూమిని కంపింప జేయు చున్నాడా యనునట్లు అక్కడకు వచ్చి చేరెను. పర్వతాకారము గల ఘటోత్కచుడు వచ్చు చుండుట చూచి, అక్కడివా రందరు భయముచేత, సింహ భయముచేత అడవియందు మృగములు, క్షుద్రజంతువులున్ను పారిపోవునట్లు, పరుగెత్తి పోయిరి.

"జనమేజయా! రావణుడు పులస్త్యమహర్షికడకు వచ్చినట్లు ఘటోత్కచుడు సహదేవునియొద్దకు వచ్చి అతనికి ప్రణామము చేసి, అతని యెదుట వినయముతో చేతులు జోడించుకొని 'నాకు ఏమి యాజ్ఞ?' యని యనెను. ఘటోత్కచుడు మేరుపర్వత శిఖరమువలె కనపడు చుండెను. అతనిని సహదేవుడు కౌగిలించుకొని మాటి-మాటికి అతని మస్తకము మూర్కొని, స్వాగతము చెప్పి సత్కరించి, మంత్రిసహితముగ ప్రసన్ను డై అతనితో ని ట్లనెను:-

"పుత్రా! ఘటోత్కచా! నీవు నాయాజ్ఞచేత కప్పములు గొనుటకు లంకాపురమునకు పోయి రాక్షసరాజు, మహాత్ము డైన విభీషణునితో కలిసి, రాజసూయయాగము కొరకు వివిధరత్నములను అనేకములను తీసికొని త్వరగా నిక్కడకు రమ్ము. ఒకవేళ, విభీషణుడు నీకు దర్శనమీయనిచో, నీ శక్తిని చూపించుచు నతనితో, 'లంకేశ్వరా! యుధిష్ఠిర మహారాజు శ్రీకృష్ణుని బాహుబలము నాశ్రయించి సోదరసహితు డై రాజసూయయజ్ఞమును ఆరంభించెను. ఈ విషయము నీవు బాగుగా తెలిసికొనుము. నీకు శ్రేయస్సు కలుగుగాక! ఇక

నేను వెడలి పోయెదను!' అని ఇంతమాత్రము చెప్పి నీవు ఏమాత్రము జాగు చేయక, త్వరగా తిరిగి రమ్ము.'

"జనమేజయా! ఘటోత్కచుడు సహదేవుని యాజ్ఞను శివసావహించి, సంతోషముతో, 'అట్లే చేసెదను' అని చెప్పి, సహదేవునకు ప్రదక్షిణ - నమస్కారములు చేసి, దక్షిణ దిక్కునకు వెడలి పోయి, సముద్రతీరము చేరెను.

"జనమేజయా! ధర్మాత్ముడు, మాద్రవతీ కుమారుడు, పులస్త్యనందనుడునైన విభీషణుని కడకు సహదేవుడు ఘటోత్కచుని తన దూతగా పంపెను. లంకకు పోవుచు ఘటోత్కచుడు సముద్రమును చూచెను. దానిలో కూర్మ-మకర - నాగ - మత్స్యాది జలజంతువులు నిండి యుండెను. గుట్టలు - గుట్టలుగా శంఖములు, ముత్తెపుచిప్పలు నుండెను. భగవంతుడైన శ్రీరామునిచేత నిర్మింపబడిన సేతువును చూచిన ఘటోత్కచుడు భగవంతుని పరాక్రమమును ధ్యానించి, సేతుతీర్థమునకు నమస్కరించి, సముద్ర దక్షిణతీరమువైపు దృష్టి సారించెను.

"జనమేజయా! తరువాత ఘటోత్కచుడు సముద్ర దక్షిణతీరము చేరి స్వర్గమువలె సుందరమైన లంకానగరమును చూచెను. ఆ నగరము నలువైపుల నాలుగు కోటగోడలు నిర్మింపబడి యుండెను నలువైపుల నగర ద్వారములు శోభిల్లుచుండెను. తెల్లని-ఎఱ్ఱని-అందమైన మేడలు వేలకొలదిగ లంకాపురము నందు ఉండెను. అక్కడి గవాక్షములు(కిటికీలు) సువర్ణనిర్మితములై ముత్యముల జాలములు కట్టబడి యుండెను. కొన్ని గవాక్షములు వెండితో బంగారముతో గజదంతములతోను నిర్మింప బడిన జాలములతో శోభిల్లు చుండెను. అక్కడ ఎన్నియో తోరణములు (గృహబహిర్ద్వారములు), గోపురములున్ను (నగర బహిర్ద్వారములు) సువర్ణ నిర్మితములై యుండెను ఆ నగరమందు దివ్యదుందుభి ధ్వనులు మార్మోగు చుండెను. నగరోద్యానములు, వనములున్ను ఆ నగరమునకు శోభ గూర్చు చుండెను. ఆ యుద్యానవనములందు పుష్పముల సుగంధము వ్యాపించి విశాలమార్గములు నిర్మింపబడి యుండెను. వివిధ రత్నభరిత మైన లంకానగరము ఇంద్రుని అమరావతీ పురమునుగూడ లజ్జింప జేయుచుండెను.

"జనమేజయా! ఘటోత్కచుడు రాక్షస సేవిత మైన లంకానగరమందు ప్రవేశించి, త్రిశూల-ఖడ్గములను ధరించి గుంపులు-గుంపులుగా ఆ నగరమందు

సంచరించుచున్న రాక్షసులను చూచెను. వారందరు యుద్ధకుశలురే. అక్కడి స్త్రీజనులనుగూడ ఘటోత్కచుడు చూచెను. వారు దివ్యవస్త్రములు, భూషణములు, హారములున్ను ధరించి యుండిరి. ఆ సుందరస్త్రీ లందరి కన్నుల కొనలు మదిరామదముచేత కొంచెము ఎఱ్ఱబారి యుండెను. వారి నితంబములు, స్తనములు ఉబికి బలిసి యుండెను. ఘటోత్కచు డక్కడకు వచ్చుట చూచి, లంకానివాసులైనరాక్షసు లందరకు మిక్కిలి హర్షము, విస్మయమున్ను కలిగెను. అప్పుడు ఘటోత్కచుడు రాజభవనద్వారము చేరి ద్వారపాలకునితో నిట్లనెను :

ఓయీ కురుకులమునందు సుప్రసిద్ధుడైన పాండురాజు ఉండెను. అతని కనిష్ఠపుత్రుడే సహదేవుడు. అతడు తన యన్నగారైన యుధిష్ఠిర మహారాజు చేయబోవు రాజసూయయాగమును సుసంపన్నము చేయుటకు కటిబద్ధుడై యున్నాడు. యుధిష్ఠిరునకు సహాయకుడుగ శ్రీకృష్ణభగవాను డున్నాడు. యుధిష్ఠిరునికొరకు కప్పము తీసికొనుటకుగాను సహదేవుడు నన్ను దూతగా నిక్కడకు పంపెను. కనుక, పులస్త్యనందనుడైన విభీషణమహారాజుతో నేను కలిసికొన దలచినాను. నీవు త్వరగా పోయి విభీషణ మహారాజునకు నా రాకనుగూర్చి తెలుపుము."

"జనమేజయా! ఘటోత్కచుని మాటలు విని ద్వారపాలకుడు 'చాల మంచిది!' అని చెప్పి ఆ విషయము తెల్పుటకు రాజభవనములో పోయి చేతులు జోడించుకొని విభీషణునకు ఆ సమాచార మంతయు తెలుపగా, విభీషణుడు ద్వారపాలకునితో 'ఆ దూతను నా కడకు తోడుకొని రమ్ము!' అని యనెను. అప్పుడు ద్వారపాలకుడు త్వరగా పోయి ఘటోత్కచునితోపాటు రాజభవనములో ప్రవేశించెను.

"జనమేజయా! విభీషణ రాజభవనము కైలాస పర్వతమువలె శోభిల్లుచుండెను ఆ భవనద్వారములు తప్తసువర్ణముతో నిర్మింప బడి యుండెను. నాలుగు భవనప్రాకారకుడ్యములతో పరివృతమైన ఆ రాజమందిరము అనేకగోపురములతో భవనద్వారములతోను ప్రకాశించు చుండెను. వివిధరత్నములు తప్తసువర్ణము, రజతము, స్ఫటికమణులు, వీనిచేత నిర్మింప బడిన భవనస్తంభములు నేత్రములను, మనస్సునున్న ఆకర్షించు చుండెను. ఆ స్తంభములందు వజ్ర-వైడూర్య

ములు పొదుగ బడి యుండెను బంగిరువన్నె గల ధ్వజ-పతాకలు ఆ భవనము నకు భవ్యశోభను కూర్చుచుండెను.

"జనమేజయా! విచిత్రమాలికలచేత అలంకృత మై, పరిశుద్ధసువర్ణవేదికల చేత విభూషిత మై యున్న యా రాజభవనము మిక్కిలి రమణీయముగ కనపడు చుండెను. ఆ భవనముయొక్క సమస్త మనోహర విశేషములను చూచుచు ఘటో త్కచుడు లోపల ప్రవేశించినవెంటనే ఆతనికి మృదంగమధురధ్వని వినపడెను. అక్కడ వీణాతంత్రుల ఝుంకారము, దాని లయప్రకారము పాడ బడు చున్న గీతములు వినపడెను. ఒక్కొక్క గీతము సమతాళములను అనుసరించి ఉచ్చ రింప బడు చుండెను. నూర్లకొలది వాద్యములతోపాటు దివ్యదుందుభుల మధుర ఘోషము మార్మోగు చుండెను.

"జనమేజయా! ఆమధురధ్వనులు విని ఘటోత్కచుడు మిక్కిలి సంతో షించుచు ఆ భవనమునందు అనేక కక్ష్యలు దాటి ద్వారపాలకునితో పోయి సువర్ణ సింహాసనముపై కూర్చొని యున్న విభీషణ మహారాజును దర్శించెను. అతని సింహాసనము సూర్యసమానముగ ప్రకాశించు చుండెను. దానియందు ముత్య ములు, రత్నములున్ను పొదుగ బడి యుండెను వివిధ భూషణములు ధరించిన విభీషణుని యంగములు విచిత్రముగ శోభిల్లు చుండగా, నతనిరూపము దివ్యముగ నుండెను. విభీషణుడు దివ్యమాలికా - వస్త్రములు ధరించి దివ్యగంధము అలదు కొని అతి సుందరుడుగ కనపడుచుండెను. అతని శరీరకాంతి సూర్యాగ్నులవలె భాసిల్లుచుండెను.

"జనమేజయా! ఇంద్రునియొద్ద అనేక దేవతలు కూర్చొనునట్లే, విభీష ణునిసమీపమందు ఆతనియనేకమంత్రులు కూర్చొని యుండిరి. అనేకదివ్యసుంద రులు, మహారథికులు నైనయక్షులు తమస్త్రీలతోపాటు మంగళవచనములతో విధి విధానముగా విభీషణునకు పూజలు చేయుచుండిరి. ఇద్దరు సుందరస్త్రీలు సువర్ణ దండభూషితము లైన చామర-వ్యజనములు అతనికి వీచుచుండిరి. కుబేర - వరు ణుల లక్ష్మివంటి రాజలక్ష్మియుతు డై, విభీషణుడు అద్భుతముగ కనబడు చుండెను. అతని యవయవములు దివ్యప్రభలను ఈను చుండెను. అతడు సర్వదా ధర్మమునందే స్థిరముగా నుండెను.

"జనమేజయా! విభీషణుడు మనస్సులో నిరంతరము ఇక్ష్వాకువంశ శిరోమణి యైన శ్రీరామచంద్రుని ధ్యానించుచుండెను. ఆ ట్లున్న రాక్షసరాజును చూచి ఘటోత్కచుడు చేతులు జోడించుకొని యతనికి నమస్కరించి, చిత్ర రథుడు ఇంద్రుని యెదుట వినమ్రుఁ డై నిలుచునట్లే, ఘటోత్కచుడు గూడ వినీత భావముతో విభీషణుని సమ్ముఖమున నిలిచెను. అట్లు రాజదూతగా వచ్చి, తన యెదుట నిలిచిన ఘటోత్కచుని చూచి, విభీషణుడు అతనిని యోగ్యముగా సమ్మానించి, శాంతముగా నతనితో ని ట్లనెను:-

'రాజదూతా! నా నుండి కప్పము తీసికొన దలచిన మహారాజు ఏ కులము నందు జన్మించెను? అతనిని, అతని సోదరులను, అతని గ్రామమును, అతని దేశమునున్ను గూర్చిన సమస్త విషయములున్ను తెలుపుము. నేను నీ విషయము గూడ తెలిసికొన దలచు చున్నాను. నీవు ఏ కార్యములకై కప్పము గొనుటకు వచ్చితివో, ఆ కార్యము లన్నింటి విషయము గూడ యథార్థముగా విన దలచి నాను అన్నియు విస్తారముగా విడి-విడిగా తెల్పుము.'

"జనమేజయా! విభీషణు డిట్లు అడిగిన తరువాత, ఘటోత్కచుడు అంజలి బద్ధు డై ప్రశాంతు డైన రాక్షస రాజునకు నిట్లు విన్నవింప జొచ్చెను:-

'మహారాజా ! చంద్రవంశము నందు సుప్రసిద్ధు డైన పాండురాజు ఉండెను. అతనికి ఇంద్రసమాన పరాక్రమశాలు రై న యైదుగురు పుత్రులు కలరు. వారిలో జ్యేష్ఠుడు ధర్మపుత్ర నామముతో విఖ్యాతుడుగ నున్నాడు. అతని మనస్సునందు ఎవరి యెడలగూడ శత్రుభావము లేదు. కనుక, అతనిని ప్రజలు 'అజాత శత్రువు' అని యనెదరు. సర్వదా ధర్మ మునందే యుండును. కనుక, మూర్తిభవించిన ధర్మమా యనునట్లు ఆ మహారాజు కనపడును. గంగానదీ దక్షిణ తీరమందు హస్తినాపుర మను పేరుతో నొక నగరము కలదు. యుధిష్ఠిర మహారాజు ఆ నగరమందే తన పైతృక మైన రాజ్యమును పాలించు చుండెను.

'రాక్షసరాజా! కొంతకాలము తరువాత యుధిష్ఠిరుడు హస్తినాపుర రాజ్య మును ధృతరాష్ట్రునకు ఒప్పగించి తన సోదరులతో ఇంద్ర ప్రస్థ నగరమునకు పోయెను. ఇప్పు డత డక్కడనే యుండి రాజ్యము నేలు చున్నాడు. ఆ రెండు పట్టణములు గంగా యయునా నడుమ మధ్యదేశమం దున్నవి.

'రాక్షసరాజా! ఇక నా సమాచారము వినుము - నాపేరు ఘటోత్కచుడు. నేను భీమసేనుని యొక్క బలవంతు డైన పుత్రుడను. నా తల్లి పేరు హిడింబ. ఆమె రాక్షసకుల కన్యక. నేను కుంతీ కుమారులకు ఉపకారము చేయుటకే భూమండలమందు సంచరించు చుండెదను. యుధిష్ఠిర మహారాజు ఇప్పుడు సమస్త భూమండలమునకు శాసకు డైనాడు. ఆ రాజు రాజసూయ యజ్ఞమును అనుష్ఠించుటకు ఏర్పాట్లు చేసినాడు. ఆ మహారాజు తన సోదరు లందరిని కప్పములు గైకొనుటకు అన్ని దిక్కులకు పంపెను భగవంతు డైన శ్రీకృష్ణునితో పాటు ధర్మరాజు తన తమ్ములకు దిగ్విజయము చేయుటకుగాను ఆదేశించినప్పుడు మహాబలపరాక్రమ సంపన్ను డైన యర్జునుడు పన్నులు గొనుటకు ఉత్తరదిక్కునకు పోయెను.

'విభీషణ మహారాజా! అర్జునుడు ఒక లక్ష యోజనముల మేరకు ఉత్తర దిక్కంతయు తిరిగి అక్కడి రాజు లందరను జయించి, మీరిన శత్రువులను వధించి, స్వర్గద్వారము దాక పోయి అనేక రత్నరాసులను, వివిధ దివ్యాశ్వములను కానుకలుగా గొని తెచ్చి యుధిష్ఠిర మహారాజునకు సమర్పించెను. యుధిష్ఠిరుని పెద తమ్ముడు భీమసేనుడు పూర్వ దిక్కునందలి రాజులను జయించి అనేక ధనరాసులను తెచ్చి యుధిష్ఠిరునకు సమర్పించెను. యుధిష్ఠిరుని మూడవ తమ్ము డైన నకులుడు పశ్చిమ దిగ్విజయార్థము పోయెను. నాలుగవ తమ్ము డైన సహదేవుడు దక్షిణ దిక్కునందలి రాజు లందరను జయించుచు ముందుకు సాగి వచ్చినాడు.

'రాజేంద్రా! ఆ సహదేవుడు మీ యెడల మిక్కిలి సత్కారపూర్వకముగ నన్ను రాజకీయ మైన కప్పము తీసికొనుటకు పంపెను. పాండవుల యొక్క ఈ చరిత్రము సంగ్రహముగ నీకు తెలిపితిని. నీవు యుధిష్ఠిరుని చూడుము. పావన మైన రాజసూయ యాగము, జగదీశ్వరు డైన శ్రీకృష్ణ భగవానునిన్ని చూడుము. రాజా! నీవు ధర్మజ్ఞుడవు ఇవి యన్నియు నీవు దృష్టియం దుంచుకొని నాకు కప్పము ఈయ వలెను."

"జనమేజయా! ఘటోత్కచుడు చెప్పిన మాటలు విని ధర్మాత్ము డైన రాక్షసరాజు విభీషణుడు, అతని మంత్రులున్ను మిక్కిలి ప్రసన్ను లైరి.

విభీషణుడు మిక్కిలి ప్రేమముతో యుధిష్ఠిరుని యేలుబడిని స్వీకరించి, సహదేవునకు గజముపై కప్ప బడు కంబళములు, గజదంతములు, రత్నములు పొదుగ బడిన బంగారు మంచములు, విచిత్ర భూషణములు, నవ రత్నములు, బంగరు పాత్రలు, కడవలు, బాణండ్లు, వేలకొలది బంగరు జలపాత్రములు, అనేక రజతపాత్రములు, సువర్ణ-మణి ముక్తాఖచితము లైన శస్త్రములు, యజ్ఞద్వారమునకు కట్టుటకు యోగ్యము లైన పదునాలుగు తాటిచెట్లు, సువర్ణకమలములు మణిఖచితము లైన పల్లకీలు, సువర్ణకిరీట-కుండల-పుష్ప-హార-శతావర్త శంఖాదులు, చందన-వస్త్ర-కంబళాదు లైన బహుమూల్య పదార్థములు, దివ్య సుగంధద్రవ్యములున్ను ఘటోత్కచునకు ధర్మజుని కొరకు కప్పములుగ ఇచ్చెను. అవి తీసికొని, ఘటోత్కచుడు విభీణునకు ప్రదక్షిణ-నమస్కారములు చేసి, బయలుదేరెను. ఈ వస్తువులన్నియు ఘటోత్కచుని వెంట తీసికొనిపోవుటకు ఎనుబది ఎనిమిదిమంది రాక్షసులను విభీషణుడు ఘటోత్కచుని వెంట పంపెను.

“జనమేజయా! ఇట్లు అన్ని వస్తువులు తీసుకొని తనవెంట వచ్చు చున్న రాక్షసులతోపాటు ఘటోత్కచుడు సముద్రము దాటి సహదేవునికడకు బయలుదేరెను. ఆ రాక్షసులను చూచి ద్రావిడ సైనికులు, భయపడి పరుగెత్త జొచ్చిరి. అప్పుడు ఘటోత్కచుడు సహదేవునకు నమస్కరించి యెదుట నిలిచెను. సహదేవు డతనిని కౌగిలించుకొని ఆ రాక్షసులను గూడ చూచి ప్రసన్ను డై ద్రావిడ సైనికులతో ఇంద్రప్రస్థమునకు బయలుదేరెను.

“జనమేజయా! ఈ విధముగ సహదేవుడు దక్షిణ దిక్కు నందలి కొందరు రాజులను జయించి, మరికొందరను సామోపాయముచేత సమాధాన పరచి, అందరిని వశపరచుకొని కప్పములు కట్టుటకు అంగీకరింప జేసి, ధన రాసులతో, లంకారాక్షసులతోను, ఇంద్రప్రస్థమునకు వచ్చి, యుధిష్ఠిరునకు నమస్కరింపగా యుధిష్ఠిరు డతనిని ఆదరించి లంకనుంచి తెచ్చిన దుర్లభవస్తువులను చూచి హర్షాశ్చర్యములు పొందెను ఆ ధనరాసులలో వేయికోట్లకంటె ఎక్కువ బారువుల సువర్ణము, విచిత్రమణిరత్నములు, గో-మహిష-మేషాదులు, గొత్తెలు అనేకసంఖ్యలో నుండెను. అవి యన్నియు ధర్మరాజునకు సమర్పించి సహదేవుడు కృతార్థు డై సుఖముగ నుండెను.”

నకులుని పశ్చిమ దిగ్విజయము :-

"జనమేజయా! నకులుని పశ్చిమ దిగ్విజయమును గూర్చి చెప్పెద వినుము. పశ్చిమదిక్కు శ్రీకృష్ణభగవానుని యధికారములో నుండెను. అక్కడకు పోవుటకు ప్రయాణమై నకులుడు చతురంగసేనల ధ్వనులతో భూమిని కంపింప జేయుచు, తొలుత అనేక గోపులు గలిగి, కుమారస్వామికి మిక్కిలి ప్రియమైన[1] 'రోహీతక' పర్వతమునకు, దాని సమీప దేశమునకున్ను పోయెను. అక్కడ 'మత్తమయూర' నామము గల క్షత్రియవీరులతో యుద్ధము చేసి ఓడించి నకులుడు సమస్త మరుభూమిని[2] అనేక ధనధాన్య పరిపూర్ణములైన శైరీషక-మహోత్థ దేశములను వశపరచుకొని మహోత్థదేశాధిపతి యైన 'అక్రోశ' రాజతో గొప్పయుద్ధము చేసి జయించెను.

"జనమేజయా! తరువాత నకులుడు 'దశార్ణ' దేశమును గెలుచుకొని, 'శిబి-త్రిగర్త-అంబష్ఠ-మాలవ-పంచకర్పట-మాధ్యమిక' దేశములకు పోయి వానిని జయించి, 'వాటధాన' దశక్షత్రియులను ఓడించెను. అక్కడినుండి తిరిగి వచ్చి నకులుడు 'పుష్కరారణ్య' నివాసులైన 'ఉత్సవసంకేత' గణములను ఓడించెను. సముద్రతీరవాసులైన 'గ్రామణీయ'[3] క్షత్రియులను, 'సరస్వతీ' నదీ తీరమందలి శూద్రులైన అభీర (గొల్లలు) గణములను మత్స్యజీవికగల 'ధీవర'[4] జాతివారిని, పర్వతములపై నివసించువారి నందరినిన్ని నకులుడు జయించి వశపరచుకొనెను.

"జనమేజయా! నకులుడు సమస్త 'పంచనద (పంజాబు) - అమర పర్వత-ఉత్తరజ్యోతిష-దివ్యకటనగర-ద్వారపాలపురక' దేశములను, ఆ రాజుల నున్ను వశపరచుకొని 'రామఠ - హార - హూణ' దేశరాజులను, పశ్చిమదిక్కు నందలి యితర రాజులనున్ను ఆజ్ఞా మాత్రముచేత అధీనులను చేసికొని,

---

1. దీనినే ఇప్పుడు రోహతక (పంజాబ్) అనెదరు.
2. మార్వాడదేశము.
3. గ్రామాధికారుల వంశీయులు.
4. చేపలుపట్టు జాలరులు.

అక్కడ నివసించి, శ్రీకృష్ణభగవానుని కడకు దూతను పంపెను. శ్రీకృష్ణుడు కేవలము ప్రేమచేతనే నకులుని శాసనము అంగీకరించెను. తరువాత, నకులుడు శాకలదేశమును జయించి 'మద్ర'దేశ రాజధానికి పోయి ఆ దేశరాజు, తన మేన మామయు నైన 'శల్యు'ని ప్రేమచేతనే వశపరచుకొనెను.

"జనమేజయా! శల్యుడు సత్కార యోగ్యుడైన నకులుని సత్కరించెను. నకులుడు శల్యునినుండి అనేక రత్నములను కానుకలుగా గొని, సముద్రమధ్య దీవులలో నున్న భయంకరులైన 'మ్లేచ్ఛ - పహ్లవ - బర్బర - కిరాత - యవన- శక నామకులను జయించి, వారినుండి రత్నములు గొని, అనేక ధనరాసుల భారముతో ఇంద్రప్రస్థమునకు తిరిగి వచ్చి ఆ ధనమంతయు యుధిష్ఠిరునకు సమర్పించెను.

"జనమేజయా! ఈ విధముగ కృష్ణభగవానుని యధికారములో నున్న వరుణపాలిత పశ్చిమ దక్కను నకులుడు జయించెను"

(దిగ్విజయ పర్వము సమాప్తము)

(రాజసూయ పర్వము)

యుధిష్ఠిరుని రాజ్యపాలనము - అతడు శ్రీ కృష్ణాజ్ఞచేత రాజసూయ యాగ దీక్ష గొనుట - దేశవాసులందరకు ఆహ్వానములు పంపుట:

"జనమేజయా! ఇట్లు పంచపాండవులు సమస్త భూమండలమును జయించి, ధర్మానుసారముగా రాజ్యపాలనము చేయదొడగిరి. భీమాదులైన నలుగురు తమ్ములతో యుధిష్ఠిరుడు, సమస్త ప్రజలపైన అనుగ్రహము చూపుచు, నాలుగు వర్ణముల ప్రజలను సంతుష్టులనుగా నుంచెను. యుధిష్ఠిరుడు ఎవరినిన్ని విరో ధించక, అందరికి హితము చేయుచుండెను. "అందరికి తృప్తి కలిగించవలెను. ధనాగారము తెఱచి, విరివిరిగా దానము చేయవలెను. ఎవరిపై గూడ బల ప్రయోగము చేయగూడదు. అట్లుండి ధర్మమా! నీవు ధన్యముగ నుండుము," అను మాటలు దప్ప యుధిష్ఠిరుని నోటినుండి మఱియేదియు వినబడకుండెను. అతడిట్లు వ్యవహరించుటచేతనే ప్రజలందరు తండ్రియందువలె అతనియందు

అనురక్తులై యుండిరి. ఎవరుగూడ అతనిని ద్వేషించకుండిరి. కనుకనే, అతడు 'అజాత శత్రువు' అన బడు చుండెను.

"జనమేజయా! యుధిష్ఠిరుడు ప్రజారక్షణము, సత్యపాలనము, శత్రు సంహారమున్ను చేయు చుండెను. ఈ కార్యము లతడు చేయు చుండుట చేత ప్రజలు నిశ్చింతులై ఉత్సాహముతో తమ వర్ణాశ్రమ కర్మలందు నిమగ్నులై యుండిరి. న్యాయముగా పన్నులు తీసికొని, ధర్మముగా శాసనములు చేయు చుండుటచేత యుధిష్ఠిరుని రాజ్యమందు ప్రజలు కోరినప్పుడెల్ల మేఘము వర్షించుచు, ఆ దేశము ధనధాన్య సంపన్నమై యుండెను గోరక్షణము, కృషికర్మ, వ్యాపారము మొదలైన కార్యము లన్నియు ఆ రాజ్యమునందు బాగుగా సాగు చుండెను. విశేషించి, ఆ రాజు మంచి వ్యవస్థతో పాలించుచుండెను. కనుక, అన్ని విషయములు బాగుగా జరుగు చుండెను

"జనమేజయా! చోరులు, వంచకులు, రాజులు, రాజులకు విశ్వాసపాత్రులున్ను ఎప్పుడు గూడ అసత్యము మాట్లాడ రనగా, ఇతరుల విషయములు చెప్ప వలసిన దే మున్నది? ప్రజలతోనే కాక, వారు పరస్పరము గూడ అసత్యముతో, కపటముతోను వ్యవహరించకుండిరి. ధర్మపరాయణుడైన యుధిష్ఠిరుని శాసన కాలమందు అనావృష్టి, అతివృష్టి, రోగములు, వ్యాధులు, ఈతిబాధలు, అగ్ని దహనములు మొద లైన ఉపద్రవములు పేరునకు గూడ లే కుండెను. యుధిష్ఠిరుని కడకు రాజులు స్నేహభావముతోనో లేక, అతనికేదైనా ప్రియము చేయుటకో వచ్చు చుండిరేకాని, యుద్ధాదులైన యితర కార్యముల కొరకు రా కుండిరి. (అనగా, అతని శాసనములో ప్రజలు పోట్లాడ కుండి రని భావము)

"జనమేజయా! కేవలము ధర్మమార్గములోనే లభించిన ధనాదాయము చేత అతని ధనాగారమునందు, నూర్లకొలది యేండ్లవాక ఉదారముగా వ్యయము చేసినను, తరుగనంత ధనము పెరిగి యుండెను. యుధిష్ఠిరుడు తన అన్న వస్త్ర ధనాదుల వృద్ధిని తెలుసుకొని యజ్ఞము చేయుటకు నిశ్చయించెను. అతని హితచింతకు లందరు 'ప్రభూ! నీవు యజ్ఞము చేయుటకు తగిన సమయము వచ్చినది. కనుక, నిపుడు యజ్ఞారంభము చేయుము' అని యను చుండిరి.

"జనమేజయా! యుధిష్ఠిరుని మిత్రులు ఈ విధముగ చెప్పు చుండినప్పుడే శ్రీకృష్ణభగవాను డక్కడకు వచ్చెను. ఆ పురాణపురుషుడు, నారాయణఋషి, వేదస్వరూపుడు, విజ్ఞానులకు గూడ అగమ్యుడు, పరమేశ్వరుడు, స్థావర-జంగమ ప్రాణుల యుత్పత్తి-స్థితి-లయములకు అధిష్ఠాన భూతుడు, భూత-భవిష్యద్-వర్తమాన కాలములను నియమించువాడు, 'కేశి' దానవ సంహర్త-కేశవుడు, వృష్ణివంశ రక్షణమునకు పెట్టనికోట, ఆపత్కాలమునందు అభయ మిచ్చువాడు, శత్రుసంహారకుడు నైన మాధవుడు తన తండ్రి యైన వసుదేవుని ద్వారకా సేనకు అధిపతిని జేసి, ధర్మరాజునకు వివిధ ధన-రత్నములు కానుక లిచ్చుటకు మహాసేనలతో ఇంద్రప్రస్థమునకు వచ్చెను.

"జనమేజయా! ఆ ధనరాసులు అనంతములుగా నుండెను. రత్నరాసులు అక్షయ మైన మహాసాగరముగ నుండెను. అవి తీసికొని శ్రీకృష్ణుడు ఇంద్రప్రస్థ నగరములో ప్రవేశించెను. తొలుత నుండియే పూర్తిగా నిండి యున్న పాండవుల ధనాగారము శ్రీకృష్ణుని అక్షయ ధనముల కానుకలచేత అది ఇంకను పరిపూర్ణ మయ్యెను. ఆదేవుని యాగమనము శత్రువులకు శోకవర్ధక మాయెను. సూర్యుడు లేనప్పుడు అంధకారము నిండిన ప్రపంచము సూర్యోదయముచేత ప్రకాశించునట్లు, వాయు సంచలనములేని చోట వాయువు వీచుట వలన నూతన ప్రాణశక్తి సంచరించునట్లున్ను శ్రీకృష్ణుడు అక్కడకు వచ్చినప్పుడు ఇంద్రప్రస్థ నగరమంతట హర్షోల్లాసములతో నిండెను.

"జనమేజయా! అప్పుడు యుధిష్ఠిరుడు మిక్కిలి ప్రసన్ను డై శ్రీకృష్ణునకు స్వాగత సత్కారములు చేసిన తరువాత ఆయన సుఖముగా కూర్చొనినప్పుడు ధౌమ్య-వ్యాసాదిమునులతో, ఋత్విక్కులతో, తమ్ములతోను శ్రీకృష్ణుని కడకు పోయి, యి ట్లనెను:-

'శ్రీకృష్ణా! నీ దయచేత సమస్త భూమండలము నీసేవ కొరకు నాయధీన మై యున్నది. నాకు ధనము గూడ అత్యధికముగా లభించి యున్నది. ఆ ధన మంతయు, శాస్త్రోక్తముగ ఉత్తమ బ్రాహ్మణుల కొరకు హవ్యవాహను డైన యగ్ని కొరకున్ను ఉపయోగింప దలచు చున్నాను. నే నిప్పుడు నీతో నా తమ్ములతోను కలిసి యజ్ఞము చేయ గోరు చున్నాను, ఆజ్ఞ యిమ్ము. నీవు స్వయముగా

యజ్ఞదీక్ష గ్రహింపుము. నీవు యజ్ఞము చేసిన యెడల నేను పాపరహితుడ నయ్యెదను. అథవా, ప్రభూ! నేను నా తమ్ములతో పాటు యజ్ఞదీక్ష గ్రహించుటకు ఆజ్ఞ యిమ్ము. నీ యనుజ్ఞ యైన మీదటనే యజ్ఞదీక్షా గ్రహణము చేసెదను.'

"జనమేజయా! ఆ మాట విని శ్రీకృష్ణభగవానుడు రాజసూయ యజ్ఞ గుణములను విస్తారముగా వర్ణించి, యుధిష్ఠిరునితో ని ట్లనెను:-

'రాజసింహా! నీవు చక్రవర్తి యగుటకు యోగ్యుడవు కనుక, నీవే యీ మహాయజ్ఞదీక్ష గ్రహింపుము. నీవు దీక్ష గ్రహించుటచేత మే మందరము కృత కృత్యుల మయ్యెదము. నీవు చేయ దలచిన యజ్ఞము ప్రారంభింపుము. నీకు శ్రేయస్సు కలిగించుటకు నేను నిరంతరము ఉద్యుక్తుడ నై యున్నాను నన్ను ఆవశ్యక కార్యములు చేయుటకు నియోగింపుము. నేను నీ యాజ్ఞ పాలించెదను.'

"జనమేజయా! శ్రీకృష్ణుని మాట విని యుధిష్ఠిరుడు 'శ్రీకృష్ణా! ఇక నా సంకల్పము సఫల మైనది నా యగకార్యసిద్ధి నిశ్చిత మైనది. ఎందు కనగా, నీవు నా యిచ్చాను సారముగ ఇక్కడకు విచ్చేసినావు' అని చెప్పి శ్రీకృష్ణుని యాజ్ఞ తీసికొని సోదరులతోపాటు యజ్ఞము చేయుటకు సామాగ్రిని చేకూర్చుకొనుటకు ఆరంభించెను.

"జనమేజయా! అప్పుడు యుధిష్ఠిరుడు యోధులకు, తమ్ములకు, మంత్రుల కున్ను, 'ఈయజ్ఞము కొరకు బ్రాహ్మణులు చెప్పినట్లు యజ్ఞాంగభూత వస్తువులు, కావలసిన యుపకరణములు, సర్వవిధ మంగళద్రవ్యములు, ధౌమ్యుడు చెప్పిన యజ్ఞోపయోగ సామాగ్రి యివి యన్నియు క్రమమునా దొరకినవి దొరికినట్లు శీఘ్రముగా మన సేవకులు పోయి తీసుకొని రావలెను. 'ఇంద్రసేన-విశోక-అర్జునసారథి పూరు'లు- వీరు ఆహార వస్తువులను చేకూర్చుటను పూనుకొన వలెను. సాధారణముగ తినుటకు కోరబడు రుచి సువాసనయు గల వివిధ 'మిష్టాన్న ము'లు (రుచ్యము లైన మధురలవణపు తినుబండారములు) మొద లైనవి సిద్ధపరుప వలెను. ఇవి యన్నియు బ్రాహ్మణులు కోరినట్లు ఇవ్వవలెను' అని యాజ్ఞ యిచ్చెను. యుధిష్ఠిరుని యాజ్ఞ కాగానే సహదేవుడు 'ఈ వ్యవస్థ లన్నియు చేయబడినవి' అని యుధిష్ఠిరునకు నివేదించెను.

"జనమేజయా! తరువాత వ్యాసభగవానుడు అనేక ఋత్విక్కులను తోడుకొని వచ్చెను. ఆ బ్రాహ్మణులు మూర్తీభవించిన వేదములవలె నుండిరి. ఆ యజ్ఞమునందు వ్యాసుడు *బ్రహ్మగా నుండెను ధనంజయగోత్రీయ బ్రాహ్మణోత్తముడు 'సుసామ'యనువాడు సామగానము చేయువాడుగ నుండెను బ్రహ్మనిష్ఠుడైన యాజ్ఞవల్క్యుడు అధ్వర్యుడుగ[1] నుండెను. వసుపుత్రుడైన పైలుడు ధౌమ్యమునితోపాటు 'హోత'గా[2] నుండెను. వారియందరి పుత్రులు, శిష్యులున్ను 'హోత్రగులు'[3] (సప్తహోతలు)గ నుండిరి. వా రందరు వేదవేదాంగపారంగతులు.

"జనమేజయా! ఆ ఋత్విక్కు లందరు పుణ్యాహవాచనము చేయించి, యజ్ఞవిధికి 'ఊహనము'[4] చేయించి శాస్త్రోక్తవిధితో ఆ యజ్ఞస్థలమును పూజించిరి.

---

* ఇతడు యజ్ఞములోని నలుగురు ముఖ్య ఋత్విక్కులలో నొకడు. తక్కిన ముగ్గురు 'హోతృ - అధ్వర్యు - ఉద్గాతృ' నామకులు. బ్రహ్మ అను ఋత్విక్కు ఆ నలుగురిలో గొప్ప విద్వాంసుడుగ నుండును. అతనికి మూడు వేదములు, యజ్ఞమును సక్రమముగ నడచునట్లు చూచుట, తప్పులను దిద్దుట వీనిలో సమర్థుడుగా నుండును. కొంతకాలము తరువాత బ్రహ్మ ముఖ్యముగ అధర్వవేద కార్యములే చేయువాడుగ నుండెను.

1. ఇతడు హోతృ-ఉద్గాతృలకంటె విశిష్టుడుగ యజ్ఞపు అధికారము వహించిన ఋత్విక్కు. ఇతడు యజ్ఞశాలను కొలుచుట, వేద నిర్మాణము చేయుట, యజ్ఞ పాత్రలు సిద్ధపరచుట, హోమ సమిధలు, జలము తెప్పించుట, యజ్ఞాగ్ని రగిలించుట, యజ్ఞ పశువును బలి యిచ్చుటకు తెచ్చుట, యజుర్వేద మంత్రములను పఠించుటయు చేయును. కనుకనే యజుర్వేదమునకు 'అధ్వర్యు' అని పేరు.

2 ఇతడు యజ్ఞమునందు దేవతలను స్తుతించుటకు ఋగ్వేదమంత్రములను పఠించును.

3. వీరు హోతకు సహాయకులుగ నుండు ఋత్విక్కులు.

4. 'రాజసూయేన యక్ష్యే, స్వారాజ్యమవాప్నవాని' - అనగా స్వర్గ రాజ్యమును పొందుటకు రాజసూయ యజ్ఞము చేసెదను' అని సంకల్పము చేయుటకు 'ఊహనము' అని పేరు.

దానియందు రాజాజ్ఞచేత శిల్పులు దేవమందిరములవలె నుండు సుగంధయుక్తము లైన విశాల భవనములు నిర్మించిరి. తరువాత యుధిష్ఠిరుడు 'సమస్త రాజులను బ్రాహ్మణులనున్ను ఆహ్వానించుటకు శీఘ్రగాము లైన దూతలను త్వరగా పంపుము' అని మంత్రిగా నున్న సహదేవునకు ఆజ్ఞ యిచ్చెను వెంటనే సహదేవుడు దూతలను పిలిచి, 'మీరు రాజ్యమునందంతటను ఒక్క చోటుగూడ విడువక, తిరిగి అక్కడి రాజులకు, బ్రాహ్మణ-వైశ్య-శూద్రులకున్ను మా యాహ్వానము తెలిపి త్వరగా తోడుకొని రండు' అని యాజ్ఞ యిచ్చెను

"జనమేజయా! తరువాత దూతలు దేశములో నందరను ఆహ్వానించి చాల మందిని తమవెంట తోడ్కొని వచ్చిరి. ఆహూతులేగాక, వారి బంధువులను మిత్రులనుగూడ వెంట తోడ్కొని వచ్చిరి. తరువాత అక్కడికి వచ్చిన బ్రాహ్మణులు సరియైన ముహూర్తకాలమందు యుధిష్ఠిరునకు రాజసూయ యజ్ఞ దీక్ష నిచ్చిరి. యజ్ఞదీక్షితు డైన యుధిష్ఠిరుడు వేలకొలది బ్రాహ్మణులచేత పరివృతుడై యజ్ఞ మండపమునకు పోయెను. అప్పు డతని సోదరులు, బంధుమిత్రులు, సహాయకులు, అనేక దేశములనుండి వచ్చిన క్షత్రియ రాజులు, మంత్రులున్ను అతనితో నుండిరి. అప్పుడు ధర్మరాజు మూర్తీభవించిన ధర్మమా యనునట్లు తోచు చుండెను.

"జనమేజయా! ధర్మరాజాజ్ఞచేత వేలకొలది శిల్పులు, అక్కడకు బంధువులతో వచ్చిన బ్రాహ్మణులు బస చేయుటకు వేరు వేరు గృహములు నిర్మించిరి. అవి అన్న - వస్త్రములచేత పరిపూర్ణము లై, అన్ని ఋతువులందు సుఖముగా నుండుటకు అను వైన సౌకర్యములు గలిగి యుండెను. ఆ యిండ్లలో బ్రాహ్మణులు రాజసత్కారము పొంది నివసించుచు, వివిధ కథలు చెప్పికొనుచు, నట - నర్తకుల యాటలు చూచు చుండిరి. ఆ గృహములలో భోజనములు చేయుచు, మాట్లాడుకొనుచు ఆనందమగ్ను లైన బ్రాహ్మణుల కోలాహలము నిరంతరము వినపడుచుండెను. అక్కడ 'ఇతనికి ఇండు, ఇతనికి వడ్డింపుడు, భోజనము చేయుడు' అను శబ్దములు ప్రతిదినము వినపడు చుండెను.

"జనమేజయా! యుధిష్ఠిరుడు గోవులను, శయ్యలను, బంగారు నాణెములను, అవివాహిత యువతులనున్ను ఒక్కొక్క బ్రాహ్మణునకు ఒక్కొక్క

లక్ష చొప్పున దానముగా నిచ్చెను. ఈ విధముగ స్వర్గమునందు ఇంద్రునివలె భూమండలమునందు అసమానవీరు డైన యుధిష్ఠిరుడు రాజసూయ యజ్ఞమును ఆరంభించెను అప్పుడు యుధిష్ఠిరుడు భీష్మ-ద్రోణ ధృతరాష్ట్ర-విదుర-కృపాచార్యాదులను, దుర్యోధనాది సోదరులను, తమయెడల ప్రేమ గల యితర జనులనున్ను హస్తినాపురమునుండి పిలుచుకొని వచ్చుటకు నకులుని పంపెను.

యుధిష్ఠిర యజ్ఞమునకు నమస్తదేశరాజులు, కౌరవ యాదవులున్ను వచ్చుట-వారికి అందరకు భోజన-నివాసముల వ్యవస్థ:-

"జనమేజయా! నకులుడు హస్తినాపురమునకు పోయి, భీష్మాదులను, ఆచార్యులనున్ను సత్కారపూర్వకముగ ఆహ్వానించెను వారందరు ప్రసన్నులై బ్రాహ్మణులను ముందిడుకొని ఆ యజ్ఞమునకు వచ్చిరి ధర్మరాజు యజ్ఞము చేయు చున్నా డని విని అనేక సహస్రజనులు సంతోషముతో ఇంద్రప్రస్థమునకు వచ్చిరి యుధిష్ఠిరుని, అతని సభనున్ను చూచుటకు అన్ని దిక్కులనుండి క్షత్రియు లందరు వివిధ బహుమూల్య రత్నములను కానుకలుగ తీసికొని వచ్చిరి.

"జనమేజయా! ఆ యజ్ఞమునకు, ధృతరాష్ట్ర-భీష్మ విదురులు, దుర్యోధనాది సోదరులు అందరు గాంధారరా జైన సుబలుడు, అతని పుత్రుడు శకుని, అచల-వృషక-కర్ణ-బాహ్లిక - సోమదత్త - భూరిశ్రవస్ - శల - అశ్వత్థామన్ - కృపాచార్య-ద్రోణాచార్య-జయద్రథ, ద్రుపదులు, ద్రుపదపుత్రులు, శాల్వరాజు, ప్రాగ్జ్యోతిషపురాధీశు డైన భగదత్తుడు, అతనితోపాటు సముద్రపు జంప్రాయ ప్రదేశములందు నివసించునట్టి యన్నిజాతుల మ్లేచ్ఛులు, పర్వతీయరాజులు, బృహద్బల-పౌండ్రక వాసుదేవులు, వంగ-కళింగ దేశముల రాజులు, ఆకర్ష - కుంతల - మాళవ - ఆంధ్ర - ద్రావిడ - సింహళ దేశముల రాజులు, కాశ్మీర దేశ రాజు, కుంతిభోజ - గౌరవాహన - బాహ్లికులు, ఇతర రాజవీరులు, తన యిరువురు పుత్రులతో విరాటరాజు, మావేల్లుడు, వివిధ దేశముల యేలికలు, రాజకుమారులున్ను వచ్చిరి.

"జనమేజయా! ధర్మరాజు చేయు రాజసూయ యజ్ఞమునకు శిశుపాలుడు గూడ పుత్రులతో వచ్చెను. బలరామ-అనిరుద్ధ-కంక-సారణ-గద - ప్రద్యుమ్న

సాంబ - చారుదేష్ణ - ఉల్ముక - నిశగ - అంగావహాదులు ఇతర వృష్ణివంశ మహారధికులుగూడ వచ్చిరి.

"జనమేజయా! యుధిష్ఠిరాజ్ఞచేత అక్కడ అతిధులకు సమస్త సౌకర్యములు కలిగించుటకు నియుక్తులైన సేవకులు అతిధుల నివాసమునకు ఉత్తమ భవనములు, అనేక భోజన సామగ్రియు నిచ్చిరి. ఆ యిండ్లలో స్నానాదులకు బావులు నిర్మింప బడెను. వివిధ వృక్షములు అచ్చట శోభిల్లు చుండెను. వారికి అందరకున్ను యుధిష్ఠిరుడు స్వాగతము చెప్పి సత్కరించెను ఇట్లు సమ్మానితులైన ఆ యతిథులు వివిధ భవనములలో బస చేసిరి

"జనమేజయా! ఆ భవనములు భవ్యములుగా కైలాస శిఖరమువలె ఉన్నతములుగాను నుండును. వివిధ ద్రవ్యములచేత భూషితము లై అందముగ నుండెను. ఆ భవనములకు నలువైపుల ప్రాకారములు ఉండెను. సువర్ణ జాలములు ఆ యిండ్లకు కట్ట బడి యుండెను. ఆ యిండ్ల ముంగిళ్ళలో మణులు పొదుగ బడి యుండెను. ఆ భవనములపైకి అనాయాసముగ ఎక్కుటకు సోపానములు కట్ట బడి యుండెను ఆ యిండ్లలో బహుమూల్యము లైన పెద్ద-పెద్ద యాసనములు కూర్చొనుటకు, ఇతర సామగ్రియు నేర్పరుప బడి యుండెను ఆ యిండ్లు మాలికలతో నలంకృత ములై, వానిలో అగరు సుగంధము వ్యాపించి యుండెను. ఆ యతిధి భవనము లన్నియు హంసలవలె, చంద్రునివలెను తెల్లగా ఒక యోజనము దూరమునుండి కనబడు చుండెను ఏమాత్రము అవి ఇరుకుగా లేక ఒంటొంటిని కలియక అన్నివాకిండ్లు సమానముగ నుండెను. అన్నింటిలోను సుఖ-సౌకర్యాది గుణములు నిండి యుండెను. ఆ యిండ్ల గోడలు వివిధ ధాతువుల చేత విచిత్రితము లై హిమాలయ శిఖరములవలె శోభిల్లు చుండెను.

"జనమేజయా! అక్కడ విశ్రాంతి తీసి కొనిన తరువాత ఆ రాజులందరు, అనేక సదస్యులతో పరివృతు డైన యుధిష్ఠిరుని దర్శనము చేసిరి. అప్పుడు రాజులతో, బ్రాహ్మణులతో, మహర్షులతోను నిండి యున్న ఆ యజ్ఞ మండపము దేవతలచేత నిండిన స్వర్గలోకమువలె భాసిల్లు చుండెను."

రాజసూయ యజ్ఞవర్ణనము :-

"జనమేజయా! భీష్మపితామహునకు, గురువైన ద్రోణునకున్ను, తదితరులకున్ను స్వాగతము చెప్పి యుధిష్ఠిరుడు వారికి పాదప్రణామము చేసి, భీష్మ-ద్రోణ-కృప-అశ్వత్థామన్-దుర్యోధన-వివింశతులతో నిట్లనెను:-

ఈ యజ్ఞమునకు వచ్చి నన్ను అనుగ్రహించితిరి. నేను చాల ధనము సంపాదించినాను. దీనిని మీరు ఇచ్ఛానుసారముగా సత్కార్యములందు వినియోగింపు డని నాప్రార్థన!

"జనమేజయా! యజ్ఞదీక్షితుడైన యుధిష్ఠిరుడు ఇట్లు చెప్పి, వారందరిని తగిన యధికారములందు నియోగించెను భక్ష్య-భోజ్యాది సామాగ్రిని జాగ్రత్తగా చూచుటకు, దానిని పంచుటకు, వడ్డించుటకున్ను సరియైన వ్యవస్థ చేయుటకు అధికారము దుశ్శాసనునకు ఇచ్చెను. బ్రాహ్మణులకు స్వాగత-సత్కారములు చేయు భారము అశ్వత్థామకు ఒప్పగించెను. రాజుల సేవా-సత్కారములు చేయుటకు సంజయుని నియోగించెను. ఏ పని యైనది, 'ఏది కాలేదు' అను విషయము సక్రమముగా చూచుపని భీష్మ-ద్రోణుల కీయ బడెను.

"జనమేజయా! స్వచ్ఛములైన సువర్ణ రత్నములను పరీక్షించి, జాగ్రత్త పరిచి యుంచుట, వానిని దక్షిణలుగా ఇచ్చు కార్యము నందు యుధిష్ఠిరుడు కృపాచార్యుని నియుక్తి చేసెను. ఇట్లే, వివిధ శ్రేష్ఠపురుషులను, వారికి తగిన వేరు-వేరు కార్యములందు నియోగించెను. నకులుడు గౌరవ పూర్వకముగా పిలుచుకొని వచ్చిన బాహ్లీక-ధృతరాష్ట్ర-సోమదత్త-జయద్రధులు అక్కడ ఇంటి యజమానులవలె సుఖముగ కూర్చొని స్వేచ్ఛగా సంచరింప దొడగిరి.

"జనమేజయా! సమస్తధర్మజ్ఞాన పరిపూర్ణుడైన విదురుడు ధనమును వెచ్చించు కార్యమునందు నియోగింప బడెను. దుర్యోధనుడు రాజులనుండి కప్పములను, వివిధములైన కానుకలను స్వీకరించి, వానిని జాగ్రత్తగా ఉంచు పనిని నిర్వహించు చుండెను. అందరిచేత పరివృతుడైన శ్రీకృష్ణ భగవానుకు అందరిని సంతోషింప జేయ దలచి, బ్రాహ్మణుల పాదములను కడుగుటచేత ఉత్తమ ఫలము లభించు నని స్వయముగా తానే బ్రాహ్మణుల పాదములు కడుగ జొచ్చెను.

"జనమేజయా! యుధిష్ఠిరమహారాజును అతని సభనున్ను చూచుటకు వచ్చిన రాజులలో ఒక వేయి బంగారునాణెముల కంటె తక్కువ కానుక లిచ్చిన వాడు ఎవ్వడు గూడ లేకుండెను. ప్రతియొక రాజు అనేక సంఖ్యల రత్నములను కానుకలుగా నిచ్చి యుధిష్ఠిరునకు ధన వృద్ధి కలిగించు చుండెను. రాజు లందరు 'నేను ఇచ్చిన రత్నములనే దానముగా నిచ్చి యజ్ఞమును పరిపూర్ణము చేయ వలెను' అని స్పర్ధపడి, ధన మిచ్చు చుండిరి

"జనమేజయా! యజ్ఞము చూచుటకు వచ్చిన దేవతల విమానములు శిఖరములకు తగులు చుండి, జలాశయములచేత నిండి, సేనలచేత పరివృత మై, సుందరభవనములు, ఇంద్రాది లోకపాలకుల విమానములు, బ్రాహ్మణుల నివాస స్థానములు, రత్న పరిపూర్ణచిత్రములు, విమానములవలె నిర్మింప బడిన భవనములు, రాజుల యనంత సంపదల సమృద్ధులు-వీనిచేత యుధిష్ఠిరుని సభ మిక్కిలి శోభిల్లు చుండెను.

"జనమేజయా! యుధిష్ఠిర మహారాజునకు, వరుణ దేవునకు ఉన్నంత అసమాన సమృద్ధి ఉండెను. అతడు యజ్ఞమునందు ఆరు అగ్నులు* ను ప్రతిష్ఠించి పరిపూర్ణ దక్షిణలిచ్చి ఆ యజ్ఞము ద్వారా భగవంతుడైన సర్వేశ్వరుని పూజించెను. యజ్ఞమునకు వచ్చిన ప్రజలందరి కోరికలను యుధిష్ఠిరుడు తీర్చి వారిని సంతుష్టి పరచెను. ఆ యజ్ఞ సమారోహము ఆహారపదార్థములచేత పరిపూర్ణమై, ఆహార పానీయ సామగ్రులు సర్వదా నిండియుండెను. పూర్తిగా తిని, త్రాగి జనులు అందరు తృప్తిగా ఆ యజ్ఞమునందు కనబడు చుండిరి అక్కడ ఎవరు గూడ ఆకలిగొని యుండకుండిరి. ఆ యుత్సవమునందు అన్ని వైపుల అందరికి రత్నములు కానుక లివ్వబడుచుండెను.

"జనమేజయా! వేద విద్యలో నిపుణులైన మహర్షులచేత విస్తారముగా చేయ బడు చున్న ఆ యజ్ఞమందు ఇడా• ఆజ్య హోమ, తిలాది పదార్థముల

---

* నీలకంఠ పండితుని వ్యాఖ్యలో ఆరు అగ్నులు, 'ఆరంభణీయ - క్షత్ర - ధృతి - వ్యుష్టి - ద్విరాత్ర - దశపేయ' నామములు గలవి యగునట్లు చెప్పబడినది.

• ఇడా యనగా, మంత్రపాఠము, స్తుతి.

ఆహుతులు - దీనిచేత దేవతలు తృప్తి పొందిరి. దేవతలవలెనే బ్రాహ్మణులుగూడ దక్షిణలచేత, ఆహారాది వస్తువులచేతను తృప్తి పొందిరి. వేయేల - ఆ యజ్ఞమందు అన్ని వర్ణముల ప్రజలు ప్రసన్నులై, అందరికిన్ని పూర్తిగా తృప్తి లభించెను."

(రాజసూయ పర్వము సమాప్తము)

(పూజాకరణ పర్వము)

రాజసూయ యజ్ఞమందు బ్రాహ్మణులు, రాజులు వచ్చుట - నారదుడు శ్రీకృష్ణమహిమను స్మరించుట - భీష్ముని యనుమతిచే శ్రీకృష్ణునకు అగ్ర పూజ చేయుట :-

"జనమేజయా! తరువాత అభిషేచనీయ[1] కార్యము చేయు దినమందు సత్కారమునకు యోగ్యులైన మహర్షులు, బ్రాహ్మణులున్ను రాజులతోపాటు యజ్ఞశాలలోనికి పోయిరి. అప్పుడు ఆ యజ్ఞశాలయందు రాజర్షులతో కూర్చొని యున్న నారదాది మహర్షులు బ్రహ్మదేవుని సభలో చేరియున్న దేవతలవలె దేవర్షుల వలెను శోభిల్లు చుండిరి. నడుమ - నడుమ యజ్ఞకర్మలకు అవకాశము కలిగి నప్పుడు విద్వాంసులు పరస్పరము జల్పము[2] (వాద వివాదములు) చేయుచుండిరి. ఇది ఇట్లే కావలెను', 'కాదు, ఇట్లు కా గూడదు' 'ఈ విషయము ఇట్లే యున్నది.

---

1. ఏ యజ్ఞమందు పూజ్యులకూ అభిషేకము - అర్ఘ్యమిచ్చి సమ్మానము చేయ బడునో, అట్టి కర్మలకు 'అభిషేచనీయము' అని పేరు. ఈ కార్యము రాజసూయ యజ్ఞమునకు అంగమైన 'సోమయాగ' విశేషము.
2. ఇది యొక విధమైన వాదము. దీనిలో వాది యైనవాడు జాతితో నిగ్రహ స్థానముతోను తన పక్షమును సమర్థించి ప్రతివాద పక్షమును ఖండించును. ఈ జల్పమునందు వాదియొక్క యుద్దేశ్యము తత్త్వనిర్ణయము కాదు కాని, స్వపక్ష స్థాపనము - పరపక్ష ఖండనము మాత్రమే జరుగును. వాదమువలెనే జల్పమునందు గూడ ప్రతిజ్ఞ - హేతువు మొదలైన పంచావయవము లుండును.

దీనికి భిన్నముగా లేదు' అని ఈ విధముగ చెప్పుచు అనేకులు వితండవాదు[3]లైన బ్రాహ్మణులు అక్కడ వాద వివాదములు చేయు చుండిరి.

"జనమేజయా! కొందరు విద్వాంసులు శాస్త్రనిర్ణీతము లైన బహువిధ తర్కములచేత, యుక్తులచేతను దుర్బల పక్షములను సబలములను చేయుచు, సబల పక్షములను దుర్బలములను చేయుచు నుండిరి. ఇతరుల వాదమందు దోష ములు మాత్రమే చూపించు నభ్యాసముగల మేధావులైన కొందరు పండితులు, ఇతరులు అనుమాన[4] ప్రమాణముచేత సాధించిన విషయమును, డేగ, మాంస మును మఱియొక దాని (పక్షి) నుండి లాగుకొనునట్లే, నడుమనే ఎగురగొట్టు చుండిరి.

"జనమేజయా! వారిలోనే కొందరు ధర్మార్థముల నిర్ణయమందు మిక్కిలి నిపుణులుగా నుండిరి. కొందరు తపోవ్రత నియమాది పాలకులుగ నుండిరి. అక్కడ ఈ విధముగా సమస్త భాష్యముల విద్వాంసులు, మహాత్ములున్ను మంచి కథలను, విజ్ఞానప్రద విషయములనున్ను చెప్పి తాము ఆనందించుచు, ఇతరులను గూడ ఆనందింప జేయు చుండిరి. నక్షత్రమండితమైన యాకాశ మండలము శోభిల్లునట్లు వేదజ్ఞు లైన దేవర్షి - బ్రహ్మర్షి - మహర్షుల చేత ఆ యజ్ఞవేదిక శోభిల్లు చుండెను.

"రాజా! యుధిష్ఠిరుని యజ్ఞశాలలోని వేదిక పరిసరములందు శూద్రులు, వ్రతనియమ హీను లైన బ్రాహ్మణులున్ను లేకుండిరి. యుధిష్ఠిరుడు ధన వైభవము లతో చేయుచున్న యజ్ఞవిధిని చూచి దేవర్షి నారదుడు మిక్కిలి ప్రసన్ను

---

3. ఏ వాదములో స్వపక్ష స్థాపనము పరపక్ష ఖండనము లేకుండ కేవలము వ్యర్థ ప్రలాపము (వదరుట) లు మాత్రమే వుండునో, అట్టి వాద వివాద ములకు 'వితండా వాద' మని పేరు.

4. ప్రత్యక్షము - అనుమానము - ఉపమానము - శాబ్దము. అను నాలుగు తార్కిక ప్రమాణములలో అనుమానము అనగా, పర్వతమునందు ధూమము ఉన్నది గనుక, అక్కడ అగ్ని ఉన్నది అని ధూమముచేత అగ్ని ఉన్నట్లు అనుమానించుట.

డాయెను. అప్పుడు అక్కడ చేరియున్న సమస్త క్షత్రియుల సమ్మేళనము చూచి నారద మహామునికి హఠాత్తుగా, సమస్త దేవాంశములతోపాటు భగవంతుని యవతారములను గూర్చి పూర్వము బ్రహ్మలోకము నందు జరిగిన చర్చ జ్ఞప్తికి వచ్చెను.

"జనమేజయా! నారదుడు అక్కడి రాజుల సముదాయము వాస్తవముగా దేవతల సమాగమమే యని తలచి భగవంతు డైన శ్రీహరిని ధ్యానించి యిట్లు యోచింప దొడగెను:-

'ఆహా! సర్వవ్యాపకు డైన భగవన్నారాయణమూర్తియే, తన ప్రతిజ్ఞ నెరవేర్చుటకు క్షత్రియ కులమునందు అవతరించెను. పూర్వకాలమందు సమస్త భూతముల యుత్పాదకు డైన ఆ భగవంతుడే దేవతలకు 'మీరు భూమండల మందు జన్మించి మీ-మీ యభీష్టములను సాధించుకొనుచు, పరస్పరము చంపికొనుచు దేవలోకమునకు మరల పోవ గలరు' అని ఆజ్ఞ యిచ్చి యుండెను. శ్రీమన్నారాయణమూర్తి దేవత లందరకు నిట్లు ఆజ్ఞ యిచ్చిన తరువాత తాను గూడ యదుకులము నందు అవతరించెను.

'అంధక - వృష్ణికులము లందు ఆ భగవంతుడే భూమండల మందు ఉత్తమ కాంతిచేత నక్షత్రముల మధ్య చంద్రునివలె శోభిల్లు చున్నాడు. ఇంద్రాది దేవతలు ప్రశంసించునట్టి బాహుబలము గల శ్రీహరియే ఇక్కడ మనుష్యుని వలె కూర్చొని యున్నాడు ఆహా! స్వయంభు వైన మహా విష్ణువు బలవంతు లైన క్షత్రియులను మరల నశింప జేయ దలచు చున్నాడు.'

"జనమేజయా! నారద మహాముని ఈ విధముగ ప్రాచీన వృత్తాంత మును స్మరించి, 'ఈ శ్రీకృష్ణభగవానుడే సమస్త యజ్ఞముల చేత ఆరాధనీయు డైన శ్రీమన్నారాయణుడు' అని తలచి, ధర్మరాజు యజ్ఞమునందు గౌరవింప బడుచు కూర్చొని యుండెను."

"జనమేజయా! అప్పుడు భీష్ముడు ధర్మరాజుతో ని ట్లనెను:-

'యుధిష్ఠిరా! ఇక్కడకు విచ్చేసిన రాజుల కిప్పుడు నీవు యోగ్యతాను సారముగా సత్కారము చేయుము. యజ్ఞములో ఆచార్యులు, ఋత్విక్కులు,

బంధువులు స్నాతకులు, ప్రియమిత్రులు, రాజులు - ఈ ఆరు తెగలవారు యాగములో అర్ఘ్య మిచ్చి పూజింప దగినవా రని శాస్త్రములో చెప్ప బడినది. ఒకవేళ వీరు ఒక సంవత్సరము తరువాత వచ్చినప్పటికిన్ని వీరికి అర్ఘ్యాదు లిచ్చి పూజించ వలె నని శాస్త్రజ్ఞులు చెప్పెదరు. ఈ రాజు లందరు చాలకాలము తరువాత మన యొద్దకు వచ్చినారు. కనుక, నీవు ఒక్కొక్కరిని విడి-విడిగా, అర్ఘ్య మిచ్చి పూజించ వలెను. వీరిలో సర్వశ్రేష్ఠు డైన శక్తిమంతునకు మొట్టమొదట అర్ఘ్య మిమ్ము.

''జనమేజయా! ఆ మాట విని యుధిష్ఠిరుడు భీష్మునితో ని ట్లనెను:-

'పితామహా! ఈ వచ్చిన రాజులలో అందరికంటే మొదట ఎవరికి అర్ఘ్య మీయ మనెదవో చెప్పుము.'

"ఆ మాటకు భీష్ముడు బాగుగా యోచించి 'శ్రీకృష్ణభగవానుడే ఈ భూ మండలమందు అందరికంటె తొలుత పూజనీయుడు' అని తలచి ఇ ట్లనెను:-

"యుధిష్ఠిరా! శ్రీకృష్ణభగవానుడు ఈ రాజు లందరిలో తేజో-బల-పరాక్రమముల చేత గ్రహ-నక్షత్రములలో సూర్యునివలె దేదీప్యమానుడుగా నున్నాడు. అంధకార బంధుర మైన చోట సూర్యోదయ మైనప్పుడు ఆ చోట జ్యోతిచే వెలుగునట్లు, వాయువు లేనిచోట వాయువు వీచినప్పుడు ఆ స్థలము సజీవ మైనట్లున్ను శ్రీకృష్ణ భగవానునిచేత ఈ సభ ఆహ్లాదముతో ప్రకాశించు చున్నది. కనుక, ఈ మహానుభావుడే అగ్రపూజకు యోగ్యుడు!

"జనమేజయా! భీష్ముని యాజ్ఞ యైనతరువాత సహదేవుడు శ్రీకృష్ణునకు శాస్త్రోక్తముగా అర్ఘ్య మిచ్చెను శ్రీకృష్ణుడు స్వీకరించెను. ఆ పూజను శిశుపాలుడు సహించక ఆ నిండుసభలో భీష్మ, - యుధిష్ఠిరులను నిందించుచు, వాసుదేవుని ఆక్షేపించుచు యుధిష్ఠిరునితో ని ట్లనెను :

శిశుపాలుని ఆక్షేప వచనములు :

యుధిష్ఠిరా! మహాత్ము లైన ఈ రాజులందరు ఇక్కడ నుండగా, ఈ కృష్ణుడు రాజులవలె రాజోచిత పూజకు ఎప్పుడుగూడ అధికారి కా జాలడు. మహాత్ము లైన పాండవులకు ఇట్టి విపరీతాచారము తగినది కాదు నీవు స్వార్థముతో

కృష్ణుని పూజించితివి. పాండవులారా! మీ రింకను బాలకులుగానే యున్నారు. ధర్మస్వరూపము అతి సూక్ష్మము గనుక, అది మీకు తెలియ కున్నది భీష్ముడు అతివృద్ధు డైనాడు ఇప్పుడితని స్మరణశక్తిగూడ తగ్గిపోయినది. ఇతడు యోచన లేకుండ అవివేకముతో అన్ని వస్తువులను చూచు చున్నాడు, కనుకనే, ఇతడు శ్రీకృష్ణుని యగ్రపూజకు సమ్మతించెను

'భీష్మా! నీవంటి దర్మాత్ముడు గూడ మనస్సుకు తోచినట్లు, లేదా, ఎవరికో ప్రియము చేయుటకు కనపడినపని యంతయు చేయ గోరినప్పుడు అట్టి పురుషుడు సత్పురుషులలో అవమాన పాత్రు డగును. కృష్ణుడు రాజు కాడని యందరకు తెలియును అట్లుండగా, ఈ రాజులందరిలో మీరు ఇతనికి పూజ యెట్లు చేసితిరి? ఈ పూజకతడు ఎట్లు అధికారి కా గలిగెను?

'యుధిష్ఠిరా! శ్రీకృష్ణుడు వృద్ధు డని నీవు తలచిన యెడల వృద్ధు డైన అతని తండ్రి వసుదేవు డుండగా, ఇత డెట్లు పూజకు యోగ్యు డగును? ఒకవేళ, శ్రీకృష్ణుడు మీకు ప్రియము చేయుచు, మిమ్ము అనుసరించు చున్నమిత్రుడు కాబట్టి నీవు ఇతనికి పూజ చేసినయెడల, అదిగూడ సరి కాదు. ఎందు కనగా, అందరి కంటె మీకు గొప్ప మిత్రుడు ద్రుపద మహారాజు ఇక్కడ నున్నాడు, అత డుండగా మాధవుడు పూజ పొందుటకు అధికారి యెట్లు కా గలడు? లేదా, నీవు కృష్ణుని ఆచార్యునిగా తలచిన యెడల, ఆచార్యు లందరిలోగూడ పెద్దవాడు, వృద్ధుడు నైన ద్రోణాచార్యు డుండగా ఈయదు వంశీయునకు నీవు పూజ యెట్లు చేసితివి?

మహారాజా! నీ వొకవేళ, కృష్ణుడు నీకు ఋత్విజు డని తలచినయెడల, ఋత్విజు లందరిలోను వృద్ధుడైన వేదవ్యాస మహామునియుండగా కృష్ణున కెట్లు అగ్రపూజ చేసితివి? భీష్ముడు పురుష శ్రేష్ఠుడు. స్వేచ్ఛామృత్యువు గలవాడు. ఇట్టివా డుండగా, కృష్ణుని ఎట్లు పూజించితివి? శాస్త్ర నిపుణుడు, విద్వాంసుడు నైన అశ్వత్థామ యుండగా, కృష్ణున కెట్లు పూజ చేసితివి?

'యుధిష్ఠిరా! మహారాజాధిరాజు, పురుష శ్రేష్ఠుడు నైన దుర్యోధనుడు, భరత వంశమునకు ఆచార్యుడైన కృపాచార్యుడు నుండగా నీవు కృష్ణునకు

అగ్రపూజ చేయుట ఉచితమని ఎట్లు అంగీకరించితివి? నీవు కింపురుషులకు ఆచార్యుడైన 'ద్రుము'ని, పాండు సమానుడు మహావీరుడైన భీష్మకుని, రుక్మిని మహా ధనుర్ధరుడైన ఏకలవ్యుని, మద్రరాజైన శల్యుని ఈ యందరను ఉల్లంఘించి కృష్ణుని పూజ యేదృష్టితో చేసితివి?

రాజా! తన బలపరాక్రమములచేత రాజులందరితో స్పర్ధ పడు వాడు, పరశురామునకు ప్రియ శిష్యుడు, యుద్ధమునందు అనేక రాజులను జయించిన వాడు, మహా బలశాలియు నైన కర్ణుని విడిచి నీవు కృష్ణుని ఎట్లు పూజించితివి?

"యుధిష్ఠిరా! కృష్ణుడు ఋత్విక్కుడు కాడు, ఆచార్యుడు కాడు, రాజున్ను కాడు. అట్టివానికి నీవు ప్రియముతో ఎట్లు పూజ చేసితివి? నీ వొకవేళ, కృష్ణుడే నీకు పూజనీయదేవుడు కాబట్టి, అతనికే నీవు పూజ చేయ వలసి యుండిన యెడల ఈ రాజులందరను అవమానించుటకు మాత్రమే పిలువవలసిన యవసరము నీకు ఏమి యుండెను?

"జనమేజయా! ఇట్లు శిశుపాలుడు యుధిష్ఠిరునితో చెప్పి అక్కడ చేరి యున్నరాజులతో నిట్లనెను :-

రాజులారా! మనము ఈ యుధిష్ఠిరునకు భయముచేత, లేక, లోభముచేత, అథవా, విశేష మైన గౌరవముపొందుటచేత కాని, కప్పములు ఇచ్చుట లేదు. ఇతడు ధర్మాచరణమునందు ఆసక్తు డై, క్షత్రియసామ్రాజ్యపదవిని పొంద గోరు చున్నాడు. ఇది మంచిదేకదా యని తలచి కప్పము లిచ్చు చున్నాము. కాని, మనను ఇతడు లెక్క చేయుట లేదు."

"ఇట్లు చెప్పి మరల యుధిష్ఠిరునితో శిశుపాలు డిట్లనెను :-

"యుధిష్ఠిరా! నీవు రాజసభలో రాజోచితచిహ్నము లైన ఛత్రచామరాదులు లేని కృష్ణునకు అర్ఘ్య మిచ్చి పూజించుటకంటే మించిన యవమానము మరియొకటి ఏది యుండ గలదు? యుధిష్ఠిరునకు ఆకస్మాత్తుగానే ధర్మాత్ముడు అను కీర్తి లభించెను. అట్లు గానియెడల ఇటువంటి ధర్మహీను డైన కృష్ణునకు పూజ చేయు

వాడు ధర్మనిష్ఠుడు ఎట్లగును? వృష్ణికులమంద పుట్టిన యా దురాత్ముడు అన్యాయముగా ఇంతకు పూర్వమే మహాత్ముడైన జరాసంధుని వధించెను. నేడు యుధిష్ఠిరునకు ధర్మాత్మత్వము తొలగి పోయెను ఎందు కనగా ఇతడు కృష్ణునకు అగ్రపూజ చేసి తన పిరికితనమును కనపరచెను.

"జనమేజయా! ఇట్లు చెప్పి శిశుపాలుడు శ్రీకృష్ణుని సంబోధించుచు నిట్లనెను :-

మాధవా! కుంతీపుత్రులు బెదరుపోతులు. పిరికిపందలు. అనాయకులు. కనుక, వీరు నీయొక్క సమగ్రస్వరూపమును బాగుగా తెలిసికొనక ఒకవేళ, నీకు పూజ సేసినయెడల, నీవు 'ఏ పూజకు అధికారివి' అని నీ వైనను తెలిసికొన వలసి యుండెను రేవా ఈ పిరికిపందలు చేసిన యగ్రపూజకు అర్హుడవు కాకునున్నను ఎందుకు అంగీకరించితివి?

"కృష్ణా! ఎక్కడనో మూలకు పడి యున్న హవిస్సును(ఘృతమును) నాకి, కుక్క 'తాను ధన్య మైతి' నని తలచినట్లే నీకు అయోగ్య మైన పూజను స్వీకరించి నీయంతట నీవు చాల గొప్పవాడవని తలచు చున్నావు. నీ యీ యాగ్రపూజచేత రాజాధిరాజుల మైనమాకు ఎలాటియవమానమున్ను జరుగదు. కాని, ఈ పాండవులు నీకు అర్ఘ్య మిచ్చి వాస్తవముగా నిన్నే వంచించు చున్నారు.

కృష్ణా! నపుంసకునకు పెండ్లి చేయుట, అంధునకు రూపము చూపించుటయునెట్లు వారిని పరిహసించిన ట్లగునో, అట్లే, నీవంటి రాజ్యహీనునకు ఈ రాజులతో సమానముగా పూజ జరుపుటయు, పరిహాసాస్పదమే యగును. నేడు యుధిష్ఠిరుని, భీష్ముని చూచితిని. వాసుదేవుని యొక్క వాస్తవస్వరూపము గూడ చూచితిని నిక్కముగా వీ రందరు ఇట్టివారే!

"జనమేజయా! ఇట్లు చెప్పి శిశుపాలుడు తనయాసనమునుండి లేచి, కొందరు రాజులను వెంట దీసికొని ఆసభాభవనమునుండి వెడలిపోవుటకు ఉద్యుక్తుడయ్యెను "

యుధిష్ఠిరుడు శిశుపాలుని సమాధానపరచుట - శిశుపాలుని ఆక్షేపములకు భీష్ముడు ప్రత్యుత్తరము చెప్పుట :-

"జనమేజయా! అప్పుడు, యుధిష్ఠిరుడు శిశుపాలుని కడకు పరుగెత్తుచు పోయి శాంతితో అతనికి వివరించి చెప్పుచు మధురముగా ని ట్లనెను :-

శిశుపాల రాజా! నీవు చెప్పినమాట సముచితము కాదు. ఎవరినిగూడ కఠోరముగ; వ్యర్థముగాను అధిక్షేపించుట చాలా యధర్మము. 'భీష్ముడు ధర్మ తత్త్వమును ఎరుగడు' అనుట సరి కాదు. కనుక, ఇతనికి నీవు అనాదరము చేయకుము. ఈ రాజులందరు ఇక్కడ ఉన్నారు. వీరిలో ఎందరో నీకంటే వయస్సులో చాల పెద్దవారు వీరు శ్రీకృష్ణుని యగ్రపూజను మౌనముతో సహించి యున్నారు ఇట్లే నీవుగూడ ఈ విషయములో ఏమియు చెప్ప గూడదు. చేది రాజా! శ్రీకృష్ణ భగవానుని యథార్థ స్వరూపము మా భీష్మ పితామహుడే ఎరుగును. అతని తత్త్వము భీష్మ డెరిగినంతగా నీ వెరుగవు!

"జనమేజయా! యిట్లు యుధిష్ఠిరుడు శిశుపాలునితో చెప్పిన తరవాత, భీష్ముడు ధర్మరాజుతో ని ట్లనెను:-

యుధిష్ఠిరా! సమస్త జగత్తులో శ్రీకృష్ణ భగవానుడే అందరికన్న పెద్దవాడు అతడే పరమపూజ్యుడు. అతనికి అగ్రపూజ చేయుటకు అంగీకరించని వానిని అనునయించ గూడదు. అట్టి శాంతివచనములచేత అతనిని వేడుటగూడ తగదు. ఒక క్షత్రియుడు, యుద్ధమునందు మరియొక క్షత్రియుని జయించి, వశపరచుకొనిన వాడు, ఓడిపోయిన క్షత్రియునకు గురుతుల్యుడు, పూజ్యుడు నగును. ఈ రాజ సమూహమునందు యుద్ధములో శ్రీకృష్ణుని పరాక్రమముచేత ఓడింప బడనివాడు ఒక్కడుగూడ లేదు శ్రీకృష్ణుడు కేవలము మనకు మాత్రమే పూజ నీయుడు కాడు. ఇతడు మూడు లోకములందు గూడ పూజ్యుడే! శ్రీకృష్ణుని చేత యుద్ధమునందు అనేక క్షత్రియ వీరులు ఓడింప బడిరి. ఈ ప్రపంచమంతయు భగవంతు డైన శ్రీకృష్ణునియందే పూర్తిగా ప్రతిష్ఠిత మై యున్నది. కనుకనే మనము ఇక్కడ ఎందరో వృద్ధులు ఉన్నప్పటికిన్ని శ్రీకృష్ణునకే పూజ చేయుచున్నాము.

"ఇట్లు భీష్ముడు యుధిష్ఠిరునితో సని శిశుపాలుని సంబోధించుచు ని ట్లనెను:-

(శిశుపాలా!) నీవు శ్రీకృష్ణునిగూర్చి అ ట్లన గూడదు నీకుఅతనియెడల ఇట్టి యభిప్రాయము ఉండ గూడదు. నేను జ్ఞానవృద్ధు లైన యనేక మహాత్ములతో కలిసినాను. ఇక్కడను విచ్చేసిన సత్పురుషుల నుండి శ్రీకృష్ణభగవానుని యనంత గుణములు వినినాను. ఈ మహాత్ముని జన్మమునుండి ఇప్పటిదాకా ఇతని చరిత్రము అనేకులు చెప్పగా వినినాను.

చేదిరాజా! మేము ఏ కోరికచేత గూడ శ్రీకృష్ణుడు మాకు బంధు వని కాని, లేక మాకు ఇతడు ఏదో యుపకారము చేసినా డని గాని తలచి యితనికి పూజ చేయుట లేదు. ఇత డీ సమస్త భూ మండలమందలి ప్రాణులకు సుఖము కలిగించువా డని, పెద్ద-పెద్ద మహాత్ము లైన సత్పురుషులు గూడ ఇతనికి పూజ చేసినారనియు తలచి ఇతనిని మేము పూజించు చున్నాము. శ్రీకృష్ణుని యశస్సు శౌర్యము,విజయమున్ను బాగుగా తెలిసికొని ఇతనికి పూజ చేయుచున్నాము. ఇక్కడ ఉన్న ప్రతివ్యక్తియొక్క గుణములను, చివరకు చిన్న బాలకుని యొక్కయు గుణములను గూడ మేము పూర్తిగా, ఒక్కని గూడ విడువకుండ పరీక్షించినాము. శ్రీకృష్ణుని గుణములనే దృష్టియందుంచుకొని మేము వయోవృద్ధులను ఉల్లంఘించి, ఇతడేపరమ పూజనీయు డని తలచితిమి. బ్రాహ్మణులలో ఎక్కువ జ్ఞానము గలవాడు, క్షత్రియులలో ఎక్కువ బలవంతుడు, వైశ్యులలో ధన-ధాన్యసమృద్ధి కలవాడున్ను అందరికన్న పెద్దవా డని తలచ బడును. కేవలము శూద్రులలోనే వయోవృద్ధుడు పెద్దవా డని తలచి అతనికి పూజ జరుగును.

'శిశుపాలా! శ్రీకృష్ణుడు పరమ పూజనీయు డగుటకు రెండు కారణములు గూడ నున్నవి: ఇతనికి వేదశాస్త్ర జ్ఞానము, మహాబలమున్ను కలవు. కనుక, శ్రీకృష్ణుడుదప్ప ప్రపంచములో మరియొకడు అందరికన్న పెద్దవా డెవ డున్నాడు? దానము, దక్షత్వము, శాస్త్ర జ్ఞానము, శౌర్యము, లజ్జ, కీర్తి, ఉత్తమ బుద్ధి, వినయము, శ్రీ, ధృతి, తుష్టి, పుష్టి - ఈ సద్గుణము లన్నియు శ్రీకృష్ణ భగవానునియందు నిత్యనివాసము లై యున్నవి. అర్ఘ్యము పొందుటకు అన్ని విధముల యోగ్యుడు, పూజనీయుడు, సకల సద్గుణసంపన్నుడు, శ్రేష్ఠుడు, జగత్పిత, జగద్గురువు నయిన శ్రీకృష్ణ భగవానునకు మేము పూజ చేసితిమి. కనుక,

రాజు లందరు మమ్ము క్షమించవలెను. శ్రీకృష్ణుడు మాకు ఋత్విక్కు, గురువు, ఆచార్యుడు, స్నాతకుడు, రాజు, ప్రియ మిత్రుడు. ఇతడే మాకు అన్నియు గనుక, మే మితనిని పూజించితిమి. ఇతడే జగదుత్పత్తి - స్థితి-లయ కారకుడు. సమస్త చరాచర విశ్వము ఇతనికొరకే ప్రకటిత మై యున్నది.

"శిశుపాలా! ఈ శ్రీకృష్ణభగవానుడే అవ్యక్త ప్రకృతి. సమస్త జగత్సనాతనకర్త. సమస్తప్రాణులకు పరుడు కనుక, ఈ యచ్యుతుడే అందరికన్న నధిక పూజనీయుడు. మహత్తత్వము, అహంకారము, మనస్సహితము ల.ఏ పదకొండు ఇంద్రియములు, 'పృథివి-జలము-ఆకాశము-అగ్ని-వాయువు'నను పంచభూతములు; జరాయుజ (పశువులు, మనుష్యులు)ములు, అండజ(పక్షులు)ములు, స్వేదజ(పేలు, నల్లులు మొదలైనవి)ములు. ఉద్భిజ్జ(భూమిని చీల్చుకొని పుట్టుకొని వచ్చు వృక్షలతాదులు)ములు'నను ఈ నాలుగు విధము లైన ప్రాణులున్ను వేయేల? ఈ సమస్తము శ్రీకృష్ణునియందే ప్రతిష్ఠితమై యున్నది.

'శిశుపాలా! సూర్య-చంద్ర-నక్షత్ర-గ్రహ-దిక్-విదిక్కు లన్నియు ఆ మహానుభావునియందే యున్నవి. వేదములందు అగ్నిహోత్ర యాగకర్మ, ఛందస్సులందు గాయత్రి, మనుష్యులలో రాజు, నదుల(జలాశయములు)లో సముద్రము, నక్షత్రములలో చంద్రుడు, తేజోమయ పదార్థములలో సూర్యుడు, పర్వతములలో మేరువు, పక్షులలో గరుడుడున్ను శ్రేష్ఠ లైనట్లే సమస్త లోకములు భూమిక్రింద, భూమిపైన, ఉభయ పార్శ్వము లందు నున్న జగత్తున కంతటికిన్ని అతడే ఆశ్రయ భూతుడు. ఆయన్నింటిలో శ్రీకృష్ణభగవానుడే శ్రేష్ఠుడు'.

భగవన్నారాయణమూర్తి మహిమ - ఆ దేవుడు మధు-కైటభులను వధించుట :-

"జనమేజయా! ఇట్లు భీష్ముడు సమయోచితముగా చెప్పిన మాటలు విని యుధిష్ఠిరుడు అతనితో ని ట్లనెను.

'పితామహా! నేను శ్రీకృష్ణభగవానుని సమస్తచరిత్రలను విస్తారముగా విన గోరు చున్నాను. దయచేసి. చెప్పుము. భగవంతుని యవతారములు, చరిత్రలున్ను క్రమముగా వర్ణింపుము. అతని శీలము, స్వభావము ఎటువంటివి',

"జనమేజయా! ఇట్లు యుధిష్ఠిరుడు అడుగగా భీష్ముడు ఆ రాజ సముదాయమునందు ఇంద్రునివలె శోభిల్లు చున్న శ్రీకృష్ణభగవానుని సమక్షమునందే, యుధిష్ఠిరునకు, పూర్వము ఎప్పుడు గూడ ఎవడు గూడ చేయజాలని శ్రీకృష్ణుని యలౌకిక కార్యములను గూర్చి ఇట్లు వర్ణింప దొడగెను. అప్పుడు యుధిష్ఠిరుని సమీపమందు కూర్చొని యున్న రాజు లందరు ఆ మాటలు వినుచుండిరి. అప్పుడు భీష్ముడు శిశుపాలుని శాంతపరచుచు యుధిష్ఠిరునితో మరల నిట్లు చెప్ప దొడగెను.

'యుధిష్ఠిరా! శ్రీకృష్ణభగవానుని దివ్యకర్మలు అతి గహనములు. అతడు పూర్వకాలమందు, ఇప్పుడును్న చేసిన మహా కార్యములను గూర్చి చెప్పెద వినుము:-

'సర్వశక్తి సంపన్నుడైన శ్రీకృష్ణుడు అవ్యక్తుడై యుండి కూడ వ్యక్త స్వరూపమును ధరించి యున్నాడు. పూర్వకాలమందు ఈ శ్రీకృష్ణుడే శ్రీమన్నారాయణమూర్తిగా నుండెను. ఇతడే స్వయంభువు. సమస్తజగత్తునకు ప్రపితామహుడు. ఇతనికి సహస్రశిరస్సులు ఉన్నవి. ఇతడే పురుషుడు. ధ్రువుడు. అవ్యక్తుడు. సనాతనపరమాత్మ. ఇతనికి సహస్రనేత్రములు, సహస్రముఖములు, సహస్రచరణములున్ను కలవు. సమస్తజగత్తునందు వ్యాపించి యున్న యీ పరమేశ్వరునకు సహస్ర భుజములు, సహస్ర రూపములు, సహస్ర నామములు, సహస్ర కిరీటములున్ను గలవు.

'యుధిష్ఠిరా! ఇతడు మహాతేజస్వియైన దేవత. దేవతల కందరకును్న ఆదికారణుడు. అవ్యక్తప్రకృతికన్న పైన తన సచ్చిదానందస్వరూపమునందున్నాడు. ఇతనికి అనేకవర్ణములు గలవు. ఈ భగవన్నారాయణస్వరూపుడైన శ్రీకృష్ణుడు మొట్టమొదట జలమును సృజించెను. సమస్తప్రపంచము ఇతని స్వరూపమే. జలమునందు ఇతడే బ్రహ్మదేవుని సృష్టి చేసెను. బ్రహ్మకు నాలుగు ముఖములు గలవు. బ్రహ్మయే సమస్తలోకములను సృజించెను. ఈవిధముగ ఆదికాలమందు సమస్తప్రపంచోత్పత్తి జరిగెను.

'యుధిష్ఠిరా! తరువాత. ప్రళయకాలము వచ్చినప్పుడు, పూర్వప్రళయము లందువలెనే, సమస్తస్థావర-జంగమములు నశించును. తరువాత, బ్రహ్మాదిదేవతలు

గూడ తమ మూలకారణతత్త్వ మైన పరబ్రహ్మమునందు విలీను లయ్యెదరు. సమస్తభూతములు ప్రకృతిలో విలీనము లై యున్నప్పుడు సర్వాత్ము డైన భగవన్నారాయణమూర్తియొక్కడే శేషించి యుండును. ఆ దేవుని సర్వావయవములు సర్వదేవతామయములు. ద్యులోకము ఆయన మస్తకము. ఆకాశము నాభి. పృథివి చరణములు. అశ్వినీకుమారు లిద్దరు ఆయన నాసికాస్థానములో నుండెదరు. ఆయనకు సూర్యచంద్రులు నేత్రములు. అగ్ని - ఇంద్రుడున్ను ఆయన ముఖములు. ఇట్లే దేవత లందరు ఆ మహాత్మునకు వేరు-వేరుఅంగములుగా నున్నారు. హారములో మణులు ఒకే సూత్రమునందు కూర్చ బడి యున్నట్లే, భగవంతు డైన శ్రీహరి సమస్త జగత్తునందు వ్యాపించి యున్నాడు.

'యుధిష్ఠిరా! ప్రళయాంతమందు అందరు అంధకారములో మునిగి యుండుట చూచి, పరమాత్ము డైన పరబ్రహ్మ స్వరూప భగవన్నారాయణుడు తాను స్వయముగా చతుర్ముఖబ్రహ్మ రూపములో ప్రకటితు డయ్యెను. ఇట్లు తన మహిమనుండి ఎప్పుడుగూడ తొలగి పోవనివాడు, సమస్త ప్రపంచోత్పత్తికి కారణభూతుడు, సర్వ భూతాధ్యక్షుడు నైన శ్రీహరి చతుర్ముఖ బ్రహ్మగా ప్రకటితు డై, సనత్కుమార-రుద్ర-మను-మునీశ్వరుల యుత్పత్తి చేసెను. సమస్త చరాచర జగత్తు సృజించెను.

'యుధిష్ఠిరా! సమయము వచ్చినప్పుడు మన్వాదులుగూడ సృష్టిని విస్తరింప జేసిరి. ఆ మహాత్ము లందరు నానావిధసృష్టి చేసిరి. ఇట్లు ఒక సనాతన బ్రహ్మమే అనేక రూపములలో అభివ్యక్త మయ్యెను. ఇంతవరకు అనేక కోట్ల కల్పములు గడచి పోయెను. ఎన్నియో కోట్ల ప్రళయకాలములుగూడ గతించెను. మన్వంతర - యుగ - కల్ప - ప్రళయములు నిరంతరము చక్రమువలె భ్రమించు చుండును. సమస్త జగత్తు విష్ణుమయమే. దేవాధిదేవు డైన భగవన్నారాయణ మూర్తి చతుర్ముఖబ్రహ్మను సృజించి, సమస్త లోకహితము కొరకు క్షీర సాగరమునందు నివసించి యుండును.

యుధిష్ఠిరా! బ్రహ్మదేవుడు సర్వదేవతలకు, సర్వ లోకములకున్ను పితామహుడు (తాత). కనుక, శ్రీమన్నారాయణమూర్తి అన్నింటికి ప్రపితామహుడు (ముత్తాత) అవ్యక్తుడుగా నుండి వ్యక్తశరీరములో నున్నాడు.

ప్రపంచ సృష్టి-ప్రళయకాలములందుగూడ నాభగవంతుడు నిరంతరము భాసిల్లు చుండును. ఈ శ్రీకృష్ణభగవానుడే నారాయణ స్వరూపములో నుండి బ్రహ్మ-సూర్య - చంద్ర - ధర్మములను సృజించెను. ఇతడు సమస్త ప్రాణులకు అంత రాత్మగా నుండి అవసరము వచ్చినప్పుడు అనేక రూపములలో నవతరించు చుండును. ఇతని యవతారము లన్నియు దివ్యములు. దేవగణసహితములు, వానిని గూర్చి వర్ణించెద వినుము:-

యుధిష్ఠిరా! దేవాధిదేవు డైన శ్రీహరి వేయి యుగములవరకు శయ నించిన తరువాత కల్పాంతరము యొక్క సహస్ర యుగముల యవధి పరి పూర్ణ మైనప్పుడు ప్రకటితు డై, ప్రపంచ సృష్టికార్యమునకు పూనుకొని, పరమేష్ఠి యైన బ్రహ్మదేవుని, కపిలుని, దేవగణములనున్ను సప్తఋషులను శంకర భగవానునిన్ని సృజించును. ఇట్లే సనత్కుమార - మను - ప్రజాపతుల సృష్టి గూడ శ్రీహరి చేయును. పూర్వకాలమందు శ్రీమన్నారాయణ దేవుడే దేవ తలు మొదలైన వారిని సృజించెను. పూర్వము ప్రళయ కాలమందు సమస్తచరా చర ప్రాణులు, దేవాసుర - మనుష్య - నాగ - రాక్షసు లందరును నశించిరి.

'(యుధిష్ఠిరా!) అప్పుడు ఏకార్ణవరూప మైన మహాసాగర జలమునందు మిక్కిలి దురాధర్షు లైన యిద్దరు దైత్యులు, మధు - కైటభనామకు లుండిరి. ఆ యిరువురు సోదరులు సర్వదా యుద్ధేచ్ఛ గలిగి యుండిరి. వారికి భగవ న్నారాయణుడే, వారు కోరినవరము లిచ్చి, వారిని చంపెను. ఆ యిరువురు రాక్షసులు విష్ణుభగవానుని కర్ణమలము (గులిమి) నుండి పుట్టి యుండిరి. తొలుత ఆ భగవంతుడు ఈ భూమిని బంధించి మట్టిచేతనే ఆ యిరువుర యా కృతులను నిర్మించెను. వారు హిమాలయ పర్వతము వంటి మహాకాయములతో మహా సాగర జలమందు నిద్రించు చుండిరి. అప్పుడు బ్రహ్మదేవుని ప్రేరణచేత వాయు దేవుడు ఆ రాక్షసులలో ప్రవేశించగా ఆ యిరువురు ద్యులోక మంతయు ఆచ్ఛా దించి, పెరుగ జొచ్చిరి.

'రాజా! వాయుదేవుడే ప్రాణముగా నున్న యా రాక్షసులను చూచి బ్రహ్మ దేవుడు వారిశరీరములపై మెల్లమెల్లగా చేతులతో నిమిరెను. అప్పుడొకని శరీరము బ్రహ్మదేవునకు మిక్కిలి మృదువుగా, మరియొకని శరీరము మిక్కిలి కఠినము

గాను నున్నట్లు తెలికొనినప్పుడు, బ్రహ్మదేవుడు ఆ యిరువురిలో మృదుశరీరము వానికి, 'మధు' నామము, కఠోరశరీరము వానికి 'కైటభ' నామమున్ను పెట్టెను. ఇట్లు నామకరణము చేసినతరువాత ఆ యిరువురు రాక్షసులు మదోన్మత్తులై అంతట సంచరింప దొడగిరి.

'యుధిష్ఠిరా! మొట్టమొదట మధు-కైటభదైత్యులు ద్యులోకమునకు పోయి, ఆ లోకము నంతటిని కప్పి, అన్నివైపుల సంచరింప దొడగిరి. అప్పుడు సమస్తలోకము జలమయమై యుండెను. దానియందు యుద్ధము చేయుటకు నిర్భయులై వచ్చిన ఆ యిరువురు రాక్షసులను చూచి బ్రహ్మదేవుగు అక్కడనే ఏకార్ణవరూపమైన మహాసాగరజలరాశిలో అంతర్ధానము చెంది పోయి శ్రీమన్నారాయణమూర్తినాభికమలమునందు కూర్చొనెను. అది పంకజమే కాని, పంకము నుండి దానియుత్పత్తి కాలేదు. లోకపితామహుడైన బ్రహ్మదేవుడు తన నివాసము కొరకు ఆ కమలమే బాగున్న దని తలచి, దానిని మిక్కిలి ప్రశంసించెను.

'యుధిష్ఠిరా! బ్రహ్మ-విష్ణువులు ఇద్దరే అనేక సహస్రసంవత్సరముల వరకు ఆ జలమునందు ఎప్పుడుగూడ, కొంచెముగూడ కంపించక శయనించి యుండిరి. అట్లు చాలకాలము గడచినతరువాత మధు-కైటభరాక్షసులు బ్రహ్మ-విష్ణువు లున్నచోటికి వచ్చిరి. ఆ రాక్షసులను చూచి భగవంతుడైనపద్మనాభుడు తనశయ్యనుండి లేచి నిలబడి కను లెఱ్ఱజేసి ఆ యిరువురితో ఘోరయుద్ధము చేసెను. మూడులోకములు జలమయమైన ఆభయంకరమహాసాగరమందు వారికి వేఁకొలది సంవత్సరములు యుద్ధము జరిగెను కాని, ఆయిరువురు రాక్షసులకు యుద్ధమందు కొంచెముగూడ అలసట కలుగలేదు.

'యుధిష్ఠిరా! ఇట్లు చాలకాలము గడచిన తరువాత, యుద్ధోన్మత్తులైన ఆ యిరువురు రాక్షసులు ప్రసన్నులై సర్వశక్తిసంపన్నుడైన భగవన్నారాయణమూర్తితో నిట్లనిరి:-

'సురశ్రేష్ఠా! మే మిరువురము నీ యుద్ధనైపుణ్యము చూచి ప్రసన్నుల మైతిమి. నీవు మాకు శ్లాఘ్యుడవైన మృత్యుస్వరూపుడవు. మమ్ము నీవు, జలములో మునిగి యుండని భూమిపైన చంపుము. మరణించిన తరువాత మే మిరు

వురము నీకు పుత్రులము అయ్యెదము గాక! మమ్ము యుద్ధమునందు జయించిన వారికే మేము పుత్రులము కావలె నని కోరు చున్నాము.'

'యుధిష్ఠిరా! అప్పుడు మధు-కైటభుల మాటవిని శ్రీమన్నారాయణుడు యుద్ధమునందు వారిని పట్టుకొని తన రెండు చేతులతో అదిమి తన తొడపై నుంచుకొని చంపగా, వారి మృత శరీరముల జలములో మునిగి రెండున్ను ఏక మాయెను. జలతరంగముల చేత మథింప బడిన మధు-కైటభుల శరీరములనుండి వెడలిన మేదస్సు (ఎముకల మధ్యనున్న నీరు) చేత కప్పబడి ఆ జలము అదృశ్య మయ్యెను. దానిపైననే శ్రీమన్నారాయణుడు వివిధ జీవులను సృజించెను. మధు-కైటభుల మేదస్సు చేత భూమి యంతయు కప్ప బడెను. కాబట్టి, అప్పటినుండి యీ భూమి 'మేదిని' (మేదస్సు గలది)' అను పేరుతో ప్రసిద్ధ మాయెను. భగవంతు డైన పద్మనాభుని చేత ఈ భూమి మనుష్యులకు శాశ్వతముగా ఆధార మాయెను.'

"జనమేజయా! తరువాత భీష్ముడు దశావతారముల కథలను సంక్షేపముగా యుధిష్ఠిరునకు ఇట్లు చెప్ప దొడగెను:-

దశావతార కథలు:-

'యుధిష్ఠిరా! ఇంతవరకు భగవంతుని యవతారములు అనేక సహస్రములు గడిచినవి. ఇప్పుడు నేను నా శక్తికొలది కొన్ని యవతారములను గూర్చి వర్ణించెదను. వినుము.-

'పూర్వకాలమందు శ్రీమన్నారాయణమూర్తి సముద్రజలము నందు శయనించి యుండెను పుష్కరము (జలము) నందు అతని నుండి అనేక దేవతలు, మహర్షులున్ను ఆవిర్భవించిరి. ఇది భగవంతుని యొక్క పురాతనమైన 'పౌష్కరిక' (పుష్కర సంబంధమైన) అవతార మని చెప్ప బడెను ఈ యవతారము వైదిక శ్రుతులచేత అనుమోదింప బడినది శ్రీహరి యొక్క వరాహావతారమునకు గూడ ప్రధానముగ వైదిక శ్రుతియే ప్రమాణముగ నున్నది. ఆ యవతార సమయమందు భగవంతుడు వరాహరూపము ధరించి పర్వత-వనసహిత సమస్త భూమండలమును జలము నుండి ఉద్ధరించెను. వరాహ భగవానునకు నాలుగు

వేదములు నాలుగు పాదములుగ నుండెను. ఆ దేవుని దంష్ట్ర (కోర) యూప స్తంభము. క్రతు (యజ్ఞము)వే ఆ వరాహస్వామికి దంతము ఆయనకు 'చితి'యే (ఇష్టికాచయనము-ఇటుకల వేదికపై చేయు యజ్ఞము) ముఖం ఆయనకు అగ్నియే జిహ్వ. కుశములే రోమములు. అతని శిరస్సు బ్రహ్మము. ఆ వరాహస్వామి తపస్సంపన్నుడు. ఆయన మహా తపస్సంపన్నుడు. రాత్రింబగళ్ళే ఆయన రెండు కన్నులు. వేదాంగములే (శిక్ష[1], వ్యాకరణము, ఛందస్సు, నిరుక్తము[2], జ్యోతిషము, కల్పము. ఇవి యారు వేదాంగములు) ఆ స్వామికి అవయవములు. వేదములే ఆయన ధరించు భూషణములు. ఘృతము ఆదేవునకు నాసిక. ఆయన తుండము స్రువము[4]. సామవేదస్వరమే ఆ వరాహస్వామి యొక్క భయంకర గర్జనము, ఆయన శరీరము చాలా పెద్దది. సత్యధర్మములు ఆయన యొక్క స్వరూపము. ఆయనకు అలౌకిక తేజస్సు కలదు.

"యుధిష్ఠిరా! వరాహస్వామి వేరు - వేరు కర్మ లనెడు పరాక్రమముచేత శోభిల్లు చుండెను. ప్రాయశ్చిత్తము ఆయనకు నఖములు. ఆయన ధీరస్వభావుడు. పశువులు ఆయనకు మోకాళ్ళు. మహావృషభమే (ధర్మము) ఆ దేవుని యొక్క మంగళమయ విగ్రహము. ఉద్గాత[5], అను ఋత్విక్కు చేయు హోమ కర్మమే ఆయన యొక్క చిహ్నము. ఫలములు, బీజములే ఆయన యొక్క ఔషధములు. బాహ్యము-అంతరంగము నైన జగత్తు ఆయన యొక్క ఆత్మ. వైదిక మంత్రములే ఆయన శరీరమునందలియెముకలు. ఆయన మిక్కిలి సౌమ్యస్వరూపుడు యజ్ఞవేదియే ఆదేవునకు భుజములు. హవిష్యము, సుగంధము, హవ్యము[6],

1. 'వర్ణస్వరాద్యుచ్చారణ ప్రకారోయత్రో పదిశ్యతేసాశిక్షా' ఈ ఋగ్వేద భాష్యప్రమాణము ప్రకారము వర్ణస్వరాదుల ఉచ్చారణమును ఉపదేశించు శాస్త్రము శిక్ష.
2. యాస్కకృత వేదనిఘంటువులోని కొన్ని పదముల వ్యాఖ్యానము.
3. యజ్ఞయాగా దిక్రతువుల నిబంధన శాస్త్రము.
4. యాగములలో ఘృతాదులు హోమము చేయుటకు ఏర్పరుప బడెన గరిటె వంటి యజ్ఞోపకరణము.
5. యజ్ఞములలో సామవేద తంత్రము నడపువాడు.
6. దేవతోద్దేశ్యముగ స్వాహాకారము చేత హుతము చేయబడు ద్రవ్యము.

కవ్యము[1] మొదలైనవి ఆయన యొక్క వేగములు.' ప్రాగ్వంశము'[2] ఆయన యొక్క శరీరము. ఆయనకు అనేక దీక్షలు కలవు.

"యుధిష్ఠిరా! దక్షిణయే ఆ వరాహస్వామికి హృదయము. ఆయన మహా యోగి. మహాశాస్త్ర స్వరూపుడు. 'ఉపాకర్మ'[3] అతని పెదవులు. 'ప్రవర్గ్య[4] కర్మ'యే అతని రత్నభూషణములు. జలములో పడునీడయే ఆయనకు పత్ని వలె సహాయకురాలుగా నుండెను. ఆ వరాహస్వామి మణిమయ పర్వత శిఖరము వలె చాల ఉన్నతుడుగ కనపడు చుండెను.

"యుధిష్ఠిరా! ఈ విధముగ యజ్ఞస్వరూపు డైన భగవంతుడు వరాహ రూపము ధరించి ప్రళయకాలమందు ఏకార్ణవ జలమునందు ప్రవేశించి జలములో పడి మునిగి యున్న వన-పర్వత-సముద్ర సహిత మైన తన రాణిని, భూదేవిని తన కోర-అథవా, కొమ్ము సహాయము చేత మార్కండేయముని సమక్షమునందు ఉద్ధరించెను. సహస్ర ముఖములతో శోభిల్లు భగవంతుడు తన కొమ్ము-లేక కోరచేత సమస్త ప్రపంచ హితము కొరకు భూమిని ఉద్ధరించి దానిని ప్రపంచ మునకు దృఢ మైన ఆశ్రయముగ చేసెను.

యుధిష్ఠిరా! ఈ విధముగ భూత - భవిష్యద్ - వర్తమాన కాలత్రయ స్వరూపు డైన యజ్ఞవరాహ భగవానుడు సముద్ర జలమునుండి పూర్వము భూదేవిని ఉద్ధరించినప్పుడు సమస్త దానవ సంహారము చేసెను.[5]

యుధిష్ఠిరా! నీకు వరాహావతార వృత్తాంతము తెలిపితిని. ఇప్పుడు, నృసింహావతార వర్ణనము వినుము. అందులో భగవంతుడు నరసింహ స్వరూపము ధరించి 'హిరణ్యకశిపు' నామక రాక్షసుని సంహారించెను

---

1. పితరులనుద్దేశించి స్వధాకారము చేత హుతమైన ద్రవ్యము.
2. హవిస్సు గృహమునకు ముందు యజమాన-యజమాన పత్నులు కూర్చొను శాల
3. సంస్కార పూర్వకముగ వేదమును గ్రహించుట.
4 అగ్నిష్టోమాది యాగములకు అంగభూతమైన యాగ విశేషము.
5. ఇతర పురాణములలో చెప్ప బడినట్లు గోరఖ్‌పూర్ ప్రతి వ్యాసభారత ములో వరాహస్వామి హిరణ్యాక్షవధ చేసినట్లు చెప్ప బడ లేదు.

యుధిష్ఠిరా! ప్రాచీనకాలమందు దేవతాశత్రు వైన హిరణ్యకశిపుడు సమస్తదైత్యులకు రాజుగ నుండెను అతనికి చాల బలముతో పాటు బలగర్వము గూడ నధికముగ నుండెను. పరాక్రమవంతు డైన యా రాక్షసుడు, రాక్షస కులమునకు ఆది పురుషుడు. అతడు అడవి యందు మహా తపస్సు, పదకొండు వేల ఐదునూర్ల (11,500) సంవత్సరములు ఘోరతపస్సు చేయుచు, జపోప వాసములందు నిమగ్ను డై యుండుట చేత, స్థాణువు (మోడుబారిన కట్టె) వలె అచంచలుడుగ మౌనవ్రతముతో దృఢముగ నుండెను. అతడు ఇంద్రియని గ్రహ-మనోనిగ్రహ-బ్రహ్మచార్య-తపస్-శౌచ-సంతోషాది నియమములు పాలిం చుట చేత బ్రహ్మదేవునకు మిక్కిలి సంతోషము గలిగెను

యుధిష్ఠిరా! అప్పుడు బ్రహ్మదేవుడు నవ్వుచు, సూర్యసమాన తేజస్సు గల విమానమునందు అక్కడకు విచ్చేసెను. ఆ దేవునితో ఆదిత్య-వసు-సాధ్య-మరుద్గణ-దేవగణ-రుద్రగణ-విశ్వేదేవ-యక్ష-రాక్షస-కిన్నర-దిక్-విదిక్-నదీ-సముద్ర-నక్షత్ర-ముహూర్త-ఆకార సంచారిగ్రహ-తపస్వి దేవర్షి-సిద్ధ-సప్తర్షి-రాజర్షి-గంధర్వ-అప్సరసలు గూడ వచ్చిరి. అట్లు వచ్చిన బ్రహ్మదేవుడు హిరణ్య కశిపునితో నిట్లనెను :-

'దైత్య రాజా! నీవు నా భక్తుడవు నీ తపస్సుచేత నేను చాలా ప్రస న్నుడ నైతిని. నీకు మేలు కలుగుగాక! నీవు వరము కోరుకొని నీ మనోవాంఛిత వస్తువును పొందుము.'

'యుధిష్ఠిరా! బ్రహ్మదేవుని మాట విని హిరణ్యకశిపుడు, ఆ దేవునితో నిట్లనెను:-

'సురశ్రేష్ఠా! దేవ - అసుర - గంధర్వ - యక్ష - నాగ - రాక్షస - మనుష్య - పిశాచాదులలో ఎవరుగూడ నన్ను చంప జాలనట్లు, మహర్షులు కోపముతో నాకు శాపము ఇవ్వ జాలనట్లు, శస్త్రాస్త్రములచేత, పర్వత-వృక్షముల చేత, శుష్క వస్తువులచేత, ఆర్ద్రవస్తువుచేత, ఏ యాయుధముచేతను నా వధ జరుగకుండునట్లు, పృథివి-ఆకాశములందు, రాత్రింబగళ్ళందు, బయట - లోపట, నాకు వధ జరుగకుండునట్లు, పశు - మృగ - పక్షి - సర్ప - వృశ్చికాదులచేత గూడ నాకు మృత్యువు కలుగకుండునట్లున్ను వరము ప్రసాదింపుము!

'ఆ మాటకు బ్రహ్మదేవుడు, 'నాయనా! ఈ దివ్యమైన యద్భుతవరము నీకు నేను ఇచ్చితిని. ఈ యన్నివరములను నీవు తప్పక పొందగలవు' అని చెప్పెను.

'యుధిష్ఠిరా! యిట్లు చెప్పి, బ్రహ్మదేవుడు అంతర్ధానము చెందెను. తరువాత దేవ - నాగ - గంధర్వమున్యాదులు ఆ వరదాన సమాచారము విని బ్రహ్మదేవుని సభకు పోయి ఆ దేవునితో ని ట్లనిరి:-

'భగవన్! ఈ వరప్రభావముచేత ఆ రాక్షసుడు, మ మ్మందరను మిక్కిలి కష్టపెట్ట గలడు. కనుక, నీవు మాయెడల ప్రసన్నుడ వై అతని వధో పాయ మే దైన యోచింపుము. ఎందు కనగా, నీవు సమస్త భూతములకు సృష్టి కర్తవు. స్వయంభువవు. సర్వవ్యాపివి. హవ్య - కవ్య నిర్మాతవు. అవ్యక్త ప్రకృతివి. ధ్రువస్వరూపుడవు "

'యుధిష్ఠిరా! దేవత లిట్లు లోకహితముకొరకు చెప్పిన మాటలు విని బ్రహ్మదేవుడు, వారితో, 'దేవతలారా! ఆ రాక్షసుని తపస్సునకు ఫలము తప్పక లభించును. ఫలానుభవము చేత, అతని తపస్సు సమాప్తి చెందినప్పుడు, విష్ణు భగవానుడు స్వయముగానే అతనిని వధించును.' అని చెప్పెను.

"యుధిష్ఠిరా! బ్రహ్మదేవుడు చెప్పిన ఆ రాక్షస వధోపాయము విని, దేవతలు సంతోషముతో స్వర్గమునకు వెడలి పోయిరి హిరణ్యకశిపుడు వరము పొందిన వెంటనే అతని పొగరు అత్యధిక మై యతడు ప్రజలను కష్టపెట్ట దొడగెను. దైత్య సామ్రాజ్యమును, అనేక దైత్యపరివృతు డై అనుభవించు చుండెను. సప్త ద్వీపములను అనేక లోక - లోకాంతరములనున్ను బలాత్కార ముగ వశపరచుకొనెను హిరణ్యకశిపుడు త్రిలోకవాసు లైన దేవతల నందరను జయించి, సమస్త దివ్యలోకములను, అక్కడి దివ్య సుఖభోగములను తన యధికారములో తెచ్చుకొనెను.

"యుధిష్ఠిరా! ఈ విధముగ లోకత్రయమును వశపరచుకొని హిరణ్యక శిపుడు రాక్షస లోకమందు, స్వర్గలోకమందున్ను నివసించు చుండెను. అతడు వరదాన మదోన్మత్తు డై దేవలోకమునందు స్థిరనివాస మేర్పరచుకొనెను.

'యుధిష్ఠిరా! ఆ తరువాత హిరణ్యకశిపుడు ఇతర లోకము లన్నింటిని జయించుకొని, 'నేనే ఇంద్రుడనై, చంద్ర - అగ్ని - వాయు - సూర్య - జల-ఆకాశ - నక్షత్ర - దశదిక్ - క్రోధ - కామ - వరుణ - వసుగణ - అర్యమన్-ధనాధ్యక్ష - యక్ష - కింపురుషులకు అందరికిన్ని స్వామి నయ్యెదను' అని తలచి తానే బలాత్కారముగ ఆయా స్థానములందు అధికారము వహించి, అక్కడిపను లన్నియు తానే నిర్వహించుచుండును.

'యుధిష్ఠిరా! దేవర్షులు యజ్ఞములచేత పూజించు దేవతల స్థానములందు హిరణ్యకశిపుడే యజ్ఞభాగములను తీసికొనుటకు అధికారి యై కూర్చొనెను. నరకములో పడియున్న జీవులందఱను తెచ్చి, స్వర్గవాసులను చేసెను. అతడు తరువాత మున్యాశ్రమములపై దాడిచేసి, మునులను బాధింప జొచ్చెను. రాక్షసులను యజ్ఞములకు అధికారులను చేసి, దేవతలకు అధికారము లేకుండ చేసెను. దేవతలు పోవుచోట్లకెల్ల వారిని అతడు వెన్నంటుచు పోయి దేవతాస్థానము లన్నియు ఆక్రమించి, తానే త్రిలోక రాజ్యపాలనము చేయ దొడగెను. ఈవిధముగ అతడు రాజ్యము చేయు చుండగ ఐదుకోట్ల అరువది యొక్క లక్షల అరువదివేల (5,61,60,000) సంవత్సరములు గడచెను. ఇన్ని సంవత్సరములు హిరణ్యకశిపుడు దివ్య సుఖభోగములు, ఐశ్వర్యము ననుభవించెను. అతని చేత జితులైన యింద్రాది దేవత లందరు బ్రహ్మలోకమునకు పోయి దుఃఖించుచు చేతులు జోడించుకొని బ్రహ్మదేవునితో ని ట్లనిరి:-

'భగవన్! మేము నీ శరణు జొచ్చుటకు వచ్చితిమి. మమ్ము రక్షింపుము. మాకు హిరణ్యకశిపు నుండి రాత్రింబగళ్ళు అతిఘోర మైన భయము సంప్రాప్తించినది.' ఆ మాటకు బ్రహ్మదేవు డి ట్లనెను:-

'దేవతలారా! ఇటువంటి విపత్తిని నివారించుట నాకు గూడ కఠినముగానే యున్నది భగవన్నారాయణమూర్తియే మనకు సహాయము చేయగలడు. ఆయనయే సమస్త ప్రాణుల రక్షణకర్త. సంకటకాలములో మన కందఱకు ఆయనయే గతి. ఆ యవ్యక్త స్వరూపునినుండియే నేను ఆవిర్భవించితిని. నానుండి ప్రజలు, లోకములు, దేవాసురులు అందరును ఉత్పన్ను లైరి. నేను మీకు జనకుడు నైనట్లే భగవన్నారాయణుడు నాకు జనకుడు. నేను సమస్త ప్రాణులకు పితామహుడను.

ఆయన ప్రపితామహుడు హిరణ్యకశిపుని ఆ భగవంతుడే సంహరించ గలడు. ఆయనకు అసాధ్య మేదియు లేదు. కనుక మీరందరు ఆయన శరణమునే జాగు చేయక వేడుకొనుడు.'

"యుధిష్ఠిరా! బ్రహ్మదేవునిమాట విని, ఆదిత్య. మరుద్గణ - సాధ్య-విశ్వే దేవ - వసు - రుద్ర - మహర్షి - అశ్వినీ కుమారాదులు, తదితర దివ్యపురుషు లందరున్ను తమ గణములతోపాటు చతుర్ముఖ బ్రహ్మను ముం దిడుకొని శ్వేత ద్వీపమునకు పోయి, క్షీరసముద్రతీరములో శేషశయ్యపై సుఖశయనము చేయు చున్న శరణాగతవత్సలు డైన శ్రీ మహావిష్ణువు శరణు జొచ్చి యిట్లు వేడుకొనిరి:

'సర్వలోకేశ్వరా! నీవు నేడు హిరణ్యకశిపుని వధించి, మమ్ము రక్షిం పుము. నీవే మమ్ము. బ్రహ్మాదులను పోషించువాడవు. నీవు నేడు దైత్యుల వినా శముకొరకు పూనుకొని మాకు శరణప్రదాతవు కమ్ము."

'యుధిష్ఠిరా! దేవతల ప్రార్థన విని శ్రీ మహావిష్ణువు అందరకు అదృ శ్యుడుగా నుండి ఇట్లనెను:-

"దేవతలారా! మీకు అభయ మిచ్చుచున్నాను మీరు వెంటనే స్వర్గలోక మునకు పోయి పూర్వమువలెనే నిర్భయు లై యుండుడు. వరదాన దర్పముచేత త్రుళ్ళిపడు చున్న హిరణ్యకశిపు రాక్షసరాజును సపరివారముగా ఇప్పుడే వధించె దను. అతడు దేవతలకు గూడ అవధ్యుడుగ నున్నాడు."

యుధిష్ఠిరా! ఆమాట విని బ్రహ్మదేవుడు శ్రీమన్నారాయణునితో, 'దేవా! ఈ దేవతలు మిక్కిలి దుఃఖితు లై యున్నారు కనుక, నీవు హిరణ్యకశిపుని శీఘ్రముగ సంహరింపుము. అతని మరణమునకు సమయము వచ్చినది గనుక, ఇక జాగు చేయగూడదు.' అని అనగా, భగవన్నారాయణుడు 'నేను త్వరగానే ఆదైత్యుని నాశము చేసెదను. మీరు మీలోకములకు పొండు!' అని యనెను.

'యుధిష్ఠిరా! యిట్లు శ్రీ మహావిష్ణువు చెప్పి దేవతలను పంపించి, తన శరీ రమును. సగము మనుష్యుడుగా మరియొక సగము సింహముగా చేసికొని నర సింహరూపము ధరించి, రెండు చేతులు నలిపికొనుచు మిక్కిలి భయంకర

రూపముతో నోరు తెరుచుకొనిన యమరాజువలె కనపడు చుండెను తరువాత ఆ భగవంతుడు హిరణ్యకశిపుని కడకు పోయెను, శ్రీహరిని చూచి రాక్షసులు కుపితులై ఆయనపై అస్త్ర-శస్త్రములు గురిపించిరి. భగవంతుడు ఆ శస్త్రములను నష్టపరచి, అనేక సహస్రదైత్యులను సంహరించి, హిరణ్యకశిపునిపై దాడిచేసెను

'యుధిష్ఠిరా! నరసింహస్వామి నీలమేఘ శ్యాముడు, మేఘగంభీర గర్జనము గలవాడునై దీపించుచున్న తేజస్సుతో మేఘమువలె శోభిల్లును అతివేగశాలియై యుండెను హిరణ్యకశిపుడు ఉరుకుచు దర్పముతో తనపైకి వచ్చు చుండుట చూచి భగవంతుడు నఖముల తీక్ష్ణాగ్రములచేత ఆ రాక్షసునితో యుద్ధము చేయుచు ఆ సంధ్యాకాలమునందు అతనిని పట్టుకొని రాజభవనము యొక్క తలవాకిట కూర్చొని అతనిని తన తొడలపై పెట్టుకొని గోళ్ళతో అతని వక్షఃస్థలమును చీల్చి చంపెను.*

యుధిష్ఠిరా! యిట్లు నరసింహస్వామి హిరణ్యకశిపుని సపరివారముగ సంహరించి, దేవతలకు ప్రజలకున్ను హితముచేసి, భూమండల మందు ధర్మ సంస్థాపనము చేసి, ప్రసన్నుడయ్యెను నేను, నీకు నరసింహావతార కథను సంక్షేపముగ చెప్పితిని. ఇక వామనావతారకథ చెప్పెద వినుము :-

'యుధిష్ఠిర మహారాజా! పూర్వము త్రేతాయుగమునందు' విరోచన' పుత్రుడైన 'బలి' యనువాడు రాక్షసరాజుగ నుండెను. అతడు అసమాన బల - వీర్యములు గలవాడు. రాక్షస పరివృతుడై బలిచక్రవర్తి యింద్రునిపై దాడిచేసి, అతనిని జయించి, యింద్రలోకాధికారము పొందెను. ఇంద్రాది దేవతలు భయముతో బ్రహ్మదేవుని ముందిడుకొని క్షీరసాగరములో శయనించి యున్న శ్రీమన్నారాయణుని కడకు పోయి స్తుతించిరి. అప్పుడు శ్రీహరి దేవతలకు దర్శనమిచ్చి, వారి కోరిక నెరవేర్చుటకు అదితి గర్భమునందు జన్మించెను. ఈ శ్రీకృష్ణ

---

* భాగవతాది పురాణములలో నరసింహస్వామి స్తంభమున పుట్టినట్లు చెప్పబడినది. కాని, గోరఖ్‌పూర్ సంస్కృత వ్యాసభారతప్రతిలో స్వామి స్తంభమునుండి పుట్టినట్లు లేదు.

భగవానుడే అదితి పుత్రుడై ఇంద్రునకు తమ్ముడై, 'ఉపేంద్ర' నామముతో ప్రఖ్యాతుడయ్యెను.

యుధిష్ఠిరా! ఆ దినములలో బలిచక్రవర్తి అశ్వమేధ యాగము చేయుటకు ప్రారంభించినప్పుడు శ్రీమహావిష్ణువు బ్రాహ్మణ బ్రహ్మచారి రూపములో వామనుడుగ తన స్వరూపమును దాచుకొని, శిరోముండనము చేసికొని యజ్ఞోపవీత - మృగచర్మ - శిఖలు ధరించి చేతిలో పలాశ (మోదుగు) దండముగొని, ఆ యజ్ఞమునకు వచ్చి బలి దైత్యునితో, 'నాకు మూడు అడుగుల భూమిదక్షిణగా నిమ్ము!' అని యాచించెను. దానికి బలి యంగీకరించి, ఆ భూమి యిచ్చెను. అప్పుడు భగవంతుడు, తన శరీరమును బ్రహ్మాండముగ పెంచుకొనెను. తొలుత బాలకుడుగా నుండిన వామనమూర్తి బ్రహ్మాండాకారముతో మూడు అడుగులలోనే స్వర్గ - ఆకాశ - పృథివీ లోకముల నన్నిటిని కొలచుకొనెను. ఈ విధముగ భగవన్నారాయణుడు బలిచక్రవర్తి యజ్ఞమునందు మూడు అడుగుల చేతనే మూడు లోకములను కొలచుకొనగా, బలిచక్రవర్తి మిక్కిలి క్షోభిల్లెను.

యుధిష్ఠిరా! ఆ దానవులలో 'విప్రచిత్తుడు' మొదలైన ప్రధాన దానవులు క్రుద్ధులై యనేక వేషములు ధరించి, అనేక విధములైన ముఖములతో మహాకాయములతో, వివిధ శస్త్రధారులై పుష్పమాలా చందనములు ధరించి, భయంకర తేజస్సుతో ప్రజ్వలించుచున్నారా యనునట్లు కనపడుచుండిరి. వారు, శ్రీమహావిష్ణువు మూడులోకములను కొలచుచున్నప్పుడు ఆ దేవునిచుట్టు ఆయుధధారులై నిలిచిరి. అప్పుడు భగవంతుడు మహాభయంకర రూపము ధరించి, ఆ రాక్షసులనందఱను తన్నుచు కొట్టుచు చంపి, సమస్త భూమండలమును లాగుకొని తన ఒక పాదము ఆకాశమునందలి సూర్యమండలమునందుంచి సూర్యుని కంటె పైన ప్రకాశించుచుండెను. భగవంతుడు సర్వదిక్కులను, విదిక్కులను, లోకములనున్ను ప్రకాశింప జేయుచు, భూమిని తన పాదములతో కొలచుచున్నప్పుడు సూర్య-చంద్రులు తన యెదకు ఎదురుగా నుండునంతగా పెరిగెను. భగవంతుడు ఆకాశమును దాటుచున్నప్పుడు సూర్య-చంద్రులు ఆయన నాభి దగ్గరకు వచ్చిరి. ఆయన అట్లే స్వర్గముదాటి పెరిగి పోవుచున్నప్పుడు ఆయన రూపము మహావిశాలమైన, సూర్య-చంద్రులు ఆయన మోకాళ్ళ దగ్గర కనపడిరి.

యుధిష్ఠిరా! 'భగవంతుని పాదము బ్రహ్మాండ కపాలమువరకు పోయి ఆ పాదపు దెబ్బచేత ఆ కపాలమునందు రంధ్రము ఏర్పడి దానినుండి ఝుర ఝురధ్వనితో ఒక నది బయలుదేరి క్రిందకు ప్రవహించి, సముద్రములో కలిసెను. అదియే పావన గంగానది.

యుధిష్ఠిరా! శ్రీహరి పెద్ద - పెద్ద దానవులను చంపి, భూమండము లాగికొని, మూడు లోకములతోపాటు సమస్త రాక్షస సంపదను అపహరించి వారిని భార్యాపుత్రసహితముగా పాతాళ లోకమునకు పంపెను. నముచి-శంబర-ప్రహ్లాదులు భగవంతుని చరణస్పర్శచేత పవిత్రులైరి. భగవంతుడు వారినిగూడ పాతాళమునకు పంపెను. ఆయన తన మంగళమయత్రివిక్రమావతారస్వరూపమునందు పంచమహాభూతములను భూత-భవిష్యద్-వర్తమానాది సమస్తకాలములనున్ను ప్రదర్శించెను. 'ఆయన శరీరమందు సమస్త ప్రపంచము ఉంచబడినదా' యనునట్లు కనబడుచుండెను. ఆ పరమాత్మునిచేత వ్యాప్తము కానట్టి వస్తు వేదియు ప్రపంచమునందు లేకుండెను ఆ త్రివిక్రమస్వామియొక్క విశ్వరూపము చూచి అయన తేజస్సుచేత వేద-దానవ-మానవాదు లందరు తిరస్కృతులై మోహము చెందిరి. భగవంతుడు బలిచక్రవర్తిని యజ్ఞ మంటపమునందే బంధించి విరోచన కులము నంతటిని స్వర్గమునుండి పాతాళమునకు పంపెను. భగవంతుడు తన పరమేశ్వర తేజస్సుచేత ఆ మహాకార్యము చేసినను, అతనికి అహంకారము లేకుండెను. ఇంద్రునకు దేవరాజ్యము, త్రిలోక రాజ్యమున్ను ఇచ్చెను.*

యుధిష్ఠిరా! ఇట్లు నీకు వామనావతార వృత్తాంతము చెప్పితిని. ఇక నిప్పుడు భగవంతుని మానుష్యావతారములను గూర్చి చెప్పెద వినుము. శ్రీమహావిష్ణువుయొక్క దత్తాత్రేయావతారమును గూర్చి వర్ణించెద వినుము: దత్తాత్రేయుడు మహర్షిగా నుండెను.

యుధిష్ఠిరా! పూర్వ మొకప్పుడు సమస్త వేదములు నశించి, వైదిక కర్మలు, యజ్ఞయాగాదికములున్ను లోపించి నాలుగు వర్ణములవారు ఏకమై,

---

* వామనమూర్తి తన మూడవపాదము బలిచక్రవర్తి తలపై ఉంచి అణచినట్లు భారతములో వ్యాసుడు వ్రాయలేదు.

అంతటను వర్ణసాంకర్యము వ్యాపించి, ధర్మము శిథిలమై, అధర్మము దిన-దినము పెరిగి, సత్యము అణగిపోయి, అసత్యము రాజ్యమేలుచు, ప్రజలు క్షీణించుచు, ధర్మమునకు అధర్మమువలన అనేక విధపీడలు, హానులున్ను కలుగుచుండెను అట్టి సమయమందు మహాత్ముడైన దత్తాత్రేయుడు యజ్ఞములను కర్మానుష్ఠాన విధులతోగూడిన సమస్తవేదములనున్ను పునరుద్ధరించి, నాలుగు వర్ణముల ప్రజలను వేరు - వేరుగా వారి - వారి కట్టుబాట్లలో స్థాపించి హైహయరాజైన 'కార్తవీర్యార్జును'నకు వరములిచ్చెను ఆ రాజు దత్తాత్రేయుని సేవించి ప్రసన్నుని జేసి యుండెను.

యుధిష్ఠిరా! హైహయరాజు దత్తాత్రేయ సేవానిమగ్నుడై ఇతరుల దోషములను చూచుట విడిచెను. అహంకార-మమకార రహితుడై, ఆ రాజు చాలకాలము దత్తాత్రేయుని ఆరాధించి సంతుష్టుని జేసెను. దత్తాత్రేయుడు ఆ రాజునకు ఆప్తబంధువులకంటె యధికముగ ఆప్తుడయ్యెను. పెద్ద-పెద్ద విద్వాంసులు ఆ రాజు కడ నుండిరి. స్వయముగా విద్వాంసుడైన కార్తవీర్యార్జునుడు దత్తాత్రేయ మహామునినుండి అమరత్వముదప్ప తక్కినవరము లన్నియు కోరగా, ఆ మహాముని ఇచ్చెను ఆ రాజు, ఆ మునితో ఇట్లు నాలుగు వరములు కోరెను :-

'మహాత్మా! నేను శ్రీమంతుడను, మనస్విని, బలవంతుడను, సత్యవాదిని, దోషములు చూచనివాడను, సహస్రభుజములు గలవాడనున్ను అగుదునుగాక! ఇది నా మొదటి వరము.

"మహామునీ! నేను జరాయుజ - అండజసహిత సమస్త చరాచర జగత్తును ధర్మపూర్వకముగా పాలింప గోరుచున్నాను ఇది నా రెండవ వరము.

మహామునీ! వివిధ యజ్ఞములచేత దేవతలను, ఋషులను, బ్రాహ్మణులైన యతిథులను పూజించుచు, నా శత్రువులను యుద్ధమునందు సంహరించెదనుగాక! ఇది నా మూడవ వరము.

భగవాన్! ఈలోకమునందు, స్వర్గలోకమునందున్ను, అసమాన పురుషుడుగా ఇదివరకు లేకుండ, ఇప్పుడు ఉండక, భవిష్యత్తులో ఉండనివాడే నన్ను వధింప గలడు! ఇది నా నాలుగవ వరము.

"యుధిష్ఠిరా! ఈ యర్జునుడు కృతవీర్యునకు జ్యేష్ఠపుత్రుడుగా నుండెను. శూరుడైన యతడు, 'మాహిష్మతీ' నగరమునందు పదిలక్షల సంవత్సరములు సర్వదా అభ్యుదయములతో రాజ్యము పాలించు చుండెను. ఆ కార్తవీర్యార్జునుడు సముద్ర - ద్వీపసహిత మైన సమస్తభూమండలమును జయించి, ఆకాశమునందు ప్రకాశించు చుండెను.

'యుధిష్ఠిరా! శక్తిమంతు డైనఆసహస్రబాహుడు 'ఇంద్రద్వీప - కశేరు ద్వీప - తామ్రద్వీప - గభస్తి మద్ద్వీప గంధర్వద్వీప - వరుణద్వీప - సౌమ్యాక్షద్వీప' ములను జయించి, తనయధికారములో తీసికొనెను. ఆద్వీపములను అతని వంశములో పూర్వులుగూడ జయింపజాలకుండిరి. అతనికి ఒక శ్రేష్ఠ మైన రాజభవనము మిక్కిలి సుందరముగా సువర్ణమయముగాను నుండెను అతడు, తన రాజ్యము యొక్క ఆదాయమును నాలుగుభాగములుగా విభజించి, ఆవిభాగముల ననుసరించియే ప్రజాపాలనము చేయు చుండెను. ఆ నాలుగు విభాగములు ఏవి యనగా-

'ఒకభాగముచేత సేనాసంగ్రహ - సంరక్షణములు, రెండవభాగముచేత తనగృహవ్యయములు, మూడవభాగముచేత ప్రజలశ్రేయస్సుకొరకు యజ్ఞానుష్ఠానములు చేయుచు, అందఱకు శుభములు కలిగించుచు, విశ్వాసపాత్రుడుగ నుండుట, నాలుగవభాగముచేత గ్రామములలో, అడవులలోను దొంగలను, దోపిడిగాండ్రనున్ను శాసించుచు అపుచుండుట - ఇవిచేయు చుండెను.

'యుధిష్ఠిరా! కార్తవీర్యార్జునుడు తనబలపరాక్రమములచేత సంపాదించుకొనిన ధనమే మంచి దని తలచు చుండెను [1]కాకవృత్తిచేత గాని లేక, [2]మూషకవృత్తిచేత గాని, ప్రజాధనమును అపహరించువారి నందఱను అతడు నశింప జేయుచుండెను. అతనిరాజ్యములోని గ్రామములందు పట్టణములందున్ను వాకిండ్లు మూయ బడకుండెను అత డొక్కడే సమస్తరాజ్యమునకు పోషకుడుగా

---

1. కాకివలె అకస్మాత్తుగ పైబడి వస్తువునపహరించుట.
2. ఎలుకలవలె లోలోపలనే వస్తువును తెలియకుండ అపహరించుట - ఈ వివరణము ఈ రెండింటికి ఈయవచ్చును.

స్త్రీలకు సంరక్షకుడుగా, గోవులు - మేకలు మొదలైనపశువులకు పాలకుడుగాను నుండెను. అతడే సస్యములనుగూడ రక్షించు చుండెను.

'యుధిష్ఠిరా! ఇదియే కార్తవీర్యార్జునుని యద్భుత కార్యము. అతనికి ఈడైన మనుష్యుడు మరియొకడు, త్రికాలముల యందున్ను లేడు. అతడు సముద్రములో పోవు చున్నప్పుడు అతని వస్త్రములు తడియకుండెను. అతడు దత్తాత్రేయ మహాముని కృపాకటాక్షముచేత లక్షలకొలది సంవత్సరములదాక భూమండలమును శాసించు చుండెను. అతడు లోకహితము కొరకు అనేక కార్యములు చేసెను. శ్రీమహా విష్ణువు యొక్క దత్తాత్రేయావతారమును గూర్చి వర్ణించితిని. ఇక నిప్పుడు ఆ దేవుని యితరావతారములను గూర్చి వర్ణించెదను. వినుము.

'యుధిష్ఠిరా! భగవంతుడు 'పరశురాముడు' అను పేరుతో జమదగ్ని మహామునికి పుత్రుడుగా జన్మించెను. పరశురాముడు, ఎందుకొరకు ఎప్పుడు భృగుకులమునందు అవతరించెను? అను విషయము చెప్పెద వినుము:-

'యుధిష్ఠిరా! జమదగ్ని పుత్రుడైన పరశురాముడు మహాపరాక్రమశాలిగా నుండెను. ఆతడు హైహయ వంశమును సంహరించెను. కార్తవీర్యార్జునుడు అసమాన బల-పరాక్రమ సంపన్నుడైనను, అనుచితముగా వ్యవహరించుట వలన పరశురామునిచేత చంప బడెను. రథము నందున్న కార్త వీర్యార్జునుని పరశురాముడు యుద్ధము నందు క్రింద పడగొట్టి చంపెను.

'యుధిష్ఠిరా! భగవన్నారాయణ మూర్తియే పరశురాముడుగ భృగువంశమునందు అవతరించెను అతడే 'జంభాసురుని' మస్తకము చీల్చినవాడు. 'శతదుందుభి'ని సంహరించిన వాడు పరశురాముడు వేలకొలది వీరులను జయించునట్టి కార్తవీర్యార్జునుని సంహరించుటకొరకే అవతరించెను. పరశురాముడు ఏకమాత్ర ధనుస్సహాయముతో సరస్వతీ నదీతీరమందు చేరి యున్న ఆరులక్షల నలుబదివేల క్షత్రియులను జయించెను. ఆ క్షత్రియు లందరు బ్రాహ్మణులను ద్వేషించువారుగా నుండిరి వారితోపాటే, మరి పదునాలుగు వేలమంది వీరులను పరశురాముడు అంత మొందించి, మరి పదివేల క్షత్రియులను వధించి, వేలకొలది వీరులను ముసలాయుధము (రోకలి) చేతను, మరి వేలకొలది మందిని గండ్రగొడ్డలిచేతను చంపెను,

'యుధిష్ఠిరా! ఇట్లు పరశురాముడు క్షణకాలములో బ్రాహ్మణద్రోహు లైన క్షత్రియులందరను సమూలముగ నున్మూలించి, స్నానము చేసెను. క్షత్రియ పీడితు లైన బ్రాహ్మణులు 'రామ-రామ' యని ఆర్తనాదము చేసి యుండిరి. కనుక, సర్వవిజయి యైన పరశురాముడు గండ్రగొడ్డలితో మరల పదివేలమంది క్షత్రియులను అంత మొందించెను. బ్రాహ్మణులు 'భృగునందనా! పరశురామా! పరుగెత్తి రమ్ము. రక్షింపుము!' ఈ మొదలైన మాటలు చెప్పుచు, దుఃఖాక్రంద నము చేసినప్పుడు వారి యార్త నాదమును పరశురాముడు సహించలేదు.

"యుధిష్ఠిరా! పరశురాముడు, కాశ్మీర - దరద - కుంతిభోజ - క్షుద్రక - మాలవ - శక - చేది - కాశి కరూష - ఋషిక - క్రథ - కైశిక - అంగ - కళింగ - మాగధ - కాశీ - కోసల - రాత్రాయణ - వీతిహోత్ర - కిరాత - మార్తికావత నామకు లైన రాజులను, తదితర సహస్రాది రాజులనున్ను వారి-వారి దేశములకు పోయి సంహరించెను. మేరు - మందర పర్వతాలంకృత మైన భూ మండల మంతయు కోట్ల కొలది క్షత్రియుల శవములచేత వ్యాపిం చెను. ఒకటి-రెండు మారులు కాదు, ఇరువదియొక్క మారులు పరశురాముడు భూ మండలము తిరిగి, దానిని క్షత్రియశూన్యముగ చేసెను.

'యుధిష్ఠిరా! తరువాత పరశురాముడు విరివిగా దక్షిణ లిచ్చి యజ్ఞము లనుష్ఠించి, 'సౌభ' నామక విమానము నందు కూర్చొని యున్న 'శాల్వ' రాజుతో నూరు సంవత్సరముల వరకు యుద్ధము చేసెను. తరువాత పరశురాముడు రథ మునందు కూర్చొని 'సౌభ' విమానము కూల్చుటకు యుద్ధము చేసి, 'నగ్నికా'* కుమారికల ముఖమునుండి వెడలిన గానమును ఇట్లు వినెను:-

'రామా! రామా! మహాబాహూ! భృగువంశ కీర్తివర్ధనా! నీ శస్త్రాస్త్ర ములు క్రింద పడవేయుము. నీవు 'సౌభ' విమానమును నశింప చేయ జాలవు. నీవు శ్రీమహావిష్ణును, ప్రద్యుమ్నుని, సాంబునిన్ని తోడుగా తీసికొని వచ్చి యుద్ధము చేసినచో సౌభ విమానమును నశింప జేయ గలవు'

---

* రజస్వలా వయస్సు కలుగని కన్యకకు 'నగ్నికా' అని పేరు.

'యుధిష్ఠిరా! ఆనగ్నికలమాట విని, పరశురాముడు అప్పుడే వనమునకు పోయి, కృష్ణావతార సమయమునకై వేచి యుండి, తన శస్త్రాస్త్రములు, రథ-కవచాదులు, పరశువు, ధనుస్సు ఇవి యన్నియు జలములో పడవేసి మహాతపస్సు చేయ దొడగెను. అతడు 'లజ్జా-ప్రజ్ఞా-శ్రీ-కీర్తి-లక్ష్మి'-ఈ ఐదింటిని ఆశ్రయించి, తన రథమును విడిచెను. అతడు నగ్నికా కన్యకలమాటపై విశ్వాసముంచి, సౌభవిమానమును నశింప జేయ లేదు. కాని, తన అసమర్థతవలన కాదు. ఆ పరశురామ మహాముని విశ్వవిఖ్యాతుడుగ నుండెను. అతడు శ్రీకృష్ణునియొక్క ఆంశావతారము. ఇప్పుడు తపస్సు చేయుచున్నాడు. యుధిష్ఠిరా! ఇక నిప్పుడు, నీకు శ్రీరామావతారమునుగూర్చి చెప్పెద వినుము:-

'యుధిష్ఠిరా! చైత్రశుక్లనవమినాడు శ్రీమహావిష్ణువు నాలుగు అంశములలో స్వయముగా విభక్తుడై దశరథ పుత్రుడుగా నవతరించెను. ఆ దేవుడు సూర్యతేజస్సుతో 'శ్రీరాముడు' అని ప్రఖ్యాతుడై, ప్రపంచమును ప్రసన్నము చేసి ధర్మస్థాపనకొరకు నవతరించెను. మానవులకు ప్రభువైన శ్రీరామచంద్రుడు సాక్షాత్తు శ్రీహరియే. అప్పుడు విశ్వామిత్రుని యజ్ఞమునకు విఘ్నము కలిగించుట చేత సుబాహురాక్షసుడు శ్రీరామునిచేత చంప బడెను. మారీచరాక్షసుడు బాగుగా కొట్ట బడెను. రాక్షస సంహారము కొరకు శ్రీరామునకు విశ్వామిత్రుడు దేవతలు గూడ నివారింప జాలని దివ్యాస్త్రములను ఇచ్చెను. ఆ దినములలో జనకమహారాజు యజ్ఞము చేయు చుండెను. ఆ యజ్ఞమునందు శ్రీరాముడు శివధనుస్సును విఱిచి సీతావివాహము చేసికొని అయోధ్యకు వచ్చి సీతతో ఆనందముగా కాలము గడపు చుండెను.

''యుధిష్ఠిరా! కొంతకాలమునకు శ్రీరామచంద్రుడు తండ్రి యాజ్ఞచేత తన సవతితల్లి యైన కైకేయికి ప్రియము చేయుటకు వనమునకు పోయెను. అక్కడ లక్ష్మణునితో పదునాలుగేండ్లు నివసించుచు తపస్విగా జీవితము గడపెను. అతనితో సీతగూడ నుండెను. ఆమె లక్ష్మీదేవి యొక్క అవతారమే. శ్రీరాముడు జనస్థానమునందు ఉండి దేవతల కార్యము నెరవేర్చెను ప్రజాహితమునకై పదునాలుగు వేలమంది మారీచ-త్రిశిరస్-ఖర-దూషణాది రాక్షసులను వధించెను. ఆ దినములలో శాపగ్రస్తులైన యిద్దరు గంధర్వులు 'విరాధ-కబంధ' నామములతో నున్న క్రూరరాక్షసులను గూడ శ్రీరాముడు సంహరించెను.

'యుధిష్ఠిరా! శ్రీరాముడు రావణసోదరి శూర్పణఖ ముక్కు లక్ష్మణుని చేత కోయించెను గనుక, శ్రీరామునకు రాక్షసుల కుట్రచేత పత్నీవియోగము గలిగెను. అప్పు డాదేవుడు సీతను వనములో అన్వేషించును 'ఋష్యమూక' పర్వతమునకు పోయి, 'పంపా'సరస్సును దాటి, సుగ్రీవ - హనుమంతులతో స్నేహము చేసి, సుగ్రీవునితో కిష్కింధకు పోయి, వానరరాజైన వాలిని చంపి సుగ్రీవుని రాజపదవియందు అభిషేకించెను. తరువాత సుగ్రీవుని సహాయముతో సీతాన్వేషణము చేయగా, హనుమంతునివలన సీత లంకలో నున్నట్లు తెలిసికొని, దక్షిణసముద్రముపై వానరులతోపాటు శ్రీరాముడు సేతువు బంధించి లంకలో ప్రవేశించెను.

'యుధిష్ఠిరా! అక్కడ సమస్త దేవ-నాగ-యక్ష-రాక్షస-పక్షిగణములకు గూడ అవధ్యుడైన రావణాసురుని, కోట్లకొలది రాక్షసులనున్న చూచెను. రావణాసురుడు అంజనపర్వతమువలె నల్లగా కనపడు చుండెను. అతనిని దేవతలుగూడ కన్నెత్తి చూడ జాల కుండిరి. బ్రహ్మ వరప్రభావముచేత నతడు మిక్కిలి దర్పించి యుండెను. శ్రీరాముడు లోకకంటకుడైన రావణాసురుని, మంత్రి - బాంధవ - పరిజన సహితముగా సంహరించి, లంకారాజ్యము నందు విభీషణుని అభిషేకించి యతనికి అమరత్వము ప్రసాదించెను.

'యుధిష్ఠిరా! తరువాత శ్రీరాముడు 'పుష్పక'విమానము నందు సీతతో పాటు సేనా పరివారసహితుడై, అయోధ్యకు వచ్చి రాజ్యపాలనము చేయ దొడగెను. ఆ దినములలోనే మధురానగరమందు 'మధు'పుత్రుడైన 'లవణ' నామక రాక్షసుడు రాజ్యము పాలించు చుండెను. అతనిని రామాజ్ఞచేత శత్రుఘ్నుడు సంహరించెను. ఇట్లు శ్రీరాముడు అనేక లోకహిత కార్యములు చేసి ధర్మముతో రాజ్యపాలనము చేయుచు, పది అశ్వమేధ యాగములు చేసి, సరయూనదీ తీరమందలి 'జారుధి' యను ప్రదేశము నిష్కంటముగా చేసెను.

'యుధిష్ఠిరా! రామరాజ్య కాలమందు అశుభములు వినపడకుండెను. ప్రాణులకు అకాల మృత్యువు కలుగకుండెను. ఎవరికిగూడ ధనరక్షణాదుల కొరకు భయము కలుగకుండెను సమస్త ప్రపంచ జీవులకు అగ్ని-జలాది భయములు కలుగకుండెను. విధవల దుఃఖాక్రందనము వినపడకుండెను స్త్రీలు అనా

థలు కా కుండిరి. సమస్త జగత్తు సంతోషముతో నుండెను. ఏ వర్ణమువారు గూడ వర్ణ సంకర సంతానమును కనకుండిరి. బీడువడిన భూములకు ఎవరు గూడ పన్నులు చెల్లించకుండిరి వృద్ధులు బాలకులకు ప్రేత సంస్కారము చేయకుండిరి. అట్టి అవకాశమే వారికి కలుగ కుండెను. వైశ్యులు, క్షత్రియులను సేవించుచుండిరి. క్షత్రియులు వైశ్యులకు కష్టము కలిగించకుండిరి. పురుషులు భార్యలను, భార్యలు భర్తలను నిర్లక్ష్యము చేయకుండిరి. రామరాజ్యమునందు పుష్కలముగా పంటలు పండు చుండెను. లోకులు సహస్ర పుత్రులతో, వేయి యేండ్లు ఆరోగ్యముతో జీవించు చుండిరి. రామరాజ్యమునందు ఋషులు, దేవతలు, మనుష్యులున్ను కలిసి ఒకచోట జీవించుచు, తృప్తితో నుండిరి అందరు తపస్సు చేయుచు ధర్మానురక్తులై యుండిరి. ఎవరుగూడ అధర్మపరులు కా కుండిరి. ప్రజల ప్రాణాపానములు సమవృత్తిలో నుండెను. ఈ విషయములో విద్వాంసులు ఈ విధముగా గానము చేసెదరు :-

'శ్రీరామచంద్రుని శరీరకాంతి శ్యామముగా నుండెను. అతడు యువ డు. అతని నేత్రాంచలములు ఈషద్రక్తములుగ నుండెను. అతడు గజరాజకు పరాక్రమశాలి. ఆజానుబాహుడు. సుందరముఖుడు. సింహస్కంధుడు. బల వంతుడు. అట్టి శ్రీరామచంద్రుడు పదకొండువేల సంవత్సరములు సుఖభోగము లతో రాజ్యము పాలించెను. ప్రజలు 'రామ! రామ! రామః' యని రాముని చర్చలే చేయుచుండిరి సమస్త జగత్తు రామమయమే యయ్యెను. బ్రాహ్మణులు వేదత్రయ జ్ఞాన శూన్యులుగ లే కుండిరి. ఇట్లు దండకారణ్యవాసము చేసి, దేవ తల కార్యము నెరవేర్చి, లోకశత్రువైన రావణాసురుని సంహరించి, ఇక్ష్వాకు కులమునకు అభ్యుదయము గలిగించి, సర్వసంపన్ను డై, దేదీప్యమానుడుగ నుండెను. ఇట్లు యుధిష్ఠిరా! నీకు రామావతారకథ చెప్పితిని ఇక కృష్ణావతార కథ వినుము :-

'యుధిష్ఠిరా! ఇప్పుడు ఇరువదియెనిమిదవ ద్వాపరయుగమందు భయపడిన ప్రజలకు అభయ ప్రదానము చేయుటకు శ్రీవత్సాంకుడైన శ్రీకృష్ణుడుగ శ్రీమహా విష్ణువు అవతరించెను. ఆ దేవుడు సుందరుడు, ఉదారుడు, మానవసమ్మానితుడు, దేశ - కాలజ్ఞుడు, శంఖ - చక్ర - గదా ఖడ్గాద్యాయుధ ధరుడు, 'వాసుదేవ' నామముతో సుప్రసిద్ధుడు, సమస్తలోక హితకరుడు, భూదేవికి ప్రియము చేయు

నిచ్చతో వృష్ణి వంశమునందు అవతరించెను. ఆ మధుసూదనుడు ప్రజలకు అభయ ప్రదానము చేయుటకుగాను శకటాసుర - యమళార్జున - పూతనలను సంహరించెను. మనుష్యులుగా పుట్టిన కంసాది రాక్షసులను సంహరించెను. పరమాత్ముని యీ యవతారము గూడ లోకహితముకొరకే జరిగెను. యుధిష్ఠిరా! ఇక 'కల్కి' యవతారమును గూర్చి చెప్పెద వినుము :-

'రాజా! కలియుగాంతమునందు ధర్మము నశించినప్పుడు, శ్రీహరి పాషండులను వధించి, ధర్మ సంస్థాపనకు గాను, బ్రాహ్మణుల హితము గోరి మరల నవతరించ గలడు. ఆ యవతారము నందు అతని పేరు 'కల్కి - విష్ణుయశసుడు' అని యుండగలదు. భగవంతుని యొక్క ఈ యవతారములే కాక, ఇంకను ననేక దివ్యావతారములు దేవగణములతో పాటు కలుగును. ఆ యవతారములను గూర్చి వేదజ్ఞులు పురాణములలో వర్ణించెదరు.'

శ్రీకృష్ణావతారము - శ్రీకృష్ణ బలరాముల బాల్యక్రీడలు :-

"జనమేజయా! భీష్ముడు ఈ విధముగ చెప్పిన తరువాత యుధిష్ఠిరుడు అతని నిట్లు ప్రశ్నించెను :-

'పితామహా! కృష్ణావతార వృత్తాంతమును నేను విస్తార పూర్వకముగా వినగోరు చున్నాను. ఆయన యుత్పత్తిని గూర్చి, ఆయన ఎట్లు కంసవధ చేసి, గోరక్షణము చేసెను? ఆయన బాల్యక్రీడ లెట్లుండెను? ఈ విషము లన్నియు జెప్పుము.'

"జనమేజయా! యుధిష్ఠిరుడు ఇట్లు అడుగగా భీష్ముడు 'మధు' వంశము నందు శ్రీకృష్ణుడు అవతరించిన కథను ఈ విధముగా చెప్ప దొడగెను :-

'యుధిష్ఠిర మహారాజా! ప్రపంచ రక్షణకర్తయైన భగవంతుడు శ్రీకృష్ణుడుగా నవతరించినప్పుడు ఆనందముతో సముద్రములు ఉప్పొంగెను. పర్వతములు చలించెను. ఆరిపోయిన అగ్నులు ప్రజ్వలించెను. శీతల-సుగంధి-మందవాయువులు సుఖముగ వీచెను. నేలపై ధూళి అణగెను. నక్షత్రములు ప్రకాశించెను దేవలోకమునందు భేరీ - దుందుభి - మృదంగాది వాద్యములు మ్రోగెను. దేవతలు వచ్చి పుష్పములు కురిసి, శ్రీకృష్ణుని స్తుతించిరి మహర్షులు ప్రసన్నులై

అక్కడకు వచ్చిరి. నారదాది మహర్షుల సమక్షమందు గంధర్వులు, అప్సరస లున్ను నాట్యము చేసిరి. ఇంద్రుడు గోవిందుని సేవకై వచ్చి మహర్షులను ఆదరించుచు శ్రీకృష్ణునితో, 'దేవా! నీవు సమస్త ప్రపంచ సృష్టికర్తవు ప్రపంచ హితముకొరకు దేవతాకార్యములు నెరవేర్చిన తరువాత నీ దివ్యధామమునకు విచ్చేయుము!' అని యనెను.

'యుధిష్ఠిరా! ఇట్లు ఇంద్రుడు చెప్పి, దేవర్షులతోపాటు తన లోకమునకు పోయెను. తరువాత, వసుదేవుడు కంసునకు భయపడి సూర్యతేజస్సుతో అవత రించిన శ్రీకృష్ణుని నందగోపుని యింటిలో దాచియుంచెను అనేక సంవత్సర ములు అక్కడనే యుండిన శ్రీకృష్ణుడు ఒకనాడు ఒక శకటముక్రింద పండు కొని యుండగా, యశోదాదేవి అతని నక్కడనే విడిచి యమునానదికి పోయెను. అప్పుడు శ్రీకృష్ణుడు తన లీలను ప్రదర్శించుచు, చేతులు కాళ్లున్ను జాడించుచు, మధురముగా ఏడ్చుచు కాళ్ళు ఎగురవేయునప్పుడు తన పాదాంగుష్ఠముచేత ఆ బండిని వెల్లకిల పడగొట్టెను.

'యుధిష్ఠిరా! తరువాత శ్రీకృష్ణుడు బోరగిల పండుకొని, తల్లిస్తన్య పానము చేయుటకు బిగ్గరగా ఏడ్చి పాదాఘాతముచేత ఆ బండిని వెల్లకిలా పడ గొట్టి, బండిలో నున్న కుండలు మొదలైన పాత్రలను చూర్ణము చేయగా, అది చూచి అందరు మహాశ్చర్యము చెందిరి. శ్రీకృష్ణ డొకప్పుడు, దేవతలు చూచు చుండగా, మహాకాయము, మహాస్తనములున్ను గల పూతనా రాక్షసిని మొట్ట మొదలు చంపి, మధురానివాసులకు అత్యాశ్చర్యము కలిగించెను. శ్రీకృష్ణ - బలరాములు, సూర్యచంద్రులు ఆకాశమునందు తిరుగు చున్నట్లు మోకాళ్ళతో దోగాడుచు క్రీడించు చుండిరి వారి భుజములు సర్పములవలె శోభిల్లు చుండెను. ఆ యిద్దరు బాలకులు ఆటలలో దుమ్ము గ్రమ్మినవారై, ముద్దుగా కనపడు చుండిరి. ఒకప్పుడు వారు మోకాళ్ళు నేలకు రాచుకొనుచు దోగాడు చుండిరి. ఒక్కొక్కసారి, వనమునందు ఆడుకొను చుండిరి. పెరుగు చిలకబడు చున్న ప్పుడు దానిని త్రాగు చుండిరి

'యుధిష్ఠిరా! ఒకనాడు శ్రీకృష్ణుడు ఏకాంతముగ నున్న యింటిలో దాగి, వెన్నముద్దలు తిను చుండగా, గోపికలు చూచిరి. యశోదాది గోపాంగనలు

అప్పుడు శ్రీకృష్ణుని త్రాడితో రోటికి కట్టిరి. అప్పుడు ఆ బాలకుడు 'యమళార్జున' వృక్షములు రెండింటినడుమ ఆ రోటిని ఇరికించి, ఆ చెట్లను శాఖా - మూల సహితముగా విరిచెను. అది చూచువారికి అత్యద్భుతముగ నుండెను. ఆ చెట్లపై నున్న విశాల కాయములు గల యిద్దరు రాక్షసులుగూడ వృక్షములతోపాటే క్రిందపడి చచ్చిరి.

'యుధిష్ఠిరా! బాల్యావస్థ గడచి శ్రీకృష్ణ - బలరాములు ఏడు సంవత్సరముల వయస్సు గలవారై వ్రజమండలమునందే యుండిరి. బలరాముడు నీల వస్త్రము, శ్రీకృష్ణుడు పీతాంబరమున్ను ధరించి యుండిరి. ఒకనికి పసుపువర్ణము గల అంగరాగము, మరియొకనికి శ్వేతవర్ణము గల అంగరాము ఇష్టము అగుచుండెను. ఇరువురు సోదరులు కాక పక్ష (శిరస్సు వెనుకభాగమందు జుట్టు) ధరులై దూడలను మేపుచుండిరి. వారి ముఖకాంతి మనోహరముగ నుండెను. ఆ యిరువురు వనమందు పర్ణవాద్యములు (ఆకులతో చేయబడిన పీకెలు) ఊదుచుండిరి. అక్కడ వారు ఇద్దరు, నాగకుమారులవలె శోభిల్లు చుండిరి. చెవులలో నెమలి ఈకెలు పెట్టుకొని, శిరస్సుల పై ఓగురుటాకుల కిరీటము ధరించి, మెడలలో వనమాలలు వేసికొని, ఆ యిరువురు మద్దిచెట్లయొక్క క్రొత్త మొలకలవలె శోభిల్లుచుండిరి. ఒకప్పుడు కమలములను శిరస్సుపై ధరించి, మరియొకప్పుడు దూడల పలుపులను యజ్ఞోపవీతములుగ ధరించి, చిక్కములను, సొరకాయల బుఱ్ఱలను పట్టుకొని, వనములో తిరుగుచు పిల్లనగ్రోవులను ఊదుచు, ఒకచోట నిలుచుచు, ఒకచోట ఆడుకొనుచు, మఱియొకచోట ఆకుల పరపుపై శయనించుచు నుండిరి.

'యుధిష్ఠిరా! ఈ విధముగ శ్రీకృష్ణ - బలరాములు దూడలను కాచుచు వనశోభను వృద్ధి వొందించుచు వన మంతట తిరుగుచు, వివిధముగ క్రీడించుచు వారు బృందావనమునకు పోయి గోవులను మేపుచు, బాలలీలా విహారములు సలుపు చుండిరి.

శ్రీకృష్ణ బలరాములు కాళియమర్దనాదులు చేయుట - వారి విద్యాభ్యాసము - చనిపోయిన గురుపుత్రుని బ్రతికించి గురుదక్షిణగా నిచ్చుట.-

'యుధిష్ఠిరా! తరువాత నొకనాడు శ్రీకృష్ణుడు బలరాముడు లేకయే బృందావనమునకు పోయి ఒక్కడే ఇటు-నటు తిరుగు చుండెను. కళంక యుక్త

డైన చంద్రునివలెనే శ్రీవత్స చిహ్నముచేత శ్రీకృష్ణుడు శోభిల్లు చుండెను అతడు పగ్గములను యజ్ఞోపవీతమువలె ధరించి యుండెను. పీతాంబరము కట్టుకొని, శ్వేతచందనము పూసికొని, ముంగురులతో మనోహరుడుగ నుండెను. నెమలి ఫించపు మకుటము మందవాయువు చేత చలించు చుండెను. అతడు పాడుచు, ఆడుచు, నవ్వుచు గొల్లవేషము చేత వేణువు వాయించుచు, గోవులను కాచుచు అడివిలో తిరుగు చుండెను. వర్షాకాలము నందు గోకులము నందలి రమణీయ ప్రదేశము లందు ఆడుకొనుచు, గోవులతో తిరుగు చుండెను.

'యుధిష్ఠిరా! ఇట్లు తిరుగు శ్రీకృష్ణుడు 'భాండీర' నామక మైన వటవృక్షపు ఛాయలో కూర్చొన దలచెను తన సవయస్కు లైన 'గోపబాలకులతో దిన మంతయు గోవులను కాచుచు, ఆడుచు, ఎగురుచు గడుపు చుండెను. ఆ భాండీర వనమందు నివసించు ననేక గోపాలకులు క్రీడించుచు, శ్రీకృష్ణమహిమను పాడుచు నుండిరి. వారు పాడు చున్నప్పుడు శ్రీకృష్ణుడు ఆకుల పీకెలను, పిల్లనగ్రోవిని, సొరకాయ బుఱ్ఱను ఊదు చుండెను. శ్రీకృష్ణుడు అప్పుడు అనేక లోకహిత కార్య ములు చేసెను. బృందావనమందు కదంబ(కడిమి) వనము కడ నున్న మడుగులో, ప్రవేశించి శ్రీకృష్ణుడు కాళియసర్పము తలపై నృత్యము చేసి, ఆ సర్పమును మఱియొక చోటికి పొమ్మని యాజ్ఞాపించి బలరామునితో వనమునందు తిరుగు చుండెను.

'యుధిష్ఠిరా! అక్కడ తాటిచెట్ల వనమందు 'ధేనుక' నామము గల రాక్ష సుడు గర్దభరూపమును ధరించి యుండెను అతనిని బలరాముడు సంహరించెను. మరియొకప్పుడు శ్రీకృష్ణ - బలరాములు గోవులను మేపుటకు వనమునకు పోయి వన శోభను తిలకించుచు, తిరుగుచు, ఆడుచు పాడుచు గోవులను పేర్లు పెట్టి పిలుచుచు, లౌకిక మానవుల వలె క్రీడించుచు నుండిరి. తరువాత శ్రీకృష్ణుడు గోవ్రజమునకు పోయి గోపబాలకులు చేయు చున్న 'గిరియజ్ఞము' లో పాల్గొని తన పరమేశ్వర రూపమును ప్రకటించి, గిరిరాజునకు నివేదించిన పాయసమును తానే తినెను. అది చూచి, గోపాలకులు అతడు భగవంతు డని పూజించిరి. అప్పుడు శ్రీకృష్ణుడు దివ్యరూపమును ధరించెను

'యుధిష్ఠిరా! ఇంద్రుడు వర్షము గురియు చున్నప్పుడు గోపబాలకు డైన శ్రీకృష్ణుడు గోవులను వర్షబాధనుండి రక్షించుటకు ఒక వారము దినములు

గోవర్ధన పర్వతమును తన చేతితో పైకెత్తి (గొడుగువలె) పట్టుకొనెను అప్పుడు శ్రీకృష్ణుడు ఆడుచు, నెగురుచునే అత్యద్భుత దుష్కర కర్మలు చేసెను. ఇంద్రుడు భూతలమునకు వచ్చి గోవర్ధనమును ధరించిన శ్రీకృష్ణుని జూచి సంతోషించి యతనికి గోవిందుడు అని పేరుపెట్టి, 'గవేంద్ర' అను పదవియందు పట్టాభిషిక్తుని జేసి, గోవిందుని ఆలింగనము చేసికొని అతని యనుమతి గొని స్వర్గలోకమునకు పోయెను.

'యుధిష్ఠిరా! తరువాత శ్రీకృష్ణుడు పశువుల హితము గోరి వృషభ రూపము ధరించిన 'అరిష్ట' నామకుడైన దైత్యుని సంహరించెను. వ్రజమునందు 'కేశి' యను రాక్షసుడు అశ్వరూపములో నుండెను. అతనికి పదివేల గజముల బల ముండెను. ఆ యశ్వరూపధరుడైన రాక్షసుని కంసుడు పంపి యుండెను. ఆ దైత్యుడు తన కడకు రాగానే శ్రీకృష్ణుడు అతనిని గూడ అరిష్టాసురుని వలెనే చంపెను. కంసుని సభలో 'చాణూర' నామకుడైన ఆంధ్ర దేశీయ మల్లుడు ఉండెను. ఆతడు గూడ రాక్షసుడే. అతనిని గూడ కృష్ణుడు చంపెను.

'యుధిష్ఠిరా! కంసుని సోదరుడు 'సునాముడు' అనువాడు కంసుని సేనాపతిగా నుండెను. బాల్యావస్థలోనే కృష్ణుడు, ఆ సునాముని చంపెను. ఆ సమ్మర్దము చూచుటకు వచ్చిన ముష్టిక' నామకుడైన మల్లుని బలరాముడు ఆ గుంపులోనే చంపెను. కంసునకు అప్పుడు కృష్ణుని వలన చాల భయము కలిగెను.

'యుధిష్ఠిరా! ఐరావత కులమునందు జన్మించిన 'కువలయాపీడక' నామము గల మహాగజము శ్రీకృష్ణుని త్రొక్కుటకు రాగా, అతడు దానిని, కంసుడు చూచు చుండగనే చంపెను. ఇటువంటి యనేక కార్యములు ఎన్నియో చేసి శ్రీకృష్ణ - బలరాములు కొన్నినాళ్లు మధురలో నివసించి యుండిరి.

"యుధిష్ఠిరా! తరువాత శ్రీకృష్ణ-బలరాములు 'ఉజ్జయినీ'పురమునందున్న 'సాందీపని' అను గురువు కడకుపోయి, గురుసేవ చేయుచు నుండిరి. ఆ యిరువురు అరువదినాలుగు దినములలోనే షడంగసహిత వేదములు, చిత్రకళ, గణితము, సంగీతము, వైద్యము - ఈ విద్యలన్నిగూడ నేర్చుకొనిరి గజ శిక్షణము, అశ్వశిక్షణమున్ను పన్నెండు దినములలో నేర్చుకొనిరి తరువాత కొంత

కాలమునకు ధనుర్వేదము నేర్చుకొనుటకు మరల సాందీపని గురువుకడకే పోయిరి. వారు పది అంగములతో గూడిన సమస్త ధనుర్వేదమును రహస్య సహితముగా ఏబది దినములలో నేర్చుకొనిరి. ఇట్లు సమస్త విద్యలు తనకడ నేర్చుకొనిన శ్రీకృష్ణ-బలరాములను సాందీపనిగురువు తనకోరికను గురుదక్షిణగా తీర్చుమని ఆ యిరువురను, 'నా పుత్రుడు సముద్రములో స్నానము చేయు చున్నప్పుడు 'తిమి' అను పేరుగల ఒక జలజంతువు అతనిని పట్టుకొనిపోయి తినెను. మీ రిరువురు మరణించిన నా పుత్రుని బ్రతికించి తొడ్కొని రండు' అని కోరెను.

'యుధిష్ఠిరా! యిట్లు చెప్పి సాందీపని, పుత్రశోకము చేత పీడితుడయ్యెను. అతని కోరిక మిక్కిలి కఠినము. మూడు లోకములందు ఆ కార్యము సాధించు టకు ఎవరికి గూడ నసంభవ మైనప్పటికిన్ని, గుర్వాజ్ఞ నెరవేర్చెద యని ప్రతిజ్ఞ చేసి, సాందీపని పుత్రుని చంపిన రాక్షసునితో శ్రీ కృష్ణ-బలరాములు సముద్రము లోనే యుద్ధము చేసి, అతనిని సంహరించిరి. చాలకాలము క్రితమే యమలోకము నకు పోయి యుండిన సాందీపని పుత్రుడు శ్రీకృష్ణుని యనుగ్రహము చేత మరల పూర్వశరీరముతో బ్రతికెను. అశక్యము, అచింత్యము, అత్యద్భుతమునైన యా కార్యము చూచి అందరు మిక్కిలి ఆశ్చర్యచకితు లైరి. శ్రీకృష్ణ-బలరాములు గురువునకు అతని పుత్రునితో పాటు సమస్తైశ్వర్యములను గవాశ్వాదులను గురు దక్షిణగా నిచ్చిరి. గురుపుత్రుడు బ్రతికి వచ్చుట చూచి ఆ నగరవాసులు శ్రీకష్ణుని యసమాన శౌర్యము, అనన్య సాధ్యకార్యము ప్రశంసించిరి. 'సాక్షాత్తు నారాయణమూర్తి దప్ప తదితరు డెవడీ కార్యము చేయుగలడు?' అని పౌరులు అనుకొనిరి.

'యుధిష్ఠిరా! శ్రీకృష్ణ భగవానుడు వివిధ యుద్ధవిద్యలలో, సమస్త శస్త్రాస్త్ర జ్ఞానములోను ఉత్తమ స్థానము పొందెను. కంసుడు గూడ కార్తవీర్యార్జు నునివలె మహా పరాక్రమశాలిగ నుండెను. కంసునకు రాజు లందరు, గరుడునకు సర్పములవలె భయపడు చుండిరి. కంసుని యొద్ద ఖడ్గ - భల్లాద్యాయుధములచేత యుద్ధము చేయు కాల్బలము వారు ఒక కోటిమంది, ఎనిమిదిలక్షల మంది రథ సైనికులు ,అంతమందియే గజసైనికులు నుండిరి. గజములు బంగారు అంబారీల చేత అలంకృతము లై, ధ్వజపతాకల చేత శోభితములై పర్వతములవలె నుండెను.

అట్లే, కంసుని సైన్యములో గజముల కంటె ద్విగుణములుగ కరిణీ సైన్యముండెను. పదియారు వేల అశ్వము లుండెను అంత సంఖ్యలోనే యువావస్థలో నున్న అశ్వము లుండెను. ఈ సమస్త చతురంగ సైన్యమునకు కంసుని సోదరుడు సునాముడు అధిపతిగా నుండెను. అతడు గూడ కంసునకు బలములో సమానుడే. అతడు సర్వదా కంసుని రక్షించు చుండెను. కంసుని సైన్యములో 'మిశ్రకము' అను పేరు గల వివిధ వర్ణముల యశ్వముల సైన్యము అరువది వేల సంఖ్యలో నుండెను.

'యుధిష్ఠిరా! కంసుని యుద్ధము ఒక భయంకర నదివలె నుండెను. కంసుని రోషమే ఆ నదీవేగము. ఎత్తైన ధ్వజములు నదీతీర వృక్షములు. మద గజములు పెద్ద-పెద్ద మొసళ్ళు. ఇవి యన్నియుగల యా నది యముని యాజ్ఞకు అధీన మై నడచు చుండెను. ఆ నదిలో అస్త్ర-శస్త్రములే నురుగులుగా నుండెను. సైనికుల వేగమే అచట జలప్రవాహముగ నుండెను. గదా-పరిఘాద్యాయుధములు మత్స్యములుగ, వివిధ కవచములు నాచుతీగెలుగ నుండెను. రథములు, గజములున్ను ఆ నదిలో సుడులుగ, రక్తము బురదగ, ధనుస్సులు అలలుగ, రథాశ్వసమూహములు చిన్నచిన్న మడుగులుగాను నుండెను. సైనికులు పరుగెత్తుచు మాట్లాడుచు నున్నప్పటి ధ్వని ఆ యుద్ధనదిలో కోలాహల ధ్వనివలె నుండెను.

'యుధిష్ఠిరా! అట్టి భయంకర సేనాసమేతుడై వీరాగ్రేసరుడుగా నున్న కంసుని భగవన్నారాయణమూర్తి దప్ప మరియొక డెవడు సంహరింప గలడు? మహావాయువు పెద్ద-పెద్ద మేఘములను ఛిన్న-భిన్నము చేసినట్లే, శ్రీకృష్ణ భగవానుడు ఇంద్రుని రథమందు కూర్చొని కంసుని సమస్త సేనలను సంహరించెను. తరువాత నిండుసభలో మంత్రిపరివార సహితుడై కూర్చొని యున్న కంసుని గూడ సంహరించి శ్రీకృష్ణుడు మిత్రులను, తల్లి దేవకీ దేవిని, తండ్రి వసుదేవుని, యశోదా - రోహిణీ దేవులను పూజించి, వారికి నమస్కరించి, కంసుని తండ్రియైన ఉగ్రసేనుని భోజరాజ్యపదమందు అభిషిక్తుని జేసెను. అట్లు అనన్యసామాన్య కార్యము చేసిన శ్రీకృష్ణుని యాదవు లందరు పూజించిరి. తరువాత శ్రీకృష్ణుడు యమునానదీతీరమందు జరాసంధుని జయించెను.

"జనమేజయా! ఈ విధముగ భీష్ముడు కృష్ణావతార మహిమను గూర్చి యుధిష్ఠిరునకు చెప్పుచు కింసవధానంతర వృత్తాంతము ఇట్లు చెప్ప దొడగెను:-

'యుధిష్ఠిరా! తరువాత శ్రీకృష్ణుడు మధుర నుండి ద్వారకకు పోయి, అతడు రాక్షసుల నుండి గెలుచుకొని తెచ్చిన ధన - రత్న వాహనాదులను ద్వారకతో ఉంచెను. శ్రీకృష్ణుని కార్యములకు దైత్యులు విఘ్నములు చేయు చుండగా, వరములు పొంది మత్తులైన యారాక్షసులను సంహరించెను. తరువాత భగవత్కార్యములయందు నరకాసురుడు విఘ్నములు చేయ జొచ్చెను. అతడు దేవతల కందరకు భయంకరుడుగా నుండెను. రాజా! అతని ప్రభావము నీకు గూడ తెలియును గదా!

'యుధిష్ఠిరా! సమస్త దేవతలకు అంతకుడుగా నున్న నరకాసురుడు,' ఈ భూమిలోపల 'మూర్తి లింగ'* మందు ఉండి మనుష్యులకు, ఋషులకు ప్రతి కూలముగ ఆచరించు చుండెను. భూపుత్రుడైన నరకాసురునకు 'భౌమాసురుడు' అను పేరుగూడ నుండెను అతడు గజరూపము ధరించి ప్రజాపతి యైన త్వష్ట యొక్క 'కశేరు' నామక పుత్రియొద్దకు పోయి ఆమెను పట్టుకొనెను. కశేరువు పదునాలుగు సంవత్సరముల వయస్సులో అతిసుందరిగా నుండెను. నరకాసురుడు, ప్రాగ్జ్యోతిష పురమునకు రాజుగా నుండెను. అతనికి భయశోక-బాధలు లేకుండెను. అతడు కశేరువును మూర్ఛిల్ల జేసి, అపహరించుకొని తన యింటికి తెచ్చి ఆమెతో నిట్లనెను :

'దేవీ! దేవతలకడ, మనుష్యుల యొద్దను నున్న వివిధ రత్నములు, పృధివిలోపల నున్న రత్నములు, సముద్రములోని రత్నములున్ను రాక్షసు లందరు తెచ్చి నేటినుండి నీకు సమర్పించెదరు.'

---

* భూమి లోపల గుహయందు మూర్తి యొక్క లేక, శివలింగము యొక్క ఆకారములో నిర్మింపబడిన యొక దుర్భేద్య గృహము 'మూర్తి లింగ' మనబడును శత్రువుల నుండి ఆత్మరక్షణకొరకు నరకాసురుడు ఇట్టి గృహము నిర్మించుకొని యుండెను.

'యుధిష్ఠిరా! ఈ విధముగ భౌమాసురుడు వివిధము లైన యనేక రత్నములను, స్త్రీ రత్నములను, గంధర్వ కన్యకలను, దేవ మనుష్యజాతుల కన్యకలను, ఏడు వర్గములకు చెందిన అప్సరసలనున్ను అపహరించుకొని తెచ్చెను. వా రందరు వెరసి పదియారువేల నూరుగురు సుందర కన్యకలు అతని యింటిలో నుండిరి. వా రందరు సన్మార్గములో వ్రత - నియమముల పాలించుచు ఏకవేణి (జడ) ధరించి యుండిరి.

'యుధిష్ఠిరా! భౌమాసురుడు, ఆ కన్యక లందరు నివసించుటకు మణి పర్వతముపై ఒక అంతఃపురము నిర్మించెను. ఆ స్థానమునకు 'ఔదకా' అని పేరు. అనగా, 'జల సౌకర్యము పూర్తిగా గల ప్రదేశము' అని యర్థము. ఆ యంతఃపురము 'ముర' దైత్యుని యధికార ప్రదేశములో నుండెను. ప్రాగ్జ్యోతిష పురాధీశ్వరు డైన భౌమాసురుడు, మురాసురుని యొక్క పదుగురు పుత్రులు, తదితర ముఖ్య రాక్షసులున్ను ఆ యంతఃపుర సమీపము నందేయుండి దానిని రక్షించు చుండిరి.

'యుధిష్ఠిరా! నరకాసురుడు తపస్సు ముగించిన తరువాత దేవమాత యైన అదితిని తిరస్కరించి ఆమె కుండలములను లాగి కొనుటకు ప్రయత్నించు నంతగా గర్వోన్మత్తుడయ్యెను. పూర్వకాలమందు సమస్త మహాదైత్యు లందరు ఒకటిగా కలిసికూడ ఒక్క నరకాసురుడు చేసినంతటి ఘోరపాపము చేసి యుండ లేదు. అతడు భూదేవికి పుత్రుడు యుద్ధోన్మత్తు లైన నలుగురు దైత్యులు అతని రాజ్యసీమా ప్రదేశములను రక్షించు చుండిరి. ఆ భౌమాసురుడు భూలోకము నుండి దేవలోకమువరకు గల మార్గమును అడ్డగించి నిలిచి యుండెను. రాక్షస సహితు డై యతడు దేవతలను భయపెట్టు చుండెను. అతని నలుగురు సీమా రక్షకులు 'హయగ్రీవ-నిశుంభ-పంచజన-సహస్రపుత్రసహిత ముర' నామక రాక్షసులు ఉండిరి. నరకాసురుడు వరదర్పితుడు. అతనివధ కొరకు శ్రీకృష్ణుడు వృష్ణికులమందు జన్మించెను. ద్వారక అమరావతివలె రమణీయ మైనదిగదా! ద్వారకానగరమందు వృష్ణి వంశీయులు సభ దీరి యుండుటకు 'దాశార్హి' అను పేరు గల ఒక సభాభవన మున్నదిగదా! అది ఒక యోజనము పొడవుగా ఒక యోజనము వెడల్పుగాను నున్నది గదా! ఆ సభలో శ్రీకృష్ణ - బలరామాది

వృష్ణి - అంధక వంశీయులు కూర్చొని యుండి సకల లోక జీవన రక్షణము చేయు చుండెవరు గదా!

'యుధిష్ఠిరా! పూర్వ మొకనాడు యదువంశీయు లందరు ఆ సభలో నుండగా దివ్య సుగంధ భరిత మైన వాయువు వీచి, దివ్య కుసుమములు గురిసెను. తరువాత, రెండు గడియలలోనే ఆకాశమునందు సహస్ర సూర్య సమాన మైన అమృత తేజోరాశి ప్రకటిత మయ్యెను. అది మెల్ల - మెల్లగా భూమిపై వచ్చి నిలిచెను. ఆ తేజోమండము లోపల ఒక తెల్లనియేనుగుపై కూర్చొని యున్న యింద్రుడు సర్వదేవతా సహితు డై కనపడెను. శ్రీకృష్ణ - బలరాములు, ఉగ్రసేనమహారాజు, అంధక-వృష్ణి వంశీయులతో, తదితరులతోను హఠాత్తుగ లేచి బయటకు వచ్చి ఇంద్రునకు నమస్కరించిరి ఇంద్రుడు గజము దిగి శ్రీకృష్ణ, బలరామోగ్ర సేనులను కౌగలించుకొనెను. అట్లే వసుదేవ - ఉద్ధవ - వికద్రు - ప్రద్యుమ్న - సాంబ - నిశర - అనిరుద్ధ - సాత్యకి - గద - సారణ - అక్రూర - కృతవర్మన్ - చారుదేష్ణ - సుదేష్ణాదు లైన యితర యాదవులను గూడ యథోచితముగ నాలింగనము చేసికొని, ఇంద్రుడు వారిచేత పూజితు డై - తలవంచుకొని యి ట్లనెను.

'శ్రీకృష్ణా! నీతల్లి అదితియాజ్ఞచేత నేను వచ్చినాను. (వామనావతారములో కృష్ణునకు అదితి తల్లి). భూపుత్రు డైన నరకాసురుడు ఆమె కుండలములను లాగికొనాడు. తల్లి యాజ్ఞ పరిపాలించువాడు ప్రపంచంలో నీ వొకడవే యున్నావు. కనుక, నీవు భౌమరాక్షసుని చంపుము!'

'యుధిష్ఠిరా! ఆ మాట విని శ్రీకృష్ణుడు 'నరకాసురుని జయించి తల్లి కుండలములను తప్పక తెచ్చెదను ' అని యింద్రునితో చెప్పి, బలరామునితో ప్రద్యుమ్న - అనిరుద్ధాదులతోను సంప్రదించి, శంఖ - చక్ర - గదా - ఖడ్గ ధారి యై, గరుడునిపై బయలుదేరెను. అతనిని చూచి దేవతలు సంతోషించి స్తుతించుచు అతని వెనువెంట పోయిరి.

'యుధిష్ఠిరా! శ్రీకృష్ణుడు నరకాసురునియొక్క అనుయాయు లైన ముఖ్య రాక్షసులను సంహరించి, మురాసురుడు నిర్మించిన ఆరువేల పాశములను

చూచెను. ఆ పాశములయంచులకు చురకత్తు లుండెను. వానిని శ్రీకృష్ణుడు చక్రము చేత ఖండించి, మురాసురుని సపరివారముగ సంహరించి, అక్కడి పాషాణపు గుట్టలను దాటి 'నిశుంభుని'గూడ చంపెను. అనేక సహస్ర యోధుల బలము గలిగి, ఏకాకిగానే దేవతలతో యుద్ధము చేయ గల హయగ్రీవ రాక్షసునిగూడ శ్రీకృష్ణుడు చంపెను

'యుధిష్ఠిరా! 'ఔదక'ములో లోహిత గంగనడుమ నున్న 'విరూపాక్ష' రాక్షసుని 'పంచజనులు' అని ప్రసిద్ధులు, నరకాసురుని యనుచరులు నైన యైదుగురు రాక్షసులతోను యుద్ధము చేసి వారిని సంహరించెను. తరువాత, భగవంతుడు 'ప్రాగ్జ్యోతిష' పురమునకు పోయి, అక్కడ రాక్షసులతో దేవాసుర సంగ్రామమువంటి ఘోరయుద్ధము చేసి. చక్రాయుధముచేత వారిని సంహరించెను.

ఇట్లు ఎనిమిది లక్షల దానవుల సంహారము చేసి, శ్రీకృష్ణుడు పాతాళ గుహలో పోయెను అక్కడ శ్రీకృష్ణుడు తనతో సమాన మైన పరాక్రమము గల నరకాసురునితో యుద్ధము చేసి, చక్రముచేత అతని మస్తకము ఖండించెను. నరకాసురుని మస్తకము తెగి, వజ్రాయుధ ఖండిత మైన వృత్రాసురుని తల వలె నేలపై పడెను.

భూదేవి తన పుత్రుడు రణరంగమందు పడి యుండుట చూచి, అదితికి ఆమె కుండలములు తిరిగి యిచ్చి శ్రీకృష్ణునితో, 'మధుసూదనా! నీవే ఇతనికి జన్మ యిచ్చి, నీవే చంపితివి. నరకాసురుని సంతానమును కాపాడుము!' అని యనెను.

ఆ మాటకు భగవంతుడు భూదేవితో ని ట్లనెను:-

'భామినీ! నీయీపుత్రుడు దేవ-ముని-పితృ-మహాత్ములను, సమస్త ప్రాణులనున్న బాధించు చుండెను. ఈ పురుషాధముడు బ్రాహ్మణులను ద్వేషించుచు, సమస్త ప్రపంచకంటకుడుగా నుండెను ఇతడు బలదర్పము చేత ప్రపంచ వంద్యురా లైన దేవమాత అదితిని బాధించి ఆమెకుండలములు తీసికొనెను. ఈ మొద లైన యనేక కారణములచేత అత డిప్పుడు చంప బడెను నేను చేసిన యీ

పనికిగాను నీవు నన్ను కోపింపగూడదు. నీ పుత్రుడు నా ప్రభావముచేత అత్యుత్తమగతిని పొందెను గనుక, నిక పొమ్ము. నేను నీ భారమును దించితిని'.

"యుధిష్ఠిరా! నరకాసుర వధానంతరము శ్రీకృష్ణుడు సత్యభామాసహితుడై, లోకపాలకులతో నరకాసురుని యింటికి పోయి అక్కడ వివిధ రత్నములు, అక్షయధనమున్ను చూచెను. నవరత్న ఖచితము లైన వస్తువులు, లోహపు వస్తువులు, సూర్యకాంతమణి స్ఫటికమణుల వస్తువులు, బంగారు వస్తువులున్ను చూచెను. నరకాసురునియిల్లు సువర్ణమయ మై, ఉజ్వలముగా నుండెను. కుబేరునకు లేనంతధనము అతనికి ఉండెను. ఇంద్రుని భవనములోగూడ నంతటి వైభవము లేకుండెను. అప్పుడు ఇంద్రుడు శ్రీకృష్ణునితో ని ట్లనెను:-

'జనార్దనా! ఈ ధనము, వివిధ రత్నకంబళ భూషితము లైన ఇరువది వేల గజములు, నలుబదివేల కరిణీ సమూహము, ఎనిమిది లక్షల అశ్వములు, వృషభాదులు ఈ యన్నింటిపైన నీకు అధికారము ఏర్పడినది. వస్త్రములు, శయ్యలు, ఆసనములు, మాట్లాడు సుందరపక్షులు, అనేకవిధ రథములు గూడ నీ యధీనములో వచ్చినవి. ఇవి యన్నియు నేను ద్వారకకు చేర్చెదను.'

'యుధిష్ఠిరా! ఆ రత్న - సువర్ణాదు లన్నియు గరుడునిపై నుంచుకొని ఇంద్రుడు శ్రీకృష్ణునితో పాటు మణిపర్వతమునకు పోయెను. అక్కడి వాతావరణము, ఉజ్జ్వల కాంతులున్ను చూచిన దేవతలకు విస్మయము కలిగెను.

'యుధిష్ఠిరా! ఆకాశమునందు విరాజిల్లు చున్న దేవ - ఋషి - చంద్ర-సూర్యులవలె నున్న దేవతలు ఆ పర్వత ప్రభలచేత తిరస్కృతు లై, సామాన్యులవలె కనపడిరి. తరువాత, ఇంద్ర - బలరాముల యాజ్ఞచేత శ్రీకృష్ణుడు నరకాసురుని మణిపర్వతముపై నిర్మింపబడిన అంతఃపురములో ప్రవేశించెను. అ గృహము, ద్వారములున్ను వైడూర్యమణి నిర్మితము లై, ప్రకాశించుచుండెను. దాని బహిర్ద్వారములపై పతాకలు ఎగురు చుండెను అటువంటి మణి పర్వతము చిత్రలిఖితము లైన మేఘములవలె కనపడు చుండెను ఆ యంతఃపుర భవనమందు మణిమయ సోపానములు నిర్మింప బడి యుండెను. అక్కడి సుందర కన్యకలు మేడలపై నిలుచుండి శ్రీకృష్ణుడు చూడగానే అతని చుట్టుముట్టిరి. వారంచరు అక్కడ ఇంద్రియ నిగ్రహముతో తపస్సున్ను చేయు చుండిరి.

'యుధిష్ఠిరా! అప్పుడు ఆ కన్యలకు, శ్రీకృష్ణుని చూచి శోక - సంతోషములు పోయెను. ఆయనతో వారు ఇట్లనిరి :-

'పురుషోత్తమా! 'దేవకార్యసిద్ధి కొరకు శ్రీకృష్ణ భగవానుడు ఇక్కడికి విచ్చేయును. ఆ భగవంతుడు నరకాసురాది రాక్షసులను సంహరించి అక్షయ ధనము పొందగలడు. కొలది దినములలోనే ఆయన యిక్కడకు వచ్చి మిమ్ము సంకటము నుండి ఉద్ధరించగలడు!' అని నారదుడు మాకు చెప్పి వెడలి పోయెను. అప్పటినుండి సర్వదా మేము నిన్నే ధ్యానించుచు తపస్సు చేయుచున్నాము. నీ దర్శన మెప్పుడగునా యని వేచి యున్నాము. ఈ సంకల్పముతోనే రాక్షస రహితల మైన మేము తపస్సు చేయుచున్నాము. నీవు గాంధర్వ విధిచేత మమ్ము వివాహము చేసికొని, మాకు ప్రియము చేయుము. నారదుని మాట సిద్ధించుగాక!'

'యుధిష్ఠిరా! వారి మాటలు వినుచు శ్రీకృష్ణుడు వారియెదుట, గోవుల యెదుట ఆబోతువలె, నిలిచి యుండగా ఆ కన్యక లతనినితో ని ట్లనిరి:

'శ్రీకృష్ణా! నారదుని మాట యిప్పుడు సత్య మాయెను. మధుసూదనుడు మీ పతి కాగల' డని ఆ మహర్షి చెప్పి యుండెను. ఇప్పుడు మా ప్రియుని మేము చూడగలిగితిమి. ఓ యరిందమా! మేము ఆ మహాత్ముడగు నారదుని దర్శనముచే కృతార్థులమయితిమి.'

'యుధిష్ఠిరా! భగవంతుని యెడల ఆ కన్యల మనస్సులో కామము కలిగి యుండుట చూచి, భగవంతుడు వారితో 'మీ కోరిక నెరవేర గలదు!' అని చెప్పెను.

'యుధిష్ఠిరా అప్పుడు శ్రీకృష్ణుడు సేవకుల చేత, ఆ ధనరాసులను, దేవ కన్యలను, రాజకన్యకలనున్ను ద్వారకకు పంపి, ఆమణి పర్వతమును గరుడుని వీపుపై ఉంచెను. ఆ పర్వతమునే కాక, దానిపై నున్న పక్షి - గజ - సర్ప - మృగ - నాగ - వానర పాషాణ - వరాహాదులను, నెమళ్ళను గూడ గరుడునిపై శ్రీకృష్ణుడు ఎక్కించెను. మహాబలశాలి యైన గరుడుడు శ్రీకృష్ణ - బలరామ - ఇంద్రులతో పాటు సువర్ణ రత్నములను, పర్వతములను, వరుణదేవుని దివ్యామృతమును, చంద్రునివంటి శ్వేతచ్ఛత్రమునున్ను మోసికొని వెడలి పోయెను. గరుడుని శరీరము మహాపర్వత శిఖరమువలె నుండెను. అతడు రెక్కలల్లా

ర్చుచు, దిక్కులు మారోమ్రోగునట్లు ధ్వనించుచు, వృక్షములను పెఱుకుచు, ఆకాశమునందు పోవు చున్నప్పుడు అతనితో పాటు మహామేఘములను గూడ ఎగిరించి కొనిపోవుచుండెను. తన తేజస్సుచేత గరుడుడు గ్రహనక్షత్ర - సప్తర్షుల తేజస్సును తిరస్కరించుచు చంద్ర - సూర్యుల మార్గములో పోయెను.

'యుధిష్ఠిరా! అట్లు శ్రీకృష్ణుడు మేరుపర్వత మధ్యశిఖరమునకు పోయి అక్కడనున్న దేవతల నివాసస్థానములను చూచెను. విశ్వేదేవ - మరుద్గణాదుల స్థానములను దాటి శ్రీకృష్ణుడు అశ్వినీ కుమారుల పుణ్యతమ స్థానమగు దేవలోకమును చూచెను. అక్కడినుండి దేవలోకములో ఇంద్రభవనమును చేరుకొని, గరుడుని నుండి దిగి దేవమాత యైన అదితికి ప్రణామము చేసెను. బ్రహ్మాది దేవతలు ఆ భగవంతునకు స్వాగత సత్కారములు చేసిరి. శ్రీకృష్ణ-బలరాములు అదితికి దివ్య కుండలములు, వివిధ రత్నములున్ను సమర్పించిరి. అవి తీసికొనిన యదితికి దుఃఖముపోయి ఆ యిరువురను ఆదరించెను.

'యుధిష్ఠిరా! అప్పుడు, ఇంద్రపత్ని యైన శచీదేవి సత్యభామను అదితి కడకు తోడ్కొని పోవగా, దేవమాత సంతోషించి, సత్యభామకు 'శ్రీకృష్ణుడు మానవశరీరముతో నున్నంత కాలము నీకు వృద్ధాప్యము రాకుండా సుఖముగా నుండెదవుగాక!' అని వరమిచ్చెను.

'యుధిష్ఠిరా! సత్యభామ శచీదేవితో తిరిగుచు ఆమె యాజ్ఞ గొని శ్రీకృష్ణుని బసకు పోయెను. తరువాత కృష్ణుడు ద్వారకకు పోయి ఆ నగర ప్రధాన ద్వారము 'వర్ధమానము' అనుపేరుగల దానిని చేరెను. విశ్వకర్మ సమస్త వైభవములతో అతి సుందరముగా నిర్మించిన ద్వారకలో శ్రీకృష్ణుడు ప్రవేశించెను. ఆ నగరమునకు నలువైపుల విశాలము లైన అగడ్తలు, వివిధ పుష్ప - జల - పక్షులతో శోభిల్లు చుండెను. అది అత్యున్నతము లైన తెల్లని కోట గోడలతో అమరావతివలె నుండెను. నందనాది వనముల వంటి ఉద్యానవనములు, సర్వఋతు పుష్పఫలములతో విరాజిల్లుచు, ఆ నగరము ఆకాశమునందు నక్షత్రములు వెలుగుచున్న ట్లుండెను.

'యుధిష్ఠిరా! ద్వారకా నగరమునకు తూర్పున మనోహర శిఖరములతో 'రైవతక' పర్వతము, దక్షిణదిక్కున 'లతావేష్ట' పర్వతము ఐదురంగులతో ఇంద్రధ్వజము వలె నుండెను. పశ్చిమదిక్కునందు విచిత్ర పుష్పశోభిత వనముతో ప్రకాశించు చున్న 'సుకక్ష' పర్వతము, ఉత్తరదిక్కునందు మందరాచలము వలె తెల్లని 'వేణుమంత' పర్వతము నుండెను. రైవతకపర్వతము కడ చిత్రకంబళమువంటి 'పాంచజన్య' వనము, 'సర్వర్తుక' వనమున్ను ఉండెను. 'లతావేష్ట' పర్వతపు నలువైపుల 'మేరుప్రభ' నామకవనము, 'తాళవన-పుష్య వన'ములున్ను నుండెను, 'సుకక్ష' పర్వతపు నలువైపుల 'చిత్రపుష్ప-శతపత్ర కరవీర-కుసుంభ'వనము లుండెను. 'వేణుమంత' పర్వతపు నలువైపుల 'చైత్ర రథ-నందన-రమణ-భావన' వనములు ఉండెను.

'యుధిష్ఠిరా! ద్వారకానగరపు తూర్పుదిక్కున ఒక రమణీయపుష్కరిణి నూరు ధనుస్సుల విస్తారములో నుండెను. ఏబది ద్వారములు గల ద్వారకలో శ్రీకృష్ణుడు ప్రవేశించెను. ఆ నగరపు వైశాల్యము ఎవరు గూడ కొలవ జాల కుండిరి. అట్లు నలువైపుల అగాధ జలరాసులతో, సుందర భవనములతో, వివిధ శస్త్రాస్త్రములనో, చక్రములతో, ఎనిమిదివేల రథములతోను ఆ నగరము ఎనిమిది యోజనముల పొడవు-అంతయే వెడల్పు గల్గి శోభిల్లు చుండెను. దాని సమీప ప్రదేశము దానికంటె ద్విగుణముగ నుండెను. ఆ పరిసర ప్రదేశము లన్నింటితో చెరసి అది నూట తొంబదిరెండు (192) యోజనముల విస్తారముతో అవిచలిత మై యుండెను.

'యుధిష్ఠిరా! ఆ నగరములో ప్రవేశించుటకు ఎనిమిదిమార్గము లుండెను. దానిలో పదియారు చతుష్పథములు ఉండెను. ఆ నగరము శుక్రనీతిప్రకారము విశ్వకర్మ నిర్మించి యుండెను. చూచువారికి సంతోషము కలిగించు నట్టియా పట్టణము వివిధ మధుర గానములతో సుందరముగా నుండెను. అది చూచి యింద్రునకు మిక్కిలి సంతోషము కలిగెను. ఎన్నియో యంత్ర గృహములు, వివిధ ధాతువులున్ను అక్కడ నుండెను. అన్ని ఋతువులలోను ఆ నగర భవనములు సుఖస్పర్శ గల వై యుండెను. ఆ భవనముల గోడలు ఐదురంగుల సువర్ణముతో కట్ట బడి యుండెను. దాని ప్రకాశము చంద్ర-సూర్యుల కంటె మించి యుండెను. ఆ భవనము లనెడు మడుగులలో జనము భోగవతీపురము

నందలి గంగానది గుండములలో నాగ గణములవలె ప్రకాశించు చుండిరి. ఆకాశము మేఘాచ్ఛన్న మైనట్లు భవనముల చేత అది అలంకృత మై, అక్కడ శ్రీకృష్ణుడు ఇంద్రునివలె, మహామేఘము వలెను శోభిల్లు చుండెను. అక్కడి యువకులు మత్తమయారముల వలె ఆ భవనము లనెడు మేఘములను చూచి సంతోషముతో నృత్యము చేయు చుందురు వేల కొలది స్త్రీలకాంతి విద్యుత్ప్రభ వలె ఆ నగరాకాశమునందు వ్యాపించి యుండెను మేఘములు కృష్ణధ్వజము (అగ్ని-లేక సూర్యకిరణములు) యొక్క ఉపవాహ్యము (కార్యము) వలెనే ఆ భవనములు గూడ కృష్ణధ్వజ భూషితము లైన ఉపవాహ్య (వాహనములు) ములతో గూడి యుండెను. వివిధ శస్త్రాస్త్రములు ఆ మేఘ సదృశభవనము లందు ఇంద్రధనుస్సువలె పలువన్నెలను ఈను చుండెను.

'యుధిష్ఠిరా! ద్వారకానగర ప్రాసాదములు సమస్త పర్వతీయదృశ్య ములతో గూడి యున్నది. శ్రీకృష్ణ ప్రాసాద శిఖరము సువర్ణమయ మగుట చేత మేరు శిఖరమువలె శోభిల్లు చుండెను. దానిని విశ్వకర్మ రుక్మిణీ శ్రీకృష్ణుల నివాసము కొరకు నిర్మించి యుండెను. సత్యభామ తెల్లని మేడలో నివసించును. దానిలో మణిమయ సోపానములు గలవు. ఆ భవనము గ్రీష్మఋతువులో గూడ చల్లగా నుండును. అది సుందర ధ్వజపతాకలతో నిర్మింప బడి యుండెను. రుక్మిణీ-సత్య భామల మేడల నడుమ జాంబవతీదేవి మేడ యుండెను. దానిని గూడ విశ్వకర్మయే నిర్మించెను. అది కైలాస శిఖరమువలె శోభిల్లు చుండెను.

'యుధిష్ఠిరా! దేని ద్వారములు సువర్ణ నిర్మితము లై ప్రజ్వలితాగ్ని వలే శోభిల్లు చున్నవో, ఏది సముద్రమువలె విశాలముగ నుండునో, ఆ ప్రాసాద మునకు 'మేరు' అని పేరు. ఆ మేడలో గాంధార రాజకన్యక యైన 'సుకేశి' అను భార్యను శ్రీకృష్ణుడు ఉంచి యుండెను.

'యుధిష్ఠిరా! కమలకాంతి గలిగి 'పద్మకూట' నామము గల భవనము 'సుప్రభ' అను రాణికి నివాసముగ నుండెను. సూర్యసమాన ప్రభ గల ఉత్తమ ప్రాసాదమును శ్రీకృష్ణుడు 'లక్ష్మణాదేవి' నివాసమునకు ఇచ్చి యుండెను. ఆకు పసరు రంగు గల వైడూర్యమణి నిర్మిత ప్రాసాదము 'మిత్రవిందా' దేవికి నివాస స్థానముగ నుండెను. దానిని చూచినవారు 'ఇది శ్రీహరి'యే యని యనుకొనె దరు. అది ఇతర భవనములకు అలంకారముగ నుండెను

'యుధిష్ఠిరా! సమస్త శిల్పులు తమ శిల్ప కౌశలముతో నిర్మించిన 'కేతు మంతము' అను ప్రాసాదము శ్రీకృష్ణుడు 'సుదత్తా'దేవికి నివాస స్థానముగా చేసెను. 'విరజ' నామక ప్రాసాదము నిర్మల మై రజోగుణరహిత మై, యుండెను. అది శ్రీకృష్ణపరమాత్మునకు 'ఉపస్థాన గృహము' (ప్రత్యేకముగా నివసించు భవనము)గ నుండెను.

'యుధిష్ఠిరా! ఇట్లే అచట మరియొక ప్రాసాదము గూడ నున్నది. దానిని ఒక యోజనము చదరపు నేలలో వివిధరత్నములతో విశ్వకర్మ నిర్మించెను. దానిపైన మార్గదర్శక మైన సువర్ణదండ ధ్వజము ఉండెను. ద్వారక యందు అందరి యిండ్లలో గంటలు ఉండెను. శ్రీకృష్ణ డానగరమందు 'వైజయంతీ' పతాకలు గల యొక పర్వతము స్థాపించి యుండెను. ఆ నగరమందు 'హంసకూట' పర్వత శిఖరము, అరువది తాటిచెట్ల యెత్తు, అర్ధయోజనము వెడల్పు గల దై యుండెను. అక్కడనే మిక్కిలి విస్తార మైన 'ఇంద్రద్యుమ్న' సరోవరము ఉన్నది. ఆ పట్టణమందు సమస్త ప్రాణుల సమక్షములోనే కిన్నరులు సంగీతము పాడు చుండిరి. లోకత్రయ ప్రసిద్ధ మైన యా స్థలము శ్రీకృష్ణునకు లీలాస్థానముగ నుండెను. సూర్యుని మార్గము వరకు పోయిన మేరుపర్వతపు బంగారు శిఖరమును పెఱికి శ్రీకృష్ణ భగవానుడు తన భవనములో తెచ్చి నిలిపి యుండెను. అది పూర్వమువలెనే అన్ని ఓషధులతో అలంకృత మై యున్నది.

'యుధిష్ఠిరా! శ్రీకృష్ణుడు ఇంద్రభవనము నుండి హరించుకొని తెచ్చిన పారిజాత వృక్షము గూడ అక్కడ నున్నది. శ్రీకృష్ణుడు బ్రహ్మలోకము నందలి పెద్ద-పెద్ద వృక్షములనుగూడ తెచ్చి ద్వారకలో నాటెను. సాం (మద్ది). తాళ- అశ్వకర్ణ (గన్నేరు) - శతశాఖా శోభితవట-భల్లాతక (జీడి)-చంపా (సంపెంగ)- కపిత్థ (వెలగ) - చంద్ర (ఏలకి) - ఖర్జూర - కేతక (మొగలి) వృక్షములు ఆ నగరమునందు అన్నివైపుల నున్నవి. అందలి పుష్కరిణులు, సరోవరములున్ను కమల శోభితములు, స్వచ్ఛ జలభరితములున్ను ఎఱ్ఱనిరంగుతో నున్నవి. అందలి యిసుక మణి - ముక్తా చూర్ణమువలె నున్నది. అనేక వృక్షములచేత ఆ సరోవర తీరములు ప్రకాశించు చున్నవి. హిమాలయముపైన, నందవనమందున్ను ఉత్పన్నము లైన వృక్షములను గూడ శ్రీకృష్ణుడు తెచ్చి ద్వారకలో నాటెను.

'యుధిష్ఠిరా! కొన్ని ఎఱ్ఱగా, కొన్ని పీత (పసుపు) ములుగ, మరికొన్ని అరుణకాంతితో, అనేకములు తెల్లగాను నున్న వివిధవర్ణ పుష్పములతో ఆ చెట్లు శోభిల్లుచుండెను. అవి అన్ని ఋతువులందు సర్వవిధ పుష్ప - ఫలములచే నిండి యుండును.

'యుధిష్ఠిరా! ఆ ద్వారకాపురమందు శ్రీకృష్ణ భవనమునకు నలువైపుల సహస్ర దళకమల - మందార - అశోక - కర్ణికార (గన్నేరు)-తిలక (బొట్టుగు చెట్టు) - నాగమల్లికా - కురవ - నాగపుష్ప - చంపక (సంపెంగ) - తృణ-గుల్మ - సప్తపర్ణ - (ఏడాకుల అరటి) - కదంబ (కడిమి) - నీప (మంకెన)- కురవక (గోరంట) - కేతకి (మొగలి) - కేసర (పొన్న) - హింతాల (గిరక తాటి) - తల (తాటిచెట్టు) - తాటక - తాళ - ప్రియంగు (పిప్పలి) - వకుళ (పొగడ) - పిండితా - బీజపూర (మాదీఫల) - ద్రాక్షా - ఆమలక (ఉసిరిక)- ఖర్జూర - మృద్వీకా (ద్రాక్షాభేదము) - జంబూ (నేరేడు) - ఆమ్ర (మామిడి)- పనస - అంకోల (ఊడుగు) - తిల - తిందుక (తుమ్మి) - లికుచ (గజనిమ్మ)- ఆమ్రాతక (అంబాళ) - క్షీరిక (పాలచెట్టు) - కంటకీ (రేగు) - నారికేళ - ఇంగుద (గార) - ఉత్క్రోశక - కదళీ - జాతి (జాజి) - బంధుజీవ (మంకెన-దాసాని) - ప్రవాళ - అశోక - (కటురోహిణి) - కాశ్మీరీ (గుమ్ముడు) నామకములైన ప్రాచీన వృక్షములు, ప్రియంగు - బదరీ - యవ - స్పందన - చందన - శమీ - బిల్వ - పాలాశ - పాటల - వట - అశ్వత్థ - ఉదుంబర (మేడి) - ద్విదళ - పారిభద్రక (దేవదారు) - ఇంద్రవృక్ష - (మరువము)- అర్జున (ఏరుమద్ది) - అశ్వత్థ - కిరిబిల్వ (కానుగు) సౌభంజన - భల్లట - అశ్వపుష్ప - సర్జ (మద్ది) తాంబూలలత (తమలపాకులీగె) - లవంగ - క్రముగ (పోక) నామకాదులైన వృక్షలతలు, వివిధ వంశములు (వెదుళ్ళు) నున్నవి. ఇవియేకాక, ఇంద్రుని 'నందన' వనమందు, కుబేరుని 'చైత్రరథ' వనమందు నున్న వృక్షములన్నియు శ్రీకృష్ణుడు తెచ్చి ద్వారకలో లన్నివైపుల నాటెను.

'యుధిష్ఠిరా! కృష్ణుని గృహోద్యానమునందు చిన్న బావులు, నూతులు ననేకము లున్నవి. వానిలో కమలోత్పలములు నిండి యున్నవి ఎఱ్ఱని యిసుక-పసుపపచ్చని వర్ణము గల పెద్ద-పెద్ద బావులుగూడ నెన్నియో యున్నవి. ఇట్లే కృత్రిమనదులు సరస్సులు ననేకములున్నవి వానితీరములందు మయూరాది

పక్షు లెన్నియో యున్నవి. కృత్రిమ పర్వతములు గూడ నున్నవి. గో - మహిషాదులు, గజ వరాహాదుల నివాసములు నున్నవి. కృష్ణ భవనముచుట్టు విశ్వకర్మ నిర్మించిన పర్వతములే ఆవరణ భిత్తులుగా నున్నవి. ఆ పర్వతములు నూరు బారలపొడవై చంద్రునివలె నున్నవి, ఈ నాలుగు గోడలను అనుకొనియే పూర్వోక్త వనజలాశయాదులున్నవి.

'యుధిష్ఠిరా! యిట్లు విశ్వకర్మ నిర్మిత ద్వారకానగరము చూచి, కృష్ణ-బలరాములు ఇంద్రునితోపాటు గరుడునిపై కూర్చొని పాంచజన్య శంఖము పూరించి, ఆకాశమునందు ప్రతిధ్వని కలిగించిరి. వారిని చూచి యాదవులు సంతుష్టులైరి. అనేక వాద్యములు వాయించుచు సంతోషధ్వనులు చేసిరి అందరు వారికి స్వాగతము చెప్పుటకు వచ్చిరి ఉగ్రసేనుని ముందిడుకొని, వారు కృష్ణ మందిరమునకు పోయిరి. దేవక్యాది పుణ్య స్త్రీలు వారిని అభినందించుటకు వచ్చిరి. రాక్షస సంహారము చేసినందుకు శ్రీకృష్ణాదులను వారు ఆశీర్వదించిరి.

'యుధిష్ఠిరా! తరువాత శ్రీకృష్ణుడు, తాను తెచ్చిన మణిపర్వతమును ఒక చోట ఉంచి, ధనరత్నాదుల భవమునందు ఉంచి బలరామునితో పాటు పోయి తండ్రి చరణములకు నమస్కరించెను వసుదేవుడు సంతోషించుచు ఆనందాశ్రువులు రాల్చెను. యాదవులు ఆ యిరువురను ఆలింగనము చేసికొనిరి. శ్రీకృష్ణుడు, తాను తెచ్చిన ధనరత్నాదులు యాదవులకు పంచి యిచ్చెను పర్వత గుహా సింహములచే శోభిల్లునట్లు ద్వారకా నగరము శ్రీ కృష్ణాది పురుష సింహుల చేత శోభిల్లుచుండెను. అందరు సభ దీరి యుండగా, ఇంద్రు డిట్లనెను:-

'యదువంశ వీరులారా! శ్రీకృష్ణ పరమాత్మ ఇప్పుడు మనుష్యుడుగా నవతరించి చేసిన వీర కృత్యలు చెప్పెద వినుడు - శ్రీకృష్ణుడు, ఒక లక్ష దానవులను సంహరించి ప్రహ్లాదాదులుగూడ పోవని పాతాళ వివరములో ప్రవేశించి మీకొరకు ఈ ధనము తెచ్చెను ముర-పంచజనాది రాక్షసులను సంహరించి, 'అదితి' కుండలములను ఆమెకు ఇచ్చి, స్వర్గమునందు తన యశస్సు విస్తరింప జేసెను. యాదవులను భయవిముక్తులను జేసెను. కనుక, నిప్పుడు మీ రందరు ఈ భగవంతునిగూర్చి యజ్ఞములు చేయుడు. మరల, బాణాసుర వధ వచ్చినప్పుడు నేను దేవతలతో అతనికి తోడుగా వచ్చెదను.'

'యుధిష్ఠిరా! యిట్లు చెప్పి ఇంద్రుడు అందరి సెలవు తీసుకొని, యథోచితముగ అందరను ఆదరించి, ఐరావతముపై స్వర్గలోకమునకు పోయెను. ఐరావత కుంభస్థలమునుండి మేఘము వర్షించు చున్నదా యనునట్లు మదధారలు స్రవించు చుండెను. దానిపై సూర్యునివలె ఇంద్రుడు భాసిల్లుచు, అగ్నిదేవునితో, లోకపాలాది పరివారములతోను స్వర్గమునకు పోయెను.

'యుధిష్ఠిరా! తరువాత యశోదాది కృష్ణమాతలు, రుక్మిణ్యాది పత్నులును నరకాసుర భవనమునుండి విముక్తి చెంది వచ్చిన స్త్రీలను చూచుటకు సభా భవనమునకు వచ్చిరి. అప్పుడు కృష్ణ-బలరాములు పెద్దల కందరకు నమస్కారము చేసిరి. వారు కృష్ణ - బలరాములను ఒడిలో తీసికొని, శిరస్సు మూర్కొనిరి. అప్పుడు దేవకీదేవి, మిత్రావరుణలతో కూర్చొని యున్న దేవమాత అదితివలె వా రిరువురితో శోభిల్లెను. అప్పుడు యశోదాపుత్రి దివ్యప్రభతో అక్కడకు వచ్చెను 'ఏకానంగా' అని ఆ కన్యకపేరు. ఆమెకొరకే శ్రీకృష్ణుడు కంసుని సపరివారముగా వధించి యుండెను. అప్పుడు బలరాముడు వాత్సల్యముతో ఆ కన్యకను ఆదరించెను. శ్రీకృష్ణ డామెను స్నేహపూర్వకముగా కుడి చేత తీసికొని తమ యిరువురిమధ్య కూర్చొన బెట్టుకొనగా, అప్పు డాకన్యక, రెండు గజరాజులమధ్య కూర్చొని యున్న గజలక్ష్మివలె శోభిల్లు చుండెను. అప్పుడు శ్రీకృష్ణ-బలరాములపై యాదవులు పేలాలు, మంగళాక్షతలు చల్లి అందరు వారిచుట్టు కూర్చొనిరి.

'యుధిష్ఠిరా! తరువాత శ్రీకృష్ణుడు తన భవనమునకు పోయెను. అక్కడ రుక్మిణీదేవితో కొంతసేపు విహరించి, సత్యభామా - జాంబవత్యాదు లైన రాణుల యిండ్లకు క్రమముగా పోయెను. అక్కడినుండి తిరిగి రుక్మిణీదేవి యింటికి వచ్చెను.

'యుధిష్ఠిరా! నీకు శ్రీకృష్ణుని విజయగాథ చెప్పితిని. దీనికొరకే భగవంతుడు మనుష్యులలో అవతరించి యుండెను.

భీష్ముడు శ్రీకృష్ణ మాహాత్మ్య వర్ణనము ఉపసంహరించుట.-

'యుధిష్ఠిరా! శ్రీకృష్ణుడు ద్వారకలో సుఖముగా కాలము గడుపు చుండెను. ఆతడు తన మనుమడు అనిరుద్ధుని నిమిత్తముగా చేసికొని దేవతలకు గూడ దుష్కర మైన హితమును ఇంద్రాది దేవతలకు చేసెను.

'యుధిష్ఠిరా! 'బాణుడు' అను నొకరాజు ఉండెను. అతడు బలిచక్రవర్తి యొక్క జ్యేష్ఠపుత్రుడు. అతడు మహాబల - పరాక్రమములతో పాటు సహస్ర భుజములతో శోభిల్లు చుండెను. అతడు కఠోర తపస్సు చేయుచు, శంకర భగవానుని అనేక సంవత్సరములు ఆరాధించగా ఆ దేవుని యనుగ్రహముచేత దేవతలకుగూడ దుర్లభము లైన వరములు పొంది, అసమాన బలశాలి యై శోణిత పురమునందు రాజ్యము చేయు చుండెను బాణాసురుడు అనేక దేవతలను బాధ పెట్టుచుండెను. ఇంద్రాదులను జయించి అతడు కుబేరుని వలె చాల కాలము ఈ భూమండల మహారాజ్యమును పాలించెను. ఆ రాక్షసుని యైశ్వర్యమును వృద్ధి పొందించుటకు శుక్రాచార్యుడు ప్రయత్నించు చుండెను.

'యుధిష్ఠిరా! బాణాసురునకు ఉషానామము గల యొక కన్యక యుండెను. ప్రపంచము నందు ఆమె రూపమునకు సమాన మైన రూపము మరియొక స్త్రీకి లే కుండెను. ఆమె మేనక కూతురా యనునట్లు తోచు చుండెను ప్రద్యుమ్న పుత్రు డైన అనిరుద్ధు డొకనాడు ఏదియో యుపాయముతో రహస్యముగా ఉష యొద్దకు పోయి, ఆమెతో ఆనందముగా ఉపభోగించు చుండెను. అది తెలిసికొని బాణాసురుడు ఉషను, అనిరుద్ధునిన్ని చెరసాలలో బంధించెను. సుఖముగా పెరిగిన యనిరుద్ధుడు, బాణాసురుడు పెట్టిన యనేక కష్టములను భరించ లేక మూర్ఛిల్లెను. అప్పుడు నారదుడు ద్వారకకు వచ్చి, శ్రీకృష్ణునితో 'బాణాసురుడు నీ పౌత్రుడు అనిరుద్ధుని చాల కష్టపెట్టు చున్నాడు. అతడు సంకట స్థితిలో కారాగారమునం దున్నాడు' అని చెప్పి బాణాసురుని రాజధాని యైన శోణిత పురమునకు పోయెను.

'యుధిష్ఠిరా! నారదుని మాట విని శ్రీకృష్ణుడు, బలరామ ప్రద్యుమ్నులతో గరుడ వాహనముపై బాణాసుర నగరమునకు పోయి మహా వైభవోపేత మై, అతి సుందరముగ నున్న ఆ నగరమును చూచెను అది, వెండి వాకిండ్లు, రాగి గోడలు, బంగారు మేడలు, ముత్యాల హారములు, అనేకోద్యానములు, నృత్యగీతములు, సుందర పురద్వారములు, పక్షుల కిలకిలా రావములు, వికసిత కుసుమభరితము లైన పుష్కరిణులు, హర్షోత్సాహములు గల స్త్రీపురుషులున్ను గలిగి స్వర్గసమానముగ నుండెను. ఆ సువర్ణ నగరమును చూచిన శ్రీకృష్ణ-బలరామ-ప్రద్యుమ్నులకు మిక్కిలి విస్మయము గలిగెను. ఆ నగరమునకు అనేక దేవతలు ద్వార

పాలకులుగ నుండిరి. శంకర భగవానుడు, కుమారస్వామి, భద్రకాళీదేవి, అగ్ని దేవుడున్ను సర్వదా ఆ నగర రక్షణము చేయు చుండిరి.

'యుధిష్ఠిరా! శ్రీకృష్ణుడు మిక్కిలి కుపితుడై తూర్పు వాకిలి రక్షకులను జయించి, శంకర రక్షితమైన ఉత్తర ద్వారముపై దాడి చేసెను. త్రిశూలధారియై మహేశ్వరుడు అక్కడ ఉండెను. ఆ పరమేశ్వరునకు శ్రీకృష్ణుడు నోరు తెరచుకొని యముని వలె వచ్చుచున్నాడని తెలిసి, ఆయన బాణాసురునకు హితము చేయ దలచి, 'పినాకము' అను తన ధనుస్సుపై బాణము లెక్కపెట్టి శ్రీకృష్ణుని ఎదురించెను. ఆ ఇరువురు దేవులకు ఘోర యుద్ధము జరిగెను. పరస్పర విజయేచ్ఛతో వారు క్రుద్ధులై, ఒండొరులపై దివ్యాస్త్ర ప్రయోగము చేయ జొచ్చిరి. ఇట్లు రెండు గడియలు యుద్ధము చేసి, శ్రీకృష్ణుడు మహాదేవుని, ఆ ద్వారమునందు నిలిచి యున్న ఇతర శివగణములనుగూడ జయించి, ఆ నగరములో ప్రవేశించి బాణాసురునితో యుద్ధము చేయుటకు సంసిద్ధుడాయెను.

'యుధిష్ఠిరా! బాణాసురుడు గూడ క్రుద్ధుడై తీక్ష్ణబాణములు కృష్ణునిపై గురిసెను. తరువాత, తన సహస్ర భుజములతో సహస్ర శస్త్ర ప్రహారములు చేసెను. ఆ యాయుధముల నన్నింటిని శ్రీకృష్ణుడు ఖండించి, ఆ యసురునితో రెండు గడియలు యుద్ధము చేసి, చక్రాయుధముతో అతని సహస్ర భుజములు ఖండింపగా, వతడు కొమ్మలు లేని వృక్షమువలె నేలపై కూలెను. తరువాత, శ్రీకృష్ణుడు బాణాసురుడు బంధించిన అనిరుద్ధుని, ఉషాకన్యనున్ను విడిపించి బాణాసురుని ధనసంభారకము లైన రత్నములను హరించెను ఆ యసురుని యింటిలో నున్న గవాది వివిధ ధనములను గూడ నెన్నింటినో శ్రీకృష్ణుడు హరించి గరుడారూఢుడై ఆ ధనముతో బలరామ - ప్రద్యుమ్న - అనిరుద్ధులతో, దాస-దాసీ సహితులై ఉషాకన్యతోను గరుడునిపై సూర్యుడు ఉదయాద్రిపై నెక్కినట్లు, ఆసీనుడై ద్వారకకు పోయెను. ఇంద్రుడు స్వర్గలోకమునందువలె యాదవులతో ఆనందపూర్వకముగ నచట నివసించు చుండెను.

'యుధిష్ఠిరా' ఈ విధముగా శ్రీకృష్ణుడు మురనిశుంభాది రాక్షసులను సంహరించి 'రుక్మి'ని ఓడించి రుక్మిణీదేవిని హరించి తెచ్చి తన పట్టపుదేవినిగ చేసికొనెను. తరువాత, 'జారూథీ' నగరమునందలి 'ఆహుతి' యను వానిన్ని

జయించి 'క్రాథ - శిశుపాల - శైబ్య - దంతవక్త్ర - శతధన్వు'లను గూడ జయించెను. 'ఇంద్రద్యుమ్న - కాలయవన - కశేరుమంతు'లను వధించెను చక్రము చేత వేలకొలది పర్వతములను భేదించి, సూర్యాగ్నులవలె తేజరిల్లు చున్న ద్యుమత్సేనునితో యుద్ధము చేసెను

'యుధిష్ఠిరా! వరుణదేవునికడ సంచరించుచు రెప్పపాటుకాలముతో ఒక చోటినుండి మరియొక చోటికి పోవుశక్తి గల 'గోపతి - తాలకేతు' నామకులలో నిరువురను శ్రీకృష్ణుడు మహేంద్రపర్వతముపై 'ఇరావతీ' నదీతీరమందు వారి రాజ్యములోనే 'అక్షప్రపతన' దేశములో నున్న 'నేమిహంసపథ' స్థానమందు సంహరించెను.

'యుధిష్ఠిరా! తరువాత శ్రీకృష్ణుడు 'ప్రాగ్జ్యోతిషము' నకు పోయి అక్కడి పర్వతపంక్తులశిఖరములపై నున్న లోకపాలకుడైన వరుణదేవుని జయించెను.

"యుధిష్ఠిరా! పారిజాతమునకు ఇంద్రుడు ద్వీపము (రక్షకుడు)గా నున్నప్పటికిన్ని శ్రీకృష్ణుడు ఆ వృక్షమును అపహరించెను. అతడు పాండ్య-పౌండ్ర-మత్స్య - కళింగ - అంగాదిదేశముల రాజుల నందరను జయించెను. ఇట్లు ఏకరథమాత్రసహాయుడై నూటఒక్కమంది క్షత్రియులను సంహరించి, గాంధార రాజకుమారి యైన 'శింశుమా' అను నామెను పెండ్లి చేసికొనెను. శ్రీకృష్ణుడు 'బభ్రు' అనువానికి ప్రియము చేయదలచి 'వేణుదారి' యనువానిచేత అపహరింప బడిన బభ్రుభార్యను ఉద్ధరించి వేణుదారివశమునం దున్న గజాశ్వరథ సహితసమస్త భూమండలమును జయించుకొనెను.

'యుధిష్ఠిరా! బాణాసురుడు తన తపో - బల - వీర్యతేజస్సులచేత దేవగణములను భయపెట్టి ఇంద్రాది దేవతల యాయుధప్రహారములు తిని నప్పటికిన్ని మరణించ లేదు. అతనిని సహస్ర భుజసహితముగ శ్రీకృష్ణుడు ఖండించెను. శ్రీకృష్ణుడు పీఠ-కంస-పైరక అతిలోము లనెడు అసురులను గూడ సంహరించెను. జంభ - ఐరావత - విరూప శంబరాసురులను గూడ చంపించెను. [illegible]వతీపుర

మునిసిపోయి నాగరాజైన వాసుకిని జయించి* రోహిణీ నందనుని బంధనము నుండి విడిపించెను. బాల్యావస్థలోనే శ్రీకృష్ణుడు అనేకాద్భుతకార్యములు చేసెను.

'యుధిష్ఠిరా! శ్రీకృష్ణుడే దేవతలకు అభయము, అసురులకు భయము కలిగించెను ఇతడే సమస్త లోకములకు అధీశ్వరుడు. ఈ విధముగ నితడు దుష్టశిక్షణ - శిష్టరక్షణములు చేసి దేవకార్యములు సిద్ధింప జేసి వైకుంఠమునకు పోవ గలడు. ఈ భగవంతుడు మునులకు ఇష్టమై, సమస్తభోగసంపన్నమై, రమణీయము నైన ద్వారకాపురిని సముద్రమునందు విలీనము చేయ గలడు. ఇతడు ఆ పురమును విడిచినప్పుడు దీనిని సముద్రుడు తనలో తీసికొన గలడు. [illegible] శ్రీకృష్ణుడు తప్ప, త్రిలోకవాసు లెవ్వరుకూడ ద్వారకయందు ఉండుటకు సంకల్పము గూడ చేయ గూడదని అత డట్లు చేసెను. అప్పుడు యాదవవంశీయులు ఆబాలవృద్ధులు శ్రీకృష్ణుని పరమధామమును చేర గలరు. ఈ విధముగ ఈ భగవంతుడు దశార్హ వంశీయుల కార్యము లన్నియు సుసంపన్నము చేయ గలడు.

'యుధిష్ఠిరా! ఈ శ్రీకృష్ణుడే విష్ణు-సోమ-సూర్యస్వరూపుడు అప్రమేయుడు. ఇతనిపై ఎవరి నియంత్రణము గూడ సాగదు. ఇతడు స్వేచ్ఛగా సంచరింపుచు నందరను వశములో నుంచకొన గలడు. బాలకుడు ఆటవస్తువులతో క్రీడించినట్లే, ఈ భగవంతుడు గూడ సమస్త ప్రాణులతో ఆనందముగ క్రీడించును. ఈ ప్రభువు ఎవరి గర్భమునందున్ను నివసించి జనించక స్వయముగా నవతరించి తన తేజస్సు చేత అందరకు సద్గతి కల్గించును. నీటిబుగ్గ నీటి నుండియే పుట్టి మరల జలమునందే విలీన మైనట్లు సమస్త చరాచర భూత ప్రపంచము భగవన్నారాయణ స్వరూపు డైన ఈ శ్రీకృష్ణుని నుండియే పుట్టి ఈ పరమాత్మ నియందే విలీన మగును. ఇతనికి ఆద్యంతములు లేవు. ఇతని కంటే వే రైనది ఏదియు లేదు

'యుధిష్ఠిరా! శిశుపాలుడు మూఢబుద్ధి గలవాడు ఈ శ్రీకృష్ణభగవానుడు ప్రపంచమంతట వ్యాపించి స్థిరముగా నుండు నని ఎరుగడు. కనుకనే, ఈ భగ

* రోహిణికి గద - సారణాదులు అనేక పుత్రులు ఉండిరి.

వంతునిగూర్చి యిట్టి మాటలు అనుచున్నాడు. బుద్ధిమంతులు ధర్మమును అన్వే షించుచు ధర్మస్వరూపమును తెలిసికొనినట్లు శిశుపాలుడు తెలిసికొనలేదు. ఇక్కడ నున్న ఆ బాలవృద్ధు లైన మహాత్ములలో, రాజులలోను శ్రీకృష్ణుడు పూజ్యుడు కాదనువాడు, ఇతనిపూజ చేయనివాడున్ను మరియొక డెవడున్నాడు? ఒకవేళ శిశుపాలుడు ఈ పూజ అనుచిత మని తలచినయెడల అతనికి ఉచిత మని తోచినట్లే చేయుగాక!'

సహదేవుడు రాజులను నిర్లక్ష్యము చేయుట - శిశు పాలాదులు యుద్ధము నకు పూనుకొనుట :-

"జనమేజయా! భీష్ముడు ఇట్లు శ్రీకృష్ణ మహిమను యుధిష్ఠిరునకు చెప్పెను. తరువాత సహదేవుడు శిశుపాలుని ముఖభంగము చేయుచు అతని మాటలకు బదులుగ అక్కడి రాజులను సంబోధించుచు నిట్లనెను :-

'రాజులారా! నేను శ్రీకృష్ణునకు చేయు పూజను మీలో నెవరైన సహిం చని యెడల వారి తలపై త్రొక్కెదను. అట్టి వారు నా యెదుట వచ్చిన యెడ వధించెదను. నేను శ్రీకృష్ణునకు చేయు ఈ పూజ అందరు అనుమోదించ వలెను'

"జనమేజయా! ఇట్లు సహదేవుడు రాజుల నడుమ నిలిచి కాలు పైకెత్తి చూపినను, అక్కడ బుద్ధిమంతు లైన రాజులు ఏమియు నన లేదు అప్పుడు సహ దేవునిపై ఆకాశము నుండి పుష్పవర్షము పడెను. అదృశ్యులుగా నున్న దేవతలు సాధువాదములతో సహదేవుని సాహసమును ప్రశంసించిరి.

"జనమేజయా! తరువాత, త్రికాలజ్ఞు డైన నారదమహాముని ఆ సభాసదు లందరితో స్పష్టముగా, 'శ్రీకృష్ణభగవానుని పూజించని మానవులు బ్రతికి యుండియు మరణించిన వారితో సమానులు అట్టి వారితో నెప్పుడు నెవరు మాట్లాడ గూడదు!' అని యనెను.

"జనమేజయా! తరువాత అక్కడకు వచ్చిన బ్రాహ్మణ - క్షత్రియులలో శ్రేష్ఠులకు సహదేవుడు క్రమముగా పూజా చేసెను. శ్రీకృష్ణునకు అగ్రపూజ జరుగుట చూచి శిశుపాలుడు క్రోధముతో కనులెఱ్ఱ జేసి రాజులతో నిట్లనెను :-

'రాజులారా! నేను అందరకు సేనాపతి నై నిలిచెదను. ఇక మీరు చింతింపకుండు. మన మందరము సంసిద్ధులమై పాండవ - యాదవ సైనికులను ఎదురింతము!'

"జనమేజయా! ఇట్లు శిశుపాలుడు రాజులకు యుద్ధోత్సాహము కలిగించి, యుధిష్ఠిర యజ్ఞమునకు విఘ్నము కలిగింప నుద్దేశముతో ననగా, శిశుపాలుని సేనాపతిత్వమును అంగీకరించి, సునీథుడు, మొదలైన ప్రముఖ రాజులు శిశుపాలుని వైపు పోయిరి. వారు క్రుద్ధులై 'యుధిష్ఠిరుని పట్టాభిషేకము - శ్రీకృష్ణుని పూజయు సఫలము కాకుండుటకు ప్రయత్నించవలెను, అని నిర్ణయించి మోహముచేత సహదేవుడు చేసిన యవమానము సహించక అట్లు అనిరి. వారి బంధువులు వారిని నివారించుచున్నను, మాంసమునుండి దూరము చేయబడిన సింహములవలె కోపముచేత తృళ్ళిపడుచు అపారసముద్రమువలె ఉప్పొంగుచు నుండిరి. 'ఈ రాజులందరు యుద్ధసన్నద్ధులైనారు' అని శ్రీకృష్ణుడు తలచెను.

(పూజా కరణ పర్వము సమాప్తము)

(శిశుపాలవధ పర్వము)

యుధిష్ఠిరుని చింత - భీష్ముని ఊరడింపు :-

"జనమేజయా! ప్రళయకాల ప్రభంజనముచేత శోభిల్లిన మహాసాగరము వలె అకస్మాత్, రాజసమూహములో సంరంభము కలుగుట చూచి యుధిష్ఠిరుడు, ఇంద్రుడు బృహస్పతిని అడిగినట్లు భీష్మ పితామహునితో ని ట్లనెను :-

'పితామహా! రాజులు రోషభరితు లై యున్నారు చూడుము. వీరిని శాంత పరచి, యజ్ఞమునకు విఘ్నము కలుగ కుండ ప్రజలకు హితము కలుగునట్లు, అంతట శాంతి ఏర్పడునట్లును, ఉపాయము తెలుపుము '

"జనమేజయా! యుధిష్ఠిరుడు ఇ ట్లనగా భీష్ము డతనికి ఈ విధముగ చెప్పెను :-

'కురువీరా! భయపడకుము. కుక్క లెప్పు డైన సింహమును చంప గలవా? శ్రీకృష్ణుని ఆశ్రయించుట యనెడు శ్రేయస్కర మార్గమును మనము

అనుసరించు చున్నాము సింహము నిద్రించునప్పుడు అనేక శునకములు దాని కడకు వచ్చి మొరగు చుండునట్లే, శ్రీకృష్ణ సింహము నిద్రించు చుండునంత వరకు కుక్కలవంటి ఈ రాజులు ఇట్లే మొరగుచుందురు. అతడు మేల్కొను నంతవరకు వీ రిట్లే కోలాహలము చేయు చుందురు. శిశుపాలుడుగూడ వివేకము పోగొట్టుకొనినాడు. కనుకనే ఈ రాజులను యమలోకమునకు పంపుటకు నితడు వీరిని కుక్కల స్థితినుండి సింహములుగా చేయుటకు ప్రయత్నించు చున్నాడు. శ్రీకృష్ణుడు శిశుపాలునిలో నున్న తేజస్సును లాగుకొన దలచు చున్నాడు. శిశుపాలాది రాజుల బుద్ధి నశించినది. శ్రీకృష్ణుడు తనలో విలీనము చేయ దలచు కొనిన వారి బుద్ధి శిశుపాలుని వలెనే నశించును. శ్రీకృష్ణుడు ప్రపంచము నందలి చతుర్విధ ప్రాణులకు ఉత్పత్తి-స్థితి-లయ కారకుడు.'

'జనమేజయా! భీష్ముని మాటలు విని శిశుపాలుడు భీష్మునితో కఠినముగా నిట్లు మాట్లాడెను:-

శిశుపాలుడు భీష్ముని నిందించుట:-

'భీష్మా! నీవు కులకళంకుడవు. ఈ రాజులను బెదరించుటకు ప్రయత్నించు చున్నావు. వృద్ధుడవై కూడ ఇట్టి పని చేయుటకు నీకు ఏల సిగ్గు గలుగకున్నది? నీవు తృతీయ ప్రకృతిలో (నపుంసకత్వం) నున్నావు. కనుక ఇట్లు ధర్మవిరుద్ధముగా మాట్లాడుట నీకు ఉచితమే ఇట్టి నీవు కురుకుల శ్రేష్ఠుడవుగా తలచ బడు చుండుట యాశ్చర్యము.

'భీష్మా! ఒక నౌక మరియొక నౌకకు కట్టబడినట్టు, ఒక యంధుడు మఱియొక గ్రుడ్డివాని వెనుక పోవునట్లున్ను కౌరవులు' నిన్ను ముందిడుకొని పోవు చున్నారు. నీవు శ్రీకృష్ణుని పూతనావధాది కార్యములను వర్ణించుట చేత మా మనస్సులకు బాధ కలిగెను. నీవు జ్ఞానివని గర్వించు చున్నావు. వాస్తవముగా నీవు మహా మూర్ఖుడవు ఈ కేశవుని స్తుతింప గోరిన వెంటనే, నీ నాలుక ఎందుకు నూరు తునకలు కా లేదు? ఆ గొల్లవానిని నీవు జ్ఞానవృద్ధుడవై కూడ స్తుతించుట చేత నీయెడల మూర్ఖాతిమూర్ఖులకు గూడ అసహ్యభావము కలుగు చున్నవి. ఈ కృష్ణుడు బాల్యమునందు ఒక పక్షిని (బకాసురుడు), అథవా, యుద్ధ తంత్రము తెలియని యొక యశ్వమును (కేశి) వృషభమునున్ను (అరిష్టాసురుడు) చంపు

ఒలో ఆశ్చర్యమేమున్నది? కట్టెల సమూహముగ నుండి చైతన్య శూన్య మైన ఒక బండిని కాలితో వెల్లకిల పడగొట్టుట సామర్థ్యమా? అర్క వృక్ష (జిల్లేడు) ముల వంటి రెండు అర్జున వృక్షములను పడ గొట్టుట, లేక, ఒక సర్పమును చంపుటయు ఆశ్చర్యమా?

"భీష్మా! గోవర్ధన పర్వతమును పై కెత్తి కృష్ణుడు తనచేతిపై ఏడు దినములు ధరించుటయు ఆశ్చర్యము కాదు. ఆ పర్వతము చెదలుపెట్టిన పుట్టవంటిది. కృష్ణుడు ఆ పర్వతముపై క్రీడించుచు ఒక్కడే చాల అన్నము తినె నని నీవు చెప్పుట గూడ ఆశ్చర్యము గాదు. కంసుని అన్నము తిని బ్రతికిన యితడు అతనినే సంహరించెను. ఇదిగూడ అద్భుత కార్య మేమియు కాదు.

'భీష్మా! నీవు కురుకులాధముడవు, ఏ మాత్రము ధర్మము నెరుగవు. నేను నీకు చెప్పుధర్మము మహాత్ములనుండి గూడ నీవు విని యుండవు. అది ఏ మనగా- స్త్రీలు - గోవులు - బ్రాహ్మణులు - అన్నము పెట్టిన వారు - ఆశ్రయదాతలు - ఇట్టివారిపై ఆయుధ ప్రయోగము చేయ గూడదు ప్రపంచమునందు సజ్జనులు, ధర్మాత్ములున్ను ఈ ధర్మమునే ఉపదేశించెదరు. కాని, ఇవి యన్నియు, మిథ్యలుగా నీకు తోచుచున్నవి. ఈ కృష్ణుడు జ్ఞానవృద్ధుడు నని నీవు నాయెదుట, నాకేమియు తెలియనట్లు చెప్పు చున్నావు నీవు చెప్పుటచేత, గోహంత - స్త్రీహంతయు నైనప్పటి కిన్ని ఇతని పూజ జరుగు చున్నది. ఇక నీ ధర్మజ్ఞత్వము మితిమీరు చున్నది. ఈ రెండు హత్యలు చేసినవాడు ఎట్లు స్తుతింప దగినవాడగును? నీవే చెప్పుము!

'భీష్మా' ఈ కృష్ణుడే బుద్ధిమంతులలో శ్రేష్ఠుడు, సమస్త జగదీశ్వరుడు, అని చెప్పు చున్నావు. నీ వి ట్లనుట చేతనే ఇతడు గూడ అట్టివాడ ననియే తలచు చున్నాడు. ఇతని విషయములలో నీవు చెప్పున దంతయు పూర్తిగా యసత్యము. ఒక గాయకుడు ఎన్ని పర్యాయములు పాటలు పాడినను అతనికి నేర్ప వలసినది ఏమియు నుండదు. ప్రాణులందరు 'భూలింగ'* పక్షివలె తమ ప్రకృతి ననుస

---

* ఇది యొక విచిత్ర మైన విశిష్ట పక్షి. ఇది 'మా సాహసం' (సాహసము చేయకుము) అని ధ్వనించు చుండును.

రించి నడచుకొనెదరు. నీ ప్రకృతి చాలా అధమమైనది. కనుకనే, నిన్ను అనుసరించిన యీ పాండవుల ప్రకృతి గూడ పాపమయ మగు చున్నది. ఎవరికి, కృష్ణుడు పరమ పూజ్యుడో, సత్పురుషుల మార్గము నుండి భ్రష్టుడ వై ధర్మజ్ఞాన శూన్యుడవైన నీ వంటివాడు ఎవరికి మార్గదర్శకుడో, అట్టి పాండవులు ఇట్లుగాక యే మగుదురు?

'భీష్మా! తాను జ్ఞానులలో శ్రేష్ఠుడు, ధర్మాత్ము డనైన యెవడు నీవలె ఇట్టి నీచకర్మ ఆచరించును? నీవు ధర్మము నెరిగినచో, వివేకవంతుడ వైనచో, ఇతరునిపై అనురక్తురా లైన కాశిరాజపుత్రి 'అంబ'ను నీ వెట్లు అపహరించితివి? అట్టి కన్యకను ధర్మజ్ఞు డైన నీ తమ్ముడు విచిత్రవీర్యుడు స్వీకరింప గోర లేదు. అతని యిద్దరి విధవల గర్భమునుండి నీవు ఇతర పురుషునిచే సంతానోత్పత్తి చేయించితివి. ఐనను, నీవు సజ్జనుడ వని చెప్పికొను చున్నావు.

'భీష్మ నీ ధర్మమేమి? నీ యీ బ్రహ్మచర్యము గూడ దంభాచారమే. నీవు మోహముచేతనో, లేక, నపుంకత్వముచేతనో బ్రహ్మచర్యమును ఆశ్రయించినావు, నీవు ఏ మాత్రము ఉన్నతి సంపాదించ లేదు. జ్ఞానవృద్ధులసాంగత్యము గూడ చేయ లేదు. కనుకనే, ఇట్టి ధర్మము ఉపదేశించు చున్నావు.

'భీష్మా! యజ్ఞ - దాన - వేదాధ్యయనాదులు ఏవి గూడ సంతానమునకు పదియారవవంతుగూడ సమానములు కా జాలవు. అనేక వ్రతోపవాసాది పుణ్యకార్యములు సంతానహీనునకు వ్యర్థములు. భీష్మా! నీవు సంతానహీనుడవు. వృద్ధుడవు అసత్యధర్మమును అనుసరించువాడవు. కనుక, నిప్పుడు నీవు గూడ, హంసవలె స్వజాతి బంధువులచేతనే చంప బడెదవు.

'భీష్మా! పూర్వులు చెప్పిన యొకకథ చెప్పెద వినుము :-

'పూర్వము సముద్ర సమీపమునందు ఒక వృద్ధహంస ధర్మ ప్రవచనము చేయు చుండెను. కాని దాని యాచరణము ధర్మవిరుద్ధముగానే యుండెను. అది నిరంతము పక్షులకు 'ధర్మము చేయుడు, అధర్మమునుండి దూరముగా నుండుడు' అని ఉపదేశము చేయు చుండెను ఎప్పుడు గూడ సత్యమే పలుకు చున్న ఆ హంసనోటినుండి పక్షులు ఈ యుపదేశమునే విను చుండెను. 'అట్టి

మునికి సేవ చేయుట ధర్మ' మని తలచి ఆ పక్షులు ఆ హంసకు ప్రతిదినము భోజనము సంపాదించి తెచ్చి ఇచ్చు చుండెను. ఆ హంసపై విశ్వాసము ఏర్పడి యుండుట ఆ పక్షు లన్నియు తమ అండములను ఆ హంస యొద్దనే ఉంచి, సముద్రములో మునుగుచు, తిరుగుచు నుండెను. పాపి యైన ఆ హంస ఆ గ్రుడ్లను తినుచుండెను.

'భీష్మా! కపట మెరుగని ఆ పక్షులు అజాగ్రత్తతో నుండి తమ-తమ పనులు చేసికొను చుండెను. తరువాత, కొన్నాళ్ళకు ఆ అండము లన్నియు నష్టము లగుట చూచినప్పుడు వానిలో బుద్ధిశాలి యైన యొకపక్షి హంసపై సందేహము వచ్చి, అది చేయుపని చూచి, దుఃఖముతో ఆ సమాచార మంతయు ఇతర పక్షులకు చెప్పెను.

'భీష్మా! అప్పు డాపక్షు లన్నియు హంస యొద్దకు పోయి, అది గ్రుడ్లను తిను చుండుట ప్రత్యక్షముగా చూచి, అసత్యముగ ప్రవర్తించు చున్న ఆహంసను చంపెను.

'భీష్మా! నీవుగూడ ఆ హంస వంటివాడవే కనుక, ఈ రాజు లందరు నిన్ను, ఆ పక్షులు హంసనువలె, చంపెదరు. పురాణ విదులైన విద్వాంసులు పాడిన గాథగూడ వినిపించెదను. వినుము:-

'హంసమా! నీ యంతరాత్మ రాగ-ద్వేషాది దోషదూషిత మై యున్నది. అపవిత్ర మైన నీయండ భక్షణకార్యము, ధర్మోపదేశములు చేయు నీ వాక్కునకు విరుద్ధముగ నున్నది.'

"జనమేజయా! శిశుపాలుడు భీష్మునితో నింకను ని ట్లనెను:-

శిశుపాలునిపై కోపించిన భీమసేనుని భీష్ముడు శాంతపరచుట:-

'భీష్మా! జరాసంధుడు చాల మాననీయుడు గనుక, కృష్ణుని తన దాసునిగా తలచి ఇతనితో యుద్ధము చేయ గోర కుండెను. అప్పుడు జరాసంధవధ కొరకు భీమార్జునులను తోడుగా కొనిపోయి చేసిన నీచకర్మ మంచి దని యెవడు అన గలడు? కృష్ణుడు చైత్యగిరి శిఖరము భగ్నము చేసి ద్వారముగుండా కాక, అపమార్గములో (గిరివ్రజ) నగర ప్రవేశము చేసెను. ఈ తప్పు చేయుటయేకాక,

ఇతడు కపట బ్రాహ్మణ వేషముతో, అక్కడకు పోయెను. ధర్మాత్ము డైన జరాసంధుడు దురాత్ము డైన యీ కృష్ణునకు బ్రాహ్మణాతిధికివలె యోగ్యము లైన అర్ఘ్య-పాద్యాదులతో పూజించినప్పుడు, ఇతడు 'తాను బ్రాహ్మణు డను కాను' అని తెలిసి ఆ పూజను గ్రహించ లేదు.

'భీష్మా! తరువాత, జరాసంధుడు కృష్ణ - భీమార్జునులకు భోజనము పెట్టి నప్పుడు ఈ కృష్ణుడే దానిని నిషేధించెను. భీష్మా! నీవు మూర్ఖుడవు. నీవు తలచి నట్లె ఈ కృష్ణుడు సమస్త జగత్తునకు సృష్టి - స్థితికర్త యైనప్పుడు తాను 'బ్రాహ్మణుడ' నని యెందుకు తలచడు? ఈ పాండవులు గూడ నీచేతనే సన్మార్గ మునుండి తొలగింప బడిరి. కనుక, వీరుగూడ 'కృష్ణునకు జరుగుపూజ మంచిదే' యని తలచుట అత్యాశ్చర్యకరము. భీష్మా! స్త్రీ ధర్మము (నపుంసకత్వము) కలిగి, వృద్ధుడ వైన నీవంటివాడు మార్గదర్శనము చేయగా పాండవులు అట్లు తలచుటలో ఆశ్చర్య మే మున్నది?'

"జనమేజయా! శిశుపాలుడు ఒక్కొక్క అక్షరము అతి కఠినముగ నున్న తీక్ష్ణవచనములు మాట్లాడగా విని, భీముడు క్రోధాగ్ని జ్వలితు డై కనులెఱ్ఱ జేసెను. ఆ కనులు మాంసపుగ్రుడ్లవలె నుండెను. కనుబొమలు అతడు పై కెగుర వేసెను. అతనినొసట నున్న మూడు రేఖలతో కలిసిన కనుబొమలు త్రికూట పర్వతముపై త్రిమార్గగామిని యైన గంగవలె నుండెను. అతడు పండ్లు పట-పట కొరకుచు ప్రళయకాలమందు సమస్తప్రాణులను మ్రింగ దలచు చున్న భయంకర యముని వలె కనపడెను.

'జనమేజయా! అప్పుడు ఎగిరి శిశుపాలుని యొద్దకు పోవు చున్న భీమ సేనుని భీష్ముడు త్వరగాపోయి, మహేశ్వరుడు కుమారస్వామినివలె, పట్టుకొని ఆపి శాంతవచనములు పలుకగా భీముని కోపము శాంతిల్లి, వర్షాకాలాంతము నందు మహాసాగరము తీరమును దాటనట్లే, భీష్ముని యాజ్ఞను ఉల్లంఘించ జాలక పోయెను.

"జనమేజయా! భీమసేనుడు క్రుద్ధు డైనను, శిశుపాలుడు భయపడలేదు. అతనికి తన పౌరుషమునందు సంపూర్ణ విశ్వాస ముండెను. భీమసేనుడు మాటి-

మాటికి ఎగురు చుండుట చూచి శిశుపాలుడు, క్రోధభరిత మైన సింహము లేడిని లెక్క చేయనట్లు, ఏమాత్రము లెక్క చేయక నవ్వుచు, ఇ ట్లనెను :-

'భీష్మా! భీముని విడువుము. ఇతడు అగ్నికడకు పోయిన మిడుతవలె నా ప్రభావముచేత దగ్ధుడు కా గలడు!'

"జనమే జయా! శిశుపాలుని మాట విని భీష్ముడు, భీమునితో ని ట్లనెను:-

భీష్ముడు శిశుపాలుని జన్మ వృత్తాంతము చెప్పుట:-

'భీమసేనా! చేది దేశ రా జైన 'దమఘోష'ని కులమందు శిశుపాలుడు మూడు కన్నులతో, నాలుగు భుజములతోను గాడిదలు ఓండ్ర పెట్టు చున్నట్లు ఏడ్చుచు, బిగ్గరగా గర్జించుచున్న జన్మించెను. అప్పుడు ఇతని తల్లి - దండ్రులు సోదర - బంధుజనులున్ను ఇతని భయంకరధ్వని విని, భయంకరాకారము చూచియు భయపడి ఇతనిని విడిచిపెట్టుటకు నిశ్చయించిరి. చేదిరాజు, అతనిపత్ని- మంత్రి పురోహితాదులున్ను చింతించు చున్నప్పుడు ఆకాశవాణి ఇట్లువినిపించెను:-

'రాజా! ఈ నీ కుమారుడు లక్ష్మీసంపన్నుడు, మహాబలశాలియు నగును. కనుక, నీవు భయపడకుము. శాంతితో ఈ శిశువును పాలింపుము. ఇప్పుడే యితని మృత్యుకాలము రాలేదు. ఇతనిని, శస్త్రముతో వధించువాడు ఇతరత్ర ఉత్పన్ను డై నాడు.'

"జనమేజయా! ఇట్లు ఆకాశవాణి వినిపించగా ఆ యంతర్హిత భూతముతో పుత్ర స్నేహముచేత తపించిన యితని తల్లి యి ట్లనెను:-

'నా పుత్రుని విషయములో ఇట్లు చెప్పినవానికి నమస్కారము చేసెదను. అతడు దేవతయో, మఱియొకప్రాణియో కాని, ఈ నా ప్రశ్నమునకు ఉత్తరము చెప్పుగాక! నా పుత్రుని మృత్యువునకు ఎవడు నిమిత్తము కా గలడు?'

ఆ ప్రశ్నమునకు అదృశ్య భూతము ఇట్లు బదులు చెప్పెను:-

'దేవీ! ఇతనిని ఎవరు ఒడిలో తీసికొనినప్పుడు ఐదు పడగల సర్పమువంటి యైదు వ్రేళ్ళతో కూడిన ఇతని యధిక భుజములు రెండున్ను నేలపై పడునో, ఎవనిని చూచిన వెంటనే యీ బాలకుని లలాటము నందున్న మూడవ కన్నుగూడ ఫాలముననే విలీనమగునో, అతడే ఇతని మృత్యువునకు నిమిత్తము కా గలడు!'

"జనమేజయా! ఇట్లు నాలుగు భుజములు, మూడు కన్నులతో పుట్టిన బాలకుని చూచుటకు భూమండలము నందలి రాజు లందరు వచ్చిరి. వారిని చేదిరాజు సత్కరించి ప్రతియొకని యొడిలో తనపుత్రుని ఉంచు చుండెను. ఇట్లాబాలకుడు వేలకొలది మంది రాజుల యొడులలో నుంచ బడెను. కాని ఆ బాలకుని మృత్యు సూచక లక్షణములు ఎక్కడగూడ లభించ లేదు.

"జనమేజయా! ద్వారకలో ఈ సమాచారము వినిన శ్రీకృష్ణ-బలరాములు తమ మేనత్త (శిశుపాలుని తల్లి) తో కలిసికొనుటకు చేదిదేశరాజధానికి పోయి, క్రమముగా అందరికి నమస్కారము చేసి, తమ మేనత్త 'శ్రుతశ్రవ'ను, ఆమె భర్త దమఘోషునిన్ని కుశలప్రశ్నము చేసి కూర్చొనిరి. అప్పుడు శ్రుతశ్రవా దేవి శ్రీకృష్ణ-బలరాములను సత్కరించి, తన పుత్రుని శ్రీకృష్ణుని యొడిలో ఉంచగనే ఆ బాలకుని రెండు భుజములు ఊడి క్రింద బడి, మూడవకన్ను లలాటమునందే లీన మయ్యెను. అది చూచి తల్లి భయపడి, శ్రీకృష్ణునితో 'శ్రీకృష్ణా! నేను భయపడు చున్నాను. ఈ నా పుత్రుని ప్రాణ రక్షణమునకు వరము ఇమ్ము. ఎందుకనగా, నీవు ఆర్త త్రాణ పరాయణుడవు. అందరకు ఆశ్రయదాతవు. భయపడినవారికి అభయ ప్రదాతవు' అని యనెను.

"జనమేజయా! అట్లు మేనత్త యడిగినప్పుడు శ్రీకృష్ణ డామెతో, 'దేవీ! నీవు ధర్మజ్ఞురాలవు. భయపడకుము. నా వలన నీ కేలాటి భయమున్ను లేదు. అత్తా! నీ కేమివరము కావలెను? ఆ కార్యము సంభవ మైనను, అసంభవ మైనను చేసి, నీ మాట తప్పక పాలించెదను' అని చెప్పగా, శ్రుతశ్రవ యతనితో, 'శ్రీకృష్ణా! నా మాటపై నీవు శిశుపాలుని యపరాధము లన్నియు క్షమింప వలెను' అని వరము కోరగా, శ్రీకృష్ణ డామెతో, 'అత్తా! నీ పుత్రుడు తనయపరాధములు కారణముగా నాకు' వధించ దగిన వాడైనను నేను ఇతని యొక్క నూరు అపరాధములను క్షమించెదను. ఇక దుఃఖింపకుము' అని యనెను.'

'భీమసేనా! మందబుద్ధి, పాపిష్టుడు నైన శిశుపాలుడు ఇట్లు శ్రీకృష్ణ భగవాను డిచ్చిన వరముచేత ఉన్మత్తు డై నిన్ను యుద్ధము కొరకు పిలుచు చున్నాడు'

భీష్ముని మాటలు విని శిశుపాలుడు అతనిని అధిక్షేపించుట-రాజులను భీష్ముడు కృష్ణునితో యుద్ధము చేయుటకు ఆహ్వానించుట:-

'భీమసేనా! శిశుపాలుడు నీ వంటివీరుని యుద్ధమునకుపిలుచుట స్వీయముగా తనబుద్ధిచేత కాదు. ఇది, శ్రీకృష్ణ భగవానుని నిర్ణీత విధానము. యముడే శిశుపాలుని మనోబుద్ధులను నశింప జేసెను. అట్లు కాకున్నచో, కులకళంకు డైన శిశుపాలుడు తప్ప, భూ మండలమునందు నన్ను ఇట్లు ఆక్షేపించ గలరాజు ఎవ డుండును? ఈ చేదిరాజు శ్రీకృష్ణ భగవానుని తేజస్సుయొక్క అంశమే యగును. ఈ భగవంతుడు తన యంశమును మరల తనలో తీసికొన దలచు చున్నాడు. కనుకనే, దుర్బుద్ధి యైన ఈ శిశుపాలుడు మన నెవ్వరినిగూడ లెక్కచేయక, నేడు సింహమువలె, గర్జిల్లు చున్నాడు.'

'జనమేజయా! భీష్ము డనినమాటలు సహించక శిశుపాలుడు, మరల క్రుద్ధు డై, భీష్మునకు ఇట్లు ఉత్తరము చెప్పెను:-

"భీష్మా! నీవు సర్వదా స్తుతి పాఠకునివలె స్తుతించు చున్న కృష్ణుని ప్రభావము నా శత్రువులకు గూడ గలదు. కనుక, ఇక నిప్పుడు కృష్ణుని విడిచి ఈ రాజులనే స్తుతింపుము. ఇదిగో! ఇతడు దరదదేశరాజు. ఇతనిని స్తుతింపుము. ఈ బాహ్లీక రాజు గుణముల గానము చేయుము. ఈ రాజు పుట్టగనే ఇతని శరీర భారముచేత పృథివిని చీల్చి యుండెను. ఇదిగో! ఇంద్ర సమాన బలపరాక్రమ సంపన్ను లైన యీ అంగ - వంగదేశ రాజులను, మహావీరు డైన కర్ణునిన్ని కీర్తింపుము. సహజ దివ్యకుండలములతో కర్ణుడు పుట్టెను. అవి దేవ నిర్మిత ములు. వానితోపాటే, ప్రాతఃకాల సూర్యునివలె ప్రకాశించు చున్న సహజ దివ్య కవచముతో గూడ కర్ణుడు పుట్టెను. ఇతడు ఇంద్రతుల్య పరాక్రమశాలి. అతి దుర్జయుడు

జరాసంధుని బాహు యుద్ధము నందు జయించుటయేకాక, అతని శరీర మును గూడ చీల్చిన భీమసేనుని స్తుతింపుము. ద్రోణాచార్యుడు, అశ్వత్థామ - ఈ తండ్రి-కొడుకు లిరువురున్ను బ్రాహ్మణోత్తములు కనుక వీరుస్తుత్యులు. వీ రిరువురిలో ఒక్కరుగూడ క్రుద్ధు లైన యెడల, చరాచర సహిత భూమండల మును నశింప జేసెదరు. ద్రోణాశ్వత్థామలతో సమానులు ఈ రాజులలో నెవరు గూడ లేకున్నను, నీవు వీరిని స్తుతింప గోర కున్నావు

'భీష్మా! సముద్ర ముద్రిత సమస్త భూమండలమందు అద్వితీయవీరుడు, రాజాధిరాజు నైన దుర్యోధనుని, అస్త్రవిద్యానిపుణు డైన సైంధవుని, మహా బల శాలి యైన కింపురుషా చార్యుడు 'ద్రుము'నిన్ని విడిచి, నీవు కృష్ణుని ప్రశంస యెందుకు చేయు చున్నావు? శరద్వన్మహా మునిపుత్రుడు, మహా పరాక్రమ శాలియు నైన కృపాచార్యుడు భరత వంశమునకు వృద్ధగురువు. ఇతనిని ఉల్లం ఘించి నీవు కృష్ణుని గుణగాన మెందుకు చేయు చున్నావు? పురుషరత్న మైన 'రుక్మి'ని, మహాపరాక్రమశాలు రైన భీష్మక - దంతవక్త్రి - భగదత్త - యూప కేతు - జయత్సేన - మగధ రాజపుత్ర సహదేవ - విరాట - ద్రుపద - శకుని - బృహద్బల - వింద - అనువింద - పాండ్యరాజు - శ్వేత - ఉత్తర - శంఖ - వృషసేన - ఏకలవ్య - కళింగ రాజాదులను నిర్లక్ష్యము చేసి కృష్ణుని ప్రశంస యెందుకు చేయు చున్నావు?

"భీష్మా! నీ మనస్సు నిరంతరము ఇతరులను స్తుతించుటకే యిష్టపడిన యెడల, ఈ శల్యాది శ్రేష్ఠరాజులను ఎందుకు ప్రశంసించవు? నీవు పెద్దల వలన వృద్ధులనను ధర్మోపదేశము విని యుందువు. కాని, నే నిప్పుడు చెప్ప బోవుమాట విని యుండవు. చెప్పెద వినుము.- ఆత్మనింద, ఆత్మప్రశంస, పరనింద, పరస్తుతి - ఈ నాలుగు ప్రాచీనులు ఎప్పుడుగూడ చేయ లేదు. నీవు సర్వథా అయోగ్యు డైన కృష్ణుని మోహముచేత స్తుతించుట యెవరుగూడ అనుమోదించరు. దురాత్ము డైన కృష్ణుడు కంసరాజుకు సేవకు డై, అతని గోవులను కాచెను. నీవు స్వార్థముతో ఇతనియందు సర్వజగత్తు ఉన్న దని చెప్పు చున్నావు.

'భీష్మా! నీ బుద్ధి స్థిరముగా లేదు. నీవు 'భూలింగపక్షివలె ఒకటి చెప్పి, మరియొకటి చేయుదువు', అని నే నిదివరకే చెప్పినాను. హిమాలయ పర్వతము యొక్క రెండవ భాగమందు 'భూలింగ' నామము గల యొక పక్షి యుండును. ఆ పక్షి ఎల్లప్పుడున్ను తాను చేయుపనికి, విపరీతభావము సూచించుటచేత అది మిక్కిలి నిందనీయముగా తోచుచున్నది ఆ పక్షి నిరంతరము 'మా సాహసం' (సాహసకార్యము చేయకుము) అని చెప్పుచుండును కాని, తాను గొప్ప సాహస కార్యము చేయుచుగూడ తా నన్నమాట యెరుగదు. ఆ పక్షి మాంసము తిను చున్న సింహము యొక్క దంతములలో ఇరికిన మాంసఖండములను తీసి ముక్కుతో తీసికొనును. అది సింహము యొక్క ఇచ్ఛచేతనే యింతదాక

జీవించి యున్నది. భీష్మా! ఇట్లే నీవు గూడ గొప్పలు చెప్పికొందువు. నీజీవితము ఈరాజుల యిచ్చచేతనే బ్రదికి యున్నది. ఎందు కనగా, సమస్త జగత్తులో ద్వేషింప బడు కార్యములు చేయు రాజు ఎవడు కూడ నీవలె లేడు."

"జనమేజయా! శిశుపాలుని కటు వచనములు విని భీష్ముడు, శిశుపాలుడు చెప్పినట్లు నేను ఈ రాజుల కోరికపైననే జీవించి యున్నాను. కాని, నేనైతే, ఈ సమస్తరాజులను తృణసమానముగ గూడ తలచను." అని యనెను.

"జనమేజయా! భీష్ము డట్లు చెప్పగా ననేకరాజులు కుపితులైరి. కొందరు, హర్షించిరి, మరికొందరు భీష్ముని నిందింప జొచ్చిరి. భీష్ముని మాటలు విని 'వృద్ధుడైన ఈ భీష్ముడు, పాపిష్ఠుడు, పొగరు బోతు. కనుక, ఇతడు క్షమింప దగడు, మన మందరము కలసి దుర్మతి యైన యీ భీష్ముని పశువును వలె గొంతు పిసికి చంపుదము. లేదా, ఎండుగడ్డి యగ్నిలో పడవేసి జీవించి యుండ గనే కాల్చుదము.' అని యనిరి.

'జనమేజయా! ఆ రాజుల మాటలు విని, కురుకుల పితామహుడు వారితో ని ట్లనెను:-

'రాజులారా! నేను అందరి మాటలకు వేరువేరుగా బదులు చెప్పినయెడల ఈ ప్రసంగమునకు సమాప్తి యుండదు. కనుక, నేను చెప్ప బోవుమాటలను మీ రందరు జాగ్రత్తగా వినుడు - మీకు సాహసము గాని, శక్తి గాని యున్న యెడల, పశువువలె నన్ను చంపుడు. లేదా, ఎండుగడ్డిలో వేసి కాల్చుడు, నేనైతే, మీ యందరితలలపై త్రొక్కితిని. మేము పూజించిన గోవిందుడు మీ యెదుటనే యున్నాడు. మీలో మృత్యువును ఆలింగనము చేసికొనుటకు తొందర పడువాడు యదుకులతిలకుడైన శ్రీకృష్ణుని నేతు యుద్ధమునకు ఆహ్వానించి ఇతనిచేత చంపబడి, ఈ భగవంతుని శరీరమందే విలీను లగుడు.

శ్రీకృష్ణుడు శిశుపాలుని వధించుట - రాజసూయాగ సమాప్తి - అందరి స్వదేశ గమనము:-

"జనమేజయా! భీష్ము డట్లు చెప్పగనే శిశుపాలుడు శ్రీకృష్ణునితో యుద్ధము చేయ గోరి యి ట్లనెను:-

కృష్ణా! నిన్ను నాతో యుద్ధము చేయుటకు పిలుచు చున్నాను. రమ్ము. నేడు నిన్ను పాండవులతోపాటు సంహరించెదను. పాండవులు రాజుల నందరను అతిక్రమించి నీ పూజ చేసిరి. నీవు రాజవు కావు. కనుక పాండవులు గూడ నాకు వధ్యులే. నీవు కంసునకు దాసుడవుగా నుంటివి కనుక, రాజోచితపూజకు అధికారివి కావు. ఐనను, పూజ్యునివలె నిన్ను పూజించినవారు గూడ నాకు వధ్యులు "

"జనమేజయా! ఇట్లు చెప్పి, శిశుపాలుడు క్రుద్ధుడై యుద్ధముకొరకు నిలిచెను. అప్పుడతని సమక్షమున శ్రీకృష్ణుడు రాజులతో మధురముగా నిట్లనెను:-

'రాజులారా! ఈ శిశుపాలుడు యదుకుల కన్యకకు పుత్రుడైనను, మాతో ద్వేషము చేయుచున్నాడు. యాదవులు ఇతనికి ఎప్పుడుగూడ ఏలాటి యపరాధము చేయనప్పటికిన్ని, ఈ క్రూరుడు వారికి అహితమే చేయు చుండును. మేము 'ప్రాగ్జ్యోతిష' పురమునకు పోయిన సంగతి యితనికి తెలిసినప్పుడు ఈ క్రూరాత్ముడు, నా తండ్రికి మేనల్లుడైనప్పటికిన్ని, ద్వారకకు నిప్పు అంటించెను. ఒకసారి భోజరాజైన ఉగ్రసేనుడు రైవతక పర్వతముపై విహరించు చుండగా ఇత డక్కడకు పోయి అతని సేవకులను కొందరను చంపి, మిగిలినవారిని బంధించి తన నగరమునకు తీసికొని పోయెను. నా తండ్రి అశ్వమేధ యాగమునందు దీక్షితుడై రక్షకులతోపాటు విడిచిన ఈ పాపిష్ఠుడు నా యజ్ఞమునకు విఘ్నము చేయదలచి, ఆ మేధ్యాశ్వమును దొంగిలించెను.

"రాజులారా! ఈ శిశుపాలుడు, తపస్వినియైన 'బభ్రువు' పత్ని ద్వారకకు పోవుచు 'సౌవీర' దేశమును చేరినప్పుడు, ఆమె మనస్సులో ఇతని యెడల అనురాగము లేకున్నప్పటికిన్ని, ఇత డామెను మోహముచేత అపహరించెను. ఇతడు మాయచేత తన రూపమును దాచుకొని, ఇతని మేనమామ యగు 'విశాలరాజు' పుత్రి 'భద్ర' యనునామె, కరూష రాజును పొందుటకు తపస్సు చేయు చుండగా, నామెను కరూషరాజు వేషముతో మోసగించి అపహరించెను.

"రాజులారా! నా మేనత్త సంతోషముకొరకు నేను ఇతని మహాపరాధము లను సహించు చున్నాను. ఇతడు నేడు ఈ సమస్త రాజులనడుమ సౌభాగ్య వశమున నాయెదుట నున్నాడు. ఇత డిప్పుడు నాయెడల ఎంత అగౌరవముతో ప్రవర్తించు చున్నాడో, మీరు కనులార చూచుచునే యున్నారు. ఇతడు నా పరోక్షములో చేసిన యపరాధములను గూడ మీరు తెలిసికొనెదరుగాక! ఐనను, నేడు ఇతడు అహంకారముతో మీయందరి యెదుట నాతో చేసిన దుర్వ్యవహార మును నే నెప్పుడు గూడ క్షమింపను. ఇక నిప్పు డితడు తప్పక చావ గోరు చున్నాడు. ఇతడు పూర్వము రుక్మిణికొరకు ఇతని బంధువులను యాచించి యుండెను. కాని, శూద్రుడు వేదమంత్రముల శ్రవణమును చేయ జాలనట్లు, ఈయజ్ఞానునకు ఆమె లభించ లేదు."

"జనమేజయా! శ్రీకృష్ణ భగవానుడు చెప్పిన యీ విషయము లన్నియు విని అక్కడి రాజు లందరు ఏక కంఠముతో శిశుపాలుని ధిక్కరించి, నిందిం చిరి. శ్రీకృష్ణునిమాటలు విని శిశుపాలుడు కిల-కిల నవ్వుచు ని ట్లనెను.:-

"కృష్ణా! ఈ నిండుసభలో, విశేషించి రాజులందరి సమక్షమందు 'రుక్మిణి నాకు పూర్వము నిర్ణయింప బడిన పత్ని యని చెప్పు చున్న నీకు ఎందుకు సిగ్గు రాకున్నది? ఇతరునకు వాగ్దత్త యైన పత్నిని స్వీకరించి ఈ సభలో ఆ విషయము చెప్పువాడు నీవుదప్ప, మరియొకడు ఎవడు ఉండును? నీ మేనత్త మాటలయందు నీకు గౌరవము ఉండి, నా యపరాధములను క్షమించినను క్షమింపకున్నను, నీవు నాయెడల కోపించినను, సంతోషించినను, నాకు లాభ - నష్టములు ఏవి యగును!"

"జనమేజయా! శిశుపాలు డిట్లు మాట్లాడు చుండగనే, శ్రీకృష్ణభగవానుడు సుదర్శన చక్రమును స్మరించిన వెంటనే, అది యతనిచేతిలో వచ్చెను. అప్పుడు శ్రీకృష్ణుడు 'నేను ఇంతవరకు శిశుపాలుని యపరాధములను క్షమించితిని. ఇతని తల్లి కోరికపై ఇతని నూరు అపరాధములను క్షమించెద నని ఆమెకు వర మిచ్చి యుండిది ఆ నూరుతప్పులు ఇప్పుడు పూర్తి యయ్యెను. కనుక, రాజు లారా! మీ రందరు చూచుచుండగా 'నే నిప్పుడే యితనిని వధించెదను.' అని చెప్పి శ్రీకృష్ణుడు చక్రప్రయోగము చేసి శిశుపాలుని శిరస్సు ఖండించెను. అతడు వజ్రాయుధము దెబ్బతినిన పర్వత శిఖరమువలె నేలపై గూలెను.

"జనమేజయా! తరువాత శిశుపాలుని శరీరమునుండి యొక ఉత్కృష్ట తేజస్సు, ఆకాశమునుండి ఉదయించిన సూర్యునివలె, బయలు వెడలి, పైకి పోవుచుండుట రాజు లందరు చూచిరి. ఆ తేజస్సు శ్రీకృష్ణునకు నమస్కరించి ఆ భగవంతునిలో ప్రవేశించెను. ఇది చూచి అందరు మిక్కిలి ఆశ్చర్యము చెందిరి.

"జనమేజయా! శిశుపాల వధానంతరము భూమి కంపించెను. మేఘములు లేకయే, ఆకాశమునుండి వర్షము పడెను. జ్వలించు చున్న పిడుగులు పడెను. ఆ సమయమును వర్ణించుటకు మాటలు చాలకుండెను. అందరు మౌనము వహించి, మాటి - మాటికి శ్రీకృష్ణుని ముఖము చూచుచుండిరి. కొందరు రాజులు అమర్షముతో ఏమిచేయ జాలక, చేతులు నలిపికొను చుండిరి. కొందరు కోపముతో మూర్ఛితు లై పెదవులు కఱచుకొనిరి. మఱి కొందరు, రహస్యముగ శ్రీకృష్ణుని ప్రశంసించిరి. కొందరు క్రోధముతో నుండిరి కొందరు ఇటు - నటు గాక తటస్థు లై యుండిరి.

"జనమేజయా! మహర్షులు, బ్రాహ్మణులు, రాజులున్ను శ్రీకృష్ణ భగవానుని పరాక్రమము చూచి మిక్కిలి ప్రసన్ను లై, స్తుతించుచు ఆతని శరణు జొచ్చిరి.

"జనమేజయా! అప్పుడు యుధిష్ఠిరుడు తన సోదరులతో 'శిశుపాలుని అంత్యసంస్కారము సత్కార పూర్వకముగా చేయుడు' అని చెప్పగా, పాండవులు అన్నగారి యాజ్ఞను పాలించిరి. అప్పుడు యుధిష్ఠిరుడు అక్కడి రాజులందరి సమక్షమున చేది దేశరాజ సింహాసనమందు శిశుపాలపుత్రునకు పట్టాభిషేకము చేసెను.

"అప్పుడు రాజసూయ యజ్ఞము రాజులకు సంతోషము గొలుపుచు ఉను పమశోభతో తేజరిల్లు చుండెను ఆ యజ్ఞ విఘ్నము శాంతిల్లెను గనుక, సుఖముగా అది చేయ బడి అపరిమిత ధనధాన్యములు సదుపయోగము చేయ బడెను. శ్రీకృష్ణుడు యజ్ఞ రక్షకుడుగా నుండెను గనుక, అన్నమునకు ఎప్పుడు గూడ లోపము లేకుండెను. సర్వదా పూర్తిగా భక్ష్య-భోజ్యములు సిద్ధముగా నుండెను.

"రాజా! సహదేవుడు విష్ణుబుద్ధిచేత శ్రీకృష్ణుని సంతోషము కొరకు చేయుచున్న ఆ యజ్ఞ విధానము రాజులు చూచిరి. యజ్ఞశాలలకు బంగారు తాటిచెట్లతో చేయ బడిన బహిర్ద్వారములు అమర్చ బడె. సూర్యునివలె దేదీప్యమానములుగ నుండెను. ఆ ద్వారములచేత యజ్ఞ మండపము, గ్రహములచేత ఆకాశమువలె, ప్రకాశించు చుండెను. అక్కడ శయ్యా - ఆసన - క్రీడాభవనములు అనేకము లుండెను నలువైపుల కడవలు, వివిధ పాత్రలున్ను సువర్ణ నిర్మితము లైనవిగా నుండెను. అక్కడ ఏ వస్తువు గూడ సువర్ణ నిర్మితము కానిది లేకుండెను.

"జనమేజయా! ఆ మహాయజ్ఞమందు రాజసేవకులు సర్వదా, బ్రాహ్మణులకు రుచికరము లైన ఆహార పదార్థములు వడ్డించు చుండిరి. మధురము లైన పానీయములు గూడ ఇవ్వ బడు చుండెను ఒక లక్షమంది బ్రాహ్మణులు భుజించిన తరువాత, ఆ సంఖ్య తెలుపుటకు ఒకసారి శంఖము ఊద బడు చుండెను. ఆ శంఖధ్వని పగటివేళలలో అనేక పర్యాయములు వినిన వారికి మిక్కిలి విస్మయము కలుగు చుండెను. ఇట్లు ఆయజ్ఞశాల హర్షముతో, పరిపుష్టితోను నున్న వేలకొలది మనుష్యులతో నిండి. ఆయజ్ఞకార్యము జరుగుచుండెను. అన్నము గుట్టలు-గుట్టలుగా, పర్వతములవలె అక్కడ నుండెను పెరుగుకాలువలు పారు చుండెను. నేతితో గుండములు నిండి యుండెను.

"జనమేజయా! యుధిష్ఠిరుని యజ్ఞమందు అనేక దేశములు గల జంబూ ద్వీపమే ఒకచోట చేరినదా యనునట్లు కనపడెను. ఆ యజ్ఞమందు బ్రాహ్మణులకు రాజులకున్ను అనేక రాజులే అన్న పానీయములు వడ్డించు చుండిరి. అక్కడ భుజించి, బ్రాహ్మణులు తృప్తితో సంతోషపడు చుండిరి. అనేక గోవులు, ధన ధాన్యములున్ను నిండి యున్న ఆయజ్ఞశాలను చూచి రాజులందరు మిక్కిలి యాశ్చర్యము చెందిరి. ఋత్విక్కులు శాస్త్రవిధి ననుసరించి రాజసూయ యజ్ఞము ననుష్ఠించుచు సకాలములో అగ్నిలో ఆహుతులు వేయు చుండిరి వ్యాస - ధౌమ్యాదు లైన పదహారుగురు ఋత్విక్కులు తమ-తమ యజ్ఞకర్మలు చేయు చుండిరి.

"జనమేజయా! ఆ యజ్ఞమండప మందు షడంగ సహిత వేదములు తెలియనివాడు, బహుశాస్త్రజ్ఞుడు, నియమవ్రతశీలుడు, అధ్యాపకుడు, పాపరహితుడు,

క్షమాశీలుడు, సమర్థుడు కానివాడున్ను ఎవడు గూడ లేకుండెను ఆ యజ్ఞము నందు దీన - దరిద్రదుఃఖితులు, క్షుత్పిపాసాపీడితులు, మూర్ఖులున్ను లేకుండిరి. యుధిష్ఠిరాజ్ఞ చేత సహదేవుడు, సర్వదా భోజనములు అతిథులకు పెట్టించు చుండెను. శాస్త్రోక్తమైన అర్థము ప్రకారము అన్నికార్యములు యజ్ఞకుశలు లైన యాజకులు చేయు చుండిరి. వేదశాస్త్రజ్ఞు లైన బ్రాహ్మణులు అక్కడ నిరంతరము కథాప్రవచనము చేయు చుండిరి. ఆ కథలు విని అందరు ఆనందించు చుండిరి.

"జనమేజయా! దేవ - అసుర - యక్ష - నాగ - మానవ - విద్యాధర గణములచేత నిండిన రాజసూయ యజ్ఞశాల మిక్కిలి శోభిల్లు చుండెను. అది రెండవ దేవలోకములెవ కనపడు చుండెను యజ్ఞమండపమందు నారద - తుంబురు - విశ్వావసు - చిత్రసేనాది గంధర్వులు, కింపురుష - కిన్నరుల గానములచే నృత్యములచేతను సభవారికి మనోరంజనము చేయు చుండిరి. వ్యాకరణాది శాస్త్రజ్ఞులు ఇతిహాస - పురాణాదులను వినిపించు చుండిరి. భేరీ - మృదంగ - మడ్డుక - గోముఖ - శృంగ - వేణు - శంఖాది వాద్యముల ధ్వనులు వినిపించు చుండెను. బ్రాహ్మణ - క్షత్రియ - వైశ్య - శూద్రులు, మ్లేచ్ఛాదులు, అగ్రజ - మధ్యమ-అంత్యజులు మొదలైన సర్వవర్ణముల వారు ఆ యజ్ఞమునకు వచ్చి యుండిరి.

"జనమేజయా! భీష్మ - ద్రోణ - దుర్యోధనాది సమస్త కౌరవులు, వృష్ణి - పాంచాల వంశీయులున్ను ఆ యజ్ఞము నందు సేవకులవలె తమకు తగిన కార్యములు స్వయముగా చేయు చుండిరి. వీరందరు వచ్చుటచేత అన్ని లోకములు ఆ యజ్ఞమండపములో చేరియున్నట్లు తోచుచుండెను. ఆ రాజ చంద్రుడు రాజసూయ యజ్ఞమునందు ఎల్లప్పుడు వస్త్ర - కంబళ - సువర్ణ ముద్రా - సువర్ణపాత్ర - సువర్ణ భూషణాదులు దానము చేయు చుండెను

"జనమేజయా! యుధిష్ఠిరునకు రాజులు సమర్పించిన కానుక లన్నియు అతడు బ్రాహ్మణులకు ఇచ్చెను సహస్రకోటి బంగారు నాణెములుగూడ బ్రాహ్మణులకు దక్షిణగా నిచ్చెను. వారు కోరిన వస్తువు లన్నియు నతడిచ్చి, వారిని తృప్తి పరచెను. ప్రపంచములో మరియొక డెవడు గూడ చేయ జాలని

గౌరవము [illegible] చేసెను. వ్యాస - ధౌమ్య - నారద - సుమంతు - జైమిని - పైల - వైశంపాయన - యాజ్ఞవల్క్య - కఠ - కలాపాది శ్రేష్ఠ బ్రాహ్మణుల [illegible], వారు కోరిన సత్కారము లన్నియు యుధిష్ఠిరుడు చేసి, 'మహర్షు లారా! మీ ప్రభావముచేత ఈ రాజసూయ మహాయజ్ఞము సాంగోపాంగముగా సంపన్నమయ్యెను. శ్రీకృష్ణభగవానుని ప్రతాపముచేత నాకోరిక లన్నియు నెరవేరెను' అని యనెను.

"జనమేజయా! యజ్ఞ సమాప్తియందు యుధిష్ఠిర మహారాజు శ్రీకృష్ణ - బలరామ - భీష్మాది గురుజనములకు పూజ చేసెను. తరువాత, ఆ రాజసూయ మహాయజ్ఞము ముగించెను. మొదటనుండి చివరివరకు శ్రీకృష్ణ భగవానుడు యజ్ఞ సంరక్షణము చేయుచుండెను. యుధిష్ఠిరుడు అవభృథస్నానము (యజ్ఞాంత స్నానము) చేసిన తరువాత క్షత్రియరాజు లందరు అతని యొద్దకు వచ్చి యిట్లనిరి:-

'ధర్మజ్ఞా! నీకు అభ్యుదయము కలుగు చుండుట మహా సౌభాగ్యము. చక్రవర్తి పదము నీకు లభించెను. నీవు ఈ రాజసూయ యజ్ఞకర్మచేత ఆజమీఢ వంశ క్షత్రియుల యశస్సు విస్తరింప జేయుటతో పాటు మహాధర్మమును గూడ సంపాదించితివి. ఇక్కడ మేము కోరిన వస్తువు లన్నియు సులభములు చేసి, మమ్ము మిక్కిలి సమ్మానించితివి. ఇక మేము పోవుటకు నీ యనుమతి కోరుచున్నాము.'

"జనమేజయా! ఇట్లు రాజులు చెప్పగా విని, యుధిష్ఠిరుడు వారికి తగిన సత్కారములు చేసి, తన సోదరులతో, 'ఈ రాజు లందరు మనయందు ప్రేమ చేతనే యిక్కడికి వచ్చేసిరి. శత్రుతాపకరు లైన యీ రాజులు నన్నడిగి తమ రాజ్యములకు పోవ దలచుచున్నారు. మీరు వీరిని మన రాజ్యపు పొలిమేర వరకు సాదరముగ సాగనంపుడు' అని చెప్పగా నలుగురు పాండవులు ఆ రాజులను వారి పోవు దిక్కులకు వేరువేరుగా పంపిరి.

"జనమేజయా! ధృష్టద్యుమ్నుడు విరాట రాజుతో, అర్జునుడు ద్రుపద రాజుతో, భీమసేనుడు భీష్మ - ధృతరాష్ట్రులతో, సహదేవుడు ద్రోణాశ్వత్థామలతో, నకులుడు సుబల - శకునులతో, ద్రౌపది యైదుగురు పుత్రులు, అభిమన్యుడున్ను

పర్వతీయ మహారథికులతో, ఇతర రాజ బంధువులు అన్య క్షత్రియులతోను పోయి తమ రాజ్యపు పొలిమేరలకు చేర్చిరి. ఇట్లే బ్రాహ్మణులు గూడ పూజితులై ధర్మరాజును వీడ్కొని పోయిరి. వా రందరు వెడలి పోయిన తరువాత శ్రీకృష్ణ భగవానుడు యుధిష్ఠిరునితో, 'రాజా! నాకు ఆజ్ఞ యిమ్ము. ఇక ద్వారకా పురమునకు పోయెదను. నీవు సౌభాగ్యము చేత అన్ని యజ్ఞములలో నుత్తమ మైన రాజసూయము విజయవంతముగా నెరవేర్చితివి' అని యనగా, యుధిష్ఠిరుడు జనార్దనునితో ని ట్లనెను:

'భగవాన్! నిన్ను పొమ్మని నే నెట్లు చెప్ప గలను? నీవు లేకుండ నాకు ఎప్పుడు గూడ సంతోషము ఉండ జాలదు కాని, నీవు ద్వారకకు పోవుట గూడ యావశ్యకము.'

"జనమేజయా! ఇట్లు ధర్మరాజు చెప్పగా, శ్రీకృష్ణుడు అతనిని తోడు కొని తన మేనత్త కుంతీదేవి కడకు పోయి ఆమెతో, 'అత్తా! నీ కొడుకు లిప్పుడు సామ్రాజ్యము లభించినది. వారి కోరికలు ఈ డేరినవి. వా రిప్పుడు ధనరత్న సంపన్ను లైరి. ఇక నిప్పుడు వారితో నీవు ప్రసన్నతతో నుండుము. నీవు ఆజ్ఞ యిచ్చినచో నేను ద్వారకకు పోయెదను.' అని చెప్పి, కుంతీదేవి యాజ్ఞ తీసికొని ద్రౌపదీ-సుభద్రలతో గలిసి, మధుర వచనములతో వారిని ప్రసన్న లను జేసి, యుధిష్ఠిరునితో పాటు అంతఃపురము వెడలి, స్నాన-జపాదులు చేసి, బ్రాహ్మణుల చేత స్వస్తి వాచనము చేయించి, దారుకుడు తెచ్చిన నీలమేఘము వంటి రథము చూచి, గరుడ ధ్వజము ఆ రథముపై నెగురు చుండగా, దానికి కుడిగా ప్రదక్షిణము చేసి, దానిపై నెక్కి ద్వారకా నగరమునకు పోవుటకు బయలుదేరెను

"జనమేజయా! సాత్యకి-కృతవర్మలు రథమునందు శ్రీకృష్ణునకు చామర ములు వీచు చుండిరి. బలరామాదులైన [illegible] యుధిష్ఠి రుని చేత సమ్మానితులై అతనిని వీడ్కొని వెడలి పోయిన తరువాత, పాండవు లైదురును శ్రీకృష్ణుని వెనువెంట పోవగా, [illegible] తరువాత, శ్రీహరి రథమును ఆపి, యుధిష్ఠిరునితో, 'రాజా! నీవు [illegible] ప్రజాపాల నము చేయుము. సమస్త ప్రాణులు మేఘమును, పక్షుల వృక్షమును, దేవతలు

ఇంద్రునిన్ని తమ-తమ జీవనాధారములుగా తలచి, ఆశ్రయించు చున్నట్లే సమస్త బంధువులు తమ జీవన నిర్వాహము కొరకు నిన్ను ఆశ్రయించెదరు గాక' యని చెప్పెను. తరువాత, కృష్ణ-యుధిష్ఠిరులు పరస్పరము మధుర వచనములతో వీడ్కొని తమ-తమ స్థానములకు వెడలి పోయిరి.

"జనమేజయా! శ్రీకృష్ణుడు వెడలి పోయిన తరువాత గూడ శకుని-దుర్యోధను లిద్దరు దివ్య మైన మయసభా భవనమందే యుండిరి."

(శిశుపాల వధ పర్వము సమాప్తము)

(ద్యూత పర్వము)

వ్యాసుని భవిష్యవాణి చేత యుధిష్ఠిరుని చింత - సమత్వముతో నుండుటకు అతని ప్రతిజ్ఞ :-

"జనమేజయా! రాజసూయ యజ్ఞసమాప్తి, తరువాత, వ్యాస భగవానుడు శిష్యులతో యుధిష్ఠిరుని కడకు రాగా, ఆ మహర్షికి యుధిష్ఠిరుడు సోదరులతో స్వాగతము చెప్పి, అర్ఘ్యపాద్యాసనములు సమర్పించి, తన పితామహునకు యథా విధిగా పూజలు చేసెను. అప్పుడు, వ్యాసుని యాజ్ఞతో యుధిష్ఠిరుడు కూర్చొనిన తరువాత వ్యాసు డతనితో ని ట్లనెను:-

'కుంతీనందనా! అతిదుర్లభ మైన సామ్రాజ్య పదమును పొంది, నీవు అభి వృద్ధి నందు చుండుట చాల సంతోషకరము. సమస్త కురువంశీయులను నీవు సంపన్నులనుగా చేసితివి. ఇక నేను వెడలెదను. అనుమతి యిమ్ము. నన్ను గొప్పగా సమ్మానించితివి."

"జనమేజయా! కృష్ణద్వైపాయన మహాముని యిట్లు చెప్పగా, ధర్మరాజు ఆ తాతగారి రెండు చరణములు పట్టుకొని నమస్కరించి, 'మహర్షీ! నాకు గొప్ప సంశయము కలిగినది. అది తీర్చువారు నీవు దప్ప మరియొకరు లేరు. దేవర్షి

యైన నారదుడు స్వర్గ - అంతరిక్ష - భూమండలములకు సంబంధించి మూడు విధము లైన ఉత్పాతములు (ఉపద్రవములు)* చెప్పెను. శిశుపాలుడు వధింప బడుటచేత ఆ మహోత్పాతములు శాంతిల్లెనా?' అని యడుగగా వ్యాసు డతనితో ని ట్లనెను:-

'రాజా! ఉత్పాతముల ఫలము పదుమూడేండ్ల వరకు ఉండును. ఇప్పుడు కలిగిన యుత్పాతము సమస్త క్షత్రియ వినాశకరము. నీవు కారణముగానే, సమస్త రాజులు పరస్పరము పోరాడి నశించెదరు. ఈ వినాశము దుర్యోధనుని యపరాధముల చేత, భీమార్జునుల పరాక్రమము చేతను కలుగును.

'యుధిష్ఠిరా! కొంతకాలము తరువాత ఒకనాటి వేకువజామున స్వప్నము నందు నీవు వృషధ్వజు డైన శంకర భగవానుని దర్శనము చేసెదవు. ఆ భగవంతుడు 'నీలకంఠ-భవ - స్థాణు - కపాలిన్ - త్రిపురాంతక - ఉగ్ర-రుద్ర - పశుపతి - మహాదేవ - ఉమాపతి - హర - శర్వ - వృష - శూలిన్-పినాకిన్ - కృత్తివాసన్' నామములతో సుప్రసిద్ధుడు. ఆ భగవంతుని కాంతి కైలాస శిఖరము వలె ఉజ్జ్వలముగా నుండును. ఆయన వృషభము నెక్కి దక్షిణపువైపు అప్పుడు చూచుచు నుండును. నీకు ఇట్టి స్వప్నము కనపడును. కాని, నీవు ఏ మాత్రము చింతిల్ల గూడదు. ఎందు కనగా, అందరికిన్ని కాలము దాటుటకు అసాధ్య మైనది కదా! నీకు శుభ మగు గాక! ఇక నేను కైలాస పర్వతమునకు పోయెదను. నీవు జితేంద్రియుడ వై జాగ్రత్తగా, పృధివీపాలనము చేయుము!'

"జనమేజయా! ఇట్లు చెప్పి వ్యాసభగవానుడు శిష్యులతో కైలాస పర్వతమునకు పోయెను. వ్యాసుడు వెడలి పోయిన తరువాత యుధిష్ఠిరుడు చింతా - శోక నిమగ్నుడై ఉష్ణముగా నిట్టూర్చుచు, వ్యాసుని మాటనే చింతించుచు, 'ఆహా! దైవ విధిని పౌరుషముచేత ఎట్లు తొలగింప వచ్చును? వ్యాసమహర్షి చెప్పినది తప్పక జరుగును!' అని తలచుచు, సోదరులతో నిట్లనెను:

---

* వాస్తవముకన్న వే రైనది. అపూర్వ గ్రహ-నక్షత్రములు పుట్టుట స్వర్గీయము పరివేషము-ఇంద్రధనుస్సున్ను కలుగుట, కొరవి పిడుగున్ను పడుట అంతరిక్షసంబంధము లైనవి అపూర్వము లైన చరాచర వస్తువులు కలుగుట భౌమము లైనవి. ఇవి దుఃఖ రోగకరములు.

'తమ్ములారా! వ్యాసుని మాట మీరు గూడ వింటిరిగదా! అది విని నేను మరణించుటకు నిశ్చయించుకొంటిని. సమస్త క్షత్రియ వినాశమునకు బ్రహ్మ దేవుడు నన్నే నిమిత్తముగా చేయ గోరెను. కాలము ఈ యనర్థమునకు నన్నే కారణము చేసెను. కనుక, నేను జీవించుటవలన ప్రయోజన మేమి?'

"జనమేజయా! ఇట్లు యుధిష్ఠిరుడు చెప్పగా, అర్జును డతనితో, 'రాజా! భయంకర మైన మోహములో నీవు పడకుము. ఇది బుద్ధిని నశింప జేయును. బాగుగా యోచించి, నీకు ఏది శ్రేయస్కర మని తోచునో, ఆ కార్యము చేయుము' అని యనగా, యుధిష్ఠిరుడు తన సోదరులతో నిట్లనెను:-

'తమ్ములారా! సోదరుల వినాశమునకు కారణ మగుటకుగాను, నేను పదుమూడు సంవత్సరములదాక జీవించి యుండుటచేత ఏమి లాభము? ఒక వేళ, జీవించియే యుండవలసిన యెడల, నా ప్రతిజ్ఞ వినుడు. అది నేటినుండియే ఆచరణలో పెట్టెదను. నేను నా సోదరులతో, ఇతర రాజులతోను ఎప్పుడుగూడ కటువుగా మాట్లాడను. బంధువుల యాజ్ఞలోనుండి ప్రసన్నముగ వారు కోరిన వస్తువు లన్నియు తెచ్చి యిచ్చుటకు సంసిద్ధుడనై యుండెదను. ఇట్లు సమాన భావముతో వ్యవహరించుచు నేను నా పుత్రులతో ఇతరులతోను, భేదభావముతో నుండను. ఎందు కనగా, జగత్తులో పోట్లాటలకు మూలకారణము భేదభావమే కదా!

'నరోత్తములారా! భేదభావము, వైరమున్ను విడిచి, నేను అందరికి సమానముగ ప్రియము చేయుచు, ప్రపంచమునందు నిందాపాత్రుడను కాకుండెదను.'

"జనమేజయా! ఇట్లు అన్నగారు చెప్పగా విని, పాండవులు ఆయన హిత సాధనమునందే తత్పరు లై. నిరంతరము ఆయననే యనుసరించు చుండిరి. ధర్మరాజు నిండుసభలో తమ్ములతో నిట్లు ప్రతిజ్ఞ చేసి, దేవతలను, పితరుల నున్ను విధిపూర్వకముగా తృప్తిపరచెను.

"జనమేజయా! సమస్త క్షత్రియులు వెడలి పోయిన తరువాత శుభ కార్యము లన్నియు నెరవేర్చి, యుధిష్ఠిరుడు సోదర పరివృతు డై, మంత్రులతో పాటు నగరములో ప్రవేశించెను."

దుర్యోధనుడు మయసభలో అడుగడుగున భ్రాంతిచేత పరిహాసపాత్రు డగుట - యుధిష్ఠిరుని వైభవము చూచి చింతించుట:-

"జనమేజయా! దుర్యోధనుడు మయ సభా భవనమందు నివసించు చున్నప్పుడు శకునితోపాటు ఆ భవనమును మెల్ల-మెల్లగా పరీక్షించెను. అచ్చటి అభిప్రాయములను (*దృశ్యములను) చూచెను. హస్తినాపురములో అతడు పూర్వ మెప్పుడుగూడ ఇట్టి దృశ్యములు చూచి యుండ లేదు.

"జనమే జయా! ఒకనాడు దుర్యోధనుడు ఆ భవనములో తిరుగుచు స్ఫటిక మణుల నేలను జల మని భ్రమించి తన వస్త్రములను పై కెత్తుకొనెను. ఇట్లు బుద్ధిమోహము కలుగుటచేత అతని మనస్సు చిన్నబుచ్చుకొని తిరిగి వచ్చి ఆ సభలో మరియొకచోట స్థలముపై పడెను. దానిచేత దుఃఖితు డై సిగ్గుతో నతడు ఆ సభలో మరియొకచోట తిరుగుచు స్ఫటికమణి సమాన జలముచేత నిండి, స్ఫటిక మణిమయ కమలములచేత శోభిల్లు చున్న బావిని నేల యని తలచి అందులో పడెను. అతని వస్త్రములు తడిసెను.

"జనమేజయా! అట్లు పడిన దుర్యోధనుని చూచి, భీమసేనుడు నవ్వెను. అతని సేవకులుగూడ దుర్యోధనుని పరిహసించిరి. అప్పుడు రాజాజ్ఞచేత సేవకు లతనికి ధరించుటకు సుందరవస్త్రము లిచ్చిరి. దుర్యోధనుని యీ దురవస్థచూచి భీమసేనుడు, అర్జునుడు, నకుల సహదేవులున్ను అప్పుడు బిగ్గరగా నవ్వజొచ్చిరి. స్వభావముచేతనే అమర్ష శీలు డైన దుర్యోధనుడు వారి పరిహాసమును సహించ లేదు. తన భావమును కప్పి పుచ్చుకొనుటకు అతడు పాండవులవైపు చూడ లేదు.

"జనమే జయా! తరువాత దుర్యోధనుడు ఒక స్ఫటికమణి ద్వారమును చూచెను. అది మూయ బడి యున్నను తెరవ బడినట్లు కనపడు చుండెను. దానిలో ప్రవేశించగనే, అతని తల కొట్టుకొని గిర-గిర తిరిగెను. అట్లే పోవుచు పెద్ద-పెద్ద స్ఫటికద్వారములు గల చోటికి పోయెను అది తెరవబడి యున్నను

* 'అభిప్రాయ' శబ్దమునకు 'దృశ్యము' అను నర్థము భారతములో తప్ప, ఇతరత్ర కనపడదు.

అతడు మాయ బడియున్న దని తలచి దానిని తెఱచుటకు చేతులతో కొట్టి త్రోసెను. దానిచేత ఆతడే వాకిలి బయటకు వచ్చి పడెను.

"జనమేజయా! మరికొంత మేరకు పోయిన తరువాత దుర్యోధనునకు ఒక పెద్ద ద్వారము కనబడెను. అప్పు డతడు పూర్వము వలెనే ఈ ద్వారము కడ గూడ తనకు అవమానము జరుగ వచ్చునని ఈవలినుండియే తిరిగి పోయెను. ఈ విధముగ నతడు మాటి - మాటికి వంచితు డై రాజసూయ యజ్ఞ మునందు అద్భుత మైన పాండవుల యైశ్వర్యమును చూచి యుధిష్ఠిరుని అను మతితో, అంసతుష్టితోనే హస్తినా పురమునకు పోయెను.

"జనమేజయా! పాండవుల రాజలక్ష్మిని చూచి సంతప్తు డై దుర్యోధ నుడు ఆ విషయమే చింతించు చుండెను. 'పాండవుల మనస్సు సంతోషముతో నున్నది రాజు లందరు వారివశములో నున్నారు. ఆబాలవృద్ధులు వారి హితము కోరుచున్నారు' అని యిట్లు పాండవుల ప్రభావము పెరిగి యుండుట చూచి దుర్యోధనుని ముఖము వివర్ణ మాయెను.

"జనమేజయా! దారిలో పోవుచు, దుర్యోధనుడు అనేక విధములుగ చింతితు డై, యుధిష్ఠిరుని లోకాతీత వైభవము గలసభను, అసమాన సంపద నున్ను గూర్చి విచారింప జొచ్చెను. ఇప్పుడు దుర్యోధనుడు ఉన్మత్తునివలె అయి, శకుని మాటి - మాటికి అడిగినను బదులు చెప్పలేదు. మరల శకుని, 'దుర్యోధనా! నీకు ఈ దుఃఖకారణము ఎక్కడ ఎట్లు కలిగెను?' అని యడుగగా దుర్యోధను డిట్లనెను.

'మామా! అర్జునుని ప్రతాపముచేత జయింపబడిన సమస్త భూమండలము యుధిష్ఠిరుని వశ మయ్యెను. ఇంద్రుని యజ్ఞమువలె యుధిష్ఠిరుని రాజసూయ యజ్ఞము మిక్కిలి శోభతో నెరవేరెను ఇది యంతయు చూచి, ఈర్ష్యచేత గ్రీష్మకాలములో చిన్న - చిన్న నీటిగుంటలు ఎండిపోయి తపించు చున్నట్లు నా మనస్సు జ్వలించు చున్నది శ్రీకృష్ణుడు శిశుపాలుని వధించినప్పుడు ఎవరు గూడ ప్రతిక్రియ చేయుటకు సంసిద్ధులు కాకుండుట గూడ నాకు విచారము కలి

గించు చున్నది. పాండవుల పరాక్రమాగ్ని చేత దహింప బడిన రాజులు శ్రీకృష్ణుని యపరాధమును క్షమించిరి. అట్లు గాకున్న, నింత పెద్ద అన్యాయ మును ఎవడు సహించును! శ్రీకృష్ణుడు చేసిన ఆ గొప్ప అనుచిత కార్యము పాండవుల ప్రతాపము చేత సఫల మయ్యెను. యుధిష్ఠిరునకు లభించిన సంపద చూచి, ఈర్ష్య చేత నేను, ఇట్టి దురవస్థ అనుభవించుట అనుచిత మై కూడ, జ్వలించు చున్నాను.

"జనమేజయా! ఈ విధముగ దుర్యోధనుడు చింతాగ్నిలో దగ్ధ డై యొక నిశ్చయమునకు వచ్చి శకునితో మరల ని ట్లనెను:-

'మామా! నేను అగ్నిలో ప్రవేశించెదను. విషము తినెదను. లేక, జలములో పడెదను. ఇక, జీవించి యుండ జాలను. శత్రువుల యభివృద్ధి, తన హీన దశయు చూచుచు సహించి ఉండ గల శక్తి మంతుడు లోకములో నెవడు ఉండును? ఇప్పుడు నేను స్త్రీని కాను. అస్త్ర బలము లేని పురుషుడను కాను. నపుంసకుడను గూడ కాను. ఐనను, నా శత్రువులకు లభించిన ఉత్కృష్ట మైన సంపత్తిని చూచిసప్పటికిన్ని మౌనముతో సహించి యుండ జాల కున్నాను. శత్రువులకు కలిగిన సమస్త భూమండల సామ్రాజ్యము, ధన రత్న రాసులు నిండిన సంపద ఉత్తమ రాజసూయ యజ్ఞ వైభవమున్ను చూచి నా వంటి వాడు ఎవడు చింతించక యుండును?

'మామా! నా యొద్ద సమర్థు లైన సహాయకులు లేరు గనుకనే, మర ణింప గోరుచున్నాను. యుధిష్ఠిరునకు ఇంత సంపద కూడి యుండుట చూచి, దైవమే ప్రబల మని, పౌరుషము నిరర్థకమనియు తెలియు చున్నది నేను తొలుత యుధిష్ఠిరుని నశింప జేయుటకు ప్రయత్నించితిని. కాని, యతడు ఆ సంకటము లన్నియు దాటి జలములో కమలము వలె ఉత్తరోత్తరాభివృద్ధి పొందు చున్నాడు. ఈ కారణము చేతనే దైవము ఉత్తమము పౌరుషము నిరర్థకము అని తలచు చున్నాను ఎందుకనగా, ధృతరాష్ట్రపుత్రుల మైన మాకు హాని, కుంతీ పుత్రులకు దిన-దినము ఉన్నతియు కలుగు చున్నది. నేను, శత్రువుల రాజలక్ష్మిని, దివ్య మయసభను, సేవకులు నాకు చేసిన పరిహాసమునున్ను చూచి, నిరంతరము, అగ్నిలో మండు చున్నట్లు తపించు చున్నాను.

"మామా! ఇక, నాకు చచ్చుటకు ఆజ్ఞ యిమ్ము, ఎందు కనగా, నేను మిక్కిలి దుఃఖితుడ నై, ఈర్ష్యాగ్నిలో జ్వలించు చున్నాను. ధృతరాష్ట్ర మహారాజునకు ఈ నా దురవస్థ తెలుపుము".

"జనమేజయా! యిట్లు దుర్యోధనుడు చెప్పిన మాటలు విని శకుని యతనితో ని ట్లనెను;-

పాండవులను జయించుటకు ఉపాయములు శకుని-దుర్యోధనులు యోచించుట :-

"దుర్యోధనా! పాండవులు నిరంతరము తమ భాగ్యమునే అనుభవించుచున్నారు. కాబట్టి, యుధిష్ఠిరునిపై నీవు ఈర్ష్య చెంద గూడదు. వారిని వశపరచుకొనుటకు నీవు ఎన్నియో ఉపాయములు పన్నితివి. కాని, వారిని నీవు వశపరచుకొన జాలక పోయితివి. నీవు మాటి-మాటికి పాండవులపై కుట్రలు పన్నితివి. కాని, వారి భాగ్యవశమున వారు కుట్రలనుండి విముక్తులైరి. ఆ యైదుగురు సోదరులు ద్రౌపదిని భార్యగా, సపుత్రకు డైన ద్రుపదుని బంధువుగా, సమస్త భూమండలమునున్ను పొందిరి. శ్రీకృష్ణుని సహాయము సర్వదా వారికి లభించి యున్నది.

"దుర్యోధనా! దేవాసుర మనుష్య లందరు కలిసికూడ శ్రీకృష్ణుని జయింప జాలరు. అతని తేజస్సు చేతనే యుధిష్ఠిరునకు ఉన్నతి కలిగినది. కనుక, నీవు శోకింప వలసిన యవసరమే మున్నది? పాండవులు తమ యుద్దేశమును సాధించుటలో అచంచలులుగా నుండి, నిరంతరము ప్రయత్నించి రాజ్యములో తమపైతృకభాగమును పొంది, తమ తేజస్సుతో దానిని మిక్కిలి పెంపొందించిరి. కనుక, దానికొరకు నీవు చింతించ వలసిన యావశ్యకత యేమి యున్నది?

"దుర్యోధనా! అర్జునుడు అగ్ని దేవుని ప్రసన్నుని జేసి, గాండీవ ధనుస్సును, అక్షయ తూణీరము (అంబులపొది)లను, అనేక దివ్యాస్త్రములనున్ను సంపాదించెను. ఉత్తమ గాండీవ ధనుస్సు చేత, తన భుజబలముచేతను అర్జునుడు సమస్త రాజులను వశపరచుకొనెను. కనుక, నీవు శోకింప నవసరము లేదు.

అర్జునుడు మయ రాక్షసుని అగ్నిదహనమునుండి కాపాడి, అతనిచేత దివ్య సభా భవన నిర్మాణము చేయించెను. మయాసురుని యాజ్ఞచేతనే 'కింకర' నామకులైన రాక్షసులు ఆ సభను ఒక చోటినుండి మఱియొక చోటికి కొనిపోయెదరు. కనుక, ఈ విషయములో గూడ నీవు ఎందుకు దుఃఖించుచు పరితపించెదవు?

'దుర్యోధనా! నీవు అసహాయుడ వని చెప్పు చుంటివి. అది అసత్యము. ఎందు కనగా, నీ సోదరు లందరు నీ యాజ్ఞకు అధీనులై యున్నారు. మహా ధనుర్ధరాచార్యుడైన ద్రోణాచార్యుడు, అతని పుత్రుడు అశ్వత్థామయు నీకు సహాయము చేయుటకు పూనుకొని యున్నారు. మహారథికులైన కర్ణ - కృపాచార్యులు, నేను. నా సోదరులును, నీకు సహాయము చేయుటకు సంసిద్ధులమై యున్నాము. ఈ యందరి సహాయముతో నీవు సమస్త భూమండలమును జయించుకొనుము.'

"జనమేజయా! తరువాత, దుర్యోధన - శకునులకు పరస్పర సంభాషణ మిట్లు జరిగెను.

దుర్యో: 'మామా! నీ యనుమతి యైనచో, నీతో, ద్రోణాది మహారథికులతోను కలిసి యుద్ధములో పాండవులను జయించెదను. వారు ఓడిన తరువాత ఈ సమస్త భూమండలము, రాజులు, మహాధనసంపన్నమైన మయ సభయు, నా యధీనములో రా గలవు.'

శకుని: 'రాజా! శ్రీకృష్ణుని పంచపాండవులను, ద్రుపదుని, అతని పుత్రులనున్ను దేవతలుగూడ యుద్ధమునందు, జయింప జాలరు. వీ రందరు మహారథికులు, శ్రేష్ఠ ధనుర్ధరులు, అస్త్రవిద్యా నిపుణులు, యుద్ధోన్మత్తులై పోరాడ గలవారునై యున్నారు. నేనైతే, యుధిష్ఠిరు డొక్కడే ఓడిపోవ గలిగిన యుపాయము నెరుగుదును. అట్లే, నీవు విని చేయుము.'

దుర్యో: 'మామా! నా బంధువులు. మహాత్ములున్ను జాగ్రత్తతో పాండవులను జయింప గల యుపాయమును తెలుపుము.'

శకుని: 'రాజా! యుధిష్ఠిరునకు జూద మాడుట యందు చాల ప్రీతి గలదు. కాని, అది ఆడు విధానము నెరుగడు. నీ వతనిని జూదమునకు పిలిచినచో అతడు వెనుదీయడు. నేను జూద మాడుటలో అతి సమర్థుడను. ద్యూతకళలో నాకు సాటి యైనవాడు భూమండలమందేకాక, మూడు లోకములందున్నూ, మరి యొకడు ఎవడున్ను లేడు. కనుక, నీవు ద్యూతక్రీడ కొరకు యుధిష్ఠిరుని పిలువుము. పాచికలు వేయుటలో కుశలుడ నైన నేను యుధిష్ఠిరుని రాజ్యమును, రాజ్యలక్ష్మినిన్ని గెలుచుకొని తప్పక నీ యధీనము చేసెదను. ఈ విషయము లన్నియు నీవు నీ తండ్రిగారికి చెప్పి ఆయనయాజ్ఞ తీసికొనిన తరువాత, నేను పాండవులను జయించెదను. సందేహము లేదు.'

దుర్యో: 'మామా! నీవే ధృతరాష్ట్ర మహారాజునకు ఈ విషయము లన్నియు న్యాయసమ్మత మైన పద్ధతిలో యథోచితముగ చెప్పుము. నేను స్వయముగ చెప్ప జాలను.'

ధృతరాష్ట్రునకు దుర్యోధనుడు తన చింతననుగూర్చి చెప్పి జూదమునకు అనుమతి గొనుట-ధృతరాష్ట్రుడు విదురుని యింద్రప్రస్థమునకు పంపుట:-

"జనమేజయా! తరువాత, శకుని ధృతరాష్ట్రుని కడకు పోయి యిట్లనెను:-

'మహారాజా! దుర్యోధనుని శరీరకాంతి పాలిపోయి, అతడు దుర్బలు డైనాడు అతని పరిస్థితి మిక్కిలి దయనీయముగనున్నది. అతడు చింతానిమగ్ను డై యున్నాడు. కనుక, అతని మనోభావము తెలిసికొనుము అతనికి శత్రువుల నుండి ఏదియో, సహించ రానికష్టము ప్రాప్తించినది. దానిని నీవు ఎందుకు పరిశీలించ కున్నావు? అతడు నీకు జ్యేష్ఠపుత్రుడుగదా! అతని మనస్సులో మహా శోకము నిండి యున్నది. అది తెలిసికొనుము.'

"జనమేజయా! యిట్లు శకుని చెప్పిన తరువాత ధృతరాష్ట్రుడు దుర్యోధ నుని యొద్దకు పోయి ఇట్లనెను :-

'కొడుకా! నీ దుఃఖకారణ మేమి? చాల కష్టపడు చున్నావు. నేను విన దగిన దైనచో చెప్పుము. నీ శరీరకాంతి పాలిపోయి, నీవు దుర్బలుడ వైనట్లు శకుని చెప్పుచున్నాడు కాని, నే నెంత యోచించినను నీ శోకకారణము తెలియ

జాల కున్నాను. ఈ గొప్ప ఐశ్వర్యభారము నీపైననే యున్నది. నీ సోదరులు, మిత్రులున్ను నీకు ప్రతికూలముగ ఆచరింప కున్నారు.

'పుత్రా! నీవు విలువ గల వస్త్రములు ధరించి, ఉత్కృష్ట భోజనము భుజించి, ఉత్తమజాతి యశ్వముల నెక్కి, తిరుగు చున్నావు. ఇట్లుండగా, నీవు పాలిపోయి దుర్బలుడ వెందు కైతివి? గొప్ప విలువ గల శయ్యలు, మనస్సునకు ప్రీతి గొలుపు స్త్రీలు, అన్ని ఋతువులందు అనుకూల వాతావరణము గల భవనములు, నీవు కోరిన సుఖము లిచ్చు విహార స్థానములు - ఇవి యన్నియు దేవతలకువలె, నీకు కోరిన వెంటనే లభించు చున్నవి. ఇట్లుండగా, నీవు దీనునివలె ఎందుకు దుఃఖించు చున్నావు? స్వర్గమునందు ఇంద్రునకు సమస్తమనోవాంఛిత సుఖములు సులభము లైనట్లే, నీవు వాంఛించిన భోగములు, ఉత్తమము లైన పలువిధముల ఆహార - పానీయ వస్తువులు నీ కెల్లప్పుడున్ను లభించు చున్నవి. కనుక నీ వెందుకు శోకించు చున్నావు?

'నాయనా! నీవు కృపాచార్యునినుండి ఛందో-నిగమ - నిరుక్తాది షడంగ సహిత వేదమును, అర్థశాస్త్రమును, అష్టవిధ వ్యాకరణశాస్త్రములనున్ను నేర్చుకొనినావు. బలరామ - కృప - ద్రోణాచార్యుల నుండి అస్త్రవిద్య నేర్చితివి. ఈ రాజ్యమునకు స్వామివై నీవు స్వేచ్ఛగా సమస్తవస్తువులను అనుభవించుచున్నావు. సూత - మగధాది స్తోత్ర పాఠకులు సర్వదా నిన్ను స్తుతించెదరు. నీవు మహాబుద్ధి శాలివి. ప్రపంచమునందు జ్యేష్ఠ పుత్రునకు సులభము లైన సమస్త రాజోచిత సుఖములను పొందియున్నావు. ఇన్ని యున్నను నీకు చింత ఎందుకు కలుగు చున్నది? దానికి కారణము నాకు తెలుపుము."

"జనమేజయా! తండ్రి చెప్పిన మాటలు విని దుర్యోధనుడు క్రోధముచేత వివేకము పోగొట్టుకొని తన విచార కారణము తెలుపుచు తండ్రికి ఇట్లు జవాబు చెప్పెను:-

'తండ్రీ! నేను కుపుత్రునివలె బాగుగా త్రాగుచు తినుచు నున్నాను. నేను కాలము కొరకు ఎదురుచూచుచు, నా హృదయములోనే గొప్ప ఈర్ష్యను ధరించి యున్నాను. ఎవడు, శత్రువులను అమర్షముతో ఓడించి ప్రజలను శత్రు

శ్లేష్మమును పోగొట్టునో, అతడే పురుషుడు అనిపించుకొనును సంతోషము లక్ష్మిని, అభిమానమునున్ను నశింపజేయును దయా - భయములు గలవాడు ఉన్నత పదవి పొందజాలడు.

'తండ్రీ! యుధిష్ఠిరుని యొక్క అతిశోభాయమాన మైన రాజలక్ష్మిని చూచి నాకు అన్నము రుచించ కున్నది. అందువలననే నా శరీరకాంతి నశించు చున్నది. శత్రువుల యభివృద్ధి, నా హీనదశ, యుధిష్ఠిరుని కనపడని సంపద గూడ ప్రత్యక్షముగ నున్నట్లును చూచి చింతించు చున్నాను. ఈ కారణముచేతనే నా శరీర కాంతి పాలిపోయినది. దైన్య - దౌర్బల్యము చేత నేను తెల్లబారి పోయినాను.

'రాజు యుధిష్ఠిరుడు తన యింటిలో ఎనుబది యెనిమిది వేలమంది స్నాతకులను పోషించుచున్నాడు వారిలో ప్రతియొక్క గృహస్థుని సేవకై ముప్పది ముప్పది మంది దాసీ జనులను నియమించినాడు. యుధిష్ఠిరుని భవనమందు ఇతర బ్రాహ్మణులు గూడ ప్రతిదినము పదివేలమంది బంగారు కంచములలో భుజించెదరు

'తండ్రీ! కాంభోజరాజు నలుపు - నీలపు - ఎఱుపు రంగులు గల కదళీ మృగము (ఇరువది యంగుళముల పొడవు గల లేడి)లను యుధిష్ఠిరునకు కానుకగా పంపెను. ఇదిగాక, నూర్లకొలది కరిణులు, వేలకొలది గోవులు, అశ్వములున్ను, ముప్పది-ముప్పదివేల ఒంటెలు, పెంటి గుఱ్ఱములున్ను నచట తిరుగుచుండెను. ఈ కానుక లన్ని తీసికొని రాజు లందరు యుధిష్ఠిరుని భవనమందు చేరియుండిరి.

'తండ్రీ! ఆ మహాయజ్ఞమందు మహారాజులు వివిధ రత్నములు అనేకములు తెచ్చి యుండిరి. ఆ యజ్ఞమందు అతనికి లభించినంత ధనము పూర్వము నే నెప్పుడు గూడ కని-విని యుండ లేదు.

'మహారాజా! శత్రువుయొక్క అనంత ధనరాశిని చూచి నేను చింతించు చున్నాను. నాకు కాంతి లేదు. పుష్కలముగా పంటలు పండించి, గో-వృషభములను రక్షించు చున్న వైశ్యులు నూర్లకొలది వర్గములుగ ఒకచోట చేరి మూడు ఖర్వముల (10,000,000 000 - నూరుకోట్ల సంఖ్య) ధనము కానుకలుగా

తీసికొని రాజద్వారమునందు నిలిచి యుండిరి. వారందరు సువర్ణ కలశములను, పై ధనమునున్ను తెచ్చి యుండిరను రాజద్వారమునందు ప్రవేశము వారికి అందరికిన్ని లభించ కుండెను. కొందరు మాత్రమే ప్రవేశింప గలుగు చుండిరి.

'రాజా! దేవాంగనలు కలశములలో మధువు తీసికొని, ఇంద్రుని కొరకు వేచి యుండునట్లే వరుణదేవత కానుకగా కంసపాత్రలో పంపిన మధువును తీసికొని సముద్రుడు నిలిచి యుండెను బంగారు నాణెములతో చేయ బడి, చిక్కములలో తేబడిన ఒక వేయి కలశములు అక్కడ ఉంచబడి యుండెను. వానికి వివిధ రత్నములు పొదుగ బడి యుండెను ఆ పాత్రము లందున్న జలమును శంఖములో తీసికొని శ్రీకృష్ణుడు యుధిష్ఠిరునకు అభిషేకము చేసెను. తండ్రీ! అది యంతయు చూచి, నాకు జ్వరము వచ్చిన ట్లుండెను.

'మహారాజా! పాండవులు సువర్ణకలశములలో అభిషేక జలము తెచ్చుటకు పూర్వ - దక్షిణ - పశ్చిమ సముద్రములకు పోవు చుండిరి ఉత్తర సముద్రము కడకు పక్షులు దప్ప, మనుష్యులు పోవ జాలరు అక్కడకు గూడ అర్జునుడు పోయి అపార ధనమును కప్పముగ కొని తెచ్చెను.

'రాజా! యుధిష్ఠిరుని యజ్ఞములో ఒక అద్భుత మైన విషయము జరిగెను. ఏమనగా - ఒక లక్ష బ్రాహ్మణులకు భోజనము వడ్డింప బడినప్పుడు ఆ సంఖ్య తెలుపుటకు అక్కడ నొకసారి శంఖము ఊదబడు చుండెను. ఆ శంఖ ధ్వని మాటి మాటికి నేను వినుచుంటిని. దాని చేత నా శరీరము నందు పులకలు పొడము చుండెను.

'మహారాజా! ఆ రాజసూయ యజ్ఞ మండపము రాజుల చేత, నక్షత్రముల చేత వ్యాపించిన నిర్మలాకాశమువలె శోభిల్లు చుండెను. ఆ యజ్ఞము నందు రాజులు* వైశ్యులవలె బ్రాహ్మణులకు భోజనము వడ్డించు చుండిరి. యుధిష్ఠిరునకు

---

* దీనిని బట్టి ఆ కాలములో వైశ్యులే బ్రాహ్మణులకు భోజనము వడ్డించు చుండి రని తెలియు చున్నది.

గల సంపద ఇంద్ర - యమ - వరుణ - కుబేరులకు గూడ ఉండి యుండదు. ఆ సంపద చూచి, నా హృదయము జ్వలించెను గనుక, నాకు క్షణము గూడ శాంతి లేదు పాండవుల యైశ్వర్యము నేను దేజిక్కించుకొనని యెడల, నాకు శాంతి యుండదు. యుద్ధ మైన చేసి. దానిని పొందెదను. లేదా, శత్రువుల చేతిలో యుద్ధము నందు మరణించెదను. ఇట్టి పరిస్థితిలో నేను జీవించుట వలన లాభ మేమి? పాండవులు దిన-దినాభివృద్ధి పొందుచున్నారు మన యభివృద్ధి ఆగిపోయెను.'

"జనమేజయా: యిట్లు దుర్యోధనుడు చెప్పిన తరువాత శకుని దుర్యోధనునితో ని ట్లనెను:-

'దుర్యోధనా! పాండవుల సంపదను నీవు పొందుటకు ఉపాయము చెప్పెద వినుము - భూమండలమందు ద్యూతవిద్యలో అందరికంటె నేను విశేషజ్ఞానము కలవాడను. దాని మర్మము తెలిసి పాచికలు వేయు కళలో నాకు గొప్ప జ్ఞానము కలదు. జూద మాడుటకు యుధిష్ఠిరునకు చాల ప్రియము. కాని, ఆతనికి ఆడుట తెలియదు. జూదమునకు గాని, యుద్ధమునకు గాని పిలిచినప్పుడు అతడు తప్పక వచ్చును. రాజా! నేను కపటద్యూతములో తప్పక యుధిష్ఠిరుని జయించి అతని సంపద నంతయు గెలుచుకొని తెచ్చెదను కనుక, అతనిని జూదమునకు పిలువుము.'

"జనమేజయా! శకుని యిట్లు చెప్పగా వెంటనే దుర్యోధనుడు ధృతరాష్ట్రునితో 'రాజా! ఈ శకుని ద్యూతవిద్యామర్మమును ఎగిరినవాడు. జూదములో నితడు యుధిష్ఠిరుని రాజలక్ష్మిని గెలుచుకొనుటకు ఉత్సాహము చూపుచున్నాడు కనుక, ఇతనికి ఆజ్ఞ యిమ్ము!' అని యనగా, ధృతరాష్ట్రుడు ఇ ట్లనెను :-

'పుత్రా! బుద్ధిమంతు డైన విదురుడు నాకు మంత్రి ఆతని యాదేశము ప్రకారము నేను నడచుకొనెదను. కనుక, ఈ విషయము విదురునితో సంప్రదించిన తరువాత నా నిర్ణయము తెలిపెదను. విదురుడు దూర దృష్టి గలవాడు. ధర్మము నాశ్రయించి రెండు పక్షములకున్ను ఉచిత మైన హితమును యోచించి, అనుకూలమైన కార్యనిశ్చయము తెలుప గలడు.'

"జనమేజయా! ధృతరాష్ట్రు డిట్లు చెప్పగా దుర్యోధను డతనితో నిట్లనెను:-

'తండ్రీ! విదురుడు ఈ కార్యమును సర్వథా అంగీకరింపడు. ఒకవేళ, నీవు విదురుని యిష్టము ప్రకారము జూదమును అంగీకరింపనియెడల, నేను తప్పక ప్రాణత్యాగము చేసెదను. నేను చచ్చిన తరువాత నీవు విదురునితో సుఖముగా నుండి సమస్త భూమండల రాజ్యము ననుభవింపుము. నా జీవితము చేత నీ కేమి ప్రయోజనము?'

"జనమేజయా! యిట్లు పుత్రుడు బాధపడుచు చెప్పిన మాటలు విని, ధృతరాష్ట్రుడు దుర్యోధనుని యందలి ప్రేమతో నతని కోరిక యంగీకరించి, సేవకులతో నిట్లనెను :

'మీరు, అనేక శిల్పుల చేత ఒక సుందరమైన విశాల భవనము నిర్మింప జేయుడు. దానికి నూరు ద్వారములు, వేయి స్తంభములున్ను ఉండ వలెను. అన్ని దేశముల నుండి వడ్రంగులను పిలిపించి, స్తంభములకు గోడలకున్ను రత్నములు చెక్కింపుడు. అట్లు అన్ని సౌకర్యములతో ఆ భవనము నిర్మింప జేసి నాకు తెలుపుడు.'

"జనమేజయా! దుర్యోధనుని మనశ్శాంతి కొరకు ఇట్టి నిర్ణయము చేసి, ధృతరాష్ట్రుడు విదురుని యొద్దకు దూతను పంపెను. విదురుని అడుగక, ధృతరాష్ట్రుడు ఏ కార్య నిర్ణయము గూడ చేయ కుండెను. జూదపు దోషములను తెలిసి యున్నను, అతడు పుత్ర స్నేహము చేత అంగీకరించెను. కలహమునకు ద్వారమైన జూదము సంగతి విదురుడు విని, నాశమునకు ఇది నాంది యని తలచి ధృతరాష్ట్రుని యొద్దకు పరుగెత్తుచు పోయి, అతనికి నమస్కరించి, 'రాజా! నీ నిర్ణయము, నీ పయత్నమున్ను నే నభినందించను. ఈ జూదము చేత నీ పుత్రులకు పాండు పుత్రులకున్ను భేద భావము కలుగును' అని యనెను.

"జనమేజయా! విదురుని మాట విని, ధృతరాష్ట్రు డతనితో నిట్లనెను·

'విదురా! దైవ కృప ఉండిన యెడల నా పుత్రులకు కలహము రాదు. అశుభమో, శుభమో- హితమో, అహితమో, అగు గాక! మిత్రులలో ఈ ద్యూత క్రీడ ప్రారంభింప వలసినదే. భాగ్యము చేతనే ఇది సంభవించినది. సందేహము

లేదు. భీష్మ - ద్రోణులు, నీవున్ను సమీపమున నుండగా ఏలాటి అన్యాయము జరుగదు.

'విదురా! కనుక, నీవు వాయువేగము గల యశ్వములు కట్టబడిన రథములో ఇప్పుడే ఖాండవప్రస్థ నగరమునకు పోయి యుధిష్ఠిరుని తోడుకొని రమ్ము. నేను చేసిన జూదపునిర్ణయము యుధిష్ఠిరునకు తెలుపకుము నేను ప్రబలమైన దైవప్రేరణచేతనే ఈ ద్యూతక్రీడ ఆరంభించుచున్నాను!'

"జనమేజయా! ధృతరాష్ట్రు డిట్లు చెప్పిన తరువాత విదురుడు 'ఈ జూదము మంచిది కాదు' అని తలచి మిక్కిలి దుఃఖితుడై భీష్ముని యొద్దకు పోయెను."

ఇట్లు వైశంపాయన మహాముని చెప్పగా జనమేజయుడు ఆ మునితో ని ట్లనెను:-

దుర్యోధనుడు తన చింతా-దుఃఖముల కారణము ధృతరాష్ట్రునకు తెలుపుట:

"మహామునీ! సోదరులకు వినాశకర మైన జూదము ఎట్లు ఆరంభించెను? దానిలో నా పితామహు లైన పాండవులకు మహా సంకటము ఎదుర్కొన వలసి యుండెను గదా! అక్కడ సభాసదులు ఎవరెవరు ఉండిరి? జూద మాడుట ఎవరు అనుమోదించిరి? ఎవరు నిషేధించిరి? సవిస్తారముగ చెప్పుము. జూదమే సమస్త భూమండల వినాశమునకు ముఖ్యకారణము కదా?"

తరువాత సూతపుత్రు డైన ఉగ్రశ్రవుడు శౌనకునితో నిట్లు చెప్పెను :-

"శౌనకా! ఈ విధముగ జనమేజయుడు అడిగినప్పుడు వ్యాసశిష్యు డైన వైశంపాయనుడు జనమేజయునితో ని ట్లనెను:-

"జనమేజయా! విదురుని యభిప్రాయము తెలిసికొని ధృతరాష్ట్ర మహారాజు ఏకాంతములో దుర్యోధనునితో మరల ని ట్లనెను:

'పుత్రా! జూదము ఆడ గూడదు. ఇది మంచిది గా దని విదురు డను చున్నాడు. అతడు మనకు అహిత మైన మాట ఏదియు చెప్పడు. విదురుడు చెప్పిన మాటయే మనకు సర్వోత్తమ మైన హిత మని నేను తలచెదను నాయనా! నీవు కూడ విదురుని మాట ప్రకారమే నడచుకొనుము అదియే నీకు హిత మని తలచెదను.

'పుత్రా! బృహస్పతి ఇంద్రునకు చేసిన శాస్త్రోపదేశమును విదురుడు రహస్య సహితముగ తెలిసికొనెను కనుకనే నేను గూడ విదురుని మాటయే అంగీకరించెదను. మన కురుకులములో అందరికన్న నెక్కువ మేధావి విదురుడు అని తలచ బడెను. అట్లే వృష్ణి వంశమునందు ఉద్ధవుడు పరమ బుద్ధిశాలి. కనుక, పుత్రా! జూద మాడుటలో ఏలాటి లాభమున్ను లేదు. దానితో పరస్పర విరోధము - వైరమున్ను కలుగ వచ్చును. వైరముచేత రాజ్య నాశము కలుగును గనుక, జూదము ఆడ వలె నను పట్టుదల విడువుము. పుత్రునకు మంచి కర్తవ్యమును ఉపదేశించుట తలిదండ్రుల విధి కనుక నేను చెప్పుచున్నాను. నీవు తండ్రి తాతల పదవి యందు సుప్రతిష్ఠితుడ వై యున్నావు. వేదశాస్త్ర పాండిత్యము కలవాడవు. ఇంటిలో నందరు నిన్ను లాలించు చున్నారు.

'నాయనా! నీవు సోదరులలో జ్యేష్ఠుడవు. కనుక, రాజ పదవియందున్నావు. నీకు మంచి వస్తువు ఏది లభించుట లేదు? ఇతరులకు అలభ్య మైన ఉత్తమ భోజనము, వస్త్రములున్ను నీకు లభించినవి. నీ తండ్రి తాతల రాజ్యము ధన-ధాన్య సంపన్న మై యున్నది. స్వర్గము నందు ఇంద్రుని వలె ఈ లోకము నందు అందరి పైన శాసనము చేయు చున్నావు నీ బుద్ధి చాల ఉత్తమ మైనది. ఇన్ని యుండగా నీవు శోకించి, చింతించుటకు కారణమేమి?'

"జనమేజయా! ఇట్లు ధృతరాష్ట్రుడు చెప్పగా దుర్యోధను డతనితో ని ట్లనెను :-

'తండ్రీ! బాగుగా తిని, త్రాగి వస్త్రభూషణాదులు ధరించి యుండుటయే ముఖ్యమని తలచిన పాపిష్ఠుడు శత్రువులపై ఈర్ష్య వహింపడు అతడు అధముడన బడును. సాధారణ లక్ష్మి నాకు సంతోషకరము కాదు. యుధిష్ఠిరుని దేదీప్యమాన మైన లక్ష్మిని చూచి, వ్యథ చెందు చున్నాను. సమస్త భూమండలము అతని వశ మైనది. ఐనను నేను రాయివలె నున్నాను. ఇంత దుఃఖము కలిగినను, జీవించి నీతో మాట్లాడు చున్నాను. నీప - చిత్రక - కుకర - కారస్కర - లోహ జంఘాది క్షత్రియ రాజులు యుధిష్ఠిరుని యింటిలో సేవకులవలె ఊడిగము చేయు చున్నారు.

'తండ్రీ! హిమాలయ ప్రదేశమందు, సముద్ర ద్వీపములందున్ను ఉండు వారు, రత్నపు గనుల యధిపతు లైన మ్లేచ్ఛ జాతీయ రాజులకు యుధిష్ఠిరుని యింటిలో ప్రవేశము లభించ కుండెను వారు రాజభవనమునకు దూరమునందే నిలుప బడియుండిరి. నేను, సోదరు లందరిలో జ్యేష్ఠుడను, శ్రేష్ఠుడను అని యుధిష్ఠిరుడు నన్ను గౌరవించి రత్నముల కానుకలు తీసికొను పనియందు నియమించెను. రాజులు తెచ్చిన కానుకలు విలువ గల రత్నముల రాసులు అపారములుగ నుండెను. ఆ రత్నరాసులను నిరంతరము తీసికొనుచు నా చేయి నొప్పి పట్టి నేను అలసిప్పుడు ఆ రత్న రాసులు తెచ్చిన రాజులు నాకు బహు దూరమువరకు పంక్తిగా నిలిచి యుండుట కనపడెను

'రాజా! బిందు సరోవరమునుండి తే బడిన రత్న రాసులచేత మయా సూరుడు ఒక కృత్రిమ పుష్కరిణి నిర్మించినాడు. దానిపై స్ఫటిక మణులు కప్ప బడెను. అది జలభరిత మైనదిగా నాకు కనపడెను. నేను దానిలో దిగుటకు నా వస్త్రములు ఎత్తి పట్టుకొనినప్పుడు, భీమసేనుడు కిలకిల నవ్వెను. ఆ శత్రు వుల సంపదచేత దిఙ్మూఢుడ నై యుంటిని. అప్పుడు నేను సమర్థుడ నైయుండిన యెడల భీమసేనుని అక్కడనే సంహరించి యుందును. ఒకవేళ నేను ఆకార్యము నకు పూనుకొని యుండిన యెడల నా యవస్థగూడ శిశుపాలుని యవస్థవలెనే యై యుండెడిది. శత్రువు చేసిన పరిహాసము నన్ను దహించు చున్నది.

'రాజా! నేను మరల అటువంటి బావినే చూచి అదిగూడ పూర్వ పుష్క రిణి వంటిదే యని తలచి నేరుగా నడచితిని. కాని, అక్కడ ఉండిన జలములో భ్రాంతిచేత పడితిని. అప్పుడు, కృష్ణార్జునులు నన్ను చూచి, బిగ్గరగా నవ్విరి. స్త్రీలతోపాటు ద్రౌపదిగూడ నవ్వెను దానిచేత నా హృదయము గాయపడెను అప్పుడు నా వస్త్రములు తడిసెను యుధిష్ఠిరుడు నాకు వేరు వస్త్రములు పంపెను. అవి నాకు మిక్కిలి దుఃఖము కలిగించెను

'మహారాజా! మరియొక వంచన నాకక్కడ జరిగెను అది యే మనగా ద్వారము లేనిచోట ద్వారముయొక్క ఆకారము నిర్మింప బడెను. దానిలో ప్రవేశింప బోవగా నా లలాటమునకు రాయి తగిలి గాయపడెను. అప్పుడు దూరమునందున్న నకుల సహదేవులు నా యొద్దకు వచ్చి నన్ను పట్టుకొని

దుఃఖించిరి. అక్కడ సహదేవుడు నాతో 'రాజా! ఇదిగో! ఇది ద్వారము. ఇటు వెడలుము!' అని చెప్పెను. అది విని నాకు ఆశ్చర్యము కలిగెను. అప్పుడు భీమసేనుడు నన్ను 'ధృతరాష్ట్ర పుత్రా!' అని సంబోధించి నవ్వుచు 'రాజా! ఇదిగో, ఇది ద్వారము!' అని చెప్పెను. నేను ఆ సభలో చూచిన రత్నములు అంతకుముం దెప్పుడు వాని పేరుగూడ విని యుండ లేదు కనుక, ఈ విషయము లన్నిటివలన నాకు మిక్కిలి సంతాపము కలిగెను.'

యుధిష్ఠిరుని కానుకలను గూర్చి దుర్యోధనుడు వర్ణించుట :

'తండ్రీ! పాండవుల యజ్ఞమందు వేరు - వేరు దేశములనుండి రాజులు తెచ్చిన ఉత్తమ ధన రత్నములను గూర్చి చెప్పెద వినుము. శత్రువుల వైభవము చూచి నా మనస్సు మొద్దుబారి పోయెను. ఈ ధనము ఎంత యున్నది, ఏ దేశము నుండి వచ్చినది అని నేను ఎరుగ జాల కుంటిని.

'రాజా! కాంభోజరాజు గొఱ్ఱెల ఉన్ని, బిలమునందున్న ఎలుకలు మొద లైన వాని రోమములతో, పిల్లుల రోమములతోను నిర్మింప బడి, సువర్ణ చిత్రితము లైన అనేక సుందర వస్త్రములు, మృగ చర్మములున్ను కానుకగా నిచ్చెను. తీతువు పిట్టలవలె విచిత్ర వర్ణము కలిగి, చిలుక ముక్కుతో గల మూడు నూర్ల గుఱ్ఱములుగూడ నిచ్చెను. ఇవి గాక, మూడు నూర్ల ఒంటెలు, మూడు నూర్ల కంచర గాడిదలున్ను ఇచ్చెను. అవి పీలు (గోగు - లేక మేడి) - శమీ (జమ్మి) - ఇంగుద (గార) - వృక్షముల పత్ర ఫలములు తిని బలిసి, నిగ - నిగ లాడు చుండెను.

'మహారాజా! బ్రాహ్మణులు, గో - వృషభములను కాచు వైశ్యులున్ను దాస్యము చేయు శూద్రాదులు అందరు గూడ యుధిష్ఠిరునకు మూడు ఖర్వ సంఖ్య గల కానుకలు తెచ్చి ద్వారమునందు నిలుప బడి యుండిరి. బ్రాహ్మణులు, కృషిజీవనము - గో రక్షణమున్ను చేయు వైశ్యులున్ను నూర్లకొలది వర్గములుగా ఒక చోట చేరి బంగారు కడవలు, ఇతర సామగ్రులున్ను కానుకలుగా తెచ్చి యుధిష్ఠిర భవనద్వారమందే నిలిచి యుండిరి. కాని, భవన ప్రవేశము చేయ జాల కుండిరి ద్విజులలో ప్రధానుడైన 'కుణింద' నామకుడైన రాజు ధర్మరాజునకు ప్రేమతో ఒక శంఖము కానుకగా నిచ్చెను. దానిని సోదరు లందరు అర్జునునకు

ఇచ్చిరి. దానిలో సుదీర్ఘ హారములు, ఒక నూరు సవర్ణపు నాణెములున్ను చెక్క బడి ప్రకాశించు చుండెను. విశ్వకర్మ ఆ శంఖమును రత్నములచేత సుందరముగ అలంకరించి యుండెను. దానిని యమధర్మరాజు పలుమార్లు నమస్కరించి ధరించి యుండెను

'రాజా! యుధిష్ఠిరుడు అన్నదానము చేయునప్పుడు ఆ శంఖము తనంతట తాను మ్రోగు చుండెను. అప్పుడు ఆ శంఖధ్వని విని రాజులు తేజోహీనులై నేలపై పడు చుండిరి. కేవలము ధృష్టద్యుమ్నుడు, పంచపాండవులు, సాత్యకి-శ్రీకృష్ణుడు -ఈ యెనమండుగురు మాత్రమే ఆ గంభీరశంఖధ్వనికి బెదరక ధైర్యముతో నిలిచి యుండిరి వారు, రాజు లందరు మూర్ఛితు లగుట చూచి నవ్విరి. అప్పుడు అర్జునుడు సంతోషముతో ఒక బ్రాహ్మణోత్తమునకు నూరు బలిసిన వృషభములను దానముగా ఇచ్చెను. వాని కొమ్ములకు బంగారు తొడుగులు తొడుగ బడి యుండెను.

'తండ్రీ! సుముఖుడు అను రాజు యుధిష్ఠిరునకు ఎన్నియో వస్తువులు, కుణిందుడు వివిధవస్త్ర-సువర్ణములు, కాశ్మీర దేశరాజు అనేక మధుర ద్రాక్షా ఫలముల గుత్తులు, అనేక యవన రాజులు వాయువేగము గల పర్వతీయాశ్వములు విలువ గల ఆసనములు- అనేక సూక్ష్మకంబళములు-వివిధరత్నములు, ఇతర వస్తువులున్ను, కళింగరాజైన శ్రుతాయువు, ఉత్తమ మణిరత్నములు, ఇతర రాజులు దక్షిణ సముద్ర సమీపమందలి నూర్లకొలది ఉత్తరీయ-వస్త్ర-శంఖ-రత్నాదులు, పాండ్యరాజు మలయ- దర్దుర పర్వతములందలి తొంబది యారు బారువుల తూకము గల చందన కాష్ఠములు, అన్నియే శంఖములు, చోళ కేరళ దేశముల రాజులు అసంఖ్యాకము లైన చందన-అగురు-ముక్తా-వైడూర్య-చిత్రక రత్నములు, 'అశ్మక' రాజు దూడలతో గూడ పదివేల పాడియావులు శృంగము లకు బంగారు తొడుగులు తొడుగ బడి కంఠములలో సువర్ణ భూషణములు అలంకరింప బడినవి, ఘటములవంటి పొదుగులు గలవియు ఉపాయనములుగ నిచ్చిరి

'మహారాజా! సింధురాజు సువర్ణ మాలాలంకృతము లైన ఇరువదియైదు వేల సింధుదేశాశ్వములను, సౌవీరరాజు మూడునూర్ల గజములు పూన్చ బడిన

రథములను ఇచ్చెను. ఆ రథములకు సువర్ణమణులు అలంకరింప బడి మధ్యాహ్న సూర్యునివలె మెఱయుచు, అనుపమశోభతో ప్రకాశించు చుండెను. ఆ రాజే ఇతర వివిధ వస్తువులుగూడ కానుకలుగ యుధిష్ఠిరునకు ఇచ్చెను. అవంతీరాజు వేల కొలది వివిధ రత్న-హార (ముత్యాలహారము), అంగద (భుజకీర్తులు), వివిధ భూషణములు, పదివేలమంది దాసీజనులు, ఇతర వస్తువులున్ను కానుకలుగ తెచ్చి యుండెను. దశార్ణ - చేది దేశముల రాజులు శూరసేనుడు అన్ని విధము లైన కానుకలు తెచ్చి యుండిరి.

'రాజా! కాశీరాజు ఎనుబదివేల గోవులను ఎనిమిది నూర్ల గజములను వివిధ రత్నములను ఉపహారములుగ తెచ్చెను. విదేహరా జైన 'కృతరక్షణ' నామకుడు, కోసలరాజు, 'బృహద్బలు'డున్ను చెరి పదునాలుగువేల ఉత్తమాశ్వము లను తెచ్చి యిచ్చిరి. 'వన' నామకాది రాజులతోగూడ 'శైబ్య' రాజు, మాళవు లతోపాటు త్రిగర్తరాజున్ను అనేక రత్నములు, వారిలో కొందరు అసంఖ్యాకము లైన హారములు, ముత్యములు, వివిధ భూషణములున్ను తెచ్చి యిచ్చిరి. 'కార్పాసిక' దేశవాసిను లైన ఒక లక్షమంది దాసీజనులు ఆ యజ్ఞమునందు సేవలు చేయు చుండిరి. వా రందరు యువావస్థలో నున్న సుందరాంగులు. వా రందరి కొప్పులు పెద్దవిగా నుండి సువర్ణాలంకార భూషితములై యుండెను.

'మహారాజా! 'భరుకచ్ఛ' (భడౌంచ్) దేశవాసు లైన శూద్రులు బ్రాహ్మ ణులకు ఉపయోగించు మృగచర్మములు, ఇతరోపాయనములున్ను తెచ్చి యుండిరి. వారు గాంధారదేశీయము లైన అనేకాశ్వములనుగూడ తెచ్చి యుండిరి. సముద్ర తీరమునం దున్న గృహోద్యానములందు సింధునది యావలితీర మందున్ను నివశించుచు దేవమాతృకములు (వర్షముద్వారా పండు పంట భూములు), నదీమాతృకములు (నదీ జలములద్వారా పండు పంటభూములు) నైన భూములనుండి పండిన వివిధ ధాన్యములచేత జీవనము గడుపువా రున్నారు. వారు వైరామ - పారద - అభీర - కితవ - జాతులకు చెందినవారు. వివిధ రత్నములను, మేకలు - గోవులు - సువర్ణము - గాడిదలు - ఒంటెలు- పండ్లతో చేయ బడిన మధురసములు, వివిధ కంబళములు-మొద లైన వస్తువులను వారు యుధిష్ఠిరునకు కానుకలుగా తెచ్చి రాజద్వారము చెంతనే నిలుప బడి యుండిరి. వారికి భవన ప్రవేశము లభింప కుండెను.

'రాజా! ప్రాగ్జ్యోతిషాధిపతి మ్లేచ్ఛులకు రాజు నైన భగదత్తుడు యవన సేనలతో వచ్చి, వాయువేగము గల ఉత్తమజాతి గుఱ్ఱములను, ఇతర వస్తు సామగ్రినిన్ని కానుకలుగా తెచ్చి రాజ ద్వారమునందు నిలిచి యుండెను. జన సందర్భము ఎక్కువగ నుండుట చేత అతనికి గూడ ప్రవేశము దొరక లేదు. అప్పుడు భగదత్తుడు వజ్రములను మణిభూషణములను ఏనుగుదంతపు పిడులు గల ఖడ్గములనున్ను ద్వారపాలకులకు ఇచ్చి లోపలకు పోయెను. 'ద్వ్యక్ష-త్ర్యక్ష-లలాటాక్ష- ఔష్ణీషక-అంతవాస-రోమక-పురుషాదక-ఏకపాద' దేశముల రాజులు అనేక దిక్కుల నుండి వచ్చి రాజ ద్వారమునందు ఆపబడి యుండిరి వీరి నందరను నేను చూచితిని. వీరందరు అనేక వస్తుసామాగ్రులతో పాటు వివిధ వర్ణముల గార్దభములను (కంచర గాడిదలు) తెచ్చి యుండిరి. వాని మెడలు నల్లగా, శరీరములు పెద్దగా నుండెను వాని పొడవు, వెడల్పు, ఎత్తున్ను వాని శరీరమునకు తగినట్లుగానే యుండెను. వాని వర్ణములు బాగుగా నుండెను. ఆ గాడిద లన్నియు 'వంక్షు' నదీ తీరమునందు పుట్టినవి. ఇవిగాక ఆ రాజులు బహు సువర్ణ-రజతములు ఇచ్చి యుధిష్ఠిరుని యజ్ఞమండపములో ప్రవేశించిరి

'రాజా! 'ఏకపాద' దేశరాజులు ఆరుద్ర పురుగులవలె ఎఱ్ఱగా నుండినవి, చిలుకలవలె ఆకు పసుపు వర్ణము గలవి, మనోవేగము కలవి, ఇంద్రధనుస్సు వలె ననేక వర్ణములు గలవి, సంధ్యాకాల మేఘములవలె ఎఱ్ఱగా అనేక వర్ణములు గలవిగాను నున్న అడవి గుఱ్ఱములను, అనేక సువర్ణములనున్ను కానుకలుగా వచ్చిరి. 'చీన-శక-ఓడ్ర-బర్బర-వార్షేయ-హార-హూణ-కృష్ణ-హిమాలయ-నీప-అనూప' దేశముల రాజులు వివిధ రూపధరు లై కానుకలు గొని వచ్చి ద్వారము నందు ఆప బడి యుండిరి వారు అనేక రూపములు గల పదివేల గార్దభములను (కంచర గాడిదలు) తెచ్చి యుండిరి నల్లని మెడలు, విశాల శరీరములున్ను కల ఆ గార్దభములు నూరు కోసులవరకు ఆగక పరుగెత్త గలుగు చుండెను. వానికి మంచి శిక్షణము ఇవ్వ బడి యుండెను. వారు మిక్కిలి నిడువు-పొడవు-సుందరవర్ణము-సుఖస్పర్శమున్ను గలిగి బాహ్లీక-చీన దేశములందు నిర్మింప బడినవి, ఉన్ని చేత లేడి వెంట్రుకలచేతను నిర్మింప బడినవియు నగు పట్టు బట్టలు, కీటజ (పురుగులనుండి పుట్టిన పట్టు) ములు, మంచి అంచులు గలిగి కోమలము లైన వేలకొలది వస్త్రములు కానుకలుగ తెచ్చి యుండిరి. ఆ వస్త్ర

ములలో కొంచెము గూడ దూది (నూలు) లేకెండెను పదునైన దీర్ఘ ఖడ్గములు, ఋష్టి (రెండంచుల కత్తి)-శక్తి-పరశువులు, పశ్చిమ దేశమునందు చేయ బడిన సుతీక్ష్ణ పరశువులు, వివిధ రసములు, గంధములు, వేలకొలది రత్నములు, ఇతర వస్తువులున్ను కానుకలుగ తీసుకొని శక-తుషార-కంక-రోమశ-శృంగిదేశ ప్రజలు రాజ ద్వారము నందు నిలుప బడి యుండిరి.

'రాజా! అతి దూరము నడవ గల గజములు ఒక అర్బుదము (పది కోట్లు), అన్నియే నూర్ల అర్బుదముల గుఱ్ఱములు, ఒక పద్మ (వేయి పది లక్షలు) సంఖ్యలో బంగారముతో, ఇతర సామాగ్రులతోను వచ్చిన రాజులు ద్వారమునందు నిలుప బడిరి. విలువ గల ఆసనములు, వాహనములు, బంగారు పొదుగ బడిన యేనుగు దంతపు శయ్యలు (మంచములు), విచిత్ర కవచములు, వివిధ శస్త్రములు, సువర్ణ భూషితము లై వ్యాఘ్రచర్మము కప్ప బడిన గుఱ్ఱములు కట్ట బడిన వివిధ రథములు, గజములపై పరవ దగిన విచిత్ర కంబళములు, వివిధ రత్నములు, బాణములు, అర్ధ నారాచములు (ఒక విధమైన బాణములు), వివిధ శస్త్రములు, అనేక బహు మూల్య వస్తువులున్ను ఇచ్చి పూర్వదేశ రాజులు యుధిష్ఠిరుని యజ్ఞ మండపములో ప్రవేశించిరి.

దుర్యోధనుడు యుధిష్ఠిరుని కానుకల వర్ణము చేయుట :

'తండ్రీ! రాజులు యుధిష్ఠిరుని యజ్ఞము నందు ఇచ్చిన ధనమును గూర్చి వర్ణించెద వినుము. మేరు - మందరాచలముల నడుమ ప్రవహించు 'శైలోదా', నది రెండు తీరములం దున్న బిలము లందు వాయువు నిండుట చేత వేణువుల వలె మ్రోగు వెదుళ్ళ చ్ఛాయలో విశ్రాంతి తీసికొనునట్టి 'ఖస - ఏకాసన - అర్హ - ప్రదర - దీర్ఘవేణు - పారద - ప్రళింద - తంగణ - పరతంగ'ఆది దేశముల రాజులు కానుకలుగా, చీమల చేత తీయ బడిన 'పిపీలిక' నామము గల సువర్ణము గట్టలు-గుట్టలుగా తెచ్చి యుండిరి అది తూములతో కొలచ దగినదిగా నుండెను ఇంకను వారు సుందరము లైన నల్ల చమరీ మృగముల యొక్క, చంద్రుని వంటి తెల్ల చమరీ మృగముల యొక్కయు చామరములు, హిమాలయ పుష్పముల నుండి ఉత్పన్నమైన తేనెగూడ అధికముగా తెచ్చి యుండిరి. ఉత్తర కురుదేశము నుండి గంగాజలము, హారములు కూర్చుటకు యోగ్యము లైన రత్నములు, ఉత్తర కైలాసము నుండి లభించిన మిక్కిలి బలసంపన్నము లైన

ఓషధులు, కానుకలకు ఉపయోగించు నితర సామాగ్రియు తీసికొని ఆ పర్వతీయ రాజులు వచ్చి యుధిష్ఠిరుని ద్వారము నందు ఆప బడి వినయముతో నిలిచి యుండిరి.

'తండ్రీ! హిమాలయము ఆవలి సగభాగమందు ఉన్న రాజులు, ఉదయగిరి యందు నివసించు చున్న రాజులు, సముద్రతీర మందలి 'కారూష' దేశమందు ఉన్న రాజులు, 'లౌహిత్య' పర్వతమునకు రెండు వైపుల నివసించు చున్న రాజులు, ఫల - మూలములనే భుజించుచు, చర్మవస్త్రధారులై క్రూరముగా శస్త్రములను త్రిప్పుచు, క్రూరకర్మలు చేయు కిరాత రాజులున్ను ఎన్నియో కానుకలు తెచ్చి యుండిరి.

'రాజా! చందన - అగురువుల కాష్ఠములు, కృష్ణాగురు కాష్ఠములు, పెక్కు బారువుల చర్మ-రత్న-సువర్ణములు, సుగంధి పదార్థముల రాసులు, పదివేలమంది కిరాత దేశీయ దాసీ జనులు, సుందర పదార్థములు, దూర దేశము లందలి మృగ-పక్షులు, పర్వతములనుండి కూర్చుకొన బడిన మెరయు చున్న సువర్ణము మొద లైన ఉపాయన సామాగ్రినిన్ని తీసికొని వచ్చిన రాజులు ద్వారమునందు ఆప బడి, నిలిచి యుండిరి.

'మహారాజా! 'కిరాత - దరద - దర్వ - శూర - యమక - ఔదుంబర- దుర్విభాగ - పారద - బాహ్లిక - కాశ్మీర - కుమార - ఘోరక - హంస కాయన - శిబి - త్రిగర్త - యౌధేయ - భద్ర - కేకయ - అంబష్ఠ - కౌకుర- తార్క్ష్య - వస్త్రప - పహ్లవ - వశాతల - మౌలేయ - క్షుద్రక - మాలవ - శౌండిక - కుక్కుర - శక - అంగ - వంగ - పుండ్ర - శాణవత్య - గయ' నామకము లైన ముప్పది యైదు ఉత్తమ కులములందు ఉత్పన్ను లైన శ్రేష్ఠ క్షత్రియ రాజకుమారులు నూర్లకొలది మంది వరుసలు దీరి నిలిచి, యుధిష్ఠిరునకు అనేక ధనములను సమర్పించు చుండిరి.

'రాజా! వంగ - కళింగ - మగధ - తామ్రలిప్త - పుండ్రక - దౌవా లిక - సాగరక - పత్త్రోర్ణ - శైశవ - కర్ణ ప్రావరణాది క్షత్రియరాజు లనేకులు అక్కడ ద్వారమునందు నిలిచి యుండగా, రాజాజ్ఞచేత ద్వారపాలక గణము,

'మీ కొఱకు సమయము నిశ్చయించుకొనుడు. తరువాత, ఉత్తమము లైన కాను కలు సమర్పింపుడు. పిమ్మట మీకు లోపలికి ప్రవేశించుటకు మార్గము లభించ గలదు' అని సందేశము ఇచ్చు చుండిరి.

'రాజా! తరువాత, ఒక్కొక్క సత్కులీను లైన రాజు, 'కామ్యక' సరోవర సమీపమందు ఉత్పన్నము లైన ఒక్కొక్క వేయి గజములను కాను కలు ఇచ్చి ద్వారములో ప్రవేశించిరి. ఆ యేనుగుల దంతములు నాగేటి దండ ములవలె పొడవుగా నుండెను. ఆ గజములను కట్టుటకు బంగారు పగ్గములు ఉండెను. అవి కమలమువలె తెల్లగా నుండెను. వాని వీపులపై కంబళములు పరవ బడి యవి పర్వతాకారము లై మదించి యుండెను.

'రాజా! వీరేకాక, ఇతర రాజులు అనేకులు వివిధ దిక్కులనుండి కానుకలు తెచ్చి యుండిరి అనేకులు రత్నములుగూడ తెచ్చి సమర్పించిరి. ఇంద్రునకు అనుచరు డైన చిత్రరధుడు అను గంధర్వరాజు వాయువేగము గల నాలుగు నూర్ల దివ్యాశ్వములను సమర్పించెను. తుంబురు నామక గంధర్వరాజు మామిడి యాకులవలె పసురు వన్నె గలిగి, సువర్ణ హారములతో భూషితము లైన నూరు గుఱ్ఱములను సమర్పించెను.

'రాజా! పుణాత్ము డైన 'శూకర' దేశరాజు అనేక శతముల గజరత్న ముల నిచ్చెను. మత్స్యదేశరాజు విరాటుడు సువర్ణహార భూషితము లైన రెండు వేల మదగజముల నిచ్చెను. 'వసుదాన' రాజు 'పాంశు' దేశమునుండి ఇరువది యారు ఏనుగులను, అతివేగము, బలమున్ను గలిగి, యువావస్థలో నుండి సువర్ణ హారభూషితము లైన రెండు వేల గుఱ్ఱములను, వేరు కానుకలనున్న పాండవులకు సర్పించిరి.

'మహారాజా! ద్రుపద మహారాజు పదునాలుగు వేల దాసీ జనులను, పదివేల మంది సపత్నీక దాసులను, ఏనుగలు కట్ట బడిన ఇరువదియారు రథములను, తన సమస్త రాజ్యమునున్న పాండుపుత్రుల యజ్ఞముకొరకు సమర్పించెను. శ్రీకృష్ణుడు గూడ అర్జునుని ఆదరించుచు పదునాలుగువేల ఉత్తమ గజముల నిచ్చెను. ఆ యిరువురి యాత్మలు ఒక్కటే. అర్జునుడు శ్రీకృష్ణునకు కోరెనది

యంతయు తీర్చును శ్రీకృష్ణుడు అర్జునుని కొరకు తన పరమధామమును గూడ త్యజించ గలడు అట్లే, అర్జునుడు గూడ శ్రీ కృష్ణుని కొరకు తన ప్రాణములను గూడ త్యజించ గలడు.

'తండ్రీ! మలయ-దర్దుర పర్వతముల నుండి అక్కడి రాజులు బంగారు కడవలలో సుగంధి చందన రసము, చందన - అగురు కాష్ఠముల మోపులున్ను తెచ్చి యుండిరి. చోళ-పాండ్య దేశముల రాజులు మెఱయు చున్న మణి-సువర్ణ ములు, సూక్ష్మ వస్త్రములున్ను తెచ్చి యుండిరి. వారికి గూడ లోపల ప్రవేశించు టకు మార్గము లభించ లేదు సింహళ దేశ క్షత్రియుల సముద్రసార భూతము లైన వైడూర్యమణులు, ముత్యములున్ను గుట్టలు గుట్టలుగ తెచ్చి, వానితోపాటు నూర్లకొలది ఏనుగుల కంబళములు సమర్పించిరి. సింహళదేశీయులు మణిఖచిత వస్త్రములు ధరించి యుండిరి. వారి శరీరవర్ణము నల్లగా నుండెను. వారి కను గొనలు ఎఱ్ఱగా నుండెను. వా రందరు కానుకలు తెచ్చి ద్వారమునందు ఆప బడి, నిలిచి యుండిరి. బ్రాహ్మణ-క్షత్రియ-వైశ్య-శూద్రులు వారికి కానుకలిచ్చు చుండిరి. మ్లేచ్ఛులు; ఆది-మధ్య-అంత్యవర్ణములందు ఉత్పన్ను లైన ప్రజ లందరు మిక్కిలి ప్రేమాదరములతో కానుకలు తెచ్చి యుండిరి.

'తండ్రీ! అనేక దేశోత్పన్నులైన వివిధ జాతుల ప్రజలు వచ్చి యుండుట చేత యుధిష్ఠిరుని యజ్ఞమండపమునందు సమస్త లోకము ఒకచోట చేరి యున్నదా అనునట్లు తోచుచుండెను. నా శత్రువుల యింటిలో రాజులు తెచ్చిన యెన్నియో చిన్న-పెద్ద కానుకలను చూచి నాకు దుఃఖముచేత మరణించుటకు ఇచ్ఛ కలుగు చుండెను. పాండవుల యింటిలో పోషింప బడుచున్న వారి సంఖ్యను గూర్చి చెప్పెద వినుము - వారి కందరకు ఆమభోజనము (ఉడుకనిది), పక్వ భోజనములున్ను పెట్ట బడుచుండెను. యుధిష్ఠిరుని యింటిలో మూడు పద్మముల పదివేలసంఖ్య గల గజారోహకులు, అశ్వికులు, ఒక అర్బుద (పదికోట్లు) సంఖ్య గల రథికులు, అసంఖ్యాకు లైన పదాతిసైనికులున్ను భుజించు చుండిరి.

"రాజా! యుధిష్ఠిరుని యజ్ఞమందు కొన్ని చోట్ల అపక్వాహారములు తూచ బడు చుండెను. కొన్ని చోట్ల వండ బడు చుండెను. కొన్నిచోట్ల వడ్డింప బడు చుండెను. కొన్ని స్థలములలో బ్రాహ్మణుల పుణ్యాహవాచన మంత్రధ్వని

ఏసపడు చుండెను. ఆ యజ్ఞ మండపమందు సకల వర్ణముల ప్రజలలో ఎక్కడు గూడ తినక - త్రాగక - భూషణాలంకృతుడు కాక సత్కరింప బడకయు నుండువాడు లేకుండెను

'మహారాజా! యుధిష్ఠిరుని యింటిలో ఇరువది యెనిమిది వేలమంది స్నాతకులు పోషింప బడు చుండిరి. వారిలో ఒక్కొక్కనికి ముప్పది - ముప్పది మంది దాస - దాసీ జనులు ఉండిరి. ఆ స్నాతక బ్రాహ్మణులు (గృహస్థులు) భోజనము చేత సంతృప్తులై యుధిష్ఠిరునకు కామ క్రోధాది శత్రువులు నశించ వలెనని ఆశీర్వాదములు చేయు చుండిరి. అట్లే, యుధిష్ఠిరుని భవనమందు పదివేల మంది ఊర్ధ్వరేతస్కులైన సన్న్యాసులు గూడ బంగారు కంచములలో భుజించు చుండిరి.

'రాజా! ఆ యజ్ఞమునందు ద్రౌపది తాను తొలుత భుజించక, కుబ్జ - వామనాదులైన అంగవికలులు మొదలుకొని సమస్త జనులు భుజించినారా? లేదా? అని విచారించు చుండెను. యుధిష్ఠిరునకు వియ్యంకు లగుటచేత పాంచాలురు, మిత్రు లగుటచేత అంధక - వృష్ణి వంశీయులు, ఈ రెండు కులముల వారే కప్పములు ఈయ లేదు.

దుర్యోధనుడు యుధిష్ఠిరుని అభిషేకము వర్ణించుట :-

'తండ్రీ! దేశములోని మహా మహామూర్ధాభిషిక్తరాజు లందరున్ను యుధిష్ఠిరుని ఉపాసించు చుండిరి. రాజులు దక్షిణ ఇచ్చుటకు తెచ్చిన గోవులను ఆ నగర మంతట నేను చూచితిని అవి పెక్కు వేల సంఖ్యలో నుండెను. వానికి పాలు పిదుగు పాత్రలు కంచువిగా నుండెను. రాజులు యుధిష్ఠిరుని యభిషేకము నకుగాను సత్కారపూర్వకముగ చిన్నవి - పెద్దవియు నగు పాత్రలను స్వయముగా తెచ్చి యుండిరి. బాహ్లీకరాజు సువర్ణాలంకృత రథము తెచ్చి యుండెను. సుదక్షిణ రాజు ఆ రథమునకు కాంభోజ దేశపు తెల్ల గుఱ్ఱములను పూన్చి యుండెను. 'సునీథ' రాజు ఆ రథమునకు ఇరుసు పెట్టి యుండెను. చేదిరాజు దానికి ధ్వజము అమర్చి యుండెను. దక్షిణదేశరాజు కవచము, మగధరాజు మాలికలు, కిరీటమున్ను ఇచ్చెను. వసుదానుకు అరువదియేండ్ల వయస్సు గల ఒక గజరాజును ఇచ్చెను. మత్స్యదేశరాజు సువర్ణాలంకృతములైన నాగలు తెచ్చెను ఏకలవ్యుడు యుధిష్ఠిరుని పాదములకడ పాదరక్షలు ఉంచెను. అవంతీరాజు అభిషేకార్థమై

వివిధ నదీ-నద-సముద్రముల జలములు తెచ్చి యుండెను. చేకితానుడు అంబుల పొదులను, కాశీరాజు ధనుస్సులను, శల్యుడు మంచి పిడిగల ఖడ్గములను, చిక్కములో ఉంచ బడిన సువర్ణభూషితము లైన కలశమునున్ను ఇచ్చెను

'రాజా! ధౌమ్యుడు, వ్యాస - నారద - దేవల - అసిత మునులను ముందిడుకొని యుధిష్ఠిరునకు అభిషేకము చేసెను. స్వర్గమునందు ఇంద్రుని యొద్దకు సప్తర్షులు వచ్చినట్లే యుధిష్ఠిరుని కడకు అనేక మహాత్ములు వేదమంత్రోచ్చారణము చేయుచు వచ్చిరి. సాత్యకి యుధిష్ఠిరునకు ఛత్రము పట్టెను. భీమార్జునులు వ్యజనములు, నకుల సహదేవులు చామరములున్ను వీచిరి. పూర్వము ప్రజాపతి ఇంద్రునకు ఇచ్చిన శంఖము వరుణదేవునిది. ఆ శంఖమును సముద్రుడు యుధిష్ఠిరునకు ఇచ్చి యుండెను. విశ్వకర్మ ఒక వేయి బంగారు నాణెములు చెక్కిన శైక్యము (చిక్కములోనుండిన సువర్ణ కలశము) నిర్మించి యుండెను. దానిలోని సముద్ర జలము ఆ శంఖముతో నింపి తీసికొని శ్రీకృష్ణుడు యుధిష్ఠిరునకు అభిషేకము చేసెను. అది చూచి నాకు అక్కడ మూర్ఛ వచ్చెను. అభిషేక జలము తెచ్చుటకు పూర్వ - పశ్చిమ - దక్షిణ సముద్రములకు జనులు పోవుచుండిరి. కాని, ఉత్తర సముద్రము వరకు పక్షులుదప్ప ఇతరు లెవ్వరును పోవ జాల కుండిరి. అర్జునుడు డొక్కడే పోవ గలిగెను. అక్కడినుండి అభిషేక సమయము వరకు నూర్లకొలది శంఖములు ఒక్కటిగా మ్రోగ జొచ్చెను. అది విని నా మేన పులకలు పొడమెను. అప్పు డక్కడ ఆ ధ్వనిచేత అల్పపరాక్రము లైన రాజులు మూర్ఛతో పడిరి

'రాజా! ధృష్టద్యుమ్నుడు, పంచపాండవులు, సాత్యకి, శ్రీకృష్ణుడు ఈ యెనమండుగురు మాత్రము ఆ శంఖధ్వనికి ధైర్యముతో నిలిచిరి. మే మందరము మూర్ఛిల్లి యుండుట చూచి వారు బిగ్గరగా నవ్విరి

'మహారాజా! తరువాత, అర్జునుడు సంతోషముతో, శృంగములకు బంగారపు తొడుగులు తొడుగ బడిన యైదునూర్ల వృషభములను ముఖ్యు లైన బ్రాహ్మణులకు పంచెను. తండ్రీ! రంతిదేవ - నాభాగ - మాంధాతృ - మను - పృథు - భగీరథ - యయాతి - నహుషాది రాజులు గూడ యుధిష్ఠిరుని వంటి యైశ్వర్య సంపన్ను లైన చక్రవర్తులు కా జాల కుండిరి. యుధిష్ఠిరుడు

రాజసూయ యజ్ఞము నెరవేర్చి, ఉన్నత రాజలక్ష్మి సంపన్నుడై, మహాశక్తి శాలి యైన హరిశ్చంద్రునివలె శోభిల్లెను

'మహారాజా! యుధిష్ఠిరుని రాజ్యలక్ష్మిని చూచి కూడ నేను జీవించి యుండుట మంచిదని నీవు ఎట్లు తలచెదవు? ఈ యుగము అంధ విధాత చేత నిర్మింప బడినది. కనుకనే, అన్ని విషయములు ఈ యుగమునందు తలక్రిందు లగు చున్నవి చిన్నవారు వృద్ధి జెందుచున్నారు పెద్దవారు హీనదశకు దిగ జారు చున్నారు. ఇది యంతయు చూచి రాజా! బాగుగా యోచించిన మీదట గూడ నాకు సుఖశాంతులు గల్గుట లేదు. దీని చేతనే నేను దుర్బలుడనై, కాంతి హీనుడ నై శోకనిమగ్నుడ నగు చున్నాను!'

ధృతరాష్ట్రుడు దుర్యోధనుని సమాధాన పరచుట :

'దుర్యోధనా! నీవు నా పట్టపుదేవికి పుట్టిన జ్యేష్ఠ పుత్రుడవు పాండవు లను ద్వేషింపకుము. ఎందు కనగా, ద్వేషము చేయుచున్నవాడు మృత్యువువంటి కష్టమును పొంద గలడు. యుధిష్ఠిరుడు ఎవరితో గూడ కపటముగా వ్యవహ రించడు. అతని ధనము నీ ధనము వంటిదే. నీ మిత్రులు అతనికిగూడ మిత్రులు. యుధిష్ఠిరుడు నిన్ను ఎప్పుడుగూడ ద్వేషించ లేదు. ఇట్లుండగా, నీ వంటివాడు అతనిని ఎందుకు ద్వేషించవలెను?

"పుత్రా! నీ యొక్క, యుధిష్ఠిరుని యొక్కయు కుల-పరాక్రమములు సమానములు. నీవు మోహముచేత నీ సోదరుని సంపదను ఎందుకు కోరు చున్నావు? ఇట్టి అధమస్థితి నీకు తగదు శాంతితో నుండుము. శోకింపకుము. నీ వాకవేళ, ఆ యజ్ఞవైభవమును పొంద గోరు చున్నయెడల, ఋత్విజులు నీ కొరకుగూడ గాయత్రి మొదలైన యేడు ఛందస్సుల తంతువుల (సప్తతంతు)తో గూడిన రాజసూయ యాగ మహా యజ్ఞమును అనుష్ఠింప జేసెదరు. ఆ యజ్ఞ ములో దేశ-దేశముల రాజులు సి కొరకుగూడ మిక్కిలి ప్రేమాదరములతో రత్నములు, భూషణములు, అనేక ధనములున్ను తెచ్చెదరు.

'పుత్రా! ఈ పృథివి కామధేనువు. దీనిని 'వీరపత్ని' (వీరుని భార్య) యనికూడ నవెదరు తమ పరాక్రమముచేత జయింప బడిన భూమి మనో వాంఛిత ఫలములను ఇచ్చును. నీకుగూడ బల-పరాక్రమము ఉన్న యెడల, నీవు ఈ పృథివిని యథేష్టముగా అనుభవించ గలవు. నాయనా! ఇతరుల ధనమును ఆశించుట నీచ పురుషుల కార్యము. బాగుగా, తన ధనముతో సంతుష్టుడై తన ధర్మమునందు నడచుకొనువాడే, సుఖముగా ఉన్నతిని పొంద గలడు. ఇతరుల ధనమును అపహరించుటకు ఏలాటి ప్రయత్నమున్ను చేయగూడదు. తన కర్తవ్యమును పరిపూర్ణము చేయుటకు సర్వదా ప్రయత్నించుచు, తనకు లభించిన దానిని రక్షించుకొనుటయే ఉత్తమ వైభవమునకు లక్షణము

'నాయనా! విపత్తి కలిగినప్పుడు బాధపడక, ఎల్లప్పుడు ప్రయత్నశీలుడై, ఏమరుపాటు లేక, మనస్సులో వినయాది సద్గుణములు గల చతురుడు నిరంతరము శ్రేయస్సునే పొంద గలడు పాండు పుత్రులు నీ భుజములతో సమానులు. కనుక వారిని ఖండింపకుము. ఇట్లే, సోదరుల ధనముకొరకు నీవు మిత్ర ద్రోహము చేయకుము. పాండవులను ద్వేషించుట నీకు మంచిది కాదు. వారు నీ సోదరులు గనుక, సోదరుల ధన మంతయు నీదియే కదా! మిత్ర ద్రోహము వలన మహాపాపము కలుగును. నీ తండ్రి-తాతలే వారికిగూడ తండ్రి-తాతలు అని తెలుసుకొనుము.

'నాయనా! నీవు యజ్ఞమునందు ధన దానము చేయుము నీ మనస్సునకు ప్రియము లైన సుఖములు అనుభవింపుము నిర్భయుడ వై, స్త్రీలతో క్రీడించుచు శాంతితో నుండుము '

దుర్యోధనుడు ధృతరాష్ట్రుని ఉసికొలుపుట :

'తండ్రీ! బుద్ధి లేనివాడు అనేక శాస్త్రములు చదివి, వినినప్పటికిని, గరిటెకు పప్పురుచి తెలియనట్లు, శాస్త్ర తాత్పర్యము తెలిసికొన జాలడు. ఒక నౌకకు కట్ట బడిన మరియొక నౌకవలె నీవు విదురుని బుద్ధిని ఆశ్రయించితివి. తెలిసి-తెలిసి నీవు నన్ను మోహములో ఎందుకు పడ వేయు చున్నావు? స్వార్థ సాధనమునకు నీవు కొంచెముగూడ జాగ్రత్త వహించుట లేదు. లేదా, నన్ను ద్వేషించు చున్నావా? నీవు శాసించుచున్న ధార్తరాష్ట్రులము మేలేనిము వారితోనే

సహాసుల మైతిమి. ఎందు కనగా, నీ కొడుకులు స్వేచ్ఛగా అభివృద్ధి పొందు మార్గము నీవు అడ్డగించు చున్నావు ఇప్పుడు చేయవలసిన కర్తవ్యమును భవిష్యకాలమునకు త్రోసెదవు ఇతరుల బుద్ధిపైన నడచు దళాధిపతి, తన మార్గ మందు మోహితుడగునట్లే, ఇతరుని అనుసరించి నడుచువాడు తన మార్గమును ఎట్లు అనుసరించ గలడు?

'రాజా! నీ బుద్ధి పరిపక్వ మైనది వృద్ధులను సేవించు చుందువు. ఇంద్రియ విజయము సాధించినావు ఐనను, మా కార్యము మేము చేసికొను నప్పుడు నీవు మమ్ము మాటి-మాటికి మోహములో పడ వేసెదవు. 'రాజవ్యవ హారము, లోకవ్యవహారముకంటె వే రైనది' అని బృహస్పతి చెప్పెను గనుక, రాజు జాగరూకుడై, నిరంతరము తన ప్రయోజన సాధనము కొరకే చింతించు చుండ వలెను. క్షత్రియుని వృత్తి విజయసాధన మందే నిమగ్న మై యుండును. అది, ధర్మ మైనను, అధర్మ మైనను సాధించ వలసినదే తన వృత్తి సాధన విషయములో పరిశీలనము చేయ గూడదు.

'మహారాజా! శత్రువు యొక్క రాజలక్ష్మిని వశపరచుకొన దలచు రాజు సమస్త దిక్కులలో, సారథి చేర్లకోల (చబుకు)తో గుఱ్ఱములను కొట్టు తన యిష్టము వచ్చిన చోటికి పోవునట్లే, పోవు చుండ వలెను. గుప్తముగా నైనను, లేక, ప్రకటముగా నైనను శత్రువులకు ఇక్కట్లు గలిగించు నుపాయములు చేయునట్టి శస్త్రజ్ఞులైన వారి యాయుధమే ఆయుధ మన బడును. కేవలము నఱకు శస్త్రము మాత్రమే శస్త్రము కాదు. రాజా! 'ఇతడు శత్రువు, ఇతడు మిత్రుడు' అని గీత గీసి చెప్ప జాలము. ఆ యిరువురను సూచించు అక్షర మేదియు లేదు. సంతాపము కలిగించువాడే శత్రువు. అసంతుష్టియే సంపద ప్రాప్తికి మూల కారణము. కనుక, నేను అసంతుష్టినే కోరెదను. తన యున్నతి కొరకు ప్రయత్నించు వాని ప్రయత్నమే సర్వోత్తమ మైన నీతి. పూర్వము సంపాదించిన ధనము ఇతరులు బలాత్కారము చేత అపహరించెదరు. కనుక, ఐశ్వర్యము నందు గాని, ధనము నందు గాని, మమకారము ఉంచ గూడదు. ఇదియే రాజ ధర్మమని అంగీకరింప బడెను.

'తండ్రీ! ఇంద్రుడు నముచి రాక్షసునితో ఎప్పుడు గూడ వైరము చేయ గూడ దని ప్రతిజ్ఞ చేసి, అతని యందు విశ్వాసము ఉంచి, అవకాశము కనిపెట్టి అతని శిరస్సు ఖండించెను. ఈ విధముగనే శత్రువుతో సర్వదా వ్యవహారము జరుగుచు వచ్చెను ఇది యింద్రునకు గూడ అంగీకార యోగ్యముగనే యుండెను. సర్పము బిలములో నున్న మూషికాది జంతువులను మ్రింగునట్లే, ఈ భూమి, విరోధించని రాజును, పరదేశము నందు సంచరించని బ్రాహ్మణు నిన్ని (సన్యాసిని) మ్రింగును.

'రాజా! మనుష్యునకు జన్మము నుండియే ఎవడును శత్రువు కాడు! కాని, ఒక వృత్తిలోనే జీవించుచు, ఒక చోటనే ఉండు వారికి, ఈర్ష్య వలన, ఒండొరులకు శత్రుత్వము కలుగును. తదితరులకు కలుగదు. సర్వదా అభివృద్ధి పొందు చున్న శత్రువును ఉపేక్షించు రాజును పెరుగు చున్న రోగము వలె, ఆ శత్రువు నిర్మూలించును.

'రాజా! వృక్షముయొక్క వేళ్ళలో పుట్టిన పుట్ట ఆ చెట్టును తినునట్లే, అల్పశత్రువుగూడ క్రమముగా పరాక్రమవంతు డై పెరిగి, పూర్వపు ప్రబల శత్రువునుగూడ నష్టపరచును. నీకు శత్రులక్ష్మి మంచి దని అనిపించ గూడదు. నిరంతరము న్యాయమునే తలపై పెట్టుకొనుట గూడ బుద్ధిమంతులకు అతి భారముగ నుండును పుట్టుకనుండి శరీరాదుల వృద్ధితోపాటే ధనవృద్ధినిగూడ కోరువాడే కుటుంబ జనులలో చాల పెంపొంద గలడు. పరాక్రమించుట తాత్కాలికోన్నతికే కారణము.

'మహారాజా! పాండవుల సంపత్తిని పొందువరకు నా మనస్సులో సంశయము బాధించుచునే యుండును. కనుక పాండవుల సంపద నైనను హరించెదను, లేదా, యుద్ధమునందు మరణించెదను. అప్పుడే నా సంశయ శల్యము పోవును. నేటి యీ నా దుర్దశలో జీవించుట వలన లాభ మేమి? పాండవులు దిన-దినము ఉన్నతి జెందు చున్నారు. మా వృద్ధి అస్థిర మైనది. అది చాలకాలము దాక నిలుచునది కా దని తోచు చున్నది.'

ధృతరాష్ట్ర-దుర్యోధనుల సంవాదము ద్యూత సభానిర్మాణము యుధిష్ఠిరుని పిలుచుటకు విదురుని పంపుట :-

"జనమేజయా! యిట్లు దుర్యోధనుడు చెప్పిన మాటలు విని శకుని అతనితో ని ట్లనెను:-

'దుర్యోధనా! నీవు చూచి సంతాపము చెందు చున్న పాండవ లక్ష్మిని నేను జూదముచేత అపహరించెదను. కాని, నీవు యుధిష్ఠిరుని పిలిపింపుము. నేను ఏలాటి సైన్యయుద్ధము చేయక, కేవలము పాచికలు వేసి ఏ విధ మైన హాని కలగ కుండ తప్పక పాండవులను జయించెదను. ఎందు కనగా, నేను ద్యూత విద్యా నిపుణుడను. పాండవులకు ద్యూత కళా నైపుణ్యము లేదు. జూదపు పందెములు నా ధనుస్సులు. పాచికలు నా బాణములు. 'అక్ష హృదయము' (పాచికల మర్మము) నా ధనుస్సునకు అల్లె త్రాడు. పాచికలు వేయుచు నేను కూర్చొను స్థానమే నా రథము.

"జనమేజయా! ఇట్లు శకుని చెప్పిన తరువాత, దుర్యోధన - ధృత రాష్ట్రులకు ఈ విధముగా సంవాదము జరిగెను.

దుర్యో : తండ్రీ! మా మామ శకుని పాచికలు వేయు విద్యలో సమర్థుడు. ఈయన, జూదము ద్వారా పాండవుల సంపత్తిని హరించుటకు ఉత్సాహముతో నున్నాడు. కనుక, నీవు అజ్ఞ యిమ్ము.

ధృత : పుత్రా! ఈ విషయములో నేను నా సోదరుడైన విదురుని సమ్మతి ప్రకారము నడచెదను. అతనిని కలిసి ఈ విషయములో చేయవలసిన నిశ్చయము తెలిసికొనెదను.

దుర్యో : తండ్రీ! విదురుడు సర్వ విధముల సంశయము లేనివాడు. ఆయన నీ బుద్ధిని జూదము నుండి దూరము చేయును పాండవుల హితమును కోరినట్లు నా హితమును విదురుడు కోరడు ఇతరుని బలముపై తన కార్యము సాధించ గూడదు ఏ కార్యమునకుగాని, ఇరువురి యభిప్రాయములు కలియవు. మూర్ఖుడు భయను విడిచి ఆత్మరక్ష చేసికొనుచు గూడ పని చేయక కూర్చొనినచో, అతడు, వర్షా కాలమందు తడిసిన చాపవలె నశించును. రోగము

గాని, యముడు గాని ఒక మనుష్యుడు తన శ్రేయస్సు సంపాదించుకొనువరకు వేచి యుండవు. కనుక, రోగములు - యముడు తనను దాపురించు లోపలనే సమర్థుడు తన హితమును సాధించుకొన వలెను

ధృత: పుత్రా! బలవంతులతో విరోధము చేయుట నాకు మంచి దని పించుట లేదు. వైరము, విరోధమున్ను చాల గొప్ప జగడమునకు దారి తీయును. బలవద్విరోధము కులనాశము కొరకు, ఉక్కుతో చేయ బడని శస్త్రమే యగును. నీవు జూద మనెడు అనర్థమే అర్థము (ప్రయోజనకరము) అని తలచు చున్నావు. జూద మనునది కలహమునకే దారి తీయును. అది మిక్కిలి భయంకరము. అది ఆరంభించిన యెడల తీక్ష్ణ ఖడ్గములను, బాణములనున్ను సృష్టించును

దుర్యో: తండ్రీ! ప్రాచీనులు గూడ జూదము ఆడు చుండిరి. దానివలన దోషము గాని, యుద్ధము గాని కలుగదు. కనుక నీవు శకుని మామ మాటను అంగీకరించి శీఘ్రముగా ఇక్కడ ద్యూత సభాభవన నిర్మాణమునకు ఆజ్ఞ యిమ్ము. జూదము ఆడునట్టి మాకు అది ఒక విశిష్ట మైన స్వర్గ సుఖద్వారము. దాని పరిసరము లందు కూర్చొనిన వారికి గూడ అది సుఖప్రదముగానే యుండును. కనుక, జూదములో పాండవులకు గూడ, మాకు వలెనే సుఖము లభించును. కనుక, వారితో జూద మాడుటకు ఏర్పాట్లు చేయింపుము.

ధృత: కొడుకా! నీవు చెప్పిన మాట నాకు మంచి దనిపించదు. నీ యిష్టము వచ్చినట్లే చేయుము. జూదము ఆరంభించిన తరువాత, నా యీ మాటలు స్మరించి, పశ్చాత్తాప పడెదవు. ఎందు కనగా, నీవు చెప్పిన మాటలు ధర్మ సమ్మతములు అని చెప్ప జాలను. బుద్ధిశాలి, విద్వాంసుడు నైన విదురుడు ఈ పరిణామము లన్నియు పూర్వమే కనిపెట్టెను క్షత్రియ వినాశకర మైన యీ మహాభయము నన్ను వివశుని జేయు చున్నది '

"జనమేజయా! ధృతరాష్ట్రుడు ఇట్లు చెప్పి, 'దైవము దుస్తర మైనది' అని తలచెను దైవ ప్రతాపము చేతనే అతని చిత్తమునకు మోహము కలిగెను. కనుక అతడు కర్తవ్యాకర్తవ్యముల నిర్ణయము చేయ జాలక పుత్రుని మాట అంగీకరించి, సేవకులకు 'తోరణ స్ఫాటిక' మను పేరు గల ఒక ద్యూత సభా

మండపము శీఘ్రముగా నిర్మింపు డని ఆజ్ఞ యిచ్చెను. (ఆ సభా నిర్మాణ పద్ధతి పూర్వమే చెప్ప బడెను)

"జనమేజయా! రాజాజ్ఞ విని శీఘ్ర కర్మకరు లైన వేలకొలది చతుర శిల్పులు సభా నిర్మాణము చేసి, దానిలో రాజు చెప్పినట్లు అన్నియు సిద్ధపరచిరి. త్వరలోనే నిర్మింప బడిన రత్నశోభిత మైన ఆ విచిత్ర రమణీయ సభా భవనము సువర్ణాసనముల చేత వారు అలంకరించి, ధృతరాష్ట్రునకు తెలిపిరి. తరువాత ఆ రాజు మంత్రి - ప్రధాను డైన విదురునకు 'నా యాజ్ఞ యైన దని యుధిష్ఠిరుని తోడ్కొని రమ్ము' అని చెప్పెను 'యుధిష్ఠిరునితో నీవు అతి విచిత్రసభ నిర్మింప బడినది. తమ్ములతో వచ్చి దానిని చూచి, దానిలో నీవు మిత్రద్యూత క్రీడ చేయ వలెను' అనికూడ చెప్పు మనెను.

విదుర - ధృతరాష్ట్రుల సంభాషణము :

"జనమేజయా! ధృతరాష్ట్రుడు చెప్పిన మాట విని విదురుడు దుర్యోధనుని దురభిప్రాయము తెలిసికొని, ధృతరాష్ట్రుడు పుత్రమోహము చేత అన్యాయముగా చేసిన యాజ్ఞను అభినందించక, రాజుతో ని ట్లనెను :

'మహారాజా! నీవు ఇట్టి కార్యము చేయకుము ఇది నాకు నచ్చ లేదు. దీని వలన సమస్త కుల వినాశము జరుగు నని నాకు భయము కలుగు చున్నది. పుత్రులలో భేదము కలిగిన మీదట వారికి అవశ్యముగ కలుగబోవు కలహమును నీవు ఎదుర్కొన వలసి యుండును. ఈ జూదము వలన నాకు ఈ సందేహము కలుగు చున్నది'

ఆ మాటకు ధృతరాష్ట్రుడు విదురునితో ని ట్లనెను .

'విదురా! దైవము ప్రతికూలముగ లేనియెడల కలహము గూడ నాకు కష్టము కలిగింప జాలదు. దైవనిర్మిత మైన సమస్త ప్రపంచము దైవాధీన మయియే పనులు చేయు చుండును ఏవి కూడ స్వతంత్రము కాదు. కనుక, విదురా! నీవు నా యాజ్ఞచేత నేడు యుధిష్ఠిరుని యొద్దకు పోయి అతనిని త్వరగా నిక్కడకు తోడ్కొని రమ్ము!'

విదుర-యుధిష్ఠిరుల సంవాదము-యుధిష్ఠిరుడు హస్తినాపురమునకు పోయి అందరితో కలియుట :

"జనమేజయా! ధృతరాష్ట్రుడు విదురుని నిర్బంధించి పంపిన తరువాత విదురుడు ఉత్తమాశ్వముల రథములపై పాండవుల కడకుపోయి, అక్కడ బ్రాహ్మణులచేత సమ్మానితుడై ధర్మపుత్రునితో కలిసెను. అజాతశత్రువైన యుధిష్ఠిరుడు, విదురుని ఆదరముతో సత్కరించి, పుత్రసహితుడైన ధృతరాష్ట్రుని క్షేమ సమాచార మడిగెను తరువాత, ఆ ఇరువురకు ఇట్లు సంవాదము జరిగెను.

యుధి : మహాత్మా! నీవు ప్రసన్నుడవుగా నున్నట్లు తోచుట లేదు. కుశలమే కదా? ధృతరాష్ట్రపుత్రులు ఆ వృద్ధరాజునకు అనుకూలముగ నడచుకొనుచున్నారా? రాజునకు ప్రజలు వశులై యున్నారా?

విదు : రాజా! ధృతరాష్ట్రుడు పుత్ర బాంధవులతో క్షేమముగ నున్నాడు. వినయవంతులైన తన పుత్రుల యెడల ప్రసన్నుడై యున్నాడు. ఏలాటి శోకము లేదు. అతడు తన మనస్సులోనే ప్రేమ గలవాడు. ఆ రాజు నీ క్షేమమును, ఆరోగ్యమున్నుగూర్చి అడిగి, నీతో, 'వత్సా! నేను నీ సభవంటి సభను నిర్మించినాను. నీ సోదరులతో వచ్చి దుర్యోధనాది సోదరులతో కలిసి సభను చూచి, సభలో యిష్ట మిత్రులతో జూద మాడి మనస్సునకు ఆహ్లాదము కలిగించుకొనుము. మీతో కలిసి మేము సంతోషించెదము' అని చెప్పు మనెను. ధృతరాష్ట్రుడు నిర్మింప జేసిన ఆ ద్యూత స్థానమందు చేరి కూర్చొని యున్న ధూర్తులైన జూదరులను నీవు చూడ గలవు రాజా! ఇందుకొరకే నేను వచ్చినాను. నీవు హస్తిపురికి వచ్చి, సభను చూచి జూదము ఆడుము.

యుధి : విదురా! జూదమువలన జగడము కలుగును గదా? వివేకము గలవా రెవరుగూడ జూదము ఇష్టపడరు ఇందులో నీ యభిప్రాయము తెలుపుము మేము నీ యాజ్ఞ ప్రకారమే నడచుకొనువారము గదా!

విదు : 'నాయనా! జూదము అనర్థమునకు మూల మని నాకు తెలియును. దానిని ఆపుటకు ప్రయత్నించితిని. ఐనను ధృతరాష్ట్రుడు నన్ను నీయొద్దకు పంపెను ఇక నీకు మంచి దని తోచినట్లు చేయుము

యుధి : 'మహాత్మా! అక్కడ పుత్రులేకాక, మరి ఏయే యితర ధూర్తులు (జూదరులు) జూద మాడెదరు? అక్కడివారితో నూర్లకొలది పందెములు ఒడ్డి మాకు జూద మాడవలసి యుండును.

విదు : రాజా! అక్కడ ద్యూతకళలో మహా చతురు డైన శకుని యున్నాడు అతడు తన యిచ్చానుసారముగ పాచికలు వేయుటలో సిద్ధహస్తుడు. అక్ష హృదయమును బాగుగా నెరిగినవాడు. అతనితో పాటు 'వివింశతి - చిత్ర సేన - సత్యవ్రత - పురుమిత్ర - జయ' నామకు లైన రాజులుగూడ నుండెదరు.

యుధి : ఆ ట్లైనయెడల అక్కడ అతి భయంకరులు, కపట ద్యూతకరు లైన ధూర్తులున్న జూద మాడుటకు చేరి యున్నారు. దైవ రచిత మైన సమస్త ప్రపంచము దైవాధీనమే కాని, స్వతంత్రము కాదు. ధృతరాష్ట్రుని యాజ్ఞచేత జూదమాడుటకు తప్పక వచ్చెదను. పుత్రునకు తండ్రి సర్వదా ప్రియుడే కదా? కనుక, నీ యాజ్ఞ ప్రకారము నడచుకొనెదను. నాకు జూదమాడు కోరిక లేదు. న న్నొకవేళ, ధృతరాష్ట్రుడు పిలువ కుండిన యెడల నేను శకునితో ఎప్పుడు గూడ జూదమాడను. కాని, పిలిచినప్పుడు నే నెప్పుడు గూడ వెనుదీయను. ఇది నా నియమము.

"జనమేజయా! యుధిష్ఠిరుడు విదురునితో నిట్లు చెప్పి, ప్రయాణమునకు ఏర్పాట్లు చేయుటకు అజ్ఞ యిచ్చెను. మరునాడు ఉదయము సోదరులతో, పరివారములతో, ద్రౌపది మొద లైన స్త్రీలతోను హస్తినాపురమునకు ప్రయాణము చేయుచు, యుధిష్ఠిరుడు విదురునితో "అత్యుజ్జ్వల మైన తేజస్సు కనపడినప్పుడు కన్నుల జ్యోతిని అది హరించినట్లే, దైవము మనుష్యుని బుద్ధిని హరించును. దైవముచేతనే ప్రేరితు డై మనుష్యుడు పగ్గములచేత కట్ట బడినట్లు దైవమునకు వశు డై తిరుగు చుండును' అని చెప్పి, జూదమాడుటకు ధృతరాష్ట్రుని యాహ్వానము సహించ కున్నను, విదురునితో అక్కడకు పోవుటకు ఉద్యుక్తు డై 'బాహ్లీక' నామకు డైన తనసారథి తెచ్చిన రథముపై కూర్చొని, సోదరులతో హస్తినాపురమునకు, బ్రాహ్మణులను ముం దిడుకొని బయలు దేరెను.

"జనమేజయా! తొలుత యుధిష్ఠిరుడు సేవకులను హస్తినాపురికి పంపెను బ్రాహ్మణులు స్వస్తి వాచనము చేసిరి. సమస్త సామగ్రులతో ధౌమ్యా

చార్యుని తోపాటు వెడలుచు, తన యాత్ర సఫలమగుటకు బ్రాహ్మణులకు అనేక దానములు చేసి, ఇతరులకు కోరిన వస్తువులు బహుమతులుగా నిచ్చి బయలు దేరెను. రాజు కూర్చొనుటకు యోగ్య మైన అరువది సంవత్సరముల ప్రాయము గల గజరాజు నలంకరించుకొని మావటి వారు తెచ్చిరి. అప్పుడు యుధిష్ఠిరుడు (రథము దిగి) ఏనుగుపై కూర్చొని సువర్ణ రత్నాలంకారముల చేత శోభిల్లు చుండెను. సువర్ణ వేదికపై నున్న అగ్ని దేవుడు ఘృతాహుతుల చేత జ్వలించు చున్నట్లు యుధిష్ఠిరుడు భూషణ కాంతుల చేత ప్రకాశించు చుండెను.

"జనమేజయా! తరువాత, ఇతర వాహనములతో, పరివారముతోను బయలుదేరి, యా రాజు హర్ష ధ్వానములు, స్తుతి పాఠకుల యొక్క గుణ గానములున్ను మిన్ను ముట్టగా సూర్యునివలె శోభిల్లుచు నుండెను. అతని తలపై పూర్ణచంద్రుని వంటి శ్వేత ఛత్రము పట్టుకొన బడి యుండెను. చామరములు వీవ బడు చుండెను జయ-జయ ధ్వానములతో శుభాశీర్వాదములు చేయబడు చుండెను. అంపరి యెదుట తల వంచి యుధిష్ఠిరుడు వినయముతో పోవు చుండెను. సైనికులు అతని వెనుక కోలాహల ధ్వనితో పోవు చుండిరి యుధిష్ఠిరు నకు ముందు భాగమందు భీమసేనుడు గజముపై పోవు చుండెను అతనికి ఇరు వైపుల నకుల సహదేవులు అశ్వములపై పోవు చుండిరి. వెనుక భాగమందు అర్జునుడు గాండీవము ధరించి రథముపై పోవు చుండెను సేనామధ్యమందు యుధిష్ఠిరుడు ఉండెను. ద్రౌపది మొద లైన స్త్రీలు సపరివారముగా పల్లకీలలో రాజునకు ముందుభాగమందు పోవు చుండిరి.

"జనమేజయా! పాండవుల సైన్యము చతురంగ దళములతో నిండి యుండెను. శంఖ-దుంధుభి-వీణాదుల నాదములు కల దై యుండెను యుధి ష్ఠిరుడు అనేక వనములను, సరోవరములను నదులనున్ను దాటి, హస్తినాపుర సమీపమునందలి యొక సమతలప్రదేశమందు సేనతో నిలిచెను. ఆ విడాదు లోనే యుధిష్ఠిరుడు బస చేసెను

"జనమేజయా! అప్పుడు విదురుడు యుధిష్ఠిరునితో 'హస్తినాపురమందు ధృతరాష్ట్రుడు ఏమి చేయ దలచు చున్నది? ద్యూతక్రీడ వెనుక ఏ రహస్యము దాగి యున్నది?' అను సమస్త వృత్తాంతము దుఃఖముతో చెప్పెను.

"జనమేజయా! తరువాత, యుధిష్ఠిరుడు నగరప్రవేశము చేసి ధృతరాష్ట్రుని దర్శించి, భీష్మ-ద్రోణ-కర్ణ-కృపాచార్య-అశ్వత్థామాదులతో గూడ కలిసెను. తరువాత, సోమదత్త-దుర్యోధన-శల్య-శకునులతో కలిసెను. వారు పూర్వము నుండియే అక్కడకు వచ్చి యుండిరి. తరువాత, దుశ్శాసనాది సోదరులతో, సైంధవాదులతో, సమస్త కౌరవులతోను కలిసి యుధిష్ఠిరుడు ధృతరాష్ట్రభవనమునకు పోయి, సర్వదా తారకా పరివృత యైన రోహిణీదేవి వలె, కోడండ్రతో కూర్చొని యున్న గాంధారీదేవిని చూచి, ఆమెకు నమస్కరించగా ఆమె అతనిని ఆశీర్వదించెను. అక్కడినుండి మరల ధృతరాష్ట్రుని కడకు రాగా ఆ వృద్ధరాజు పాండవుల మస్తకములను మూర్కొనెను.

"జనమేజయా! పాండవులను చూచి కౌరవు లందరు మిక్కిలి హర్షించిరి. ధృతరాష్ట్రుని యాజ్ఞ తీసికొని పాండవులు రత్నమయ గృహములలో ప్రవేశించిరి. దుశ్శల మొదలైన స్త్రీలు పాండవులను చూచిరి ద్రౌపదీదేవి సమృద్ధిని చూచి ధృతరాష్ట్రుని కోడండ్రకు కనుకట్టుగా నుండెను. తరువాత, పాండవులు ఆ స్త్రీ లందరితో మాట్లాడి, స్నానాది కార్యములు నెరవేర్చి, దివ్య చందనాది భూషితులై, భోజనము చేసి, శయన గృహములకు పోయి, స్త్రీలు వారి స్తోత్ర గానములు చేయు చుండగా శయనించిరి. ఆ రాత్రి విలాసాదులతో గడిపి, పాండవులు మరునాటి యుదయము స్తోత్ర పాఠకుల గానములు వినుచు, మేలుకొని ప్రాతఃకాల కర్మలు చేసి, ద్యూత సభా భవనమునకు పోవగా, నచట చేరి యున్న జూదరులు పాండవులను అభినందించి, స్వాగతము చెప్పిరి.

జూదము విషయములో శకుని - యుధిష్ఠిరుల సంవాదము :

"జనమేజయా! పాండవులు ద్యూత సభా ప్రవేశానంతరము అందరితో కలిసి కూర్చొనిన తరువాత, శకుని యుధిష్ఠిరులకు ఇట్లు సంవాదము జరిగెను:-

శకుని : యుధిష్ఠిర మహారాజా! ఈ సభలో పాచికలు ఆడుటకు వస్త్రము (ద్యూతపటము) పరవబడినది. అందరు నీ కొరకు వేచి యున్నారు ఇప్పుడు జూదము ఆడవలెను.

యుధి : శకునిరాజా! జూదము కపటముతో కూడినది. అది పాపమునకు కారణమగును. ఈ క్రీడలో క్షత్రియోచిత మైన పరాక్రమము చూప

బడదు. దీనికి ఒక నిశ్చిత మైన నీతిగూడ లేదు ఇట్టి దుష్టక్రీడను నీవు ఎందుకు ప్రశంసించు చున్నావు? కపటములు, కుట్రలున్ను చేయు జూదరులకే యిక్కడ సమ్మానము కలుగును. అట్టి గౌరవమును సజ్జనులు ప్రశంసించరు. కనుక, నీవు క్రూరునివలె అనుచిత మార్గములో మమ్ము జయించుటకు ప్రయత్నింపకుము.

శకు : రాజా! పాచికలు వేయుటకు పూర్వమే వాని సంగతి ఎరుగుట, కపటమునకు ప్రతీకారము చేయుటకు తెలియుట, పాచికలు వేయుట మొదలైన సమస్త కార్యములలో వెనుదీయని యుత్సాహము, ద్యూత క్రీడకు సంబంధించిన సమస్త విషయములు తెలియుట ఇన్ని గుణములు బాగుగా నెరిగినవాడే మంచి ఆటగాడు. అతడే యితరుల కపట చేష్టలను సహించ గలడు

'యుధిష్ఠిరా! పాచికలు విపరీతముగ పడిన యెడల ఆటగాండ్రలో ఒక పక్షమును అవి ఓడించును. కనుక, ఈ యాటలో జయాపజయములు, దైవాధీనములైన పాచికలపైననే ఆధారపడి యుండును దానిచేతనే పరాజయము కలుగును. ఓడిపోవు సందేహము మాకు గూడ ఉన్నప్పటికిన్ని ఆడు చున్నాము. కనుక, నీవు శంకింపకుము. జాగు చేయక పందెము ఒడ్డుము.'

యుధి : శకునీ! అసితు డైన 'దేవలుడు' అను ఋషి సమస్త లోకములలో సంచరించు చుండును. ఆ మునీంద్రుడు 'జూదము కపటపూర్వకముగ ఆడ బడును గనుక, అది పాపసహిత మైనది. ధర్మానుకూల విజయము యుద్ధమునందు లభించును గనుక, క్షత్రియులకు యుద్ధము చేయుటయే ఉత్తమము. జూద మాడుటకాదు' అని చెప్పెను శ్రేష్ఠుడు ఎవరితోకూడ అనుచితముగ మాట్లాడడు కపటముగ వ్యవహరించడు. కుటిలత్వము, శఠత్వము (రహస్యముగ అపకారము చేయుట) - ఇవి లేని యుద్ధమే చేయుట సత్పురుషులకు నియత మైన వ్రతము.

'శకునీ! మేము ఏ ధనము చేత బ్రాహ్మణులను రక్షించుటకే ప్రయత్నము చేయుదుమో, అట్టి ధనమును నీవు జూద మాడి మానుండి అపహరించుటకు ప్రయత్నము చేయకుము. నేను ధూర్తత్వ (జూదరితనము) వ్యవహారము చేత సుఖము గాని, ధనము గాని పొంద గోరను. ఎందు కనగా, జూదరి పని మంచిది కాదని విద్వాంసులు తలంచెదరు '

శకు: యుధిష్ఠిరా! శ్రోత్రియుడైన విద్వాంసుడు, ఇతర శ్రోత్రియ విద్వాంసుని జయించుటకు పోయినప్పుడు కపటముతోనే వ్యవహరించును విద్వాంసుడు, అవిద్వాంసులను కపటముతోనే ఓడించును. కాని, అట్టి పని కపట మని సాధారణ జనులు చెప్పరు. ద్యూత విద్యలో పరిపూర్ణానుభవము కలిగి, నిపుణుడైనవాడు దానిని పరిపూర్తిగా తెలియని వారిని శఠత్వము చేతనే జయించును. ఐనను, ప్రజలు దానిని కపట మని అనరు.

'యుధిష్ఠిరా! అస్త్రవిద్యానిపుణుడైన యోధుడు ఆ విద్య తెలియని వానిని, బలిష్ఠుడు దుర్బలునిన్ని శఠత్వముతోనే జయింప గోరును ఈ విధముగా అన్ని పనులలో విద్వాంసులు అవిద్వాంసులను కపటముతోనే జయించినప్పటికిన్ని లోకులు కపట మని యనరు. కనుక, ఒక వేళ నీతో కపటము మేము చేయు చున్నా మని నీవు తలచి భయపడు చున్న యెడల ఈ జూదము విడిచి వెడలి పొమ్ము.

యుధి : శకునీ! నన్ను పిలిచినప్పుడు నేను వెనుదీయను. ఇది నిశ్చిత మైన నా వ్రతము. దైవము ప్రబల మైనది. నేను దైవమునకు వశపడి యున్నాను. ఇప్పుడు ఇక్కడ చేరి యున్న వారిలో ఎవరితో నేను జూదమాడ వలెను? నా యెదుట కూర్చొనునట్టి నా ఊజ్జి ఎవరు? అది నిశ్చయించిన తరువాత ఆట ప్రారంభింతము.

దుర్యో . మహారాజా! పందెము ఒడ్డుటకు ధన-రత్నరాసులు నేను ఇచ్చెదను కాని, నావైపునుండి నాకు ప్రతినిధిగా, నా మామ శకుని ఆడును.

యుధి : ఒకడు, ఇతరుని కొరకు జూద మాడుట అనుచిత మని నాకు తోచు చున్నది ఈ విషయము బాగుగా తెలిసికొనిన తరువాతనే స్వేచ్ఛగా ద్యూతక్రీడ ఆరంభింప బడుగాక!

ద్యూతక్రీడ ప్రారంభము :

"జనమేజయా! జూదము ఆడుటకు ఆరంభింప బడినప్పుడు సమస్త రాజులు ధృతరాష్ట్రుని ముం దిడుకొని సభాభవనమునకు వచ్చిరి. భీష్మ-ద్రోణ-కృప-విదురాదులు అసంతుష్టితోనే ధృతరాష్ట్రుని వెనువెంట వచ్చిరి. అందరు

వచ్చి ఆ సభలో ఒకొక్కొక్క ఆసనముపై ఇద్దరిద్దరుగా, వేరు-వేరుగా, ఒకే-డొకడుగాను కూర్చొనిరి. దేవత లందరు ఒకచోట సమావిష్టులైనప్పుడు స్వర్గలోకము భాసిల్లునట్లే, అక్కడకు వచ్చిన రాజులచేత ఆ సభాభవనము శోభిల్లు చుండెను వారందరు వేదజ్ఞులు, శూరులు, తేజస్వులు. అందరు వచ్చిన తరువాత మిత్రద్యూతక్రీడ ఆరంభింప బడెను. అప్పుడు తొలుత పందెము ఒడ్డుచు, యుధిష్ఠిరుడు ఇట్లనెను:-

'రాజా! సాగరావర్తము (సముద్రపు సుడి) లో ఉత్పన్నమైన యీ మహామణి బహుమూల్యమైనది. నా హారములలో ఇది సర్వోత్తమమైన సువర్ణ ఖచితహారము. నేను ఈ ధనము పందెముగా పెట్టినాను. దీనికి బదులు నీ వైపు నుండి ఏ ధనము పందెము పెట్టి ఆడెదవు?'

ఆ మాటకు దుర్యోధను డి ట్లనెను :-

'రాజా! నాయొద్దగూడ అనేక మణులు, ధనములు నున్నవి. కాని, నాకు ధనపు అహంకారము లేదు. నీవు ఈ జూదము గెలువుము '

"జనమేజయా! తరువాత పాచికలు వేయుటలో అత్యంత నిపుణుడైన శకుని పాచికలు తీసికొని వేసి, యుధిష్ఠిరునితో, 'ఇదిగో! ఈ పందెము నేను గెలుచుకొంటిని!' అనెను.

జూదములో శకుని కపటముచేత యుధిష్ఠిరుడు ప్రతి పందెము ఓడుట :

"జనమేజయా! తరువాత యుధిష్ఠిరుడు ఇ ట్లనెను :-

'శకునీ! నీవు కపటముచేత ఈ పందెములో నన్ను ఓడించితివి దీని పైననే నీవు గర్వపడకుము. రమ్ము. మరల ఆడుదము. నాయొద్ద వేలకొలది నిష్కముల*తో నిండిన ఎన్నియో పెట్టెలు కలవు. ఇవిగాక, అక్షయ ధనములు, వివిధ సువర్ణములున్ను కలవు. ఈ ధన మంతయు ఇప్పుడు నేను పందెముగా ఒడ్డినాను. ఇక ఆడుము!'

---

* ఒక 'కర్షము' అథవా, పదియారు మాసముల (12 మాసములు ఒక తులము) సువర్ణముతో చేయ బడిన బంగారు నాణెము. ఇది ప్రాచీన కాలములో ప్రచారమందు ఉండెను

"జనమేజయా! యుధిష్ఠిరుని మాట విని శకుని పాచికలు వేసి అతనితో, 'ఇదిగో ఈ పందెముగూడ నేనే గెలిచితిని!' అని యనెను అప్పుడు యుధిష్ఠిరుడు ఇట్లనెను :-

'శకునీ! మాయొద్ద ఆనంద దాయక మైన రాజరథము కలదు. దాని లోనే మేమిక్కడకు వచ్చితిమి. రథములలోనెల్ల శ్రేష్ఠమైన 'జైత్ర' నామము గల యీ రథము నడచునప్పుడు మేఘము వంటిది, సముద్రము వంటిదియు నగు గంభీర గర్జన ధ్వని వెడలును. ఇది యొకటియే వేయి రథములతో సమానము. దీనిపైన వ్యాఘ్ర చర్మము కప్పబడి యున్నది. ఇది మిక్కిలి దృఢ మైనది. దీని చక్రములు, ఇతర సామాగ్రియు మిక్కిలి సుందరము లైనవి. పరమ శోభాయమాన మైన యీ రథములో మువ్వలు అలంకరింప బడి నవి. కురర (లకుముకి పిట్ట - లేక, గోరువంక) పక్షి కాంతివంటి కాంతి గలిగి, సమస్త దేశములో గౌరవింప బడిన యెనిమిది గుఱ్ఱములు ఈ రథమును వహించును. భూమిపై తిరుగు ఏ ప్రాణిగూడ ఈ గుఱ్ఱముల యెదుట బడి బ్రతికి పోవజాలదు. ఈ యశ్వసహిత రథము ధనముగా, పందెము ఒడ్డి నీతో జూద మాడు చున్నాను.'

"జనమేజయా! ఈ మాట విని కపటద్యూతకరు డైన శకుని పాచికలు వేసి 'ఇదిగో, ఈ పందెము గూడ నేను గెలుచు కొంటిని!' అని యనగా, యుధిష్ఠిరుడు మరల ని ట్లనెను :-

"శకునీ! నాయొద్ద ఒక లక్ష మంది తరుణ వయస్సులో నున్న దాసీ జనులు ఉన్నారు. సువర్ణ భూషణములు ధరించి, చేతులకు శంఖపు గాజులు తొడిగికొని, బాహువులందు భుజకీర్తులు గలిగి, కంఠములందు నిష్కముల హారములు ధరించి, సుందరవస్త్రములు ధరించి, శరీరమంను చందనాది పరిమళ ద్రవ్యములు అలదుకొని, చతుష్షష్టి(అరువది నాలుగు) కళలలో నైపుణ్యము గలిగి. నృత్య - గానములలో గూడ సామర్థ్యము గలిగి, నాయాజ్ఞ చేత స్నాతకులకు, మంత్రులకు, రాజులకున్ను సేవలు చేయు చున్న యీ దాసీ జనులందరను ధనముగా నేను పందెము పెట్టుచున్నాను.'

"జనమేజయా! యుధిష్ఠిరుని మాట విని కపటి యైన శకుని మరల పాచికలు వేసి, యతనితో, 'ఇదిగో, ఈ పందెముగూడ నేనే గెలిచితిని.' అని యనగా, యుధిష్ఠిరుడు మరల నిట్లనెను:-

'శకునీ! నాయొద్ద కార్యకుశలులు, అనుకూలురు, సుందరులు నైన యొక లక్షమంది దాసజనులుగూడ నున్నారు. వా రందరు యువకులు. వస్త్రాలంకార భూషితులు. రేయింబవళ్ళు అతిధులకు భోజనము వడ్డించు చుందురు. ఆ నా దాసధనము పందెము పెట్టితిని.'

"జనమేజయా! అది విని శఠు డైన శకుని పాచికలు వేసి, 'ఈ పందెముకూడ నేనే గెలుచుకొంటిని' అని యనగా, యుధిష్ఠిరుడు మరల నిట్లనెను:-

'శకునీ! నాకచట బంగారు పగ్గములతో కట్టబడిన ఒక వేయిమద గజములు గలవు. అవి భూషణాలంకృతములు. వాని చెక్కిళ్ళపై, అవయవములపైనను కమలపు మచ్చలు గలవు. రాజు లెక్కుటకు యోగ్యము లైన ఆ యేనుగులు యుద్ధములో అతి భయంకర శబ్దములను గూడ సహించగలవు. ఆ యేనుగుల దంతములు నాగేటి దండములవలె పొడవుగా నున్నవి. ఒక్కొక్క యేనుగునకు ఎనిమిది - ఎనిమిది కరిణులు గలవు. నూతన మేఘములవంటి శరీరకాంతి గల ఆ యేనుగు లన్నియు మహా - మహా నగరములను గూడ నశింప జేయ గల శక్తి గలవి. అట్టి నా గజధనము పందెముగా ఒడ్డుచున్నాను. శకునీ! ఇక నాడుము.'

"జనమేజయా!' ఆమాట విని శకుని పాచికలు వేసి 'ఈ పందెముగూడ నేనే గెలుచుకొంటిని' అని యనగా, యుధిష్ఠిరుడు మరల నిట్లనెను:-

'గాంధార రాజా! నాయొద్ద సువర్ణదండములు గల ధ్వజములతో వేయి రథములు గలవు. వానికి ఉత్తమాశ్వములు కట్టబడి యున్నవి. అవి యుద్ధ సంఘర్షమును సహించ గలవి. వాని రథికులకు ఒక వేయి బంగారు నాణెములు వేతనముగ ఇవ్వబడు చున్నవి. వారు యుద్ధము చేసినను, చేయకున్నను నెల-నెలకు ఈ వేతనము వారికి లభించు చుండును. అటువంటి నా రథ ధనము పందెము పెట్టుచున్నాను.'

"జనమేజయా! అప్పుడు శకుని పాచికలు చేసి, ఆ పందెము గూడ గెలుచుకొనగా, యుధిష్ఠిరుడు మరల శకునితో నిట్లనెను.

'శకునీ! నా యొద్ద తిత్తువు పిట్టల వన్నె గల గంధర్వ దేశాశ్వములు కలవు. సువర్ణ హార భూషితములైన ఆ గుఱ్ఱములను చిత్రరథుడు అను గంధర్వుడు యుద్ధములో అర్జునునకు ఓడిన తరువాత సంతుష్టుడై, అర్జునునకు ప్రేమతో కానుకలుగా నిచ్చెను. అట్టి గంధర్వాశ్వములను పందెముగా పెట్టుచున్నాను.' అప్పుడు శకుని పాచికలు వేసి, 'ఈ పందెము గూడ నేనే గెలుచుకొంటిని' అని యనగా, యుధిష్ఠిరుడు మరల నిట్లనెను :

'శకునీ! నా యొద్ద పదివేల ఉత్తమ రథములు, శకటములున్ను కలవు. వానికి, చిన్న - పెద్ద వాహనములు కట్టబడి యున్నవి. ఇట్లే ప్రతి జాతికి చెందిన అరువదివేల మంది ఉత్తమ యోధులు బల - పరాక్రమ సంపన్నులు కలరు. వారు పాలు త్రాగుచు, వరి యన్నము తినుచు నున్నారు. ఆ వీరుల యెదలు మిక్కిలి విశాలములుగ నున్నవి. వారిని పందెము ఒడ్డుచున్నాను.'

"యుధిష్ఠిరుని మాట విని శకుని పాచికలు చేసి 'ఈ పందెము గూడ నేనే గెలుచుకొంటిని' అని యనగా యుధిష్ఠిరుడు మరల నిట్లనెను :

'సుబలపుత్రా! నా యొద్ద రాగివి, ఉక్కువియు నగు నాలుగు నూర్ల పెట్టెలు గలవు. ఒక్కొక్కదానిలో ఐదైదు ద్రోణముల తూకము గల మేలిమి బంగారము నిండి యున్నది. ఆ సువర్ణ నిధులకు వెల కట్ట జాలము. ఆ ధనము పందెము పెట్టితిని'.

"ఆ మాట విని శకుని పాచికలు వేసి 'ఈ పందెము గూడ నేనే గెలుచుకొంటిని' అని యనెను.

ధృతరాష్ట్రుని విదురుడు హెచ్చరించుట :

"జనమేజయా! ఈ విధముగ సర్వస్వమును అపహరించునట్టి భయంకర ద్యూతక్రీడ జరుగుచుండినప్పుడు సమస్త సంశయ నివారకుడైన విదురుడు ధృతరాష్ట్రునితో నిట్లనెను:-

మహారాజా! చావ నున్న రోగికి ఔషధము సహించనట్లే మీకు శాస్త్ర సమ్మతి మైన నా యుపదేశము సహింపదు. ఐనను, నేను చెప్ప బోవునది బాగుగా విని తెలిసికొనుము

రాజా! భరతవంశ వినాశకరు డైన పాపిష్ఠదుర్యోధనుడు తల్లి గర్భము నుండి పుట్టినప్పుడు నక్కవలె బిగ్గరగా కూసెను. కనుక తప్పక మీ కందరకు అది వినాశకారణ మగును. మీ యింటిలో దుర్యోధను డనెడు నొక నక్క నివ సించు చున్నది. కాని, మోహము చేత దానిని నీవు ఎరుగ కున్నావు. శుక్రనీతి చెప్పెద వినుము.

రాజా! తేనె అమ్ముకొని జీవించువాడు ఉన్నత వృక్షములు మొద లైన వానిపై నున్న తేనె పెరను చూచినప్పుడు, 'ఆ చోటినుండి క్రింద పడెద' నను ఊహ ఆ మధు విక్రేతకు ఉండదు. అతడు ఆ యున్నత స్థానము పైన ఎక్కి తేనెను సంపాదించును. లేదా, ఆ చోటినుండి క్రింద పడును ఆ విధముగానే దుర్యోధనుడు జూదపు మైకముచేత, తేనెకొరకు మోహపడిన వానివలె, తనకు రాగల సంకటమును చూడ కున్నాడు. పాండవులతో ద్వేషించి మనకు గుంతలో పడి చావవ లసి యుండు నని అత డెరుగడు.

రాజా! పూర్వము భోజవంశపు రాజొకడు పురజనుల హితము కోరి దుర్మార్గు డైన తన పుత్రుని విడిచెను. అంధక - యాదవ - భోజవంశీయు లందరు కలిసి, కంసుని విడిచిరి వారి కోరికచేతనే శ్రీకృష్ణుడు కంసుని సంహ రించెను. వాని మరణముచేత బంధువులకు సుఖము కలిగెను. అట్లే, నీవుగూడ ఆజ్ఞ యిచ్చినచో అర్జునుడు దుర్యోధనుని బంధింప గలడు. ఈ పాపిష్ఠుడు చెర బట్ట బడుటచేత సమస్త కౌరవులకు సుఖ-సంతోషములు కలుగును.

రాజా! దుర్యోధనుడు కాకివంటివాడు. పాండవులు నెమళ్ళవంటివారు. ఈ కాకిని ఇచ్చి విచిత్ర వర్ణముల రెక్కలు గల మయూరములను కొనుము. ఈ నక్కను ఇచ్చి పాండవు లనెడు వ్యాఘ్రములను స్వీకరింపుము. శోక సముద్రములో మునిగి ప్రాణములు విడువకుము సమస్త వంశశ్రేయస్సు కొరకు ఒక మనుష్యుని విడువ వలెను. ఒక గ్రామపు హితముకొరకు ఒక కులమును విడువ వలెను. దేశ శ్రేయస్సుకొరకు ఒక గ్రామమును త్యజించ

వలెను. తనను ఉద్ధరించుటకొఱకుట కొఱకు, సమస్త భూమండలమునే పరిత్యజించ వలెను (ఈ యర్థము గల శ్లోకము వ్యాసు డిట్లు చెప్పెను:)

"త్యజేత్ కులార్థే పురుషం గ్రామస్యార్థే కులం త్యజేత్।
గ్రామం జానపదస్యార్థే ఆత్మార్థే పృధివీం త్యజేత్॥"

"మహారాజా! అందరి మనోభావముల నెరిగి, శత్రు భయంకరుడు, సర్వజ్ఞుడు నైన శుక్రాచార్యుడు, జంభాసురుని అసురులు విడుచునప్పుడు పెద్ద-పెద్ద యసురులకు ఈ కధ చెప్పెను అ కథ విదురుడు ధృతరాష్ట్రునకు ఇట్లు వినిపించెను.

'మహారాజా! ఒక వనమందు సువర్ణము క్రక్కునట్టి పక్షులు కొన్ని యుండెను. ఒకనాడు ఆ పక్షులు తమ గూండ్లలో విశ్రమించు చున్నప్పుడు ఆ దేశపు రాజు ఆ పక్షులను, లోభము చేత చంపించెను. 'సువర్ణ మంతయు ఒక్కసారే పొంద వలె' నను లోభము అతనిని అంధుని జేసెను. కనుక, ఆ పక్షులను వధించి, అప్పటి లాభము, భవిష్య కాల మందలి లాభము రెంటిని నశింప జేసికొనెను. ఇట్లే, 'పాండవుల సమస్త ధనము హరించ వలె' నను లోభము చేత వారికి ద్రోహము చేయకుము

'రాజా! నీ వట్లు ద్రోహము చేసిన యెడల పక్షులను హింసించిన రాజు వలె నీవుగూడా పశ్చాత్తాపపడ వలసి యుండును. ఈ ద్రోహము చేత, గాలము నకు కట్ట బడిన ముల్లు మ్రింగుట చేత మత్స్యము నశించునట్లే నీకు గూడ సర్వనాశము కలుగును. తోటమాలి తోటలోని వృక్షములకు మాటి-మాటికి నీరు పోయుచు, అప్పు-డప్పుడు వికసించిన పుష్పములను ఏరుకొనుచున్నట్లే నీవు పాండవు లనెడు వృక్షములను స్నేహజలము చేత తడుపుచు, వారినుండి పుట్టు ధనము లనెడు పుష్పములను గైకొను చుండుము.

'రాజా! బొగ్గులకొరకు వృక్షములను కాల్చి భస్మము చేయునట్లే, నీవు పాండవులను సమూలముగ దహించుటకు ప్రయత్నింపకుము. పాండవులను విరోధించుట చేత పుత్ర - మంత్రి - సేనలతో పాటు నీవు యమలోకమునకు పోయెదవు సుమా! పాండవులు సంఘటితు లై యుద్ధ సన్నద్ధు లైనప్పుడు దేవ

పోవకుడు ద్యూతోన్మాదమునందు మై మరచిన అజాత శత్రుడు తన క్రోధమును ఆప జాలనప్పుడు భీమార్జున నకుల సహదేవులు గూడ కృద్ధులైనప్పుడున్ను అతి ఘోర యుద్ధము ప్రాప్తించును అప్పుడు విపత్తి సముద్రములో మునుగు చున్న మీకు ఎవడు ఆశ్రయ మిచ్చును?

మహారాజా! జూదమునకు పూర్వము గూడ నీవు కోరినంత ధనము పొంద గలుగు చుంటివి మిక్కిలి ధనవంతులైన పాండవులను నీవు జూదము ద్వారా జయించినప్పటికిన్ని నీకు ఏమి ఒరగబడును? పాండవులు స్వయముగనే ధన స్వరూపులు కనుక వారిని నీవు ఆత్మీయులను జేసికొనుము శకుని జూదము ఏవిధముగ ఆడు చుండుట నే నెరుగుదును. ఈ పర్వతీయరాజు జూదములో సమస్త కపట విద్యలను ఎరుగును. ఈ శకుని తన దేశమునకు తిరిగి పోవలె నని కోరు చున్నాను. ఇతడు ఉసికొలిపిన యీ జూదముచేత నీవు కౌరవ-పాండవుల యుద్ధాగ్నిని యెగద్రోయ కుందువుగాక!

అప్పుడు దుర్యోధనుడు విదురునితో ని ట్లనెను :

దుర్యోధనుడు విదురుని ధిక్కరించుట-విదురుడు అతనిని హెచ్చరించుట :

విదురా! నీవు ఎల్లప్పుడు మా శత్రువుల కీర్తినే శ్లాఘించు చుందువు. మమ్ము ధార్తరాష్ట్రులను నిందించు చుందువు. నీకు ఎవరిపై ప్రేమ యున్నదో మేమెరుగుదుము.మేము మూర్ఖుల మని తలచి నీవు సర్వదా మమ్ము అవమానించు చుందువు. ఇతరులను ప్రేమించు వానిని సులభముగా తెలిసికొనవచ్చును. ఎందు కనగా, అతడు ద్వేషించు వారిని నిందించుచు, ప్రేమించు వారిని ప్రశంసించుచు నుండును. మా యెడల నీ హృదయములో నున్న ద్వేషము నీ నాలుకయే ప్రకటించును నీకంటె ఉత్తమ పురుషులను నీ విట్లు ద్వేషింపకుము.

విదురా! నీవు మా యొడిలో నున్న సర్పమువంటివాడవు పిల్లివలె నిన్ను పోషించువారి గొంతుకనే పిసికెదవు. నీవు స్వామిద్రోహివి. ఇంక దుష్టక మైనను, నిన్ను లోకులు పాపిష్ఠు డనరు ఈ పాపమునకు నీ వెందుకు భయపడ కున్నావు? మేము శత్రువులను జయించి ధన రూప మైన మహా ఫలమును పొందితిమి ఇక్కడ మాతో నీవు కఠినముగ మాట్లాడకుము శత్రువులతో కలిసి,

సంతోషించు చున్నావు. మాతో కలిసిగూడ ఇప్పుడు నీవు మా శత్రువులను ప్రశంసించుచు మాకు ద్వేష పాత్రుడ వగు చున్నావు.

'విదురా! నీవు, మేము ఓర్వజాలని కఠిన వచనములు పలుకు శత్రు వైతివి. శత్రువులను ప్రశంసించుచున్నప్పుడుగూడ లోకులు తమ గుప్త మనో భావమును దాచుకొని యుందురు నీవు నిర్లజ్జుడవు. నీవుగూడ ఆ నీతినే అనుస రించి ఎందుకు మౌనముతో నుండవు? మా పనులకు ఎందుకు విఘ్నములు, బాధ లున్ను కలిగించెదవు? నీ మనస్సుకు తోచిన మాటలన్నియు వదరు చుందువు.

'విదురా! ఇక, నీవు మమ్ము అవమానింపకుము. నీ మనస్సు తెలిసికొని నాము. నీవు వృద్ధులయొద్ద, పెద్దల యొద్దను కూర్చొని వివేక బుద్ధి నేర్చు కొనుము. నీ పూర్వ సంపాదిత కీర్తిని రక్షించుకొనుము. ఇతరుల పనులలో ఎందుకు నీవు తల దూర్చెదవు? 'నేనే అన్నిటికి కర్తను' అని తలచి ప్రతి దినము చేదు మాటలు మాట్లాడకుము 'నాకు హితము నుపదేశించు' మని నిన్ను కోరను. నీ కఠిన వాక్యములు మేము సహించు చున్నాము. కనుక, ఓర్పు గల మమ్ము నీ వచన బాణములచేత ఛేదించకుము.

విదురా! ప్రపంచ శాసకుడు ఒకడే యుండును. రెండవవాడు ఉండడు. ఆ శాసకుడే తల్లి గర్భములో శయనించి యున్న శిశువును గూడ శాసించును. అతడే నన్ను గూడ శాసించు చున్నాడు. కనుక, జలము స్వాభావికముగా పల్లమునకే పోవునట్లు ప్రపంచనియంత యైన పరమేశ్వరుడు నాకు నియమించిన కార్యమును అయన నియమనము ప్రకారమే చేసెదను

విదురా! ఎవని ప్రేరణచేత మనుష్యుడు తన శిరస్సుతో పర్వతమును గూడ భేదింప దలచునో - అనగా, రాతిపై తల కొట్టుకొని తనకు బాధ కలిగించు కొనునో, ఎవని ప్రేరణచేత మనుష్యుడు సర్పమునకు గూడ పాలు త్రాపి పోషించునో, ఆ సర్వనియంత యైన భగవంతుని బుద్ధి సమస్త జగత్తులోని కార్యములను శాసించు చుండును. బలాత్కారముగా నితరునిపై తన యుపదేశ మును రుద్దువాడు తన నడవడికచేత ఆ మనుష్యుని శత్రువు జేసికొనును. ఈ విధముగా కపట మైత్రిని చేయువానిని విద్వాంసులు విడిచెదరు తొలుత, కర్పూ

రమును రగిలించి అది మండినప్పుడు చాలసేపటిదాక దానిని అర్పుటకు పోవని వాడు దాని బూడిదను గూడ పొంద జాలడు.

'విదురా! శత్రువునందు పక్షపాతము గలవాడై, తనను ద్వేషించు మనుష్యుని తన యింటిలో నుంచుకొన గూడదు. కనుక, నీవు ఇచ్ఛ వచ్చిన చోటికి పొమ్ము. కులటా స్త్రీకి ఎన్ని తీయని మాటలు చెప్పినను, ఎంత ఊరడించినను అది పతిని విడిచియే పోవును "

"జనమేజయా! ఈ విధముగా దుర్యోధనుడు నిందించిన తరువాత విదురుడు అతనికి ఇట్లు హెచ్చరిక చేసెను :

'దుర్యోధనా! రాజుల చిత్తము సర్వదా ద్వేష పూరిత మై యుండును. కనుక వారు తమ యెదుట మధురముగా మెరమెచ్చులకు మాట్లాడి, వెనుక రోకండ్లతో పొడుచు వారిని ఆదరించు చుందురు కనుక, వారు తమ మనస్సునకు ప్రతికూలమైనను, హితము బోధించు వానిని త్యజించెదరు. అట్టి రాజుల వ్యవహారము ఎటువంటి దని నీవు సాక్షివిగా నుండి పక్షపాత రహితుడ వై తెలుపుము.

'రాజా! నీవు అతి మంద.బుద్ధి గల వాడవు. నీవు పండితుడ వని, నేను మూర్ఖుడ నని తలచెదవు ఒక పురుషుని మిత్ర స్థానమందు నిలిపి, అతనిపై దోషారోపణము చేయువాడే మూర్ఖుడు. ఒక శ్రోత్రియుని యింటిలో దుష్ప్రవర్తన గల స్త్రీ శ్రేయస్కరము లైన అగ్నిహోత్రాది కార్యముల యందు నియమింప బడ జాలనట్లే, మంద బుద్ధి యైన పురుషుడు శ్రేయస్కర మార్గమందు నడప బడ జాలడు. కుమారి యైన కన్యకకు అరువది యేండ్ల వృద్ధపతి ఇష్టుడు కానట్లే నీకు నా యుపదేశము రుచింపదు.

'దుర్యోధనా! ప్రపంచము నందు ఎల్లప్పుడున్ను తన మనస్సునకు ప్రియముగా మాట్లాడునట్టి పాపిష్ఠుడే లభించును. కాని, హితు డై యుండి కూడ అప్రియ వచనములు చెప్పువాడు, వానిని విను వాడున్ను దుర్లభుడు. (ఈ భావము తెలుపు శ్లోకము వ్యాసుడు ఇట్లు వ్రాసెను.)

"లభ్యతే ఖలు పాపీయాన్ నరో ను ప్రియవాగిహ।
అప్రియ స్యహి పథ్యస్య వక్తా శ్రోతా చ దుర్లభః "

'దుర్యోధనా' ధర్మజ్ఞు డైన వాడు తన ప్రభువునకు తన మాట ప్రియమా, అప్రియమా అని విచారించక, అది అప్రియ మైనను హితము బోధించును. వాడే రాజులకు వాస్తవ సహాయకుడు. ఏది యే రోగము వలన పుట్టదో, కఠిన వాక్యముల వలననే పుట్టి తీక్ష్ణ మై, తాపదాయక మై, కీర్తి నాశక మై, కఠోర మై. దూషిత మై, దుష్టులకు పానయోగ్యము కాని దై, సత్పురుషులకు పాన యోగ్య మై, త్రాగిన తరువాత మానసిక రోగముల నన్నింటిని శాంతింప జేయునో, అట్టి క్రోధమును దిగమ్రింగి శాంతిల్లుము.

'దుర్యోధనా! 'ధృతరాష్ట్రునకు, అతని పుత్రులకున్ను యశస్సు, ధనమును ప్రాప్తించ వలె' నని నేను సర్వదా కోరు చుందును. కాని, నీవు నీ యిచ్చ వచ్చినట్లే నడచు చుండెదవు. నీకు నమస్కారము. బ్రాహ్మణులు నాకు మంగళా శీర్వాదములు చేయుదురు గాక! విద్వాంసులు కోరల నుండి నేత్రముల నుండియు విషమును క్రక్కునట్టి సర్పములను కోపింప చేయ గూడదు. అనగా పాండవులు నీకు అట్టి సర్పములకన్న అధిక భయంకరులు. వారిని నీవు కోపింప జేయకుము అని నేను హృదయపూర్వకముగా నీకు బోధించు చున్నాను, వినుము.'

"జనమేజయా! తరువాత జూదము మరల ఆరంభింప బడెను. శకుని యుధిష్ఠిరునితో ని ట్లనెను:

యుధిష్ఠిరుడు ధన-రాజ్య-సోదర-ద్రౌపదీ సహితముగ తానుగూడ ఓడుట:

'యుధిష్ఠిరా! నీ వింత వరకు పాండవుల యనేక ధనము ఓడితివి. ఇక నిప్పుడు నీవు ఓడని ధనము ఏది మిగిలియున్నదో తెలుపుము.'

ఆ మాటకు యుధిష్ఠిరుడు ఇ ట్లనెను:

'శకునీ! నా యొద్ద అసంఖ్యాక మైన ధనము గలదు అది నే నెరుగుదును. నా ధన పరిమాణమును గూర్చి ఎందుకు అడిగెదవు? 'అయుత[1]-ప్రయుత[2]-

శంకు[3]-పద్మ[4]-అర్బుద[5]-ఖర్వ[6]-శంఖ[7]-నిఖర్వ[8]-మహాపద్మ[9]-కోటి[10]-మధ్య[11]-పరార్థ[12]-పర[13] సంఖ్యాకము లైన ధనములు నా యొద్ద కలవు ఇక నాడుము. అది యంతయు పందెము పెట్టి నీతో ఆడెదను

"జనమేజయా! ఈ మాట విని శకుని కపటముతో పాచికలు వేసి, 'ఇదిగో,! ఈ ధన మంతయు నేను గెలుచుకొంటిని' అని యనగా యుధిష్ఠిరుడు శకునితో ని ట్లనెను :

శకునీ! నా యొద్ద సింధునది పూర్వతీరము నుంచి 'పర్ణాశా' నదీ తీరము వరకు వ్యాపించి అశ్వ-వృషభ-గోవులు, గొఱ్ఱెలు, మేకలు మొద లైన అసంఖ్యాక పశుధనము ఉన్నది. వానిలో పా లిచ్చు గోవుల సంఖ్య అధికము. ఆ పశు ధన మంతయు పందెము పెట్టెదను, ఇక ఆడుము.

ఇట్లు యుధిష్ఠిరుడు చెప్పగా శకుని పాచికలు వేసి ఆపందెము గూడ తానే గెలిచినట్లు చెప్పగా, యుధిష్ఠిరు డి ట్ల నెను :

శకునీ! బ్రాహ్మణుల జీవిక కొరకు ఈయబడిన గ్రామాదులుదప్ప, మిగిలిన నగర - గ్రామాది ప్రదేశములన్నియు నా యధికారములో కలవు. బ్రాహ్మణేతరులందరు నాయొద్ద నున్నారు. ఇది యంతయు నాకు ఇప్పుడు శేషించిన ధనము. దీనిని పందెము పెట్టెదను, ఆడుము.'

"జనమేజయా! ఇట్లు యుధిష్ఠిరుడు చెప్పగా, విని కపటి యైన శకుని మరల పాచికలు వేసి 'ఈ పందెముగూడ నేనే గెల్చుకొంటిని' అని చెప్పగా యుధిష్ఠిరుడు శకునితో మరల నిట్లనెను :

'రాజా! కుండల - కంఠహార - సువర్ణ భూషణాది రాజ భూషణముల చేత అలంకృతు లైన యీ రాజపుత్రులందరు నా ధనమే వీరి సమస్త భూషణ ములతో వీరిని పందెము ఒడ్డు చున్నాను, ఆడుము.

"ఆ మాట విని శకుని పాచికలు వేసి, 'ఈ రాజపుత్ర ధన మంతయు నేనే గెలిచితిని' అని చెప్పగా, యుధిష్ఠిరుడు మరల ని ట్లనెను :

శకునీ! శ్యామవర్ణుడు, యువకుడు, రక్త నేత్రుడు, సింహమువంటి స్కంధములు కలవాడు, మహాబాహువు నైన నకులుని ఇప్పుడు పందెము పెట్టి తిని. ఈ నా తమ్ముడే నా పణధనము

"అది విని శకుని పాచికలు వేసి, నకులుని గెలుచుకొని 'యుధిష్ఠిరా! నీకు పరమప్రియసోదరుడు నకులుడు మాకు వశు డయ్యెను. ఇక నీవు ఏ ధనము పెట్టి ఆడెదవు' అని యనగా, యుధిష్ఠిరుడు శకునితో ని ట్లనెను:-

'ధర్మోపదేశమునందు ప్రపంచ మంతట ప్రఖ్యాతి గాంచిన నా ప్రియ సోదరుడు సహదేవుడు పందెము పెట్ట బడుటకు యోగ్యుడు కాకున్నను, అతనిని ప్రియ వస్తువువలె పందెము పెట్టు చున్నాను.

"ఇట్లు యుధిష్ఠిరుడు చెప్పగా విని శకుని పాచికలు వేసి 'ఈ పందెము గూడ నేనే గెలుచుకొంటిని' అని చెప్పి, 'యుధిష్ఠిరా! ఈ యిరువురు నీ ప్రియ సోదరులను గెలుచుకొంటిని ఇక భీమార్జునులు మిగిలి యున్నారు. ఆ యిరువురు నీకు గౌరవపాత్రులు. కనుక నీవు వారిని పందెము పెట్టవు అని తలచెదను అనగా యుధిష్ఠిరు డి ట్లనెను :

మూర్ఖా శకునీ! నీవు అధర్మాచరణుడవు. న్యాయమును ఎరుగవు. పవిత్ర హృదయు లైన మా సోదరులలో భేద భావము కల్పించు చున్నావు.

"జనమేజయా! ఇట్లు ధర్మరాజు చెప్పగా విని శకుని యతనితో 'రాజా! ధనలోభముచేత అధర్మము చేయుచు మదించిన మనుష్యుడు నరక కుండములో పడును. మిక్కిలి ఉన్మత్తు డైనవాడు స్థాణువువలె మొద్దుబారి పోవును. నీవు ప్రాయములో శ్రేష్ఠుడవు. గుణములలో జ్యేష్ఠుడవు కనుక, నీకు నమస్కారము. జూదరి, జూద మాడునప్పుడు పిచ్చివా డై, నోటికి వచ్చిన దంతయు వదరు చుండును. అప్పుడు ఆతడు పలుకుమాటల వంటివి స్వప్నావస్థలో గాని, జాగ్రద వస్థలో గాని ఎప్పుడు కూడ మాట్లాడడు అని యనగా, యుధిష్ఠిరుడు శకునితో ని ట్లనెను :

శకునీ! యుద్ధ సముద్రమందు నౌకవలె మమ్ము దాటింప గలవాడు, శత్రువులను జయింప గలవాడు, ప్రపంచ విఖ్యాత మైన వేగము గలవాడు, వీరరాజ కుమారుడు నైన యర్జునుడు పందెము పెట్ట దగినవాడు గా కున్నను, నతనిని పందెముగా బెట్టి నీతో నాడు చున్నాను

"జనమేజయా! ఇట్లు ధర్మరాజు చెప్పినమాట విని శకుని పూర్వము వలెనే పాచికలు వేసి 'ఈ పందెముగూడ నేనే గెలిచితిని' అని చెప్పి, 'యుధిష్ఠిరా! పాండవులలో ధనుర్ధరవీరు డైన సవ్యసాచి యర్జునుడు నాచేత గెలుచుకొన బడెను. ఇక నిప్పుడు నీయొద్ద భీమసేనుడే జూదరులకు పొంద దగిన ధనముగా మిగిలి యున్నాడు. కనుక, నతనినే పందెము పెట్టి ఆడుము' అని యనగా, యుధిష్ఠిరు డతనితో ని ట్లనెను:

'శకునీ! యుద్ధములో మా సేనాపతి, దానవశత్రువు ఇంద్రుని వలె ఏకాకి గానే ముందుకు సాగువాడు, ప్రక్కదృష్టితో చూచువాడు, ధనుస్సు వలె వంగిన కనుబొమలు గలవాడు, విశాల హృదయుడు, సింహ సమాన స్కంధములు గల వాడు, సర్వదా అమర్ష భరితుడు, అనన్య సామాన్య బల-పరాక్రమ సంపన్నుడు, గదాధారులలో నగ్రగణ్యుడు, శత్రువులను అణగ ద్రొక్కువాడు నైన రాజ కుమారుడు భీమసేనుని, ఇత డందుకు యోగ్యుడు గా కున్నను, పందెముగా బెట్టి జూద మాడు చున్నాను.'

"జనమేజయా! ఆ మాట విని శకుని కుటిలత్వముతో పాచికలు వేసి, 'ఇదిగో' యీ పందెము గూడ నేనే గెలుచుకొంటిని. యుధిష్ఠిరా! నీవు నీ సోదరు లను, గజాశ్వాదులను, అనేక ధనములనున్న ఓడితివి. ఇక నిప్పుడు నీవు ఓడ కుండ మిగిలిన ధన మేదైన నీ యొద్ద నున్న యెడల, తెలుపుము' అని యనగా, యుధిష్ఠిరుడు శకునితో ని ట్లనెను :

"శకునీ! నేను నా సోదరులలో జ్యేష్ఠుడను. వారికి ప్రియుడను. కనుక నన్నే పందెముగా పెట్టు చున్నాను. ఒక వేళ నేను ఓడిన యెడల సేవకుని వలె అన్ని పనులు చేసెదను.'

"జనమేజయా! ఆ మాట విని కపటి యైన శకుని పాచికలు వేసి, 'ఈ పందెము గూడ నేనే గెలిచితిని రాజా! నిన్ను పందెముగా పెట్టుకొని, చాల అధర్మ కార్యము చేసితివి. ఇంకను నీ యొద్ద ధనము మిగిల యుండగా నిన్ను నీవు ఓడుట మహాపాపము' అని యుధిష్ఠిరునితో చెప్పి, ఆ సభలో నున్న వారి కందరకున్ను వేరు-వేరుగా పాండవుల పరాజయమును గూర్చి చెప్పి, యుధిష్ఠిరునితో మరల ని ట్లనెను :

'రాజా! నీ ప్రియతమ యైన ద్రౌపదిని పందెముగా బెట్టి, యింకను నీవు ఓడ లేదు. కనుక, పాంచాల రాజకుమారి యైన ద్రౌపదిని ఇక పందెముగా నొడ్డుము. ఆమె చేత నీవు మరల జయించుకొన బడుము'

"జనమేజయా! శకుని మాట విని యుధిష్ఠిరు డిట్లనెను :

'శకునీ! అతి పొట్టిది, అతి పొడవైనదియు గాక, అతి కృష్ణవర్ణము - అతి రక్తవర్ణమున్ను గలది కాక, నల్లని వంకర దిరిగిన కేశములు గల దైన ద్రౌపదిని పందెముగా ఒడ్డు చున్నాను. ఆమె కన్నులు శరదృతువు నందు వికసించిన కమలపు రేకువలె విశాలములుగా నున్నవి. ఆమె శరీరము నుండి శరత్కాల కమల సుగంధము వ్యాపించు చుండును. ఆమె శరదృతు కమలములను అలంకరించుకొనును. లక్ష్మీ సమాన రూప సంపన్నురాలు

'పురుషుడు ఎటువంటి స్త్రీని పొంద గోరునో, అట్టి దయాగుణము-రూప సంపద - స్వభావము - శీలసంపద - ఈ సద్గుణము లన్నియు ఆమెకు గలవు. ఆమె మనస్సునకు అనుకూలము లైన ప్రియ వచనములు మాట్లాడు చుండును. మానవుడు అర్థకామముల సిద్ధికొరకు ఎట్టిభార్యను కోరుకొనునో ద్రౌపది అటువంటిదే! ఆమె గోపాలకులకన్న తరువాత శయనించి, అందరికన్న ముందే మేల్కొనును. ఏపని యైనది, యేది కాలేదు? అని అన్నిపనులను తెలిసికొనును స్వేదబిందు విభూషిత మైన యామె ముఖము కమలమువలె సుందరముగా మల్లెపూవువలె సుగంధితముగాను నుండును. ఆమె నడుము వేదివలె* కృశముగా నుండును. ఆమె తల వెంట్రుకలు పెద్దవిగా, ముఖము-పెదవులు అరుణములుగాను నుండును. ఆమె యవయవములందు రోమావళులు అధికముగా నుండవు. శకునీ! ఇట్టి సర్వాంగ సుందరి యైన ద్రౌపదిని పందెముగా పెట్టి నీతో జూదమాడెదను. ఆమెను ఇట్టి దుర్దశకు పాల్పడ జేయుట నాకు చాలా కష్టముగానున్నను పందెముగా ఒడ్డుచున్నాను'

---

* యజ్ఞవేది. యజ్ఞములో మధ్యకృశముగా, క్రింద మీద భాగములు వెడల్పుగా నుండు నాకృతిలో 'డమరుకము'వలె వేది నిర్మింప బడును అట్టి సమయమని 'వేది విలగ్నమధ్యా' అని కాళిదాసుగూడ చెప్పెను

"జనమేజయా! యుధిష్ఠిర డిట్లు చెప్పగనే, సభలోని పెద్దలు వృద్ధులున్ను 'ధిక్కారము-ధిక్కారము' అను ధ్వని చేసిరి. సభ యంతయు గగ్గోలు పడెను రాజులు మిక్కిలి శోకించిరి. భీష్మ-ద్రోణ-కృపాచార్యుల శరీరములనుండి చెమటలు గార జొచ్చెను. విదురుడు చేతులతో తల కొట్టుకొని మూర్ఛిల్లినవానివలె ఆయెను. ఆయన సర్పమువలె బుసకొట్టుచూ తల వంచి చింతానిమగ్ను డై యుండెను. బాహ్లీకుడు, ప్రతీపుని పౌత్రు డైన సోమదత్తుడు, భీష్మ-సంజయ-అశ్వత్థామన్-భూరిశ్రవన్- ధృతరాష్ట్రపుత్ర యుయుత్సులున్ను ముఖములు నేలకు వాల్చి సర్పములవలె దీర్ఘముగా బుసకొట్టుచు, చేతులు నలిపికొనుచు కూర్చొని యుండిరి.

"జనమేజయా! ధృతరాష్ట్రుడు మనస్సులోనే సంతోషించుచు 'మన పక్షమునకు జయము కలిగెనా?' అని మాటి-మాటికి శకునిని అడుగుచు, తన ప్రసన్నాకారమును కప్పిపుచ్చుకొన గలిగెను. దుశ్శాసనాదులకు, కర్ణునకున్ను మహా హర్షము గలిగెను. కాని యితర సభాసదుల కన్నులనుండి అశ్రువులు రాలు చుండెను.

"జనమేజయా! అప్పుడు శకుని పాచికలు వేసి 'ఈ పందెముగూడ నేనే గెలుచుకొంటిని' అని చెప్పి విజయోల్లాసముతో. మదోన్మత్తు డై శోభిల్లు చుండెను.

"అప్పుడు దుర్యోధనుడు విదురునితో ని ట్లనెను:

విదురుడు దుర్యోధనుని ధిక్కరించుట :

'విదురా! నీవు పోయి పాండవుల ప్రియపత్ని యైన ద్రౌపదిని ఇక్కడకు తెమ్ము పాపాచారిణి యైన ఆమె వెంటనే ఇక్కడకు వచ్చి నా భవనంలో ఊడ్చవలెను. ఆమె అక్కడనే దాసీ జనముతో నుండవలెను.'

"జనమేజయా! దుర్యోధనుని మాట విని విదురు డతనితో నిట్లనెను:

'మూర్ఖుడా! నీవంటి నీచుని నోటి నుండియే ఇటువంటి దుర్వచనములు వెడల గలవు. అరే! నీవు యమపాశముచేత కట్ట బడి యున్నావు కనుకనే, వివేకశూన్యుడ వైతివి. నీవు చాల ఎత్తైనచోట వ్రేలాడు చున్నావు. అక్కడి

నుండి క్రిందపడి వెంటనే మరణించెదవు. కాని, ఈ విషయము నీ వెరుగ కున్నావు నీవు ఒక సాధారణ మైన క్షుద్ర మృగము వై, వ్యాఘ్రములను నిరోధించు చున్నావు. మూర్ఖుడా! నీ తలపై క్రుద్ధ మైన మహా విషధరసర్పము ఎక్కినది దాని క్రోధమును పెంచి యమలోకమునకు పోవుటకు ప్రయత్నము చేయకుము.

'మూర్ఖుడా! ద్రౌపది ఎప్పటికిన్ని దాసి కా జాలదు ఎందుకనగా, యుధి ష్ఠిరుడు, తాను మొదలు ఓడెను కనుక నతడు ద్రౌపదిని పందెము పెట్టు నధి కారము పోగొట్టుకొనెను. కనుక, ద్రౌపది ఓడ బడ లే దని నా విశ్వాసము.

'వెదురు, తన వినాశముకొరకే పండ్లు కాచినట్లు, ఈ దుర్యోధనుడు మహా భయంకర ద్వేషమును సృష్టించుటకే ఈ జూదము ఆడ దలచెను. ఇతడు చాల మదించినాడు. ఇతని తలపై మృత్యువు నాట్యము చేయు చున్నది. కాని, ఇత డది ఎరుగడు.

'ఎవరినిగూడ మర్మమును భేదించుమాటలతో గ్రుచ్చ గూడదు. ఎవరితో గూడ కఠినముగ మాట్లాడ గూడదు. నీచకార్యము ద్వారా, శత్రువును వశపరచు కొనుటకు ప్రయత్నించ గూడదు. ఇతరులకు దుఃఖము, బాధయు కలిగించు మాటలు మాట్లాడ గూడదు. నరకప్రాప్తికి అవి హేతువు లగును. కటువచనము లనెడు బాణములచేత కొట్ట బడిన మనుష్యుడు చింతాశోకనిమగ్ను డగును. కనుక, విద్వాంసుడు ఇతరులను మర్మభేదకములైన నిష్ఠుర వచనములచేత నొప్పింప గూడదు.

'పూర్వము ఒక మేక శస్త్రము మ్రింగ జొచ్చెను. కాని, దానిని మ్రింగ జాలనప్పుడు ఆ మేక నేలపై తల కొట్టుకొనుచు ఆ శస్త్రమును మ్రింగుటకు ప్రయ త్నించెను. చివరకు అది ఆ మేక కంఠమునే కోసెను. కనుక దుర్యోధనా! నీవు పాండవులతో విరోధించకుము. పాండవులు వనవాసులతో, గృహస్థులతో, తపస్వులతో, అథవా విద్వాంసులతో గాని, ఇట్లు కఠినముగ ఎప్పుడు గూడ మాట్లాడరు.

కుక్క స్వభావము గల నీ వంటి వారే నిరంతరము ఇతరులను జూచి మొరుగు చుందురు. నీవు అత్యంత భయంకరము కుటిలము నైన నరక ద్వారము ను చూడ కున్నావు దుశ్శాసనునితో పాటు కౌరవు లనేకులు ఈ ద్యూత క్రీడలో నీకు తోడ్పడిరి సొరకాయ బుడ్డలు జలములో మునగవచ్చును. పాషాణములు జలములో తేలి యాదవచ్చును నౌకలుగూడ ఎల్లప్పుడు జలములో మునుగ వచ్చును. కాని మూర్ఖుడ వైన నీవు నా హితోపదేశము విన జాల కున్నావు నీవు తప్పక కురుకుల వినాశకుడవు కాగలవు నీ వలన అతి భయంకర మైన సర్వనాశము కలుగును నీవు నీ మిత్రులయొక్క వివేక పూర్ణ మైన హిత వచనములు గూడ వినకున్నావు. నీకు లోభము పెరుగుచునే యున్నది.

ప్రాతికామి* పిలుచుట చేత రాని ద్రౌపదిని దుశ్శాసనుడు ఆమె కొప్పు పట్టుకొని సభలో ఈడ్చి తెచ్చుట - సభాసదులకు ద్రౌపది ప్రశ్న :

''జనమేజయా! ఇట్లు విదురుడు నిందించిన తరువాత గర్వోన్మత్తు డైన దుర్యోధనుడు' ఛీ' యని విదురుని ధిక్కరించి, ప్రాతికామిని పిలిచి 'నీవు ద్రౌపదిని ఇక్కడకు తెమ్ము. నీకు పాండవుల భయ మేమియు లేదు. వీరు మన వృద్ధిని ఎప్పుడు గూడ కోరరు' అని యనెను.

"జనమేజయా! దుర్యోధనుని యాజ్ఞపై సూతు డైన ప్రాతికామి త్వరగా పోయి సింహగుహలో కుక్క దూరినట్లు రాజ భవనములో ప్రవేశించి పాండవుల రాణి కడకు పోయి ఆమెతో ని ట్లనెను :

ద్రుపద రాజకుమారీ! యుధిష్ఠిరుడు ద్యూతోన్మత్తుడై, జూదములో సర్వస్వమును ఓడి, చివరకు నిన్నుగూడ పందెము పెట్టి ఓడెను. ఇక నిప్పుడు నీవు ధృతరాష్ట్రి భవనమునకు రమ్ము. నేను అక్కడ నీతో దాస్యము చేయించుటకు తోడ్కొని పోవు చున్నాను."

"ఆ మాటకు ద్రౌపది యతనితో, 'ప్రాతికామీ నీ వేమి! మాట్లాడు చున్నావు? రాజకుమారు డెవడు భార్యను పందెము పెట్టి జూదమాడును' యుధిష్ఠిరుని కడ జూదరులకు పందెము పెట్టి ఇచ్చుటకు ఇతర ధన మేమియు

---

* సేవకుడు - వార్తాహరుడు - దుర్యోధనుని దూతలలో ఒకడు.

లేకుండెనా? అతకు జూదపు మైకములో ఇంత పిచ్చివా డయ్యెనా?' అని యనెను.

"జనమేజయా! ఆ మాట విని ప్రాతికామి ద్రౌపదితో, 'రాజకుమారీ! జూదములో పందెముగా ఒడ్డుటకు ఇతర ధన మేదియు లేనప్పుడు, అజాత శత్రుడు తొలుత తన సోదరులను, తరువాత తనను, చివరకు నిన్నుగూడ పందెము పెట్టెను' అని యనగా, ద్రౌపది యతనితో, 'సూతపుత్రా! నీవు సభకు పోయి జూదరి యైన ఆ మహారాజును, 'నీవు నిన్ను తొలుత ఓడితివా? లేక నన్ను ఓడితివా?' అని నా మాటగా అడిగి వచ్చి నన్ను తోడ్కొని పొమ్ము. రాజు ఏమి చేయ దలచినాడు?' అని తెలిసికొనిన తరువాతనే, దుఃఖితురాలు, అబలయు నైన నేను సభకు వచ్చెదను.' అని యనెను.

"జనమేజయా! అప్పుడు ప్రాతికామి సభకు పోయి యుధిష్ఠిరునితో ద్రౌపది మాట తెలుపగా నతడు, దిక్కు తోచక అచేతను డై, ప్రాణరహితుని వలె నుండెను. కనుక, ప్రాతికామికి మంచి-చెడు ఏదిగూడ బదులు చెప్ప లేదు. అప్పుడు దుర్యోధనుడు ప్రాతికామితో, 'నీవు పొమ్ము ద్రౌపది యిక్కడే వచ్చి ఆమె అడుగ దలచినది అడుగ వలెను ఇక్కడనే సభా సదు లందరు ఆమె ప్రశ్నమును, దానికి యుధిష్ఠిరుడు చెప్పు ఉత్తరమునున్ను వినెదరు' అని యనెను.

"జనమేజయా! ప్రాతికామి దుర్యోధనుని యాజ్ఞపై మరల ద్రౌపది కడకు పోయి ఆమెతో, 'రాజకుమారీ! దుర్యోధనాది సభాసదులు నిన్ను సభకే పిలుచు చున్నారు ఇప్పుడు కౌరవులకు వినాశకాలము సంప్రాప్త మైన దని నేను తలచు చున్నాను. కనుకనే, దుర్యోధనుడు నిన్ను సభకు పిలుచు సాహసము చేయునంతగా పడిపోయెను. అట్టివాడు ఎప్పుడు గూడ తన ధన-వైభవ ములను రక్షించుకొన జాలడు' అని యనగా, ద్రౌపది యతనితో ని ట్లనెను:

'సూతపుత్రా! దైవ విధాన మిట్లే యున్న దని నాకు తోచు చున్నది. బాలురకు, వృద్ధులకు అందరకున్ను సుఖ-దుఃఖములు ప్రాప్తించును. ప్రపంచ ములో అన్నిటికంటె ధర్మమే శ్రేష్ఠమని తెలుప బడెను. మనము ధర్మమును పాలించినచో అది మనకు శ్రేయస్సు చేకూర్చును. కనుక, నేను నా ధర్మమును

ఉల్లంఘింప జాలను. నీవు పోయి సభలో నున్న కురు వంశీయులను 'ఇప్పుడు నేను ఏమి చేయవలెను?' అని ధర్మానుకూల మైన మాటను అడుగుము. ధర్మాత్ములు, నీతిజ్ఞులు, శ్రేష్ఠులు నైన ఆ మహా పురుషులు నాకు ఆజ్ఞ యిచ్చినట్లు తప్పక చేసెదను.'

"జనమేజయా! ద్రౌపది మాట విని సూతు డైన ప్రాతికామి సభకు పోయి, ఆమె ప్రశ్నమును సభ వారికి వినిపించెను. కాని, యప్పుడు దుర్యోధనుని దురాగ్రహము (మొండి పట్టు) తెలిసికొని, అందరు తలవంచుకొని కూర్చొనిరే కాని, ఏమియు నన లేదు.

"జనమేజయా! అప్పుడు 'దుర్యోధనుడు ఏమి చేయదలచినాడు' అని యుధిష్ఠిరుడు విని ద్రౌపది కడకు, ఆమె బాగుగా నెరిగిన యొక దూత ద్వారా 'ద్రౌపదీ! నీవు రజస్వలవు పోకముడిని క్రిందకు ఉంచుకొనిన యొక వస్త్రమునే ధరించి యున్నావు. ఐనను, అట్టి పరిస్థితిలోనే, ఏడ్చుచు, నీవు సభలో వచ్చి, నీ మామగారి యెదుట నిల బడుము. నీ వంటి రాజకుమారి యేడ్చుచు, సభలో వచ్చుట చూచి సభాసదు లందరు దుర్యోధనుని మనస్సులోనే నిందించెదరు' అని చెప్పెను.

"జనమేజయా! యుధిష్ఠిరుని మాట విని బుద్ధిమంతు డైన ఆ దూత ద్రౌపది కడకు పోయి, ధర్మరాజు మాట తెలిపెను. ఇక్కడ సభలో మహాత్ములైన పాండవులు సత్యమునకు కట్టుబడి మిక్కిలి దీనత్వముతో దుఃఖనిమగ్ను లై యేమియు తోచక యుండిరి. వారి దీనముఖములను చూచి, దుర్యోధనుడు మిక్కిలి ప్రసన్ను డై, సూతునితో 'ప్రాతికామీ! నీవు ద్రౌపదిని ఇక్కడకు తోడ్కొని రమ్ము. ఆమె యెదుటనే ధర్మాత్ము లైన కౌరవులు ఆమె ప్రశ్నములకు ఉత్తరము చెప్పెదరు' అని యనగా ప్రాతికామి ద్రౌపది కోపమునకు భయపడుచు తన మానాభిమానములను నిర్లక్ష్యము చేసి, మరల సభాసదులతో, 'నేను ద్రౌపదికి ఏమి ఉత్తరము చెప్పుదును?' అని యడిగెను అప్పుడు దుశ్శాసనునితో దుర్యోధను డి ట్లనెను:

'దుశ్శాసనా! ఈ నా సేవకుడు, సూతపుత్రుడు ప్రాతికామి అతి మూర్ఖుడు. ఇతనికి భీమసేనుని వలన భయము గలదు. నీవు స్వయముగా పోయి ద్రౌపదిని పట్టుకొని ఇక్కడకు తెమ్ము. మన శత్రువులు పాండవులు ఇప్పుడు మన వశములో నున్నారు. ఇప్పుడు వారు నిన్నేమి చేసెదరు?'

"జనమేజయా! అన్నగారి యాజ్ఞ విని దుశ్శాసనుడు కను లెఱ్ఱజేసి, వెంటనే పాండవుల భవనమునకు పోయి ద్రౌపదితో 'పాంచాలీ! రా! రమ్ము! నీవు జూదములో ఓడింప బడితివి. ఇక సిగ్గువిడిచి, దుర్యోధనునివైపు చూడుము. మేము ధర్మానుసారముగ నిన్ను పొందితిమి. కనుక, నీవు కౌరవులకు సేవ చేయుము. ఇప్పుడే రాజసభకు రమ్ము' అని యనెను

"జనమేజయా! దుశ్శాసనుని మాట విని ద్రౌపది దుఃఖితురా లై, తన మలిన ముఖమును, చేత తుడుచుకొని, లేచి వృద్ధరా జైన ధృతరాష్ట్రుని భార్య లున్న చోటికి పరుగెత్తుచు పోయెను. అప్పుడు దుశ్శాసనుడు గూడ రోషముతో గర్జిల్లుచు, అతివేగముగ ద్రౌపదివెంట ఉరికి ఆమెయొక్క దీర్ఘము లైన నీల కేశములను పట్టుకొనెను. ఆ కేశములు రాజసూయ మహాయాగము యొక్క అవభృథ స్నానమందు మంత్రపూత జలముచేత తడుప బడి యుండెను. అట్టి పవిత్రకేశములను దుశ్శాసనుడు పాండవుల పరాక్రమమును నిర్లక్ష్యము చేసి వారిని అవమానించుచు బలాత్కారముగ పట్టుకొనెను

"జనమేజయా! ద్రౌపది సనాథురా లైనను. దుశ్శాసనుడు ఆ యబలను అనాథురాలినివలె సభాసమీపమునకు: మహావాయువు అరటిచెట్టును వలె ఈడ్చు చుండెను. దానిచేత ద్రౌపది శరీరము వంగి పోవగా ఆమెయతనితో, 'మూర్ఖుడా! దురాత్మా! దుశ్శాసనా! నేను రజస్వలను ఒకటే వస్త్రము ధరించినాను ఇట్టి పరిస్థితిలో నన్ను సభకు కొని పోవుట అనుచితము' అని యనగా, దుశ్శాసను డది వినికూడ ఆమె నీలకేశములను మరింత గట్టిగా పట్టుకొని, ఆమెతో నోటికి వచ్చిన దంతయు వదరు చుండెను. అప్పుడు 'ద్రౌపది తన రక్షణము కొరకు సర్వపాపహరుడు, సర్వవిజయుడు, నరావతారుడు నైన శ్రీకృష్ణభగవానునకు మొరపెట్టుకొను చుండగా దుశ్శాసనుడు ఆమెతో ద్రౌపదీ! నీవు రజస్వల వైనను ఏకవస్త్ర వైనను, లేక, దిగంబరురాలు వైనను సరియే, మేము నిన్ను జూదములో

గెలుచుకొంటిమి నీవు మాకు దాసి వైతివి కనుక నిప్పుడు నీవు మా ఇచ్ఛాను సారముగ దాసీజనులలో నుండ వలెను' అని యనెను

"జనమేజయా! అప్పుడు ద్రౌపది కేశములు చెల్లాచెదురై యుండెను దుశ్శాసనుడు ఈడ్చుటచేత ఆమె వస్త్రము సగము సడలి క్రింద పడి యుండెను. అప్పుడు సిగ్గుచేత, అమర్షముచేతను, దహింప బడుచు, నతనితో నిట్లనెను.

'అరే! దుష్టుడా! ఈ సభలో శాస్త్ర విద్వాంసులు, కర్మిష్ఠులు, ఇంద్ర సమానతేజశ్శాలురు, నాకు పితృసమానులు నైన గురుజను లందరు నున్నారు. నేను వారి యెదుట ఈ రూపములో నిలుచుట అనుచితము. నీ విట్లు నన్ను ఈడ్వకుము వస్త్రహీనురాలిని చేయకుము. ఇంద్రాది దేవతలు నీ సహాయమునకు వచ్చినను, నా పతులు రాజకుమారులు నైన పండవులు నీ యత్యాచారమును సహింప జాలరు. మహాత్ము డైన యుధిష్ఠిరుడు ధర్మమునందే యున్నాడు. ధర్మ స్వరూపము అతి సూక్ష్మ మైనది సూక్ష్మ బుద్ధి గలవారు, ధర్మపాలనమునందు నిపుణులు నైన మహాపురుషులే ధర్మస్వరూపమును తెలిసికొన గలరు నేను నా పతుల గుణములను తప్ప పరమాణువువలె సూక్ష్మాతి సూక్ష్మము లైన వారి దోష ములను ఉచ్చరింప జాలను

'మూర్ఖుడా! ఈ కౌరవ వీరులందరును నీవు రజస్వల యైన నన్ను ఈడ్చు కొని పోవుట మిక్కిలి పాపకార్యము ఈ నీ దుష్కర్మను ఇక్కడ ఎవరు గూడ నిందించ కుండుట చూడగా ఇక్కడివా రందరు తప్పక, నీ యభిప్రాయముతో ఏకీభవించి యున్నా రని తలచెదను వీరికి ధిక్కార మగు గాక! భరత వంశ రాజుల ధర్మము నశించెను క్షత్రియ ధర్మము నెరిగిన యీ మహాపురుషుల సత్ప్రవర్తనముగూడ లోపించెను ఎందు కనగా, ఇక్కడ కౌరవులు ధర్మము యొక్క కట్టుబాట్లు ఉల్లంఘింప బడు చున్నటికిన్ని, సభలోని కురువంశీయు లందరు మౌనముతో ఈ యధర్మకార్యమును కనులొప్పగించి చూచుచున్నారు. భీష్మ-ద్రోణ-విదుర-ధృతరాష్ట్రు లెవ్వరికి గూడ శక్తిలే కుండ పోయెను. కనుకనే, ఈ పెద్దలు, వృద్ధులున్ను దుర్యోధనుని భయంకర పాపకృత్యమును చూడకున్నారు. రాజులారా! నా యీ ప్రశ్నమునకు బదులు చెప్పుడు. ధర్మాను సారముగ నేను జయింపబడితినా? లేదా? మీరు ఏ మనుకొను చున్నారు?'

"జనమేజయా! ఇట్లు దీనముగ విలపించుచు ద్రౌపది క్రోధభరితులైన తన పతులను కడకంట చూచెను. పాండవుల ప్రతి యవయవమునందు అగ్ని వ్యాపించి యుండెను. అప్పుడు వారిని ద్రౌపది కటాక్షముతో చూచి, వారి క్రోధాగ్నిని ఉసికొలిపి, ఉద్దీప్తము చేసెను. రాజ్యము, ధనము, రత్నాదులు - ఇవి యన్ని ఓడినప్పుడుగూడ, పాండవులకు ద్రౌపదియొక్క లజ్జా - క్రోధభరితమైన కటాక్షపాతము చేత కలిగినంత దుఃఖము కలుగలేదు.

"జనమేజయా! అట్లు ద్రౌపది దీనులైన తన పతులవైపు చూచుచుండగా, దుశ్శాసనుడు అతి వేగముతో దగ్గరగా నవ్వుచు ఆమెను 'దాసీ!' యని పిలువగా, ఆమె మూర్ఛిల్లినదాయను నట్లుండెను. అప్పుడు కర్ణునకు మిక్కిలి సంతోషము కలిగి, కిల-కిల నవ్వుచు దుశ్శాసనుని 'దాసీ!' యను పిలుపును ప్రశంసించెను. శకునిగూడ దాని నభినందించెను. సభాసదులలో కర్ణ - శకుని - దుర్యోధనులు దప్ప ఇతరు లందరు అప్పుడు ద్రౌపది ఈడ్వబడు చుండుట చూచి, మిక్కిలి దుఃఖించిరి. అప్పుడు భీష్ము డి ట్లనెను :

'సౌభాగ్యశాలినీ! ధర్మస్వరూపము అతి సూక్ష్మ మగుటచేత నీ యీ ప్రశ్నమును సరిగా, వివేచనము చేయ జాల కున్నాను. స్వామి కానివాడు ఇతరుల ధనమును పందెము పెట్ట జాలడు. కాని, స్త్రీ సర్వదా తన స్వామికి ఆధీనురాలే. కనుక, ఈ విషయము లన్ని విచారించి నాకు చెప్పుటకు గూడ తోచుట లేదు. ధర్మరాజైన యుధిష్ఠిరుడు ధన - సంపదలు నిండిన ఈ సమస్త భూమండలమును విడువ గలడు గాని, ధర్మమును విడువ జాలడు. ఇతడు తాను ఓడినట్లు స్వయముగానే చెప్పెను. కనుక, ఈ నీ ప్రశ్నమును నేను వివరింప జాలను. శకుని ద్యూత విద్యానిపుణులలో అద్వితీయజ్ఞానము గలవాడు. ఇతడే యుధిష్ఠిరుని ప్రోత్సహించి, నిన్ను పందెము పెట్టుటకు అతని మనస్సులో ఇచ్ఛ కలిగించెను. కాని, ఇది శకుని కపట మని అత డెరుగడు. కనుకనే, నేను నీ ప్రశ్నమునకు వివేచన జేసి ఉత్తరము చెప్ప కున్నాను.'

"జనమేజయా! భీష్మ పితామహుని మాటలు విని ద్రౌపది యి ట్లనెను:

'ద్యూత నిపుణులు, అనార్యులు, దుష్టాత్ములు, కపటులు నైన ధూర్తులు (జూదరులు-) యుధిష్ఠిర మహారాజును సభకు పిలిచి, జూద మారంభించిరి.

ఇతనికి జూద మాడుటకు అధికముగా అభ్యాసము లేదు ఐనను, ఇతనికి జూదమునందు ఇచ్ఛ ఎందుకు కలిగెను? పరిశుద్ధభావము లేని కపటులు, దురాత్ములు నందరు కలిసి కురుపాండవ శిరోమణి, అమాయికుడు నైన యీ యుధిష్ఠిర మహారాజును జయించుకొనిన తరువాత నన్నుగూడ పందెము పెట్టుటకు ఇతనిని వివశుని చేసిరి

'కురువంశ మహాపురుషు లైన యీ సభవా రందరకు కొడుకులు, కోడండ్రున్ను కలరు. కనుక ఈనా ప్రశ్నమును బాగుగా విచారించి సరి యైన యుత్తరము చెప్ప వలెను.

'ఎక్కడ వృద్ధ పురుషులు లేరో, అది సభ కాదు ఎవరు ధర్మము చెప్పరో వారు వృద్ధులు కారు. దేనిలో సత్యము లేదో, అది ధర్మము కాదు. దేనిలో కపటము కలదో, అది సత్యము కాదు

(ఈ భావము తెలుపు శ్లోకము వ్యాసభగవాను డిట్లు వ్రాసెను :

"న సా సభా యత్ర న సంతి వృద్ధాః;
న తే వృద్ధాః యే న వదంతి ధర్మమ్!
నాసౌ ధర్మో యత్ర న సత్యమస్తిః
న తత్ సత్యం యత్ ఛలేనాను విద్ధమ్॥")

జనమేజయా! ఇట్లు ద్రౌపది దుఃఖ స్వరంతో చెప్పుచు, దీను లైన పతుల వైపు చూచు చుండగా, దుశ్శాసనుడు ఆమెను అనేక కఠోర వచనములు మాట్లాడి నొప్పించెను.

"జనమేజయా! రజస్వలగా నున్న ద్రౌపదిని ఈడ్చుకొని తెచ్చు చుండగా, ఆమె తలము నూగు తొలగి పోయెను. అట్టి తిరస్కారమునకు ఆమె యెప్పుడుగూడ అర్హురాలు కాదు ఆమె దురవస్థను చూచి భీమసేనునకు మిక్కిలి బాధ కలిగి యుధిష్ఠిరుని చూచి అతి కుపితు డయి ఇట్లనెను

భీమసేనుని క్రోధము - అర్జునుడు శాంతపరుచుట - వికర్ణుడు ధర్మము పలుకుట - కర్ణుడు విరోధించుట - ద్రౌపది వస్త్రాపహరణము భగవంతు డామె

లజ్జను రక్షించుట-విదురుడు ప్రహ్లాదుని ఉదాహరించి సభాసదులను నిరోధించు మని ప్రోత్సహించుట:

'యుధిష్ఠిరా! జూదరుల యింటిలో తరచుగ కులటా స్త్రీలు ఉండెదరు. ఐనను, వారిని గూడ పందెము పెట్టి జూద మాడరు. కులటల యెడల గూడ జూదరులకు దయ యుండును. కాశిరాజు మనకు కానుకలుగా నిచ్చిన ధనము, ఇతర ద్రవ్యములున్ను, ఇతరరాజులుగూడ సమర్పించిన రత్నములు, మన వాహనములు. వైభవమును, కవచములు, ఆయుధములు, రాజ్యము, నీ శరీరము, మమ్ము, సోదరు లందఱను గూడ శత్రువులు జూదములో నీతో పందెముగా పెట్టించి, తమ యధికారములో తీసికొనిరి కాని, దానికొరకు నాకు క్రోధము కలుగ లేదు. ఎందు కనగా, నీవు మన సర్వస్వమునకు స్వామివి. కాని, ద్రౌపదిని పందెము పెట్టుట చాల అనుచిత మని నేను తలచెదను. అమాయికురా లయిన యీ యబల పాండవులను పతులుగా బడసి, ఇట్లు అవమానింప బడుటకు తగదు. నీ కారణము చేత ఈమెకు ఈ నీచులు; క్రూరులు, అజితేంద్రియులు నైన కౌరవులు వివిధము లైన కష్టములు కలిగించు చున్నారు. ద్రౌపదికి సంభవించిన యీ దుర్దశ కొరకు రాజా! నేను నీపైననే నాక్రోధము విడుచు చున్నాను. నీ రెండు బాహువులు కాల్చివేసెదను. సహదేవా! అగ్ని తెమ్ము.

"జనమేజయా! యిట్లు భీమసేనుడు కోపోద్దీప్తుడై పలికిన మాటలు విని యర్జునుడు అతనిని శాంత పరచుచు ని ట్లనెను:

'సోదరా! భీమసేనా! నీవు పూర్వ మెప్పుడు గూడ ఇట్టి మాటలు పలుక లేదు. క్రూరకర్ము లైన శత్రువులు నీయొక్క ధర్మసమ్మత మైన గౌరవబుద్ధిని నష్టపరచి రనుట నిశ్చయము. శత్రువుల కోరిక సఫలము చేయకుము. ఉత్తమ ధర్మమునే యాచరింపుము. ధర్మాత్ము డైన మన జ్యేష్ఠ భ్రాతకు ఎవడు అవమానము చేయ గలడు? యుధిష్ఠిరమహారాజును శత్రువులు జూదమునకు పిలిచిరి. కనుక, ఈ ధర్మాత్ముడు, క్షత్రియ వ్రతమును దృష్టిలో నుంచుకొని, ఇతరుల యిచ్ఛచేత జూదము ఆడెను. మనయన్న మన మహా యశస్సులు విస్తరింప జేయ గలవాడు.'

"జనమేజయా! అర్జును డిట్లు చెప్పగా విని, భీమసేనుడు అతనితో, 'అర్జునా! ఒకవేళ నేను యుధిష్ఠిరుడు చేసిన కార్యము క్షత్రియ ధర్మమునకు అనుకూల మని తెలియ కుండిన యెడల, బలాత్కారముగ అగ్నిలో ఈయన బాహువులు ఒక్కసారే కాల్చి భస్మము చేసి యుండును.'

"జనమేజయా! పాండవులు దుఃఖితు లై యుండుట, ద్రౌపది ఈడ్వ బడు చుండుటయు చూచి, ధృతరాష్ట్ర పుత్రు డైన వికర్ణుడు ఇ ట్లనెను:

'రాజులారా! ద్రౌపది యడిగిన ప్రశ్నమునకు మీరు బదులు చెప్పవలెను. సరిగా వివేచన చేయనియెడల మనకు శీఘ్రమే నరకము అనుభవించ వలసి యుండును. భీష్మపితామహుడు, తండ్రియైన దృతరాష్ట్ర మహారాజు - ఈ యిరువురు కురువంశమునందు అందరకన్న వృద్ధులు. వీరు, విదురుడున్ను ఈ ప్రశ్నమునకు ఉత్తరము ఎందుకు చెప్పకున్నారు? మనయందరకు ఆచార్యు లైన ద్రోణాచార్య - కృపాచార్యులు బ్రాహ్మణులలో శ్రేష్ఠులు. వీరుగూడ ఈ ప్రశ్నమునకు తమ యభిప్రాయము మేల ప్రకటించ కున్నారు? ఇతర రాజులుగూడ కామ - క్రోధములు విడిచి సమంజసముగా ద్రోపది ప్రశ్నమునకు ఉత్తరము చెప్ప వలెను రాజులారా! ద్రౌపది మాటి - మాటికి ఈ ప్రశ్నమునే యడుగు చున్నది. దానిపై మీ-మీ యభిప్రాయములను తెలుపుచు ఉత్తరములు చెప్పుడు.'

"జనమేజయా! ఈ విధముగ వికర్ణుడు సభాసదుల నందరను మాటి-మాటికి నిర్బంధించి యడిగెను. కాని, యా రాజులు ఈ విషయములో మంచి-చెడ్డ లేవియు చెప్ప లేదు. అప్పుడు వికర్ణుడు చేతులు పిసికికొనుచు దీర్ఘముగ నిట్టూర్చి ఇ ట్లనెను:

'కౌరవులారా! రాజులారా! మీరు ద్రౌపది ప్రశ్నమునకు మీ యభిప్రాయము తెలిపినను, తెలుపకున్నను ఈ విషయములో నాకు న్యాయసమ్మత మని తోచిన యభిప్రాయము చెప్పెదను:

'రాజులారా! రాజులకు నాలుగు దుర్వ్యసనములు - వేట, మద్యపానము, జూదము, విషయోప భోగములందు అత్యాసక్తి - అనునవి యుండును. ఈ దుర్వ్యసనములందు తగులుకొనినవాడు ధర్మమును తిరస్కరించి యిష్టము

వచ్చినట్లు వ్యవహరింప జొచ్చును. ఇట్టి వ్యసనములలో తగులుకొనిన వాడు చేయునట్టి ఏ కార్య మైనను, ప్రజలు సమ్మానించరు.

'రాజులారా! యుధిష్ఠిర మహారాజు జూద మనెడు దుర్వ్యసనమునందు మిక్కిలి ఆసక్తుడు. కనుక నితడు ధూర్తు లైన జూదరులచేత ప్రేరితు డై ద్రౌపదిని పందెము పెట్టెను. పతివ్రత యైన ద్రౌపది పాండవు లందరకు సమానముగ భార్య యగును. కేవలము యుధిష్ఠిరునకు మాత్రమే కాదు. ఇదిగాక, యుధిష్ఠిరుడు తొలుత తనను ఓడి, పిదప ద్రౌపదిని పందెము పెట్టెను. అన్ని పందెములను గెలుచుకొనగోరు శకునియే ద్రౌపదిని పందెములో పెట్టు మని - యుధిష్ఠిరుని ప్రోత్సహించెను. ఈ విషయము లన్ని యోచించి నేను ద్రౌపది ఓడ బడ లే దని తలచెదను.

"జనమేజయా:- ఇట్లు వికర్ణుడు చెప్పినమాట విని సభాసదు లందరు అతనిని ప్రశంసించి, శకునిని నిందించిరి. అప్పు డాసభలో మహాకోలాహలము చెలరేగెను. ఆ చప్పుడు శాంతించిన తరువాత కర్ణుడు క్రోధముతో ఒడ లెరుగక వికర్ణుని చేయి పట్టుకొని, ఇ ట్లనెను:-

'వికర్ణా! ప్రపంచములో అనేక వస్తువులు విపరీత పరిణామము కలిగించు నవిగా కనపడు చున్నవి. అరణి (అగ్ని చిలుకు కొయ్య) నుండి పుట్టిన యగ్ని అరణినే దహించి నట్లు ఒక్కొక్కడు తాను పట్టిన కులమునకే వినాశము కలిగించువా డగును రోగము శరీరమునందే పుట్టినను, ఆ శరీర బలమునే అది నశింప జేయును. పశువులు గడ్డినే మేసినను, దానిని అవి త్రొక్కును. అట్లే కురుకులము నందు పుట్టినను, నీవు నీ పక్షమునకే హాని కలిగింప గోరు చున్నావు.

'భీష్మ - ద్రోణ - అశ్వత్థామన్ - విదుర - గాంధారీ - ధృతరాష్ట్రాదులు నీ కంటె అధిక బుద్ధి శాలురు ద్రౌపది మాటి - మాటికి అడిగినప్పటికిన్ని ఈ సభలోనివా రెవ్వరు గూడ ఏమియు మాట్లాడ లేదు ఎందు కనగా. వీరు ద్రౌపది ధర్మానుసారముగ జయింప బడి నదని తలచు చున్నారు.

'ధృతరాష్ట్ర కుమారా! నీవు కేవలము నీ మూర్ఖత్వమువలన నీ కాళ్ళనే గొడ్డలితో నరకుకొను చున్నావు. ఎందు కనగా, నీవు బాలకుడ వైనను, నిండు సభలో వృద్ధులవలె మాట్లాడు చున్నావు ధర్మము విషయములో నీకు యథార్థ జ్ఞానము లేదు గెలువ బడిన ద్రౌపది గెలువ బడ లే దని నీవు చెప్పు చున్నావు దీనివలన నీ మందబుద్ధి వెల్లడి యైనది. ద్రౌపది జయింప బడ లే దని నీ వెట్లు తలచెదవు? యుధిష్ఠిరుడు ద్యూత సభలో తన సర్వస్వమును పందెము పెట్టి నప్పుడు ద్రౌపది గూడ అతని సర్వధనములలో చేరి యున్నదిగదా! ఇట్లు ద్రౌపది ధర్మపూర్వకముగ గెలువ బడినప్పుడు ఆమె జయింప బడ లేదని నీ వెందుకు తలచు చున్నావు?

'వికర్ణా! యుధిష్ఠిరుడు తన నోట స్పష్టముగా చెప్పి, ద్రౌపదిని పందెము పెట్టెను. దానిని ఆయన తమ్ములు మౌనముతో అంగీకరించిరి. ఇంత జరిగినను ఆమె ఓడబడ లేదని నీ వెందుకు తలచు చున్నావు? ఒకవేళ, ఏకవస్త్ర యైన ద్రౌపది సభలో అధర్మ పూర్వకముగ తేబడినదని నీ యభిప్రాయ మైన యెడల, దానికి ఉత్తరముగ నేను చెప్పుమాట వినుము.

'కురునందనా! స్త్రీకి ఒక్కడే పతి యని దేవతలు విధించినారు. కాని, ద్రౌపది అనేక పతుల యధీనములో నున్నది.కనుక నీమె నిశ్చయముగా వేశ్యయే. ఈమెను సభలో తెచ్చుట విచిత్ర మేమియు కాదు. ఈమె ఏకవస్త్ర యైనను, లేక, వివస్త్ర యైనను సభలో తేబడజాలును. ఇది నా స్పష్ట మైన యభిప్రాయము. పాండవుల ధనము, ద్రౌపది, పాండవులు, ఈ సర్వమున్ను శకుని జూదములో ధర్మపూర్వకముగ ధన రూపములో గెలువబడెను.'

"జనమేజయా! ఇట్లు కర్ణుడు వికర్ణునితో చెప్పి, దుశ్శాసనునితో ని ట్లనెను:-

'దుశ్శాసనా! వికర్ణుడు అతి మూర్ఖు డైనను, విద్వాంసునివలె మాట్లాడు చున్నాడు. నీవు పాండవులయొక్క, ద్రౌపది యొక్కయు వస్త్రములు విడిపింపుము "

"జనమేజయా! కర్ణునిమాట వినిన వెంటనే పాండవు లందరు, తమ తమ యుత్తరీయ వస్త్రములను తీసి సభలో కూర్చొనిరి అప్పుడు దుశ్శాసనుడు

ఆ నిండుసభలో ద్రౌపది వస్త్రమును బలాత్కారముగ పట్టుకొని, లాగుటకు ఆరంభించెను.

"జనమేజయా! ద్రౌపది తన వస్త్రము లాగ బడు తున్నప్పుడు శ్రీకృష్ణ భగవానుని స్మరించి, 'నేను అత్యంత విపత్తిలో పడినప్పుడు శ్రీహరిని స్మరించ వలె నని పూర్వము వసిష్ఠమహాముని చెప్పినమాట బాగుగా నెరుగుదును' అని యోచించి మాటి - మాటికి 'గోవిందా!' అని కృష్ణనామమును ఉచ్చరించి మొర పెట్టుకొనుచు ఆపదకాలములో అభయ ప్రదానము చేయునట్టి లోకప్రపితా మహుడు, సాక్షాత్తు నారాయణ స్వరూపుడు నైనశ్రీకృష్ణ భగవానుని మనస్సు లోనే ధ్యానించుచు నిట్లు మొర పెట్టుకొనెను:

'గోవిందా! ద్వారకావాసా! శ్రీకృష్ణా! గోపాంగనా ప్రాణవల్లభా! కేశవా! కౌరవులు నన్ను అవమానించు చున్నారు, నీవు నెరుగకున్నావా! నాథా! రమా నాథా! వ్రజనాథా! సంకట నాశనా! జనార్దనా! నేను కౌరవ సముద్రములో మునిగి పోవు చున్నాను. నన్ను ఉద్ధరింపుము సచ్చిదానంద స్వరూపా! శ్రీకృష్ణా! మహాయోగీ! విశ్వాత్మా! విశ్వభావనా! గోవిందా! నేను కౌరవులమధ్య మహా కష్టము అనుభవించు చున్నాను. శరణాగతురాలు [illegible] ము నైన నన్ను రక్షింపుము!'

"జనమేజయా! ఈ విధముగ త్రిలోకస్వామి, శ్యామసుందరుడు నైన శ్రీకృష్ణుని ద్రౌపది మాటి మాటికి ధ్యానించి మొర పెట్టుకొనుచు, దుఃఖముతో పైట చెరుగుచేత ముఖము కప్పికొని బిగ్గరగా ఏడ్వ జొచ్చెను.

"జనమేజయా! ఈ విధముగ ద్రౌపది త్రిలోక స్వామి యైన శ్రీకృష్ణుని మాటి - మాటికి ధ్యానించుచు, దుఃఖములో ముఖముపై చెరగు కప్పికొని, ఏడ్చు చుండగా, ఆమె మొర విని, కృపాసాగరు డైన శ్రీకృష్ణ పరమాత్ముడు భక్తురాలి యార్తిని సహింప జాలక, వ్యాకులు డై, శయ్యనుండి లేచి, దయచేత కరగి, పాదచారిగానే, పరుగెత్తెను. అప్పుడు ద్రౌపది తన రక్షణముకొరకు 'శ్రీకృష్ణా! విష్ణూ! హరీ!' అని భగవన్నామములను బిగ్గరగా నుచ్చరించు చున్నప్పుడు ధర్మ స్వరూపు డైన శ్రీకృష్ణ పరమాత్మకు అప్రత్యక్షరూపముతో ద్రౌపది వస్త్రము నందు ప్రవేశించి, వివిధ సుందర వస్త్రములచేత ద్రౌపదిని కప్పెను

"జనమేజయా! దుశ్శాసనుడు ద్రౌపది వస్త్రము లాగు చున్నప్పుడు అటు వంటి వస్త్రములే అసంఖ్యాకములుగ వెడలుచు నుండెను. ధర్మపాలకుడైన శ్రీకృష్ణుని ప్రభావముచేత నక్కడ అనేక విధములైన నూర్లకొలది అనేక వర్ణ ముల వస్త్రములు వెడలు చుండెను.

"జనమేజయా! అప్పు డాసభలో భయంకర కోలాహలము చెలరేగెను. ప్రపంచములో నెల్ల అత్యద్భుత మైన యీ దృశ్యము చూచి, రాజు లందరు ద్రౌపదిని ప్రశంసించుచు, దుశ్శాసనుని నిందింప జొచ్చిరి అప్పుడు రాజులమధ్య నున్న భీమసేనుడు చేతులు పిసికి కొనుచు క్రోధముచేత తృళ్ళిపడుచు, పెద వులతో భయంకర గర్జనము చేయుచు నిట్లు శపించెను (ప్రతిజ్ఞ చేసెను.)

'దేశ దేశాంతరములందలి క్షత్రియులారా! నా యీ మాట గమనించి వినుడు ఇట్టిమాట ఇంతకు పూర్వము ఎవడు చెప్పి యుండడు, చెప్పి యుండజాలడు కూడ. రాజులారా! దుర్బుద్ధి యైన దుశ్శాసనుడు భరత వంశమునకు కళంకప్రాయుడు నేను యుద్ధమునందు బలాత్కారముగా ఈ పాపిష్ఠుని యెద పగుల గొట్టి, చీల్చి యితని రక్తము పీల్చెదను. అట్లు నేను ఈ నా ప్రతిజ్ఞ నెరవేర్చుకొనని యెడల నాకు నా తండ్రి తాతలసద్గతి లభించ కుండుగాక!

"జనమేజయా! భీమసేనుని రోమాంచకర మైన యీ భయంకరప్రతిజ్ఞ విని సభలోని రాజులు దుశ్శాసనుని నిందించుచు, భీమసేనుని పలుసార్లు ప్రశం సించిరి. సభలో వస్త్రములు గుట్టలు - గుట్టలుగా పడినప్పుడు దుశ్శాసనుడు అలసిపోయి, సిగ్గు చెంది, మౌనముతో కూర్చొనెను అప్పుడు పాండవులవైపు చూచి అక్కడి రాజులు దుశ్శాసనుని ధిక్కరించి అతనిపై నిందా వాక్యములు కురిపించిరి.

"జనమేజయా! కౌరవులు ద్రౌపది ప్రశ్నమునకు స్పష్టముగ వివేచన చేసి ఉత్తరము చెప్ప కుండిరి గనుక, అక్కడివారు ధృతరాష్ట్రుని నిందించుచు, గర్హించిరి. అప్పుడు సమస్త ధర్మజ్ఞు డైన విదురుడు తన చేతుం పైకెత్తి సభా సదుల సద్దు మణగించి, ఇట్లనెను .

'సభా సదులారా! ద్రౌపది మిమ్ము నొక ప్రశ్నము నడిగి, అనాథవలె ఏడ్చు చున్నది. కాని, మీరు ఆమెకు వివేచన పూర్వకముగ ఉత్తరము చెప్ప కున్నారు. కనుక, నిక్కడ ధర్మహాని కలుగు చున్నది. సంకటములో పడినవాడు అగ్నివలె చింతచే ప్రజ్వలితు డగుచు సభాసదుల శరణు జొచ్చి నప్పుడు, వారు, ధర్మము, సత్యమున్ను ఆశ్రయించి, తగు మాటలు చెప్పి, బాధితులను శాంతపరచెదరు కనుక ధర్మానుకూల మైన ఆ ప్రశ్నమును అడిగినప్పుడు సభాసదులు కామక్రోధాదులు విడిచి ఆ ప్రశ్నమును బాగుగా వివేచన చేసి ఉత్తరము చెప్పుట ఉత్తమ పురుషులకు సముచిత మైన ధర్మము.

'రాజులారా! వికర్ణుడు తన బుద్ధికి తోచినట్లు ద్రౌపది ప్రశ్నమునకు ఉత్తరము చెప్పెను. ఇక మీరుగూడ, మీ-మీబుద్ధికి తోచినట్లు నిర్ణయించి బదులు చెప్పుడు సభలో నుండినధర్మజ్ఞులు ప్రశ్నమునకు సదుత్తరము చెప్ప కున్నయెడల, ఆ యసత్యముయొక్క సగము దుష్ఫలము అనుభవించెదరు. ధర్మజ్ఞులు సభలో ప్రశ్నమునకు అసత్య నిర్ణయము చేసినయెడల, నిశ్చయ ముగ వారు అసత్యభాషణము యొక్క పరిపూర్ణ దుష్ఫలము (దండనము) పొందగలరు ఈ విషయములో ప్రహ్లాదునకు, అంగిరసుని కుమారు డైన సుధన్వునకున్ను జరిగిన సంవాదరూప మైన యితిహాసము చెప్పెద వినుడు:

'సభాసదులారా! రాక్షసరా జైన ప్రహ్లాదునకు 'విరోచన' నామము గల యొక పుత్రు డుండెను. అతడు 'కేశిని' యను నొక కన్యకను పొందుటకు అంగిరసుని పుత్రు డైన సుధన్వునితో వివాదము జరిపెను. ఆ యిరువురు ఆ కన్యను పొంద గోరి, 'నేను శ్రేష్ఠుడను, నేను శ్రేష్ఠుడను' అని చెప్ప జొచ్చిరి. తమ మాట సత్యము చేయుటకు విరోచన-సుధన్వులు తమ ప్రాణములను పందెముగా పెట్టుకొనిరి తమ తమ శ్రేష్ఠత్వముపైన వారు చేసిన వివాదము మిక్కిలి పెరిగినప్పుడు ఆయిద్దరు ప్రహ్లాదుని కడకు పోయి 'మా యిద్దరిలో ఎవడు శ్రేష్ఠుడు? సరిగా సత్యము చెప్పుము.' అని యడుగగా, ప్రహ్లాదుడు వారి వివాదమునకు భయపడి, సుధన్వుని చూడ జొచ్చెను అప్పుడు సుధన్వుడు జ్వలించుచున్న బ్రహ్మదండము వలె కుపితుడై ఇట్లనెను.

'ప్రహ్లాదా! నీ వొకవేళ ఈ ప్రశ్నమునకు ఉత్తరము అసత్యముగ చెప్పినను లేక మౌనము వహించినను ఇంద్రుడు వజ్రాయుధముచేత నీ శిరస్సును నూర్లకొలది ఖండములు చేయును.'

'ఇట్లు సుధన్వుడు చెప్పగా ప్రహ్లాదుడు, బాధపడి రావియాకువలె, కంపించుచు, ఈ విషయమును గూర్చి యడుగుటకు కశ్యపునియొద్దకు పోయి, 'మహాత్మా! నీవు దేవ-దానవ-బ్రాహ్మణుల ధర్మములను ఎరుగుదువు. నాపై నొక ధర్మసంకటము పడినది. అదియే మనగా, ప్రశ్నమునకు ఉత్తరము చెప్పని వానికి గాని లేక, అసత్యముగా నుత్తరము చెప్పిన వానికిగాని, పరలోకము లందు ఎంటువంటి లోకము ప్రాప్తించును?' అని యడుగగా ప్రహ్లాదునితో కశ్యపుడు ఇట్లనెను:-

'ప్రహ్లాదా! ఎవడు తెలిసినప్పటికిన్ని కామ - క్రోధ - భయములచేత ప్రశ్నముల ఉత్తరము చెప్పడో అతడు తనపై వరుణదేవతయొక్క వేలకొలది పాశములను పడ వేసికొనును. ఎవడు గో-వృషభములయొక్క వదులైన చెవులవలె శిథిలుడై రెండు పక్షములతో సంబంధము పెట్టుకొని, సాక్ష్యము చెప్పునో, అట్టి సాక్షిగూడ వరుణుని సహస్ర పాశములచేత బంధింపకొన బడును. ఒక సంవత్సరము పూర్తిగా గడచిన తరువాత అతనికి ఒక్క పాశము మాత్రము విడిపోవును. కనుక, సత్యము తెలిసినవాడు యథార్థముగ సత్యమే చెప్ప వలెను.

'ప్రహ్లాదా! ఎక్కడ ధర్మము అధర్మముచేత గ్రుచ్చ బడి యుండునో ఆ సభలో ధర్మమునకు గ్రుచ్చుకొనిన కంటకమును తొలగింపని సభాసదులను ఆ యధర్మ కంటకము గ్రుచ్చుకొనును. అనగా ఆ పాపఫలము అతనికి అనుభ వించ వలసి యుండు నని భావము ఒక సభలో జరిగిన అధర్మములో అర్ధభాగము సభాపతికి చెందును. నాలుగవ భాగము అధర్మ మాచరించువానికి చెందును. అశేషించిన నాల్గవ భాగము సభలో నిందించ దగినవారిని నిందించనట్టి సభా సదులకు చెందును. నిందించ దగిన మనుష్యుని నిందించునట్టి సభలో సభాపతికి పాపము అంటదు. సభాసదులుగూడ ఆ పాపమునుండి విముక్తులగుదురు ఆ పాపమంతయు చేసినవానికే తగులును.

'ప్రహ్లాదా! ధర్మము విషయములో ప్రశ్నము చేసిన వానికి అసత్యముగా ఉత్తరము చెప్పిన వారికి ఇష్టా (యజ్ఞయాగాదులు) పూర్త (వాపీకూప - తటాకోద్యానాదులు) ధర్మము నశించుటతోపాటు వారికి పూర్వము, తరువాత, ఏడేడు తరములవరకు ఉన్నవారి పుణ్యమును గూడ వారు హతమార్చెదరు.

'ప్రహ్లాదా! సర్వస్వము అపహరింప బడినవారి దుఃఖము, పుత్రమరణము కలిగిన వారి శోకము, పతిహీనురాలికి, రాజకోపమునకు పాత్రుడైన వానికిన్ని కలుగు కష్టము, ఋణగ్రస్తు డైనవానికి,స్వార్థము నుండి వంచితు డైనవానికిన్ని కలుగు క్లేశము,పుత్రహీనస్త్రీకి కలుగు సంతాపము,వ్యాఘ్రము వశములో చిక్కుకొనిన ప్రాణికి కలుగు వ్యాకులత్వము,సవతి గల స్త్రీకి కలుగు దుఃఖము, సాక్షులు మోసగించుటవలన మనుష్యునకు కలుగు క్లేశము - ఈ అన్ని విధములైన దుఃఖములు సమానము లని దేవతలు చెప్పిరి. ఈ దుఃఖము లన్నియు అసత్యవాదికి కలుగును. సాక్షి యనగా, 'నేత్ర - శ్రోత్ర - మనస్సులు అను ఇంద్రియముల చేత గ్రహింప బడు దర్శన - శ్రవణ - ధారణములు, చేయువాడు' అని యర్థము (అక్షము - అనగా నింద్రియము) కనుక, తాను చూచి - విని - గ్రహించిన విషయములను సత్యముగా చెప్పునట్టి సాక్షి ఎప్పుడు గూడ ధర్మార్థములనుండి వంచితుడు కాడు.'

"జనమేజయా! కశ్యపుడు ధర్మసమ్మతముగా చెప్పిన మాట విని ప్రహ్లాదుడు తన పుత్రునితో 'విరోచనా! సుధన్వుడు నీ కంటే శ్రేష్ఠుడు. అతని తండ్రి అంగిరసుడు నాకంటె శ్రేష్ఠుడు. సుధన్వుని తల్లి నీ తల్లి కంటే శ్రేష్ఠురాలు కనుక,"నిప్పుడు సుధన్వుడే నీ ప్రాణములకు స్వామి యయ్యెను' అని చెప్పగా, సుధన్వుడు ప్రహ్లాదునితో, 'దైత్యరాజా! నీవు పుత్రస్నేహమును లెక్కచేయక, ధర్మముపై స్థిరముగా నిలిచితివి. ఈ నీ ధర్మము చేత ప్రసన్నుడ నై, నేను నీ పుత్రునకు నూరు వర్షముల వరకు జీవింపు మని ఆజ్ఞ యిచ్చు చున్నాను' అని యనెను.

'సభాసదులారా' ఈ విధముగ జరిగిన ప్రహ్లాదోపాఖ్యానములోని ధర్మ ప్రసంగమును వింటిరి గనుక మీ రందరు ద్రౌపది ప్రశ్నమునకు మీ-మీ యభిప్రాయములు తెలుపుచు సదుత్తరములను ఈయ వలెను.'

"జనమేజయా! ఇట్లు విదురుడు చెప్పిన మాటలు వినినప్పటికిన్ని అక్కడి రాజు లందరు నేమియు పలుక లేదు. అప్పుడు కర్ణుడు, దుశ్శాసనునితో 'ఈ దాసి యైన ద్రౌపదిని ఇంటికి తీసికొని పొమ్ము' అని యనెను. ద్రౌపది లజ్జాతుర్నురా లై గడ-గడ వడకుచు, పాండవులను పిలుచు చుండెను. అట్టి

పరిస్థితిలో దుశ్శాసనుడు ఆ నిండు సభలో దుఃఖితురా లై యున్న ద్రౌపదిని ఈడ్వ దొడగెను. అప్పుడు ద్రౌపది యిట్లు దుఃఖించెను.

ద్రౌపది హెచ్చరిక చేయుచు విలపించుట-భీష్ముని కథనము:

'అయ్యో! నేను ఈ సభలో ప్రవేశించిన తరువాత మొట్టమొదట చేయ వలసిన కార్యము ఇంతవరకు చేయ లేదు ఇప్పుడు చేయ వలెను. దురాత్ము డైన దుశ్శాసనుడు నన్ను బలాత్కారము చేత ఈడ్చుకొని వచ్చి వ్యాకుల పరచెను. అందువలన తొలుత నేను చేయ వలసిన కార్యము చేయ నైతిని. ఈ సభలో నున్న కురువంశీయు లైన మహానుభావు లందఱకు ప్రణామము చేయుచున్నాను. భయముచేత తొలుత నేను చేయ లేదు. కనుక, అది అపరాధ ముగ మీరు తలచగూడదు.'

"జనమేజయా! దుశ్శాసనుడు మాటి-మాటికి ఈడ్చుటచేత ఏమియు తోచని ద్రౌపది నేలపై పడి విలపించుచు ని ట్లనెను:

'అయ్యో! నా స్వయంవర సమయమందు సభలో వచ్చిన రాజు లందరు నన్ను చూచి యుండిరి. అప్పుడుతప్ప ఇతర సమయములందు ఎక్కడగూడ ఇంతకు పూర్వము న న్నెవ్వరును చూచి యుండ లేదు అట్టి నేను బలాత్కార ముగ సభలోకి లాగ బడితిని. రాజభవనమునందు నన్ను సూర్య-వాయువులు గూడ చూడ జాల కుండిరి. అట్టి నన్ను నేడు ఈ సభామధ్యమున జనులందరు చూచిరి.

'పూర్వము నా భవనమునం దున్నప్పుడు నన్ను వాయువు స్పృశించుట గూడ పాండవులు సహింపకుండిరి. అట్టి నన్ను దురాత్ముడైన యీ దుశ్శాస నుడు సభలో స్పృశించు చున్నప్పటికిన్ని పాండుకుమారులు సహించి మౌన ముతో నున్నారు.

'నేను కురు కులమునందు కోడలను పుత్రివంటిదానను. బాధింప దగిన దానను కాను. ఐనను, నాకు భయంకర మైన క్లేశము కలిగింప బడుచున్నది. దీనిని కురు వంశీయు లందరు ఇక్కడ సహించి యున్నారు, మిక్కిలి విపరీత కాలము సంభవించిన దని తలచెదను

'సభాసదులారా! ఇంతకన్న దయనీయ మైన దుర్దశ ఏమి యుండును? నావంటి శుభకర్మాచరణులా రైన పతివ్రతను, నిండుసభలో వివశురాలిని జేసి, తెచ్చిరి. నేడు రాజధర్మము ఎటు పోయెను? పూర్వపు ధర్మాత్ములు, స్త్రీని ఎప్పుడుగూడ సభలో తేకుండిరి కాని, ఈ కౌరవుల సమాజమందు ఆ ప్రాచీన సనాతన ధర్మము నశించెను అట్లు కాకున్నచో, పాండవుల ధర్మపత్ని, ధృష్టద్యుమ్నుని చెల్లెలు, శ్రీ కృష్ణభగవానుని మిత్రురాలు నైయుండికూడ నేను ఈ రాజసభలో ఎట్లు తేబడ జాలి యుందును? కౌరవులారా! నేను ధర్మరాజైన యుధిష్ఠిరునకు సవర్ణురాలైన ధర్మపత్నిని. నేను దాసి నగుదునా? కాదా? యని నిర్ణయింపుడు. మీరు చెప్పినట్లే చేసెదను.

'కురువంశ క్షత్రియులారా! కురుకుల కీర్తికి కళంకము తెచ్చునట్టి యీ నీచ దుశ్శాసనుడు నన్ను చాల కష్టపెట్టు చున్నాడు. నేను దీనిని చాలాసేపు సహింప జాలను. నేను జయింపబడితినా? లేదా? మీ రేమి తలచు చున్నారు? మీ నోటినుండి ఈ ప్రశ్నమునకు సరి యైన యుత్తరము విన గోరు చున్నాను. మీ నిర్ణయానుసారమే నడుచుకొనెదను.'

"జనమేజయా! ఇట్లు పలువిధములుగా మొరపెట్టుకొను చున్న ద్రౌపది మాటలు విని భీష్ముడు ఆమెతో ని ట్లనెను :

'కల్యాణీ! నేను తొలుతనే ధర్మగతి అతి సూక్ష్మ మని చెప్పితిని. లోకములో విజ్ఞులైన మహాత్ములుగూడ ఈ విషయము బాగుగా నెరుగ జాలరు. ప్రపంచములో బలవంతుడు 'ధర్మ'మని తలచినదానినే, లోకులు 'ధర్మ'మని నిర్ణయించెదరు బలహీనుడు ఏది ధర్మ మనునో, అది బలవంతుని ధర్మముచేత అణగిపోవును. కనుక, నిప్పుడు కర్ణ - దుర్యోధనులు నిర్ణయించిన ధర్మమే అన్నింటి కన్న పైన నున్నది

'మంగళకరురాలా! ధర్మస్వరూపము అతిసూక్ష్మము, అతిగహనము నగుట చేత, ఈ ధర్మనిర్ణయ కార్యము అత్యంతగురుతర మగుటచేతను ఈ నీ ప్రశ్నమునకు నిశ్చితరూపములో యథార్థ మైన వివేచనము చేసి నేను బదులు చెప్ప జాల కున్నాను. అతి శీఘ్రకాలములోనే, ఈ కులమునకు నాశము కలుగుట తప్పదు. ఎందు కనగా, కౌరవు లందరు లోభ - మోహములకు వశు లైనారు.

'కల్యాణీ! నీవు ఎవరికి పత్నివో, ఆ పాండవులు మా యుత్తమకులములో జన్మించిరి. వారు మహా - మహా సంకటములలో పడినప్పటికిన్ని ధర్మమార్గము నుండి తొలగి పోవరు నీ యీ ప్రసత్ప్రవర్తనము, సద్వ్యవహారమును నీకు యోగ్యమైదే. ఎందు కనగా, ఇంతటి మహాసంకటములో పడినను నీవు ధర్మము వైపే చూచు చున్నావు. ద్రోణాచార్యాది వృద్ధులు, ధర్మజ్ఞులు నైన యితరులు కూడ ఈ సభలో తల నేలకు వాల్చి శూన్యముగ శవములవలె కూర్చొని యున్నారు. నీ యీ ప్రశ్నముమ నిర్ణయించుటకు ధర్మరాజైన యుధిష్ఠిరు డొక్కడే అందరికన్న ప్రామాణికు డైన వ్యక్తి యని నా యభిప్రాయము. నీవు ఓడ బడితివా? లేదా? యను విషయము అతడే తెలుప వలెను.'

దుర్యోధనుని కపటయుక్త వచనములు-భీమసేనుని క్రోధపూర్ణవచనములు :

"జనమేజయా! పాండవుల పట్టమహిషి యైన ద్రౌపది ఆర్తితో కురరి (ఆడు లకుముకి పిట్ట) వలె విక్కిలి విలపించు చుండుట చూచికూడ సభలోని రాజులు దుర్యోధనునకు భయపడి మంచి-చెడ్డ లేవియు చెప్ప జాల కుండిరి. రాజపుత్రులు, రాజపౌత్రులును మౌనముతో నుండుట చూచి దుర్యోధనుడు చిరునవ్వుతో ద్రౌపదితో ని ట్లనెను:

'ద్రౌపది! నీ యీ ప్రశ్నమునకు నీ పతులైన భీమాది పాండవులే ఉత్తరము చెప్పెదరు. నిన్ను పందెము పెట్టుటకు యుధిష్ఠిరునకు ఏలాటి యధికారము లే దని, నీ పతులే చెప్పుదురు గాక! పాండవు లందరు యుధిష్ఠిరుని అసత్యవాదిగా నిర్ణయించెదరుగాక! అప్పుడు నీవు దాస్యమునుండి విముక్తురాల వయ్యెదవు యుధిష్ఠిరుడు ధర్మాత్ముడు. ఇంద్రసమాన తేజస్సంపన్నుడు. నిరంతరము ధర్మానుసారముగనే నడచువాడు. నిన్ను పందెము పెట్టుటకు తనకు అధికారము కలదా? లేదా? యను విషయమును అతడే చెప్పుగాక! అతడు చెప్పినట్లే నీవు దాసీత్వమో, అదాసీత్వమో, ఏదో యొకటి అనుసరింపుము. ఈ సభలోని కురువంశీయు లందరు నీకొరకే దుఃఖితు లై యున్నారు. మంద భాగ్యు లైన నీ పతులను చూచి, వీరు నీ ప్రశ్నమునకు సరి యైన ఉత్తరము చెప్ప జాల కున్నారు.'

"జనమేజయా! తరువాత సభలో కొందరు దుర్యోధనుని మాటలను ప్రశంసించుచు బిగ్గరగా అరచుచు, వస్త్రములు పైకెత్తి ఆడించుచు నుండిరి. మరి కొందరు హా-హా కారముతో ఆర్తనాదము చేయు చుండిరి. అప్పుడు కౌరవులకు మిక్కిలి సంతోషము కలిగి, దుర్యోధనుని హితు లందరు అతడు ధార్మికు డని ఆదరించిరి.

"జనమేజయా! తరువాత ఆ రాజు లందరు 'ధర్మజ్ఞు లైన పాండుకుమారులు ఏమి చెప్పెదరా' యని ఆశతో, యుధిష్ఠిరునివైపు ముఖము త్రిప్పి చూచు చుండిరి అర్జునుడు తనయభిప్రాయము ఏవిధముగ వెల్లడించును? భీమ - నకుల సహదేవులు గూడ ఏమి చెప్పెదరు? అని చూచు చుండిరి అప్పుడు భీమసేనుడు సభలోని కోలాహల మంతయు శాంతించిన తరువాత తన చేయి పైకెత్తి ఇట్లనెను:

'మహాత్ము డైనయుధిష్ఠిరుడు మాకు తండ్రితో సమానుడు. అతడు పాండు కులమునకు స్వామి కా కుండినయెడల, మేము కౌరవుల యీ అత్యాచారమును సహించి యుండము. ఇతడు మా పుణ్యములకు, తపస్సులకు, ప్రాణములకున్ను ప్రభువు. ఇతడు, ద్రౌపదిని పందెము పెట్టుటకు పూర్వము తాను ఓడ లేదు. కనుక, మే మందరము ఇతని చేత పందెములో పెట్ట బడి, ఓడితిమి. ఒకవేళ నేను ఓడింప బడ కుండినయెడల, ఏ మనుష్యు డైనను, ద్రౌపది కేశములను స్పృశించినప్పుడు నా చేత చావకుండ నుండడు.

'రాజులారా! గదియమ్రాకులవంటి వడి దిరిగిన నా భుజములు చూడుడు. వీని నడుమ చిక్కుకొనిన యింద్రుడు గూడ బ్రతికి పోవ జాలడు. నేను, ధర్మ బంధనమందు కట్టువడి యున్నాను. జ్యేష్ఠభ్రాతయందలి గౌరవము నన్ను ఆపి యుంచెను. అర్జునుడు గూడ నన్ను వారించు చున్నాడు. ఈ కారణముల చేతనే నేను ఈ సంకటము దాట జాల కున్నాను. ధర్మరాజు నాకు అజ్ఞ యిచ్చిన యెడల సింహము, క్షుద్రమృగములను బట్టుకొని నలిపినట్లు పాపిష్ఠులైన ఈ ధృతరాష్ట్రి పుత్రులను ఖడ్గములవంటి నా కరతలముచేతనే నలిపి చూర్ణము చేసి యుందును.'

"జనమేజయా! అప్పుడు భీష్మ - ద్రోణ - విదురులు భీమసేనుని శాంత పరచుచు, 'భీమా! ఓర్చుకొనుము. నీ విప్పుడు చెప్పిన దంతయు చేయ గల వనుటలో సందేహము లేదు' అని యనిరి.

ఆ మాట విని కర్ణుడు ద్రౌపదితో ని ట్లనెను:

కర్ణ-దుర్యోధనుల మాటలు - భీమసేనుని ప్రతిజ్ఞ - విదురుని హెచ్చరిక - ద్రౌపదికి ధృతరాష్ట్రుడు వర మిచ్చుట:-

'ద్రౌపదీ! దాసుడు, పుత్రుడు, సర్వదా పరాధీనురా లైన స్త్రీ - ఈ ముగ్గురు ధనమునకు అధికారులు కారు. తన యైశ్వర్యమును పోగొట్టుకొనిన నిర్ధను డైన దాసునియొక్క పత్ని అతని ధనము. ఈ అన్నిటిపైన దాసుని యొక్క ప్రభువునకే అధికారము ఉండును. కనుక, ఇప్పుడు నీవు దుర్యోధన రాజుయొక్క కుటుంబ జనులకు సేవ చేయుము. ఇప్పుడిక నీకు ఈ కార్యమే మిగిలియున్నది. కనుకనే, నీకు ఇట్లు ఆజ్ఞ యీయ బడు చున్నది. నేటినుండి ధృతరాష్ట్ర పుత్రు లందరు నీకు స్వాము లైరి. పాండుపుత్రులు కారు

'సుందరీ! ఇప్పుడు నీవు త్వరగా మరియొక పతిని ఏరుకొనుము. దాని వలన నీకు జూదములో ఇతరునకు మరల దాసి వగు నవకాశము ఉండదు. పతులను గూర్చి నీ యిచ్ఛానుసారముగా వ్యవహరించుట నీవంటి స్త్రీకి నింద్యము కాదు. దాసీత్వమునం దైతే, స్త్రీకి స్వేచ్ఛాచారము ప్రసిద్ధముగానే యున్నది. కనుక, నీకు ఈ దాస్యభావమే ప్రాప్తించుగాక!

'యాజ్ఞసేనీ! పాండవు లైదుగురు పరాజితు లై దాసు లైరి. ఇక నిప్పుడు నీవుగూడ దాసివైతివి. ఓడిన పాండవులు ఇప్పుడు నీకు పతులు కారు. ఈ సభలో ద్రుపదరాజ కుమారి వైన నిన్ను పందెము పెట్టి జూదమాడిన యుధిష్ఠిరుడు తన జీవితములో నిక పరాక్రమము, పురుషార్థమున్ను అవశ్యకములు కా వని తలచెనా?'

"జనమేజయా! కర్ణుని మాటలు విని భీమసేనుడు మిక్కిలి అమర్ష భరితు డై, వేదనతో వడిగా నిట్టూర్పు చుండెను. అతడు యుధిష్ఠిరునకు అను చరుడు కనుక, ధర్మ పాశబద్ధు డై, యుండెను. అతని నేత్రములు క్రోధారు ణితము లై యుండెను. అతడు యుధిష్ఠిరుని దహించుచున్నాడా యను నట్లు చూచుచు నతనితో 'రాజా! నాకు కర్ణునిపై కోపము రా కున్నది. వాస్తవముగా, నతడు చెప్పినదే దాసధర్మము నీవు ద్రౌపదిని పందెము పెట్టి జూదమాడ

కుండినయెడల, ఈ శత్రువులు ఇట్టి మాటలు అన గలిగి యుండిరా?' అని యనెను

"జనమేజయా! భీమసేనుని మాటలు విని మౌనముతో అచేతనావస్థలో నున్న యుధిష్ఠిరునితో దుర్యోధను డిట్లనెను:-

'యుధిష్ఠిరా! నీ తమ్ములు నీ యాజ్ఞకు వశులై యున్నారు. కనుక, నీవే ద్రౌపది ప్రశ్నమునకు ఏ మైన బదులు చెప్పుము. ద్రౌపది ఓడ బడెనా? లేదా? నీ వేమి యనుకొనెదవు?'

"జనమేజయా! ఐశ్వర్యమదమోహితు డైన దుర్యోధనుడు యుధిష్ఠిరునకు నిట్లు చెప్పి కర్ణుని సైగతో ప్రోత్సహించుచు, భీమసేనుని తిరస్కరించుచు, తన తొడపై వస్త్రము తొలగించి ద్రౌపది వైపు చిరునవ్వుతో చూచెను. అరటి స్తంభమువలె లావుగా నుండి, సర్వ లక్షణశోభిత మై, గజతుండమువలె నుండి, వజ్రమువలె కఠోర మైన తన యెడమ తొడమ ద్రౌపదికి చూపించెను.

"జనమేజయా! అప్పుడు దుర్యోధనుని చూచి, భీమసేనుని కన్నులు క్రోధ రక్తము లయ్యెను. అతడు కన్నులు తట-తట కొట్టుకొనుచు తేరి పార దుర్యోధనుని జూచి సభాసదు లందరు విను చుండగా, 'దుర్యోధనా! మహా సంగ్రామమందు నీ తొడను నా గదతో విరుగగొట్ట కుండినయెడల, నాకు నా పూర్వుల పుణ్యలోకములు లభించ కుండుగాక!' అని శపథము చేసెను.

" జనమేజయా! యిట్లు క్రోధభరితు డై, భీమసేనుడు చెప్పు చున్నప్పుడు అతని రోమ-రోమముల నుండి అగ్నికణములు, జ్వలించు చున్న వృక్షపు తొఱ్ఱనుండి వెడలునట్టి యగ్నిజ్వాలలవలెనే వెడలెను. అప్పుడు విదురు డిట్లనెను:

'ధృతరాష్ట్రి పుత్రులారా! భీమసేనుడు మీకు చాల గొప్పభయము కలిగించినాడు. దీనిని గమనించి చూడుడు. నిశ్చయముగానే పురాకృతము యొక్క ప్రేరణముచేతనే భరతవంశీయుల సమక్షములో ఈ పెద్ద అన్యాయము జరిగెను. మీరు నియమములను, కట్టుబాట్లను ఉల్లంఘించి, జూద మాడితిరి. నిండుసభలో స్త్రీని తెచ్చి ఆమె కొరకు వివాదము చేయు చున్నారు. మీ యోగ-క్షేమములు

రెండు నశించు చున్నవి. 'కౌరవులు పాపపు దురాలోచనయె చేసెద' రని అందఱకు తెలిసెను

'కౌరవులారా! మీరు ధర్మవు మహత్త్వమును త్వరగా తెలిసికొనుడు. ఎందు కనగా, ధర్మనాశ మైనప్పుడు, ఆ దోషము సమస్త సభకు సంక్రమించును. జూదరి యైన యుధిష్ఠిరుడు తాను ఓడుటకు పూర్వమే ద్రౌపదిని పందెము పెట్టి యుండిన యెడల, అతనికి ఆ యధికారము ఉండెను. కాని, అతడు తాను ఓడి, పందెము పెట్టుటకు అధికారము పోగొట్టుకొనినప్పుడు ఆ పందెమునకు విలువ ఏమి యుండును? అనధికారి యైనవాడు పందెము పెట్టిన ధనము యొక్క గెలుపు - ఓటములు, స్వప్నమునందు ధనపు - గెలుపు ఓటముల వలెనే యుండు నని నేను తలచెదను. మీరు, శకుని మాట విని మీ ధర్మము నుండి భ్రష్టులైతిరి.'

"జనమేజయా! యిట్లు విదురుడు చెప్పినతరువాత దుర్యోధనుడు ద్రౌపదితో ని ట్లనెను :

'ద్రౌపదీ! నేను భీమార్జున నకుల సహదేవుల మాట యంగీకరించుటకు సంసిద్ధుడ నైయున్నాను. వీ రందరు, 'నిన్ను ఓడుటకు యుధిష్ఠిరునకు ఏలాటి యధికారము లేకుండె' నని చెప్పిన యెడల నీకు దాసీత్వమునుండి విముక్తి కలిగింప బడును.'

"జనమేజయా! మాట విని అర్జునుడు ఇ ట్లనెను :

'యుధిష్ఠిర మహారాజు తొలుత మమ్ము పందెము పెట్టుటకు అధికారి యై యుండెను కాని, తాను ఓడినప్పుడు 'అతడు ఎవరికి ప్రభువు?' అను విషయము కౌరవు లందరు విచారించవలెను'

"జనమేజయా! యిది యిట్లు జరుగు చుండగా, ధృతరాష్ట్రుని యగ్నిహోత్రశాలలో ఒక నక్క ప్రవేశించి బిగ్గరగా కూయ జొచ్చెను. ఆ ధ్వని విని, అన్ని వైపులనుండి గాడిదలు ఓండ్రపెట్ట జొచ్చెను. గ్రద్దలు మొద లైన భయంకర పక్షులుగూడ నలువైపుల అశుభ సూచకముగ కోలాహలము చేయు చుండెను. గాంధారీ - విదుర - భీష్మ - ద్రోణ - కృపాచార్యాదులు గూడ ఆ

భయంక ధ్వని వినిరి. తరువాత, అందరు బిగ్గరగా 'స్వస్తి-స్వస్తి'(మంగళము-మంగళము) అని యన జొచ్చిరి తరువాత, గాంధారి, విదురుడున్ను అనర్థ సూచక మైన ఆ భయంకర ధ్వని విని మిక్కిలి దుఃఖముతో, ఆ విషయము ధృతరాష్ట్రునకు చెప్పగా నతడు ఇట్లనెను:

'అరే! దుర్బుద్ధీ! దుర్యోధనా! నీవు జీవించికూడ మరణించితివి. ఉత్తమ కురువంశీయుల సభలోనికి కులస్త్రీని, విశేషించి, పాండవుల ధర్మపత్నిని తెచ్చి ఆమెతో పాపపు మాటలు పలుకు చున్నావు.'

"జనమేజయా! యిట్లు చెప్పి, తన బాంధవులను వినాశము నుండి రక్షించి, వారి హితమును గోరుచు, తత్త్వదర్శి, మేధావియు నైన ధృతరాష్ట్ర మహారాజు దుఃఖప్రద మైన యీ విషయమును తన బుద్ధితో బాగుగా యోచించి, ద్రౌపదిని ఊరడించుచు, ఆమెతో, 'కోడలా! ద్రౌపదీ! నీవు నా యందరు కోడండ్రకంటె శ్రేష్ఠురాలవు. ధర్మ పరాయణురాలవు. పతివ్రతవు నీ యిష్టము వచ్చిన వరము అడుగుము ఇచ్చెదను" అని యనెను.

"జనమేజయా! తరువాత, ద్రౌపది-ధృతరాష్ట్రులకు ఇట్లు సంవాదము జరిగెను:

ద్రౌపది : మహారాజా! నీవు నాకు వర మీయ దలచిన యెడల సంపూర్ణ ముగ ధర్మమునే ఆచరించునట్టి యుధిష్ఠిర మహారాజును దాస్యమునుండి విముక్తుని జేయుము. దాని చేత బుద్ధిమంతుడైన యా రాజునకు నానుండి పుట్టిన ప్రతివింధ్యుని ఇతర రాజులు అజ్ఞానము చేత 'ఈ బాలకుడు దాస పుత్రుడు' అని అన కుందురు గాక! తొలుత రాజకుమారుడుగా నుండి పిదప నెవడుగూడ దాస పుత్రుడు కా లేదు రాజులచేత లాలింప బడి, పాలింప బడిన నా పుత్రుడు ప్రతివింధ్యుడు దాసపుత్రు డగుట ఎప్పుడుగూడ ఉచితము కాదు.

ధృత : కల్యాణీ! నీ వనినట్లే యగుగాక! ఇక నీకు రెండవ వర మిచ్చెదను కూడ అడుగుము. నీకు వరమిచ్చుటకు నన్ను నా మనస్సు ప్రోత్సహించు చున్నది నీవు ఒక వరము మాత్రమే పొందుటకు యోగ్యురాలవు కావని నా మనస్సు చెప్పుచున్నది.

ద్రౌపది : రాజా! భీమార్జున - నకుల సహదేవులను వారి రథ - ధనుర్బాణములతోపాటు దాసభావము లేకుండ స్వతంత్రులను చేయుము.

ధృత : సౌభాగ్యవతీ! నీవు ఈ కులమునకు ఆనంద వర్ధనురాలవు. నీవు కోరినట్లే యగుగాక! ఇక మూడవ వరము కోరుకొనుము. నీవు నా యందరు కోడండ్రలో శ్రేష్ఠురాలవు. ధర్మపాలకురాలవు రెండు వరములతోనే నీకు తగిన సత్కారము జరుగ జే దని తలచెదను.

ద్రౌపది : 'మహారాజా! లోభము ధర్మమును నశింప జేయును. కనుక, నిక నా మనస్సులో వరము కోరుటకు ఉత్సాహము లేను. అదిగాక, నాకు మూడవ వరము కోరుటకు అధికారముగూడ లేదు. రాజేంద్రా! వైశ్యునకు ఒక వరము కోరుటకు, క్షత్రియ స్త్రీకి రెండువరములు కోరుటకు, క్షత్రియునకు మూడు వరములు కోరుటకు, బ్రాహ్మణునకు నూరు వరములు కోరుటకున్ను అధికారము కలదు రాజా! ఈ నా పతులు దాస్యము పొంది మహా విపత్తిలో చిక్కుకొనినారు. ఇప్పుడు ఆ యాపదను దాటిరి ఇకపైన వారు పుణ్యకర్మానుష్ఠానముల ద్వారా స్వయముగానే శ్రేయస్సును పొందగలరు "

'జనమేజయా! యిట్లు ద్రౌపది చెప్పగా విని కర్ణు డి ట్లనెను:

శత్రువులను వధించుటకు పూనిన భీముని యుధిష్ఠిరుడు శాంతపరచుట:

'సభాసదులారా! నేను వినిన మానవ సుందరీ స్త్రీలలో ఎవరుగూడ ఇటువంటి యద్భుతకార్యము చేయలేదు. పాండవ - ధార్తరాష్ట్రు లందరు పరస్పరము అత్యంత క్రోధభరితు లై యుండిరి కాని, ఈ ద్రౌపది వారిని సంకటమునుండి దాటించుటకు నౌక యయ్యెను. పాండవులను శాంతపరచి, వారు ఏలాటి నౌక ఆధారమున్ను లేక, సంకటమనెడు అగాధ సాగరములో మునుగు చుండిరి అట్టివారిని ఈమె ఉద్ధరించెను.'

"జనమేజయా! కౌరవులమధ్య కర్ణు డిట్లు చెప్పగా విని అసహన శీలు డైన భీమసేనుడు మనస్సులోనే దుఃఖించి ఇ ట్లనెను

'అయ్యో! పాండవుల యుద్ధారమునకు స్త్రీయే గతి యయ్యెను పురుషునిలో 'సంతానము - కర్మ - జ్ఞానము' అను మూడు విధము లైన జ్యోతులు

ఉన్నవి. ఎందు కనగా, ఈ మూడింటినుండియే సమస్త ప్రజోత్పత్తి యయ్యెను ఈ శరీరము ప్రాణరహిత మై, శూన్య మై, అపవిత్ర మై, సమస్త బంధువులచేత విడువ బడినప్పుడు, ఈ జ్ఞానాదు లైన మూడు జ్యోతులు పరలోకగతు డైన పురుషునకు ఉపయోగపడును.

'అర్జునా! మన ధర్మపత్ని యైన ద్రౌపది శరీరమును బలాత్కారముగ స్పృశించి, దుశ్శాసనుడు అపవిత్రము చేసెను. దీనిచేత, మన సంతాన మనెడి జ్యోతి నశించెను పరపురుషునిచేత స్పృశించబడిన స్త్రీవలన గలిగిన సంతానము పనికిరాదుగదా?'

'భీమసేను డిట్లనగా, అర్జును డతనితో ని ట్లనెను:"

'భరతకులభూషణా! ద్రౌపది పతివ్రతయే. ఆమెను గూర్చి నీ విట్లు చెప్ప గూడదు దుశ్శాసనుడు నీచకార్యము చేసెను. కాని, నీచపురుషులు చెప్పిన దుష్టవచనములకు గాని, చెప్పనివానికి గాని, శ్రేష్ఠపురుషులు ఎప్పుడు గూడ ఉత్తరము చెప్పరు. సత్పురుషులు ప్రతిక్రియ చేయుటకు ఉపాయములు తెలిసినప్పటికిన్ని, ఇతరుల యుపకారములనే స్మరించెదరు. కాని, వారి యపకారములను స్మరింపరు. అట్టి సత్పురుషులకు గౌరవము తనంతట ప్రాప్తించును.'

"జనమేజయా! ఇట్లు అర్జునుడు చెప్పగా విని భీమసేనుడు యుధిష్ఠిరునితో ని ట్లనెను.-

'మహారాజా! నీ యాజ్ఞ యైనయెడల, ఇక్కడి శత్రువు లందరను వధించి బయటకు పోయి వీరి మూలమునుగూడ నశింప జేసెదను ఇక నిప్పుడు ఇక్కడ వివాదము చేయుటకు గాని, లేక, ఉత్తర ప్రత్యుత్తరములు జరుపుటకు గాని, అవశ్యకత ఏమి యున్నది? నేను నేడే వీరిని అందరను యమలోకమునకు పంపెదను నీవు ఈ సమస్త భూమండల రాజ్యమును ఏలుము.

"జనమేజయా! తన తమ్ములతో నిలిచి యుండిన భీమసేనుడు, పై మాటలు చెప్పి మృగసమూహము మధ్య నిలిచి యున్న సింహము మృగములను చూచునట్లు, శత్రువులవైపు చూచు చుండెను. అప్పుడు అర్జునుడు భీమసేనుని

మాటి-మాటికి శాంతపరచు చుండెను. కాని, భీముడు తనలో నుండు చున్న క్రోధాగ్ని చేత జ్వలించు చుండెను. అప్పుడు క్రోధభరితు డైన భీమసేనుని శ్రోత్రాము లైన యింద్రియముల రంధ్రములనుండి, రోమకూపములనుండియు ధూమముతో మిణుగురులతోను అగ్నిజ్వాలలు బయలు వెడలు చుండెను. అతని కనుబొమలు ముడిపడి యుండుటచేత ప్రళయ కాలయమునివలె నున్న యతని భయంకర ముఖము చూచుటగూడ అతి కఠినముగ నుండెను

"జనమేజయా! అట్టి పరిస్థితిలో నున్న భీమసేనుని, చేత బట్టుకొని ఆపుచు యుధిష్ఠిరుడు 'ఇట్లు చేయకుము. శాంతిపూర్వకముగ కూర్చొనుము' అని యనెను. అప్పుడు భీముని నేత్రములు క్రోధరక్తము లయ్యెను. అతనిని ఆపి యుధిష్ఠిరుడు చేతులు జోడించుకొని తన పెదతండ్రి యైన ధృతరాష్ట్ర మహారాజుకడకు పోయి యి ట్లనెను:

ధృతరాష్ట్రుడు యుధిష్ఠిరునకు ధన మంతయు తిరిగి యిచ్చి సమాధానపరచి ఇంద్రప్రస్థమునకు పొమ్మని అజ్ఞాపించుట:

'తండ్రీ! నీవు మాకు స్వామివి. ఏమి చేయవలెనో, ఆజ్ఞ యిమ్ము. మేము నిరంతరము నీ యాజ్ఞకు బద్ధుల మై యుండ గోరు చున్నాము.'

"జనమేజయా! యుధిష్ఠిరు డి ట్లనగా, ధృతరాష్ట్రు డతనితో ని ట్లనెను:

'అజాతశత్రూ! నీకు శుభ మగుగాక! 'నీవు ఓడినధనముతో ఏలాటి విఘ్నములు బాధలున్ను లేకుండా క్షేమముగా నీ రాజధానికి పోయి రాజ్యము ఏలుకొనుము' అని నీకు ఆజ్ఞ యిచ్చు చున్నాను. వృద్ధుడ నైన నేను మరియొక మాట చెప్పెదను. గమనించి వినుము. నే ననిన మాట లన్నియు నీ హితమునకు. మంగళమునకే సాధకము లగును. నీవు ధర్మము యొక్క సూక్ష్మాతిసూక్ష్మ గతిని గూడ ఎరుగుదువు. వినయశీలుడవు. పెద్దలను, వృద్ధులనున్ను ఉపాసించిన వాడవు బుద్ధిమంతులకే శాంతి ఉండును. కనుక, నీవు శాంతి వహించి, ఇప్పుడు జరిగిన దంతయు మరచిపొమ్ము. గొడ్డలిపెట్టు రాతిపైన ఇనుముపైన గాని పడదు. కొయ్య పైననే పడును.

"యుధిష్ఠిరా! యే పురుషులు వైరమును జ్ఞప్తియం దుంచుకొనక [illegible]ము లనే చూచి, అవగుణములను చూడక, ఎవరితో గూడ విరోధము పెట్టుకొ[illegible]

యుండెదరో, అట్టివారే ఉత్తమ పురుషులు సత్పురుషులు, ఇతరులు చేసిన యుపకారాది సత్కర్మలనే జ్ఞప్తియందు ఉంచుకొనెదరు. ఇతరుల ద్వేషమును జ్ఞప్తికి తెచ్చుకొనరు. సత్పురుషులు ఇతరులకు మేలు చేయుదురు కాని, యితరుల నుండి ప్రత్యుపకారము వారు కోరరు.

'యుధిష్ఠిరా! నీచపురుషులు, సామాన్య సంభాషణలో గూడ కటువచనములాడెదరు. మధ్యములు, స్వయముగా కటు వచనము లాడక, ఇతరుల కటువచనమునకు బదులు కఠోరముగా చెప్పెదరు. కాని, ధీరులైన శ్రేష్ఠపురుషులు, ఇతరులు తనను కఠినముగ మాట్లాడినను, మాట్లాడ కున్నను ఎప్పుడు గూడ కఠినముగ, అహితముగాను మాట్లాడరు.

'ధర్మరాజా! మహాత్ములైన పురుషులు స్వానుభవముచేత ఇతరుల సుఖ-దుఃఖములు గూడ తనవానివంటివేయని తలచుచు నితరుల సత్ప్రవర్తనమునే జ్ఞప్తియం దుంచుకొనెదరు ఇతరులు చేయు వైరమును, నిరోధమునున్ను ఉత్తములు జ్ఞప్తిలో నుంచుకొనరు. సత్పురుషులు ఆర్యుల యొక్క నియమములను కట్టుబాట్లనున్ను భంగపరచరు. అట్టి సజ్జనుల దర్శనముచేత ప్రజ లందరు ప్రసన్ను లయ్యెదరు.

'యుధిష్ఠిరా! కౌరవ-పాండవు లందరిలో నీవు శ్రేష్ఠపురుషులవలెనే ఆచరించితివి. దుర్యోధనుని కఠిన ప్రవర్తనమును మనస్సులో నుంచుకొనకుము. నీవు ఉత్తమ గుణములనే గ్రహించి, నీ తల్లి గాంధారిని, వృద్ధుడు, అంధుడు నైన నీ పెద్ద తండ్రిని నన్నును చూడుము.

'యుధిష్ఠిరా! నేను ఎంతయో యోచించినను ఈ జూదమును ఉపేక్షించి దీనిని ఆపకుండుటకు కారణ మే మనగా-దీని వలన మిత్రులతో కలిసికొన దలచితిని. నా పుత్రుల బలాబలములను గూడ పరిశీలింప గోరితిని. నీవు శాసకుడవుగా నుండి, సమస్త శాస్త్రనిపుణుడు, బుద్ధిమంతుడు నైన విదురుడు మంత్రిగా నుండిన కురువంశము ఎప్పుడుగూడ శోకింప దగినది కాదు.

'యుధిష్ఠిరా! నీయందు ధర్మము, అర్జునుని యందు ధైర్యము, భీమసేనుని యందు పరాక్రమము నకుల - సహదేవులయందు శ్రద్ధ, పవిత్ర గురు

సేవా భావమున్ను కలవు. నీకు శ్రేయస్సు కలుగుగాక! ఇక నిప్పుడు నీవు ఖాండవ ప్రస్థపురమునకు పొమ్ము. దుర్యోధనాది బంధువుల యెడల నీకు మంచి సోదర స్నేహము ఉండుగాక! నీ మనస్సు నిరంతరము ధర్మమునందే నిమగ్న మై యుండుగాక!"

"జనమేజయా! ధృతరాష్ట్ర మహారాజు ఇట్లు చెప్పగా, ధర్మరా జైన యుధిష్ఠిరుడు ధృతరాష్ట్రుని యాదేశము నంగీకరించి, తమ్ములతోపాటు అక్కడి నుండి పీఠ్కాని ద్రౌపదితో మేఘ గర్జనమువంటి ధ్వని గల రథములపై సంతో షముతో ఇంద్రప్రస్థ నగరమునకు పోయెను."

ఇట్లు వైశంపాయనుడు చెప్పగా జనమేజయుడు ఆ ముని నిట్లు ప్రశ్నిం చెను:

(ద్యూతపర్వము సమాప్తము)

(అనుద్యూత పర్వము)

దుర్యోధనుడు ధృతరాష్ట్రునకు అర్జున పరాక్రమమును గూర్చి చెప్పి, మరల జూదమునకు పాండవులను పిలిపించుటకు నిర్బంధించుట - ధృతరాష్ట్రుని యంగీకారము:

"బ్రహ్మన్! పాండవులు ధనముతోపాటు ఇంద్రప్రస్థమునకు పోవుటకు ఆజ్ఞ లభించిన సంగతి తెలిసినప్పుడు కౌరవుల మనస్సు పరిస్థితి ఎట్లుండెను?"

ఆ మాటకు వైశంపాయన మహాముని యిట్లు బదులు చెప్పెను:

"జనమేజయా! పాండవులు పోవుటకు ధృతరాష్ట్రుడు ఆజ్ఞ యిచ్చె నని తెలిసికొని దుశ్శాసనుడు, మంత్రులైన కర్ణశకునులతో గూర్చొని యున్న దుర్యోధనుని యొద్దకు త్వరగా పోయి, వారితో ని ట్లనెను:-

'మహా రథికులారా! మనము అతికష్టముతో సంపాదించిన ధనరాశిని మా వృద్ధపిత నష్టము చేసెను. ఆ ధనమంతయు మరల శత్రువశము చేసెను.

"జనమేజయా! దుశ్శాసనుని మాటవిని దురభిమాను లైన దుర్యోధన-కర్ణ-శకునులు, పాండవులపై ప్రతీకారేచ్ఛతో ఒండొరులు సంప్రదించుకొని అందరు కలిసి త్వరగా ధృతరాష్ట్రుని కడకు పోయిరి. దుర్యోధనుడు మధురముగా నతనితో ని ట్లనెను:

'తండ్రీ! ప్రపంచములో అర్జున సమాన పరాక్రమశాలి, ధనుర్ధరుడున్ను మఱియొకడు లేడు. అర్జునుని చేతులు రెండే యైనను, సహస్ర భుజములు గల కార్తవీర్యార్జునునివలె శక్తిమంతుడు. అర్జునుడు చేసిన అచింత్యము లైన సాహస కార్యములు చెప్పెద వినుము-అతడు ద్రౌపదీ స్వయంవరమునందు ఇతరులకు అసాధ్య మైన పరాక్రమము చూపెను. అప్పుడు అతని నెదిరించిన రాజుల నందఱను తీక్ష్ణబాణప్రహారములచేత జయించెను.

'మహారాజా! అప్పుడు కర్ణాది మహావీరులందరను అర్జునుడు తన బల పరాక్రమములచేత జయించి, పూర్వము భీష్ముడు శత్రువుల మధ్యనుండి కాశిరాజు కన్యక లైన 'అంబ-అంబిక-అంబాలిక' యను వారిని ముగ్గురను అపహరించినట్లే, ద్రౌపదిని పొందెను.

'రాజా! అర్జునుడు తీర్థయాత్రకు పోయినప్పుడు నాగలోకమునకు పోయి నాగరాజకన్యక యైన 'ఉలూపి'ని నాగరాజు ప్రార్థనపై, పెండ్లి యాడెను. తరువాత, ఇతర తీర్థయాత్రలు చేయుచు, దక్షిణదిక్కులో నున్న 'గోదావరీ-వేణ్ణా-కావేరీ'నదులలో స్నానము చేసి, దక్షిణ సముద్రతీరమందలి కుమారీ తీర్థమునకు పోయి యతడు అక్కడ మొసళ్లుగా నున్న ఐదుగురు అప్సరః స్త్రీలను పరాక్రమముచేత ఉద్ధరించెను.

'రాజా! తరువాత నర్జునుడు కన్యాకుమారీ తీర్థయాత్ర చేసి తిరిగి వచ్చుచు దక్షిణ దిక్కునందలి యనేక తీర్థములకు పోయి ద్వారకాపురి చేరి అక్కడ శ్రీకృష్ణభగవానుని యాజ్ఞచేత సుభద్రను రథముపై ఇంద్రప్రస్థమునకు తెచ్చెను. అర్జునుని సాహస కార్యములను గూర్చి ఇంకను వర్ణించెద వినుము. అతడు అగ్నిదేవుని కోరికపై ఖాండవ వనమును అతనితో దహింప జేసినప్పుడు అగ్ని దేవుని నుండి రథ - ధనుర్బాణ - కవచాదులను గైకొని, మహాబల -

ప్రభావములు గలవాడై, పరాక్రమమును చూప దొడగెను. ఖాండవ వనదహన మును గూర్చి ఇంద్రుడు విని అగ్నిని చల్లార్చుటకు మేఘములకు అజ్ఞ యీయగా, నవి జలము కురియుటకు ఆరంభించినప్పుడు అర్జునుడు బాణముల చేత ఆకాశము కప్పి అన్నివైపులనుండి మేఘములను అత్యద్భుతముగ నాపెను. అది విని యింద్రుడు కుపితుడై, దేవతలతో ఐరావతగజముపై వచ్చి, ఖాండవ వనరక్షణముకొరకు అర్జునునితో, యుద్ధము చేసెను.

'తండ్రీ! ఆ సమయమందు ఇంద్రునకు తోడుగా రుద్ర - మరుద్గణ-వసు-అశ్వినీకుమార - సాధ్యగణ - విశ్వేదేవ - గంధర్వులు ఇతర దేవగణములును అర్జునునితో యుద్ధము చేసి అతనిని వధించుటకు వచ్చి అతనిపై బడిరి అప్పుడు వారు అర్జునుని బాణములచేత బాధితులై యుద్ధము విడిచి పారిపోయిరి.

'మహారాజా! అప్పుడు ప్రళయకాలమునందువలె భయసూచకములైన యపశకునములు కనపడెను. తరువాత, దేవతలు కలిసి అర్జునునిపై దాడి చేయగా, ఆ దేవసేనను చూచి అర్జునుడు భయపడక తీక్ష్ణబాణములు తీసికొని ప్రళయకాలయమునివలె అచంచలుడై వారియెదుట నిలిచెను. అప్పుడు అర్జునుడు మానవుడే కదా యని తలచి ఇంద్రాది దేవతలు అతనిపై బాణములు కురిసిరి. కాని, అర్జునుడు గాండీవ ధనుర్ముక్త బాణవర్షముచేత వారి బాణములను నివారించెను.

"తండ్రీ! అది చూచి దేవతలు కుపితులై, వివిధ శస్త్రాస్త్రములు వర్షించినను వానిని అర్జునుడు ఆకాశమునందే కొట్టి తునాతునుకలు చేసి, మండలాకారముగ గాండీవమును లాగి, అన్నివైపుల తీక్ష్ణ బాణములు కురిసి, దేవతలను గాయపరచగా, వారు పారిపోయిరి. అప్పు డింద్రుడు కుపితుడై, అర్జునునిపై బాణ పరంపర గురియగా, అర్జునుడు, అతనిని బాణములతో గ్రుచ్చగా, ఇంద్రుడు అర్జునునిపై పాషాణములు వర్షించెను. అది చూచి అర్జునుడు అమర్షభరితుడై, తన బాణములచేత ఇంద్రుని పాషాణవర్షము నివారింపగా, ఇంద్రుడు అర్జునుని పరాక్రమము పరీక్షించుటకు పూర్వముకన్న అధికముగా పాషాణములు కురిసెను.

'రాజా! అది చూచి యర్జునుడు ఇంద్రుని సంతోషపరచుచు అతి వేగముగా పడుచున్న పాషాణ వర్షమును బాణములచేత నశింప జేసెను. అప్పు డింద్రుడు

అర్జునుని అణగ ద్రొక్క దలచి, 'అంగద' పర్వతమును (అది మందరాచలముయొక్క ఒక శిఖరము) చేతులతో నెత్తి అర్జునునిపై విడిచెను. అప్పు డర్జునుడు వేలకొలది బాణములతో ఆ పర్వత రాజమును ముక్కలు - ముక్క ముక్కలుగ ఖండించి, ఇంద్రుని బాణతాడితుని జేసి స్తంభింప జేసెను.

'మహారాజా! తేజో-బలసంపన్ను డైన యర్జునుని జయించుట యసంభవ మని తలచి యింద్రుడు, తన పుత్రు డైన యతని పరాక్రమమునకు మిక్కిలి సంతోషించెను. అప్పుడు స్వర్గవాసు లైన ప్రజాపతి మొద లైన దేవతలుగూడ అర్జునుని జయింప జాల కుండిరి. తరువాత, నర్జునుడు బాణములతో యక్ష-రాక్షస-నాగులను సంహరించి, వారిని ప్రజ్వలితాగ్నిలో పడ వేసెను ఇంద్రాది దేవతలను యుద్ధము నుండి మాన్పించెను అప్పు డెవరుగూడ అర్జునుని చూడ జాల కుండిరి.

'తండ్రీ! పూర్వము గరుడుడు అమృతము కొరకు దేవతలను జయించి నట్లే, అర్జునుడు గూడ వారిని జయించి, ఖాండవ వనదాహముచేత అగ్ని దేవుని తృప్తిపరచెను. ఇట్లు అర్జునుడు అనేక రథ-ధ్వజాశ్వ-దివ్యాస్త్ర-గాండీవధనుస్సులను, రెండు అక్షయ తూణీరములనున్ను అగ్ని దేవుని నుండి పొందెను. దానితో పాటు అతనికి అసమానయశస్సు. మయాసురుని నుండి అనుపమ సభాభవనమున్ను లభించెను.

'రాజేంద్రా! అర్జునుని పరాక్రమమును గూర్చి యింకను వినుము-అతడు ఉత్తర దిక్కునకు పోయి నగర-పర్వత సహితముగా జంబూద్వీపము నందలి తొమ్మి వర్షము (దేశము)లను జయించుకొని అక్కడి రాజులనుండి కప్పములను, రత్నముల కానుకలనున్ను తీసికొని తన నగరమునకు వచ్చి, యుధిష్ఠిరునిచేత రాజసూయ యాగము చేయించెను

'తండ్రీ! అర్జును డిట్లు అనేకవిధ పరాక్రమములు చూపెను. అతనికి ఈ డైన వీరు డెవడును లేకుండెను. దేవ - దానవ - యక్ష - పిశాచ - నాగ-రాక్షస - భీష్మ - ద్రోణాదివీరులు అనేకులు యుద్ధమునందు ఏకాకిగా నున్న యర్జునుని నలువైపుల చుట్టుముట్టినను అతనిని ఎదురింప జాలరు. నే నతనిని

గూర్చి నిరంతరము చింతించుచు, భయముచేత దుఃఖించు చుందును. నాకు ఇంటిలో ప్రతి స్థలమందు. పాశధారి యైన యమునివలె గాండీవధరు డైన యర్జునుడు కనపడు చుండును. వేలకొలదిమంది అర్జునులు కనపడు చున్నంతగా భయపడు చుందును. ఈ నగర మంతయు అర్జున మయముగా నాకు తోచును. ఏకాంతమునందు, స్వప్నమునందున్ను అర్జునునే చూచి, నేను అచేతనుడ నై, భ్రాంతి జెందు చుందును. అశ్వ - అర్థ - అజ (మేక) ములు మొద లైన అకారాది నామములు వినగానే నా మనస్సునకు భయము కలుగు చుండును

'తండ్రీ! అర్జునుడు దప్ప, శత్రుపక్షమునందలి యితర వీరు లెవరి నుండి కూడ నాకు భయము కలుగదు. యుద్ధమునందు బలి - ప్రహ్లాదాదులను గూడ అర్జునుడు సంహరించ గల డని నా విశ్వాసము. కనుక, అతనితో మా సైనికులు చేయు యుద్ధము వారి సంహారమునకే కారణ మగును. అర్జునుని ప్రభావము నెరుగుదును గనుక, నిరంతరము దుఃఖభారముచేత అణగి యుందును. పూర్వము అరణ్యవాసి యైన శ్రీరామచంద్రుని వలన మారీచునకు భయము కలిగినట్లే, అర్జునునివలన నాకుగూడ భయము కలుగు చున్నది."

"జనమేజయా! యిట్లు దుర్యోధనుడు అర్జునుని పరాక్రమమును గూర్చి వర్ణింపగా, విని ధృతరాష్ట్రు డతనితో ని ట్లనెను.

"పుత్రా! అర్జునుని పరాక్రమము నేనుగూడ నెరిగియే యున్నాను. అతని పరాక్రమము నెదురించుట అతి కఠినము. కనుక, నీవు వీరార్జునునకు ఏలాంటి యపరాధము చేయకుము. అతనితో జూదము గాని, శస్త్రయుద్ధము గాని, చేసి, కఠినముగా మాట్లాడకుము. ఎందు కనగా, వారివలననే అతనితో మీకు వివాదము కలుగును. అతనితో స్నేహముతోనే వ్యవహరింపుము. అర్జునునితో ప్రేమసంబంధము పెట్టుకొని సత్ప్రవర్తనతో మెలగువానికి మూడు లోకములలోను కొంచెముగూడ భయము భండదు. కనుక, వత్సా! నీవు అర్జునునితో స్నేహముతోనే వ్యవహరింపుము."

'ఆ మాట విని దుర్యోధనుడు తండ్రితో, 'మేము అర్జునునితో జూదమునందు కపటముగా ప్రవర్తిల్లితిమి గనుక, అతని సంహరించుటకు మరియొక

యుపాయము ఏదియైన నాకు చెప్పుము. దానిచేత మనకు సర్వదా శ్రేయస్సు కల్గును' అని యనెను.'

'అది విని ధృతరాష్ట్రుడి ట్లనెను:

'దుర్యోధనా! పాండవుల యెడల అనుచిత మైన యుపాయ మేదియు చేయ గూడదు. వారిని చంపుటకు ఇదివరకే నీవు యెన్నియో యుపాయములు పన్నితివి. వారు వాని సన్నిటిని గడచి, అభివృద్ధి పథమున సాగి పోయిరి. కనుక, నీకులమును,బంధువులనున్ను రక్షించుటకు హితకర మైన యుపాయము నీ మిత్ర బాంధవులలోపాటు అర్జునునితో నిరంతరము స్నేహపూర్వకముగా వ్యవహరించుట యొకటియే యని తెలిసికొనుము.

'జనమేజయా! ఇట్లు ధృతరాష్ట్రుడు చెప్పగా విని దుర్యోధనుడు రెండు గడియలు చింతించి విధిప్రేరితు డై మరల నిట్లనెను:

'తండ్రీ! దేవగురు వైన బృహస్పతి ఇంద్రునకు నీతిని ఉపదేశించుచు చెప్పినమాట నీవు విని యుండవు, అది యే మనగా, తనకు అహితము చేయు శత్రువును యుద్ధముద్వారా గాని, యుద్ధము చేయక కాని, అన్ని యుపాయ ములతో సంహరించవలెను, అని.

'మహారాజా! పాండవుల ధనముచేత రాజుల నందరను సత్కరించి, తోడుగా తీసుకొని పాండవులతో యుద్ధము చేసిన యెడల, మన కేమి నష్టము? విషధర సర్పములు కరచుటకు సంసిద్ధము లై యున్నప్పుడు వానిని మెడలో వేసికొని, లేక వీపుపై నెక్కించుకొనియు నుండుటకు ఎవడు ఇష్టపడును? అస్త్ర-శస్త్రధరు లైన పాండవులు కుపితు లై, విషధర సర్పముల వలె నీ కుల మును సంహరించెదరు.

'రాజా! కవచ-తూణీర-గాండీవధరుడై యర్జునుడు దీర్ఘముగా నిట్టూర్చుచు, నలువైపుల చూచుచు, భీముడు గద యాడించు చున్ను ఇక్కడ నుండి పోవు చున్నట్లు వినినాను. యుధిష్ఠిర-నకుల-సహదేవులుగూడ ఆయుధ ధారు లై పోవుచు, వారైదుగురు నేమి చేయ నున్నదియు వ్యక్తపరచిరి. వారు శత్రు సంహారమునకు గాను సేనలను చేకూర్చు కొనుటకు పోయిరి. మేము వారిని

తిరస్కరించితిమి. కనుక వారు మమ్ము ఎప్పుడు గూడ క్షమించరు మేము ద్రౌపదికి గలిగించిన కష్టము వారిలో నెవకు సహించి మౌనముతో నుండ గలడు?

'మహారాజా! కనుక మేము వనవాసమును పందెముగా బెట్టి పాండవులతో మరియొకసారి జూద మాడ దలచు చున్నాము. ఈ విధముగానే వారిని మరల వశపరుచుకొన జాలుదుము. జూదములో వోడిన తరువాత, వారుగాని, లేక, మేముగాని మృగచర్మములు ధరించి, పన్నెండేండ్లు వనవాసము చేయ వలెను. పదుమూడవ యేడు లోకులకు తెలియకుండ అజ్ఞాతులై యుండవలెను. ఆ పదమూడవ యేడు ఒకవేళ ఎవరికైన వారియునికి తెలిసిన యెడల, మరల వారు పన్నెండేండ్లు వనవాసము చేయ వలెను. మా యిరువురిలో నెవరు ఓడినను ఇదియే నిబంధనము ఉండ వలె నని నిర్ణయించు కొని, మరల జూద మాడుటకు ఆరంభించ వలెను. ఇదియే మేము చేయ దలచిన మహాకార్యము శకుని మాయ పాచికలు ఆడుటలో సిద్ధహస్తుడు.

'తండ్రీ! మాకు విజయము సిద్ధించిన యెడల, మేము అనేక మిత్రులను చేకూర్చు కొని, అనేక సేనలకు సత్కారములు చేసి రాజ్యములో అందరి సహకారముతో దృఢ పడెదము. ఒకవేళ, పాండవులు పదమూడేండ్లు జయప్రదముగా గడపి వచ్చినయెడల, మేము చేకూర్చుకొనిన సైన్య సంపత్తితో వారిని యుద్ధములో జయించెదము. కనుక, తండ్రీ! యీ మాకోరికను అంగీకరింపుము.

'జనమేజయా! యిట్లు దుర్యోధనుడు చెప్పగా విని ద్రోణాచార్య - సోమదత్త-బాహ్లిక-కృపాచార్య-విదుర-వికర్ణ - అశ్వత్థామాదు లందరున్ను దుర్యోధనుని నిర్ణయమును ఏక కంఠముతో విరోధించుచు, 'ఇక నిప్పుడు జూద మాడగూడదు అట్లైననే అంతట శాంతి యేర్పడ గలదు, అని యనిరి. భవిష్యత్తులో జరుగ బోవు అనర్థమును చూచి,తెలిసికొను మిత్రులు ఈ విషయములో తమ యనిచ్ఛను ప్రకటించుచునే యుండిరి. కాని, పుత్రప్రేమచేత ధృతరాష్ట్రుడు పాండవులను పిలుచుకొని వచ్చుటకు ఆజ్ఞ ఈయనే యిచ్చెను

గాంధారి ధృతరాష్ట్రుని హెచ్చరించుట : దానికి అతని యంగీకారము:

"జనమేజయా! అప్పుడు గాంధారి భవిష్యత్తులో అనిష్టము కలుగు నను చింతతో పుత్రస్నేహముచేత గలిగిన దుఃఖముతో భయపడుచు ధృతరాష్ట్రునితో నిట్లనెను :

'ఆర్యపుత్రా! దుర్యోధనుని జన్మకాలమందు 'బాలకుడు తన కులమునకు నాశకు డగును గనుక, నితనిని త్యజించ వలెను' అని విదురుడు చెప్పి యుండెను. ఇతడు జన్మించగనే నక్కవలె కూసెను. కనుక, నితడు తప్పక కులనాశకు డగును. కౌరవులారా! మీరుగూడ ఈ విషయము బాగుగా యోచింపుడు.

'మహారాజా! నీ దోషముచేతనే నీవు ఈ కులమును విపత్తి సముద్రములో ముంచకుము. ఉద్దండు లైన మన పుత్రులు చెప్పినట్లు వినకుము. ఈ కుల వినాశమునకు నీవే కారణుడవు కాకుము. నిర్మింప బడిన వంతెనను ఎవడు పడ గొట్టును? శాంతించిన వైరాగ్నిని మరల ఎవడు ఎగదోసి మండజేయును? పాండవులను మరల కుపితులను జేయు సాహస మెవడు చేయును? నీవు అంతయు నెరుగుదువు. అన్నియు నీకు జ్ఞప్తియందు గలవు. ఐనను, నేను మరల నీకు స్మరింప జేయు చుందును

'మహారాజా! దుర్బుద్ధి గలవానికి మంచి చెడ్డలు శాస్త్రము గూడ నేర్ప జాలదు. మంద బుద్ధి గల బాలకులు వృద్ధులవలె ఏ విధముగ గూడ వివేకశీలురు కా జాలరు. నీ పుత్రులు నీ యదుపులోనే యుండునట్లు ప్రయత్నింపుము. వారు అన్ని నియమములను, కట్టు బాట్లనున్ను విడిచి ప్రాణములపైగూడ ఆశ లేక నిన్ను ఈ వృద్ధావస్థలో విడిచి పోవకుండ వలెను. కనుక, నీవు నా మాట విని కులాంగారుడు డైన దుర్యోధనుని విడువుము.

'మహారాజా! నీవు ఇదివరకే చేయవలసిన పని పుత్రస్నేహముచేత చేయ లేదు. దానివలన సమస్త కులమునకు వినాశము కలుగు చున్నది. శాంతి-ధర్మము-నీతియు గల నీ బుద్ధి వానిపైననే నిలిచి యుండుగాక! ఏమరుపాటు చెందకుము. క్రూరకార్యములద్వారా లభించిన సంపద వినాశమునకు దారి తీయును. న్యాయ

ప్రవర్తనచేత వృద్ధి చెందిన ధనసంపద పుత్రపౌత్రాది పరంపరకు ఉప యోగపడుచు వచ్చును'

"జనమేజయా! ఇట్లు గాంధారీదేవి చెప్పగా ధృతరాష్ట్రుడు ఆమెతో, 'దేవీ! ఈ కులమునకు అంత మైనను సరియే. కాని, నేను దుర్యోధనుని ఆప జాలను. వీరందరు కోరినట్లే, యగుగాక! పాండవులు తిరిగి వచ్చి నా పుత్రులతో మరల జూద మాడెదరుగాక!' అని యనెను.'

అందరు వ్యతిరేకించినను యుధిష్ఠిరుడు ధృతరాష్ట్రుని యాజ్ఞచేత మరల జూద మాడి ఓడుట :

"జనమేజయా! ఇంద్రప్రస్థమార్గమందు చాల దూరము పోయిన యుధిష్ఠిరునికడకు, ధృతరాష్ట్రుని యాజ్ఞచేత ప్రాతికామి పోయి. 'మహారాజా! నీ తండ్రి ధృతరాష్ట్రుడు నీవు తిరిగి వచ్చుటకు ఆజ్ఞాపించెను. మా సభలో సభాసదులు నిండియున్నారు. నీకొరకు వారు వేచియున్నారు. నీవు మరల పాచిక లాడ వలెను' అని చెప్పగా, యుధిష్ఠిరు డిట్లనెను :

'సర్వప్రాణులకు దైవ ప్రేరణచేత శుభాశుభ ఫలములు ప్రాప్తించు చుండును. వానిని ఎవడు గూడ తొలగింప జాలడు. నాకు మరల జూదమాడ వలసి వచ్చు నని తోచు చున్నది. వృద్ధరాజైన ధృతరాష్ట్రుని యాజ్ఞచేత జూదము కొఱకు పంపబడిన ఈ యాహ్వానము మన కులమునకే వినాశకారణ మని తెలిసినప్పటికిన్ని నేను రాజాజ్ఞను ఉల్లంఘింప జాలను'

"జనమేజయా! 'ఏ జంతువు యొక్క శరీరముగూడ సువర్ణమయ మగుట అసంభవమైనను శ్రీరామచంద్రుడు సువర్ణమయముగా తోచిన మృగము కొఱకు లోభపడెను. పతనము గాని, పరాభవము గాని మూడినవాని బుద్ధి తరచుగా విపరీత మగును' అని చెప్పుచు, యుధిష్ఠిరుడు సోదరులతో మరల హస్తినా పురమునకు పోయి, శకుని కపటమును తెలిసి యుండి కూడ, జూదమాడుటకు పూను కొనెను. అతనిని చూచి, అతని మిత్రులకు చాల బాధ కలిగెను. పురా కృత కర్మకు వశుడై యుధిష్ఠిరుడు సమస్త లోక వినాశ కారణమైన ద్యూత క్రీడను మరల ఆరంభించుటకు వెనుక-ముందు చూడక, కూర్చునెను. అప్పుడు శకుని ఇట్లనెను:

'యుధిష్ఠిర మహారాజా! మన వృద్ధరాజు నీకు ధన మంతయు తిరిగి యిచ్చెను. అది మంచిదే. ఇక నిప్పుడు జూదము కొరకు ఒకటే పందెము పెట్టెదను. ఏ మనగా, నీ వొకవేళ మమ్ము జూదములో ఓడించిన యెడల మేము మృగచర్మములు ధరించి మహావనములో ప్రవేశించెదము. అక్కడ పన్నెండేండ్లు నివసించి,పదమూడవయేట జనసమూహములో అజ్ఞాతముగా నుండి గడపెదము. ఒకవేళ, ఆ పదుమూడవయేట లోకులు మమ్ము తెలిసికొనినయెల, మేము మరల రెండవసారి పన్నెండేండ్లు వనములో నివసించెదము. ఈ నియమము మన కిరువురకు కలదు. మీరు ఓడినను, ఇదియే పాటించ వలెను. వనమునుండి వచ్చిన తరువాత, తిరిగి మన రాజ్యములను పొందెదము.

'యుధిష్ఠిరా! ఈ నిశ్చయముతోనే నీవు మాతో జూద మాడుము.

"జనమేజయా! శకుని మాటలు విని సభాసదు లందరు ఉద్వేగముతో మరల భయపడుచు ని ట్లనిరి:

'అయ్యో! ధిక్కారము! ధిక్కారము! ఇక్కడి బంధువులు గూడ యుధిష్ఠిరునిపై వచ్చు మహాసంకటము గూర్చి అతనికి తెలుప కున్నారు. యుధిష్ఠిరుడు ఈ భయమును తెలిసికొనినాడో, లేదో కదా!'

"జనమేజయా! లోకులు ఇట్లు వివిధ రీతులలో మాట్లాడగా, వినుచుగూడ యుధిష్ఠిరుడు లజ్జచేత, ధృతరాష్ట్రుని యాజ్ఞా పాలనరూప మైన ధర్మదృష్టిచేతను మరల జూద మాడుటకు పూనుకొనెను. అతడు 'కురుకుల వినాశము అతిసమీపములో నున్న'దని తలచియే ద్యూతక్రీడకు ప్రవృత్తు డై శకునితో 'స్వధర్మ పాలనమునందు నిమగ్నుడైన నా వంటి రాజు జూదమునకు ఆహ్వానించినప్పుడు, ఎట్లు వెనుకాడును? కనుక, నీతో నాడెదను' అని యనెను.

"జనమేజయా! అప్పుడు ధర్మరాజు ప్రారబ్ధమునకు వశీభూతు డై భీష్మ-ద్రోణ - కృపాచార్య-యుయుత్సు-గాంధారీ-కుంతీ-సంజయ-భీమ-అర్జున-నకుల-సహదేవ - వికర్ణ - ద్రౌపదీ - సోమదత్త - బాహ్లీక - అశ్వత్థామాదులు మాటి-మాటికి నివారించు చున్నను, భవిష్యదనర్థమునకు వశు డగుట చేత జూదము విడువ లేదు. అప్పుడు శకుని యి ట్లనెను:

'యుధిష్ఠిర మహారాజా! మా యొద్ద గో-వృషభములు, ఎన్నియో పాడి యావులు, మేకలు, గొఱ్ఱెలు, గజములు, ధనాగారములు, దాస-దాసీ సువర్ణాదులున్ను ఉన్నప్పటికిన్న వానిని విడిచి, ఒక వనవాసమే మన పందెముగా పెట్టినాము. పాండవులారా! మీరు గాని, లేక, మేము గాని ఓడిన యెడల వనమునకు పోయి నివసించ వలెను పదుమూడవ యేడు మాత్రము అజ్ఞాతముగ జన సమాజములో నుండ వలెను. ఈ నిశ్చయముతోనే జూద మాడుదము. ఈ నియమముతో ఒకసారి మాత్రమే. పాచికలు వేయుటచేత ద్యూత క్రీడ ముగియ గలదు.'

"జనమేజయా! యిట్లు శకుని చెప్పిన మాటను యుధిష్ఠిరుడు అంగీకరించెను. తరువాత శకుని పాచికలు వేసి యుధిష్ఠిరునితో 'నాకు విజయము కలిగెను' అని యనెను.

దుశ్శాసనుడు పాండవులను పరిహసించుట-భీమార్జున నకుల సహదేవులు శత్రుసంహారమునకు ప్రతిజ్ఞలు చేయుట:

"జనమేజయా! తరువాత, జూదములో నోడిన పాండవులు వనవాస దీక్ష తీసికొని మృగచర్మములను ఉత్తరీయ వస్త్రములుగా ధరించి వనవాసమునకు ప్రయాణ మైనప్పుడు దుశ్శాసనుడు వారిని చూచి ఇ ట్లనెను:

'దుర్యోధనునకు సమస్త భూమండలముపై ఏకచ్ఛత్ర రాజ్యాధిపత్యము వచ్చెను. పాండవులు పరాజితు లై, మహావిపత్తిలో పడిరి. నేడు పాండవులు ఎక్కడను నిలువ నీడ లేక వనమార్గము బట్టి పోయిరి మేము గుణములలో పెద్దవారము పరిస్థితిలో శ్రేష్ఠులము. మాకు శ్రేయస్సు కలిగెను. మా శత్రువులకన్న మేము ఉన్నత స్థానములో నున్నాము పాండవులు చాలకాలము వరకు ఎడతెగని దుఃఖముల నరకములో పడ వేయ బడిరి వీరు ఎల్లప్పటిన్ని సుఖరాజ్య హీను లైరి ధనమదముచేత పూర్వము ధృతరాష్ట్రపుత్రులను పరిహసించు చుండిన యీ పాండవులే నేడు పరాజితు లై, ధన-వైభవము లన్నియు పోగొట్టుకొని, వనమునకు పోవు చున్నారు. పాండవులు విచిత్ర-వస్త్ర-కవచాదులు తీసి, మృగచర్మములు, శకుని విధించిన నిబంధనము ప్రకారమే ధరించ వలెను.

'మావంటి పురుషులు లోకత్రయములో లేరు' అని దురభిమానంతో నుండిన యీ పాండవులే నేడు విపరీత మైన దుర్దశకు పాల్పడి, నువ్వుల తాలువలె సత్త్వహీనులైరి. ఇప్పుడు వారు తమ పరిస్థితిని తెలిసికొనగలరు. అభిమానవంతులు, బలవంతులు నైన యీ పాండవుల మృగచర్మ వస్త్రములు చూడుడు. ఇవి యజ్ఞములో మహాత్ములు ధరించెదరు. నాకైతే, వీరి శరీరముపై నున్న మృగచర్మములు యజ్ఞాధికారము లేని ఆటవికుల చర్మవస్త్రములవలె కనపడు చున్నవి. ద్రుపద మహారాజు పాండవులకు ద్రౌపదిని ఇచ్చి మంచిపని చేయ లేదు. ద్రౌపదీ! నీ పతు లైన పాండవులు పరిపూర్ణముగా నపుంసకులు.

'ద్రౌపదీ! నీవు సూక్ష్మము లైన యమూల్యవస్త్రములు ధరించు చుంటివి. ఇప్పుడు పాండవులు నిర్ధను లై, అప్రతిష్ఠపా లై, మృగచర్మములు కప్పికొని, వనములో నుండుట చూచి, నీకు ఏమి సంతోషము కలుగును? కనుక, నీవు కోరిన మరియొక పురుషుని పతిగా చేసికొనుము. కౌరవు లందరు ఓర్పు, ఇంద్రియనిగ్రహము, ఉత్తమధన వైభవ సంపత్తియు గలవారు. వీరిలో ఒకనిని పతిగా ఏరుకొనుము. దానిచేత ఈ దరిద్రావస్థవలన నీకు సంతాపము కలుగదు. నువ్వులతాలు నాటినప్పుడు అవి పండనట్లు, చర్మ నిర్మిత మృగములు వ్యర్థము లైనట్లు, 'కాకయవలు' (తండులరహిత తృణ ధాన్యము) నిష్ప్రయోజనము లైనట్లును పాండవుల జీవితముగూడ నిరర్థక మైనది. తాలునువ్వులవలె పతితులు, నపుంసకులు నైన పాండవులను సేవించుటచేత నీకు ఏమి లాభము కలుగును? కేవలము నిరర్థక మైన పరిశ్రమమే నీవు చేయ వలసి యుండును.'

"జనమేజయా! ఈ విధముగ క్రూరు డైన దుశ్శాసనుడు పాండవులను అనేక కఠినవచనములచే అవమానపరచెను. ఆ మాటలు విని భీమసేనునకు మహా కోపము వచ్చెను. హిమాలయ గుహలో సింహము నక్కయొద్దకు పోయి నట్లు అతడు హఠాత్తుగా దుశ్శాసనుని కడకు పోయి, రోషముతో అతనిని ఆపి, మిక్కిలి బిగ్గరగా ధిక్కరించుచు అతనిని పట్టుకొని యి ట్లనెను:

'అరే! క్రూరుడా! నీచదుశ్శాసనా! నీవు పాపిష్ఠులవలె వ్యర్థముగా వదరు చున్నావు. ఆ! నీ బాహుబలముచేత కాదు శకుని కపట విద్యా ప్రభావము చేత గొప్పలు చెప్పుకొను చున్నావు. నీ విప్పుడు నీ వాగ్బాణములచేత మా మర్మస్థాన

ములను పీడించినట్లే, యుద్ధమునందు నేను నీ యెద చీల్చినప్పుడు నీ విప్పుడు పలికిన మాటలు స్మరించెదవు. క్రోధ-లోభములకు వశులు, నీరతులు నై, నీవెంట వచ్చు చున్న వారిని, వారి బంధువులతో పాటు యమలోకమునకు పంపెదను.'

"జనమేజయా! మృగచర్మధరు డైన భీమసేనుని మాట విని నిర్లజ్జు డైన దుశ్శాసనుడు అతనిని పరిహసించుచు, నృత్యము చేయుచు, 'ఓ ఎద్దా!' అని అతనిని పిలుచు చుండగా యుధిష్ఠిరుడు భీమసేనుని ఆపకుండినయెడల, నతడు దుశ్శాసనుని ప్రాణముంతో విడిచియుండడు. అప్పుడు దుశ్శాసనునితో భీము డి ట్లనెను:

'క్రూర దుశ్శాసనా! నీవు గనుకనే, యిట్టి నీచ వచనము లాడు చున్నావు. కపటపు జూదములో ధనము సంపాదించిన నీవు దప్ప, మరియొక డెవడు ఇట్లు ఆత్మ ప్రశంస చేసికొనును? నా మాట బాగుగ వినుము. ఈ భీమసేనుడు, యుద్ధములో నీ యెద చీల్చి నీ రక్తము త్రాగకుండినయెడల, నతనికి పుణ్యలోకములు ప్రాప్తింప కుండునుగాక! త్వరలోనే ధనుర్ధరు లందరు చూచు చుండగా, యుద్ధమునందు ధృతరాష్ట్రపుత్రుల నందరిని వధించి నేను శాంతించునట్టి కాలము రా గలదు'

"జనమేజయా! సభనుండి పాండవులు వెడలునప్పుడు దుర్యోధనుడు సంతోషముతో, సింహమువలె మదగమనముతో పోవుచున్న భీమసేనుని పరిహసించుచు నతనివలె నడవ జొచ్చెను. అప్పుడు భీమసేనుడు వెనుదిరిగి చూచి 'మూఢుడా! కేవలము దుశ్శాసనుని రక్తము త్రాగుటతోనే నా కర్తవ్యము నెరవేరదు. నీ బంధువులతోపాటు నిన్నుగూడ యమలోకమునకు పంపి, నీ యీ పరిహాసమును నీకు జ్ఞాపకపరచుచు నుత్తరము చెప్పెదను." అనెను

"జనమేజయా! ఇట్లు తాను అవమానపడు చుండుట చూచి భీమసేనుడు అతి కష్టముతో క్రోధమును అణచుకొని, యుధిష్ఠిరుని వెనుక పోవుచు ని ట్లనెను:-

'నేను దుర్యోధనుని, అర్జునుడు కర్ణునిని, సహదేవుడు శకునిని చంపుదుము ఈ సభలో మరియొక మాట చెప్పు చున్నాను. దేవతలు నా యీ

మాటను సత్యము చేసెదరు - కౌరవ - పాండవుల యుద్ధములో పాపిష్ఠు డైన యీ దుర్యోధనుని నేను గదతో గొట్టి సంహరించి యుద్ధభూమిలో పడి యున్న యతని తల నా కాలితో త్రొక్కెదను. కేవలము గొప్పలు చెప్పికొనుటలోనే శూరు డైన యీ దుశ్శాసనుని యెదలోని రక్తమును, సింహము మృగరక్తమును త్రాగినట్లు పీల్చెదను '

''జనమేజయా! తరువాత అర్జునుడు భీమసేనునితో, 'ఆర్యా! సత్పురుషులు చేయ దలచిన కార్యము నిట్లు మాటలతో సూచించరు. పదునాలుగేండ్లకు జరుగ బోవు సంఘటనము ప్రజలు ప్రత్యక్షముగా చూడ గలరు' అని యనగా భీము డతనితో, 'ఈ భూమి దుర్యోధన - కర్ణ - శకుని - దుశ్శాసనుల రక్తమును తప్పక త్రాగ గలదు.' అని యనగా నర్జునుడు భీమునితో ని ట్లనెను :-

'సోదరా! మన దోషములనే సర్వదా వెదకుచు, మన దుఃఖము చూచి సంతసించుచు, కౌరవులకు దుర్బోధలు చేయుచు, వ్యర్థముగా వదరు చుండు కర్ణుని నేను నీ యాజ్ఞచేత తప్పక సంహరించెదను అతని యనుచరులను గూడ వధించెదను. హిమాలయము చలించినను, సూర్యప్రభ నశించినను, చంద్రుడు చల్లబడినను, ఈ నా సత్యప్రతిజ్ఞ చలించదు. - (అనగా, అవి యెట్లు అసంభవములో నా ప్రతిజ్ఞ మిథ్య యగుటగూడ అసంభవ మని భావము.) నేటినుండి పదునాలుగేండ్లకు దుర్యోధను డొకవేళ మనరాజ్యము సమ్మాన పూర్వకముగా తిరిగి యీయని యెడల, ఈ విషయము లన్నియు తప్పక జరిగి తీరును.'

"జనమేజయా! అర్జును డిట్లు చెప్పినప్పుడు సహదేవుడు భుజము లెత్తి శకుని వధేచ్ఛతో క్రోధ రక్తనేత్రు డై సర్పమువలె బుసకొట్టుచు శకునితో ని ట్లనెను -

'క్షత్రియ కుల కళంకా! గాంధారరాజా! మూర్ఖశకునీ! నీవు పాచిక లను కొనినవి యుద్ధములో తీక్ష్ణ బాణములే యగును వానినే నీవు కోరితివి ఆర్యు డైన భీమసేనుడు నీ విషయములో చెప్పిన మాటలు నేను తప్పక నెరవేర్చెదను. నీ రక్షణమునకు నీవు చేసికొన దలచిన దంతయు చేసికొనుము నీవు క్షత్రియ ధర్మము ననుసరించి యుద్ధ రంగములో స్థిరముగా నిలిచినయెడల, నేను, నీ బంధువులతోపాటు నిన్ను తప్పక సంహరించెదను.'

"జనమేజయా! సహదేవుడిట్లు చెప్పగా విని నకులుడుగూడ నిట్లనెను :

'దుర్యోధనుని హితసాధనముకొరకు ప్రయత్నించుచు, ద్యూత సభలో కాల ప్రేరితులై ద్రౌపది విషయములో కఠినముగా మాటలాడుచు, మృత్యుముఖములో పోవ దలచిన దుష్ట ధృతరాష్ట్ర పుత్రులలో ననేకులను యమలోకమునకు పంపెదను. యుధిష్ఠిరాజ్ఞచేత నేను ద్రౌపదీ ప్రియసాధనకై ధార్తరాష్ట్రుల నుండి రాజ్యము లాగుకొనెదను. ఈ కార్యమునకు ఎంతయో కాలము లేదు. త్వరలోనే జరుగును.'

"జనమేజయా! యీ విధముగా పాండవులు ప్రతిజ్ఞలు చేసి ధృతరాష్ట్రుని యొద్దకు పోయిరి.

"తరువాత యుధిష్ఠిరుడు పెద్దలతో నిట్లనెను:

యుధిష్ఠిరుడు ధృతరాష్ట్రాదులను వీడ్కొనుట-కుంతీదేవిని విదురుని యొద్ద నుంచుట-ధర్మముతో నుండుటకు పాండవులకు ఉపదేశించుట :

'పెద్దలారా! నేను గురుజను లందరినుండి వనమునకు పోవుటకు అనుజ్ఞ కోరు చున్నాను. పెద్దలు-వృద్ధులు నైన భీష్మ-సోమదత్త-బాహ్లిక-ద్రోణ-కృపాచార్య-అశ్వత్థామాదులనుండి, విదుర - ధృతరాష్ట్ర-ధార్తరాష్ట్ర-యుయుత్సు-సంజయాదుల నుండియు ఆజ్ఞ తీసికొని వనమునకు పోయెదను. తిరిగి వచ్చి మీయందరి దర్శనము చేసెదను.'

"జనమేజయా! యుధిష్ఠిరు డిట్లనగా, కౌరవులు లజ్జతో క్రుంగిపోయి ఏమియు బదులు చెప్పజాలక మనస్సులోనే యుధిష్ఠిరునకు శ్రేయస్సు కలగవలెనని కోరిరి. అప్పుడు విదురు డిట్లనెను:

'పాండవులారా! కుంతీదేవి వనమునకు పోవ దగదు. ఆమె వృద్ధురాలు. సుఖముగా నుండ దగినది. కనుక, నామె నా యింటిలో సత్కార పూర్వకముగ నుండ గలరు. మీరు అంగీకరింపుడు మీ రందరు వనములో సుఖముతో, ఆరోగ్యముతోను ఉండవలె నని నా శుభాకాంక్షలు తెలుపు చున్నాను.'

"జనమేజయా! పాండవులు, 'చాల మంచిది అట్లే యగుగాక! నీ యాజ్ఞయే మాకు శిరోధార్యము నీవు మాకు, పినతండ్రివి. కనుక, మాకు పితృ

తుల్యుడవు. మేమందరము నీ శరణు జొచ్చితిమి నీవు మాకు పరమ గురుడవు గనుక నీయాజ్ఞ మాకు మాననీయము. ఇదిగాక, ఇంక నేమైన మా కర్తవ్యము ఉన్నచో తెలుపుము" అని విదురునితో ననగా, విదురుడు యుధిష్ఠిరునితో నిట్లనెను:

'భరతకుల భూషణా! అధర్మమార్గములో పరాజితుడైనవా డెవడు గూడ ఆ యోటమికి దుఃఖము చెంద గూడ దని నా యభిప్రాయము. నీవు ధర్మజ్ఞుడవు అర్జునుడు యుద్ధవిజయుడు. భీమసేనుడు శత్రువినాశ సమర్థుడు నకులుడు ఆవశ్యకములైన వస్తువులను సమకూర్చుటలో నేర్పరి. సహదేవుడు, సంయమము (మనో విగ్రహము) గలవాడు. బ్రహ్మర్షి యైన ధౌమ్యాచార్యుడు బ్రహ్మవేత్తలలో శిరోమణి. ధర్మపరాయణురాలైన ద్రౌపది గూడ ధర్మార్థముల సంపాదనములో కుశలురాలు. మీ రందరు నొండొరులకు ప్రియులు మిమ్ము చూచి అందరకు సంతోషము కలుగును. మీలో శత్రువులు భేదము గలిగించ జాలరు. ప్రపంచములో మీపై ఇష్టము లేనివా రెవ రున్నారు?

'యుధిష్ఠిరా! నీకు గల ఓర్పు నియమములున్ను నీకు సర్వ విధముల శ్రేయసునే కలిగించును. ఇంద్రసమాన పరాక్రమము గల శత్రువుగూడ నీ యీ సద్గుణములను ఎదురించ జాలడు. పూర్వము 'మేరుసావర్ణి' హిమాలయముపై నీకు ధర్మము - జ్ఞానమున్ను ఉపదేశించెను వారణావతనగరమందు వ్యాసభగవానుడు. 'భృగుతుంగి' పర్వతముపై పరశురాముడు, 'దృషద్వతి' నదీ తీరమందు సాక్షాత్తు భగవంతుడైన శంకరుడు, అంజన పర్వతముపై 'అసిత' మహర్షియు నీకు సదుపదేశములు చేసి యుండిరి, ధర్మరాజా! 'కల్మాషి' నదీతీరమందు నివసించుచున్న భృగుమహర్షి నీకు ఉపదేశము చేసి యనుగ్రహించెను నారదమహర్షి సర్వదా నీకు క్షేమములు చేకూర్చుచుండును. నీ యీ పురోహితుడైన ధౌమ్యాచార్యుడైతే, నిరంతరము నీతోనే యుండును గదా!

'యుధిష్ఠిరా! మహర్షులు సమ్మతించిన పరలోక విజ్ఞానమును నీ వెప్పుడు గూడ విస్మరించ గూడదు. ఇలాపుత్రుడైన పురూరవునిగూడ నీ బుద్ధి శక్తిచేత ఓడింప గలవు బలముచేత సమస్తరాజులను, ధర్మసేవనముచేత ఋషులనున్ను జయింప గలవు. ఇంద్రునినుండి మనస్సులో విజయోత్సాహమును పొందుము.

యమరాజనుండి కోపమును అదుపులో పెట్టుకొను పాఠమును నేర్చుకొనుము. ఔదార్యములో, దానములోను కుబేరుని, సంయమమునందు వరుణున్ని ఆదర్శ మనుగా గ్రహింపుము. ఇతరుల హితము కొరకు నిన్ను నీవు ఆత్మదానము చేసి కొనుట, సౌమ్యభావము (చల్లదనము), ఇతరులకు జీవన (జీవితము - జలము) దానము చేయుట - ఈ మొద లగు సద్గుణములను జలము నుండి గ్రహింపుము. భూమినుండి ఓర్పు, సూర్యమండలము నుండి తేజస్సు, వాయువునుండి బలము, సమస్త భూతముల నుండి సంపత్తియు పొందుము.

'పాండుపుత్రా! నీకు ఎప్పుడు గూడ ఏలాటి రోగములు రాకుండ నిరంతరము శుభములే కలుగు చుండును గాక! నీవు క్షేమముగా వనమునుండి తిరిగి వచ్చినప్పుడు మరల నిన్ను చూచెదను ఆపద కాలమునందు గాని, ధర్మార్థము లకు సంకటము కలిగినప్పుడు గాని, అన్ని కార్యములందు గూడ అప్పు-డప్పుడు నీ కర్తవ్యమును సముచితముగా పాలింపుము. నీకు ఆవశ్యకము లైన మాట లన్నియు చెప్పితిని. శుభ మగుగాక! నీయొక్క పూర్వదోషములను ఇతరు డెవ్వడు నెరుగ కుండునట్లు ప్రయత్నము చేయుము.'

"జనమేజయా! విదురుడు ఇట్లు ఉపదేశించిన తరువాత యుధిష్ఠిరుడు భీష్మ - ద్రోణులకు నమస్కరించి బయలుదేరెను.

ద్రౌపది కుంతీదేవిని వీడ్కొనుట - కుంతి విలాపము - పౌర స్త్రీ పురుషులు శోకించుట :

"జనమేజయా! యుధిష్ఠిరుడు వనమునకు బయలుదేరు చున్నప్పుడు ద్రౌపది కుంతీదేవి కడకు పోయి, తాను వనమునకు పోవుటకు ఆమె యాజ్ఞను దుఃఖించుచు కోరెను. అక్కడ నున్న యితర స్త్రీ లందరికిన్ని ద్రౌపది వందనము చేసి, వారిని కౌగిలించుకొని, తాను వనమునకు పోవుచున్నా నని తెలిపెను అప్పుడు పాండవుల యంతఃపురమునందు గొప్ప యార్తనాదము కలిగెను.

"జనమేజయా! ద్రౌపది పోవు చుండుట చూచి కుంతీదేవి మిక్కిలి సంతాపముతో శోకించుచు నోట మాట రాక అతి కఠినముగా ని ట్లనెను .

'బిడ్డా! ఈ మహాసంకటమునందు నీవు శోకింప గూడదు. స్త్రీ ధర్మముల నెఱిగిన దానవు. శీలము, సత్ప్రవర్తనమున్ను పాలించు దానవు. కనుకనే, 'పతుల యెడల నీ కర్తవ్య మేమి' యని నీకు తెలుప వలసిన యావశ్యకత లేదు. నీవు పతివ్రతా స్త్రీల సద్గుణ సంపత్తితో పరిపూర్ణురాలవు. నీవు పతి కుల మును, పితృకులమునుగూడ శోభిల్ల జేసితివి

'ద్రౌపదీ! నీ క్రోధాగ్నిచేత కౌరవులను కాల్చి భస్మము చేయ లేదు గనుక, వారు మహాభాగ్యశాలురు. వెడలుము. నీ మార్గమునందు ఏలాటి విఘ్న ములు, బాధలున్ను కలుగ కుండుగాక! నా శుభాకాంక్షలచేత నీకు అభ్యు దయము కలుగు గాక!

'పుత్రీ! వనమునం దున్నప్పుడు నీవు సర్వదా, సహదేవుని మంచిచెడులు, యోగ - క్షేమమున్ను అరయుచు ఆతడు సంకటములలో పడి దుఃఖింప కుండు నట్లు చూచుము.'

"జనమేజయా! కుంతీదేవి యిట్లు చెప్పినప్పుడు ద్రౌపది కన్నీరు గార్చుచు, 'తథాస్తు' (అట్లే యగు గాక!) అని ఆమె యాజ్ఞను శిరోధార్యముగ స్వీకరించెను. అప్పుడు ద్రౌపది శరీరముపై ఒకటే వస్త్రము ఉండెను. దానిలో గూడ కొంత భాగము రజస్సుచేత తడిసి యుండెను. తల వెంట్రుకలు వీడి, చెదఱి యుండెను అట్టి పరిస్థితిలోనే ఆమె అంతఃపురమునుండి బయలువెడలెను.

"జనమేజయా! ఏడ్చుచు, ఆక్రోశించుచు వనమునకు పోవు చున్న ద్రౌపదివెంట కుంతీదేవి గూడ దుఃఖించుచు కొంతదూరము పోయి వస్త్రాభరణ రహితు లైన తన కొడుకులను చూచెను వారు మృగ చర్మధరు లై, లజ్జచేత తల వంచుకొని పోవు చుండిరి సంతోషముతో శత్రువులు వారిని చుట్టుకొని యుండిరి హితైషు లైన మిత్రులు వారి దురవస్థకు శోకించు చుండిరి అట్టి పరిస్థితిలో నున్న పుత్రుల కడకు పోయిన కుంతిదేవికి మనస్సులో వాత్సల్య రసము ఉబికెను. వారిని కౌగిలించుకొని యామె మిక్కిలి విలపించుచు ని ట్లనెను:

'పుత్రులారా! మీరు ఉత్తమ ధర్మమును పాలించుచు, సత్ప్రవర్తనమును దాటక శోభిల్లు చున్నారు. మీకు క్షుద్ర స్వభావము లేదు భగవంతుని యందు దృఢభక్తి గలిగి మీరు సర్వదా భగవదారాధన తత్పరు లై యుండెదరు. అట్లున్నను మీపైన ఈ ఆపత్తి పర్వతము విరిగి పడెను. దైవముయొక్క యీ విపరీత విధానము ఎట్టిది? ఎవడు అనిష్టము కోరుటచేత మీకు ఈ మహా దుఃఖము ప్రాప్తించెను? ఎన్ని మార్లు యోచించినను నాకు తోచుట లేదు. ఇది నా భాగ్యదోషమే. కాని, మరియొకటి కాదు. మీరు ఉత్తమ గుణసంపన్ను లైనను అత్యంత దుఃఖము, కష్టమున్ను అనుభవించుటకే మిమ్ము నేను కనినాను.

'నాయనలారా! ఈ విధముగ మీరు సంపత్తిహీను లై, దుర్గమారణ్యములో ఎట్లు నివసింప గలుగుదురు? వీర్య-ధైర్య-బలోత్సాహ-తేజస్సులచేత పరిపుష్టులైనను మీరు నేడు దుర్బలు లైతిరి. శతశృంగమునుండి హస్తినాపురికి రాగనే వనవాస కష్టము మీకు అనుభవించ వలసి వచ్చు నని నాకు తెలిసి యుండిన యెడల, నే నిక్కడికి మీతో వచ్చి యుండను. మీ తండ్రియే ధన్యు డని తలచెదను. ఎందు కనగా, పుత్రశోకము లేకుండ అతడు స్వర్గమునకు పోయెను. పరమ గతిని పొందిన మాద్రియే ధన్యురాలు. ఆమె నన్ను ప్రార్థించి, జీవించి యుండు మని నిర్బంధించెను. నాకు ఈ జీవితముపై, పుత్రాసక్తి పైనను ధిక్కారము కలుగు చున్నది. జీవించి యుండుటచేత ఇంత క్లేశము అనుభవించ వలసి వచ్చెను.

'పుత్రులారా! సత్ప్రవర్తకు లైన మీరు నాకు ప్రాణములకంటె మిక్కిలి ప్రియులు చాల కష్టపడి కనినాను మిమ్ము విడిచి వేరుగా ఉండ జాలను మీతో గూడ వనమునకు వచ్చెదను. అయ్యో! ద్రౌపదీ! నన్ను విడిచి ఎందుకు పోవు చున్నావు? ప్రాణధారణరూప మైన యీ ధర్మము అనిత్యము. ఒకనాడు గాకున్న నొకనాడైనను ఇది అంత మొందుట నిశ్చయము. ఐనను, దైవము ఏమరుపాటు చేత నా జీవితమును అంత మొందించ లేదు. కనుకనే, ఆయుస్సు నన్ను వీడుట లేదు.

"ద్వారకావాసా! శ్రీకృష్ణా! ఎక్కడ నున్నావు? నన్ను, పాండవులనున్ను ఈ దుఃఖమునుండి ఎందుకు రక్షించ కున్నావు? ప్రభూ! నీవు ఆద్యంత రహితు

డవు. నిన్ను నిరంతరము ధ్యానించు వారిని తప్పక సంకటముల నుండి రక్షించెదవు. అట్టి నీ బిరుదు వ్యర్థమెట్లయ్యెను? ఈ నా పుత్రులు ఉత్తమ ధర్మ - శీల కీర్తి పరాక్రమములతో మెలగు చుండెదరు కనుక, కష్టానుభవమునకు తగరు వీరియెడ నైనను దయ జూపుము. నీతిజ్ఞులైన భీష్మ - ద్రోణ - కృపాచార్యాదులు భరతకులరక్షులై యుండగా ఈ విపత్తి మా కేల కలిగెను?

'అయ్యో! పాండు మహారాజా! నీ వెక్కడ నున్నావు? నేడు నీ పుత్రులను శత్రువులు జూదములో ఓడించి వనవాసమునకు పంపిరి నీ పుత్రుల దురవస్థను నీ వెందుకు ఉపేక్షించుచున్నావు?

'సహదేవా! నీవు నా శరీరమునకంటె అధిక ప్రియుడవు తిరిగి రమ్ము. కుపుత్రునివలె నన్ను విడువకుము. ఈ నీ సోదరులు సత్య - ధర్మములను పాలించు పట్టుదలతో వనమునకు పోయిన పోవ నిమ్ము. నీ విక్కడనే యుండి, నన్ను రక్షించుటవలన కలిగెన ధర్మము పొందుము

"జనమేజయా! ఈ విధముగ విలపించు చున్న కుంతీదేవికి ప్రణామము చేసి, పాండవులు దుఃఖముతో వవమునకు పోయిరి. విదురుడు గూడ ఆర్తితో శోకించు చున్న కుంతీదేవికి వివిధ యుక్తులు బోధించి, ధైర్యము గొలిపి, మెల్ల మెల్లగా తన యింటికి తోడ్కొని పోయెను. అతడుగూడ మిక్కిలి దుఃఖించెను.

"జనమేజయా! తరువాత యుధిష్ఠిరుడు వనమునకు పోవునప్పుడు పురవాసు లందరు దుఃఖముతో తమ భవనములపై, ఇంటికప్పులపై, గోపురము (ఊరిగవని వాకిలి) లపై, చెట్లపైనను నెక్కి నిలుచుకొని దైన్యముతో చూచు చుండిరి. నగర మార్గములలో జన సమ్మర్దముచేత నడచుటకుగూడ సాధ్యము గానంతగా జనులు నిండి యుండిరి కనుకనే, ఎత్తైన ప్రదేశములు ఎక్కి యుధిష్ఠిరుని చూచు చుండిరి అతడు గొడుగు లేక పాదచారియై పోవు చుండెను. అతని శరీరముపై రాజోచితములైన వస్త్ర - భూషణములు లేకుండెను నార చీరలు, లేడి చర్మము నతడు ధరించి యుండెను. ఇట్టి దుర్దశలో నున్న యుధిష్ఠిరుని చూచి ప్రజలు హృదయములో బాధపడి అనేక విధములుగ నిట్లు మాట లాడ జొచ్చిరి:

'ప్రయాణము చేయునప్పుడు చతురంగ సేనలు యుధిష్ఠిరుని వెనుక పోవు చుండెను. నేడతడు ఇట్లు పోవుచున్నాడు అతని వెనుక ద్రౌపదితోపాటు అతని నలుగురు తమ్ములు, పురోహితుడు మాత్రమే పోవు చున్నారు. పూర్వము ఆకాశ సంచారు లైన ప్రాణులు గూడ కనపడని ద్రౌపదిని ఇప్పుడు త్రోవలో నడచు సామాన్య జనులుగూడ చూడు చున్నారు

'అయ్యో! సుకుమారి యైన ద్రౌపది యంగములందు సుపరిమళాంగరాగ ములు శోభిల్లు చుండెను. ఈ మెర కుచచందనము అలముకొను చుండెను. కాని, యిప్పుడు వనములో శీతోష్ణవర్షములు తగులుటచేత ఈమె యంగకాంతి త్వరగానే పాలిపోవును. నేడు కుంతీదేవి చాలా ధైర్యము వహించి పుత్రులతో కోడలితో నున్న మాట లాడు చున్నది. లేకున్న ఇట్టి పరిస్థితిలో ఆమె వీరివైపుగూడ జూడ కుండెను. గుణహీను డైనపుత్రుని దుఃఖముగూడ తల్లి చూడజాలదు. అట్లుండగా ఏ పుత్రుని సత్ప్రవర్తనముచేతనే సమస్త ప్రపంచము వశీభూత మగునో, అట్టి పుత్రున కేది యైన దుఃఖము ప్రాప్తించిన యెడల, అతని తల్లి యతనిని ఎట్లు చూడ జాలును?

'యుధిష్ఠిరుడు మృదుత్వము, దయ, ధైర్యము, శీలము, ఇంద్రియ నిగ్ర హము-ఈ యారు సద్గుణములచేత శోభిల్లు చున్నాడు. కనుక, అతనికి హాని కలుగుటవలన నేడు సమస్త ప్రజలు మిక్కిలి బాధపడు చున్నారు. జలాశయ ములో నీరు ఎండుటచేత జలచర జంతువులు వ్యథ చెందునట్లు, వేళ్ళు తెగుటచేత ఫల-పుష్పవృక్షము ఎండునట్లున్ను సర్వజగత్ప్రాలకు డైన యుధిష్ఠిర మహారాజు నకు బాధ కలుగుటచేత సమస్త ప్రపంచము పీడిత మై యున్నది

'ధర్మరాజైన యుధిష్ఠిరుడు మనుష్యులకు మూలము. ప్రపంచములో నియమిత జనులు వారికి శాఖలు, ఫలములు, పుష్పములున్ను నగుదురు మన పుత్ర-బాంధవులతో పాటు నలుగురు యుధిష్ఠిర సోదరులవలె ఆ మార్గములోనే యతని వెంట త్వరగా పోవుదము నేడు మనము మనపొలములను, తోటలను, ఇండ్లు-వాకిండ్లనున్ను విడిచి, పరమధర్మాత్ము డైన యుధిష్ఠిరునితో పోయి అతని సుఖదుఃఖములను పంచుకొనెదము.

'మన ఇండ్లలో పాతి పెట్టబడిన నిధులను పైకి తీయుదుము మన ముంగిళ్ళను త్రవ్వుదము సమస్తధన-ధాన్యములను మనతో తీసికొని పోవుదము. అనావశ్యక వస్తువులను పారవేయుదము. వీనిపై సంతతము దుమ్ము గ్రమ్ముగాక! మన యిండ్లను దేవతలు విడిచి పోవుదురుగాక! బిలములనుండి యెలుకలు వెడలి యీ యిండ్లలో నలువైపుల నురుకు చుండుగాక! ఈ యిండ్లలో నెప్పుడు గూడ ప్రొయ్యి అంటించబడకుండుగాక! జలము ఉండ కుండుగాక! ఇవి యెప్పుడు గూడ ఊడ్వబడ కుండుగాక! ఈ యిండ్లలో బలి - వైశ్వదేవ - యజ్ఞ - మంత్రపాఠ - హోమ - జపాదులు నిలిచి పోవుగాక! మహాక్షామము కలిగినదా యనునట్లు ఈ యిండ్లన్నియు భగ్నము లై, వీనిలోని పాత్రములు పగిలి చెదరి పడియుండుగాక! వీనిని మనము ఎల్లప్పుడున్ను విడిచి పోవుదము గాక! ఇట్టి మన యిండ్లపై కపటి యైన శకుని అధికారము వహించుగాక!

'పాండవులు పోయిన వనమే నగర మగుగాక! మనము విడిచిన తరువాత ఈ నగరమే వన మగుగాక! వనములో మనవలనిభయముచేత సర్పములు తమ బిలములు విడిచి పారి పోవుగాక! మృగ - పక్షులు అడవులను విడుచుగాక! గజ - సింహాదులు గూడ ఆ వనమునుండి దూరముగా పోవుగాక. మనము శాకములు - మాష (కాయధాన్యము) ములు - పండ్లున్ను తినువారము. అడవులలో క్రూరమృగములు - పక్షులున్ను మనము ఉండు స్థానములు విడిచి పోవుగాక! మనము పోనట్టి చోట్లకు అవి పోవుగాక! మనము నివసించు స్థానములు అవి విడుచుగాక! మనము వనములో పాండవులతో అతిసుఖముగా నుండుదము.'

"జనమేజయా! ఇట్లు వేర్వేరు మనుష్యులు చెప్పిన వివిధ వాక్యములు వినినను, యుధిష్ఠిరుని మనస్సులో ఏలాటి వికారము కలుగ లేదు. తరువాత పురవాసు లైన నాలుగు జాతుల స్త్రీలు తమ యిండ్ల గవాక్షము కిటికీల తెరలు తొలగించి దీను లై పోవు చున్నపాండవులను చూచిరి. వారు ఎప్పుడు గూడ చూడని ద్రౌపదిని చూచిరి అమె ఏకవస్త్రధర యై దుఃఖించుచు పోవు చుండెను. పురస్త్రీలు ధృతరాష్ట్రి పుత్రులను ధిక్కరించుచు కన్నీరు గార్చు చుండిరి.

"జనమేజయా! ధృతరాష్ట్రుని కొడంద్రు ద్రౌపది ద్యూతసభలో పోవుట ఆమె వస్త్రము లాగ బడుట, ఆమె వనమునకు పోవుట - మొద లైన సమా

చారము విని కౌరవులను నిందించుచు, వెక్కి - వెక్కి యేడ్చుచు ముఖములు చేతులతో మూసికొని చింతించు చుండిరి అప్పుడు పుత్రుల యన్యాయమును తలచుచు ధృతరాష్ట్రుడు గూడ దుఃఖించెను. అతనికి కొంచెము గూడ శాంతి లేకుండెను. చింతతో నతని యేకాగ్రత నశించెను. మనస్సు శోకవ్యాకుల మయ్యెను అతడు, విదురుని శీఘ్రము రమ్మని పిలిపించి, మిక్కిలి దుఃఖోద్వేగముతో ఇట్లడిగెను :

వనమునకు పోవునపుడు పాండవుల కార్యములు - ప్రజలు శోకించుచుండు విషయములో ధృతరాష్ట్ర - విదురుల సంవాదము - శరణు జొచ్చిన కౌరవులను ద్రోణాచార్యుడు ఊరడించుట :

'విదురా! యుధిష్ఠిరు డేవిధముగా పోవు చున్నాడు? అతని తమ్ములు, ద్రౌపది, ధౌమ్యుడున్ను నెట్లు పోవు చున్నారు? వారి చేష్టలు వేరు-వేరుగా వినిపింపుము.'

"జనమేజయా! ఆ మాటకు విదురు డిట్లనెను:

'మహారాజా! యుధిష్ఠిరుడు ముఖముపై వస్త్రము గప్పుకొని, భీమసేనుడు భుజములు చూచుకొనుచు, అర్జునుడు యుధిష్ఠిరుని వెనుక ఇసుక చల్లుచు, సహదేవుడు మంటిని ముఖమునకు రాచుకొని, నకులుడు శరీర మంతయు దుమ్ము పూసికొని, ద్రౌపది వెంట్రుకలతో ముఖము కప్పికొనియు యుధిష్ఠిరుని వెనుక పోవుచుండిరి. ధౌమ్యాచార్యుడు చేతిలో దర్భలు పట్టుకొని రుద్రదేవతలకు, యమ దేవతకున్ను సంబంధించిన సామవేద మంత్రముల గానము చేయుచు వారి ముందు పోవు చుండెను '

ఆ మాట విని ధృతరాష్ట్రు డిట్లనెను:-

'విదురా! యీ విధముగా వారు వేరు-వేరు చేష్టలు చేయుచు పోవుచుండుట లోని రహస్య మేమి? వా రెందు కిట్లు పోవు చుండిరి?'

"ఆ మాటకు విదురు డిట్లనెను:-

మహారాజా! నీ పుత్రులు కపటముతో వ్యవహరించి, పాండవుల రాజ్యమును ధనమును అంతయు గ్రహించిరి. ఐనను, బుద్ధిమంతుడైన ధర్మరాజు బుద్ధి ధర్మమునుండి తొలగి పోవకున్నది. అతనికి నీ పుత్రులయెడల ఎల్లప్పుడు దయాభావమే యుండెను. కాని, వీరు కపటముతో జూదమాడి వారికి రాజ్యము లేకుండ చేసిరి కనుక, వారి మనస్సులో దారుణ క్రోధ మున్నది. ఆ కారణము చేత యుధిష్ఠిరుడు అడవికి పోవునప్పుడు నగరములో కన్నులు మూసికొనినాడు. అతని మనస్సులో 'నా భయంకర దృష్టిచేత నిరపరాధులను భస్మము చేసెద నేమో' యను భయముచేత ముఖము గుడ్డతో కప్పికొనెను.

'భీమసేనుడు బాహుబలములో నాతో సమానుడు మఱియొకడు లేడు' అను భావముతో తన భుజములను చూచుకొనుచు పోయెను. తన బాహుబలము పైన తనకి గర్వము కలదు కనుక, తన భుజములను చూపుచు శత్రువులకు ప్రతీకారము చేయుటకొరకు పరాక్రమమును ప్రదర్శించెను.

'రాజా! అర్జునుడు రాజు వెనుక ఇసుక చల్లుచు పోవుచుండుటకు కారణమే మనగా, నతడు శత్రువులపై బాణములు కురియు నిచ్ఛను ప్రకటించెను. అప్పు డతడు చల్లుచున్న యిసుక రేణువులు ఒండొంటిని తాకక, ఎడతెగక పడుచుండెను. ఆ విధముగనే యతడు 'శత్రువులపై పరస్పరము అంటుకొనని యసంఖ్యాక బాణములను కురిసెదను' అని తెలుపు చుండెను

'రాజా! 'ఇటువంటి దుర్దినములందు ఎవడుగూడ నా ముఖము గురుతు పట్టకుండును గాక!' అని యోచించి సహదేవుడు ముఖమునకు మన్ను రాచుకొని పోవుచుండెను.

'రాజా! లోకాతీతము లైన రూప-సౌందర్యములు గల నకులుడు 'త్రోవలో నేను స్త్రీల చిత్తములను ఆకర్షింప కుందునుగాక!' అను భావము చేత తన శరీర మంతట ధూళి పూసికొని పోవుచుండెను

'రాజా! ద్రౌపది శరీరమునందు ఒకటే వస్త్రము ఉండెను. ఆమె వెంట్రుకలు పీచి, చెదరి యుండెను. ఆమె రజస్వలగా నుండుట చేత వస్త్రమునకు

రజస్సు మరకలు అంటి యుండెను. ఆమె యేడ్చుచు నుండెను. 'ఎవరియన్యాయము చేత నేడు నాకు ఇట్టి దుర్దశ కలిగెనో, అట్టివారి స్త్రీలు గూడ నేటికి పదునాలుగవ సంవత్సరమందు తమ పతి-పుత్ర-బాంధవులు చంపబడగా, వారి శవములపై పడి పొరలుచు, ఏడ్చుచున్ను వారి యవయవములందు రక్తము-ధూళియు క్రమ్మగా వెంట్రుకలు విరబోసికొని తమ బంధువులకు తిలోదకము లిచ్చుచు ఈ విధముగనే హస్తినాపురమందు ప్రవేశించెదరు' అను భావమును ప్రకటించెను.

'రాజా! పురోహితుడైన ధౌమ్యాచార్యుడు పాండవులముందు భాగము నందు నైరృతి మూలవైపు, యమదేవతకు సంబంధించిన సామవేదమంత్రములను గానము చేయుచు, పోవు చుండెను. ఆ ముని 'యుద్ధములో కౌరవులు చంపబడిన తరువాత వారి పురోహితులైన గురువులుగూడ ఇట్లే సామగానము చేసెదరు' అని తెలుపు చుండెను.

'మహారాజా! అప్పుడు నగరవాసులు అతి దుఃఖముచేత ఆర్తి చెంది మాటి - మాటికి అరచుచు, ఆక్రోశించుచు 'అయ్యో! మా ప్రభువులు పాండవులు పోవు చున్నారు. కౌరవులలో పెద్దలు - వృద్ధులున్ను బాలచేష్టలు చేయుచున్నారు. చూడుడు, వారికి ధిక్కారము. కౌరవులు లోభముచేత పాండు పుత్రులను రాజ్యమునుండి వెడల గొట్టు చున్నారు. పాండవులు లేకుండ ఈ దేశమందు మేము అందరము నేడు అనాథులమైతిమి లోభులు, ఉద్దండులు నైన యీ కౌరవులయెడల మాకు ప్రేమ ఎట్లు కలుగును?' అని చెప్పచుండిరి.

'మహారాజా! ఈ విధముగ అభిమానవంతులైన పాండు పుత్రులు తమ యాకృతులను వివిధ చిహ్నములచేత మరుగుపరచి, తమ మానసిక నిశ్చయమును వ్యక్తపరచుచు అడవికి పోయిరి.

'రాజా! హస్తినాపురము విడిచి పాండవులు పోయినవెంటనే, మేఘములు లేకుండనే పిడుగులు పడుచుండెను. భూమి కంపించెను. పర్వము (అమావాస్య) లేనప్పుడే రాహువు సూర్యుని మ్రింగెను నగరమునకు ఎడమవైపున ఉల్క (కొఱవులు) పడు చుండెను. రాజా! నీ దురాలోచనముచేతనే ఇటువంటి అపశకునములు,

అణచ రాని మహోత్పాతములున్ను కలిగెను అవి భరత వంశీయుల వినాశ మును సూచించు చున్నవి.'

"జనమేజయా! ఈ విధముగ ధృతరాష్ట్ర - విదురులు మాట లాడుకొను చున్నప్పుడే దేవర్షి యైన నారద మహాముని అనేక మహర్షి పరివృతు డై వచ్చి కౌరవుల యెదుట నిలిచి. 'నేటికి పదునాలుగవయేట దుర్యోధనుని యపరాధము చేత, భీమార్జునుల పరాక్రమముచేతను కౌరవకుల వినాశము కలుగ గలదు' అని అతి భయంకర వచనము చెప్పి, అంతర్ధానము చెందెను.

"జనమేజయా! తరువాత ధృతరాష్ట్రుడు విదురుని ఇట్లడిగెను:

'విదురా! పాండవులు వనమునకు పోవు చున్నప్పుడు నగర ప్రజలు, దేశ ప్రజలున్ను ఏమి యనుకొను చుండిరి? వారి మాట లన్నియు స్పష్టముగ నాకు తెల్పుము'

"జనమేజయా! ఇట్లు అడిగిన ధృతరాష్ట్రునకు విదురుడు ఇట్లు బదులు చెప్ప జొచ్చెను:

'మహారాజా! పాండవులు వెడలి పోవునప్పుడు బ్రాహ్మణాది ప్రజ లందరు దుఃఖనిమగ్ను లై, 'అయ్యో! మన ప్రభువులు, రక్షకులున్ను అడవికి పోవు చున్నారు అన్నలారా! దుర్యోధనాదుల ఈ యన్యాయము చూడుడు' అని యనిరి. స్త్రీ - బాల వృద్ధాదు లందరు పురజనులు సంతోషము లేక మౌనముతో ఏనాటి వేడుకలు లేక యుండిరి అందరున్ను పాండవుల కొరకు నిరంతర చింతా-దుఃఖ నిమగ్నులు, ఉత్సాహ రహితులు నై యుండిరి. అందరి పరిస్థితి రోగుల స్థితివలె నుండెను అక్కడక్కడ ప్రజలు నగరములో గుమిగూడి పాండవుల విషయమే మాట లాడుకొను చుండిరి ధర్మరాజు అడవికి పోయిన తరువాత కౌరవ కులవృద్ధులు గూడ దుఃఖముచేత బాధపడుచు చింతానిమగ్నులై యుండిరి అప్పుడు బ్రాహ్మణులు యుధిష్ఠిరుని విషయమై 'అయ్యో! ధర్మాత్ము డైన యుధిష్ఠిరుడు, అతని సోదరులున్ను నిర్జన వనమునందు ఎట్లు ఉండెదరు? సుఖ మనుభవించుటకు యోగ్యురాలైన సుకుమారి ద్రౌపది వనవాస దుఃఖముచేత ఆర్తి చెందుచు ఎట్లు ఉండగలదు?' అని యనుకొనిరి

'రాజా! ఈ విధముగ బ్రాహ్మణులు సకుటుంబముగ పాండవులను స్మరించుచు దుఃఖితు లైరి శస్త్రముల దెబ్బచేత గాయపడినవారివలె బ్రాహ్మణులు ఏలాటి సుఖము లేక యుండిరి వారిని పలుకరించిన వారికి గూడ ఆదరముతో బదులు చెప్ప జాల కుండిరి. వారు రాత్రింబగళ్ళు నిద్రహారములు విడిచి యుండి, శోకించుటచేత వారి విజ్ఞాన మంతయు మరుగుపడి పోయినట్లుగా నుండెను. ఆ బ్రాహ్మణు లందరు నచేతనుల వలె నుండిరి

'రాజా! త్రేతాయుగమునందు రాజ్యా పహరణము తరువాత శ్రీరామ చంద్రుడు సీతా-లక్ష్మణ సహితు డై, వనమునకు పోయిన తరువాత అయోధ్యా నగర మంతయు దుఃఖముచేత మిక్కిలి ఆర్తి జెంది, దురవస్థకు పాల్పడినట్లే పాండవులు గూడ రాజ్యాపహరణ మైన తరువాత వనవాసమునకు పోవుటచేత నేడు మన హస్తినా పురముగూడ దుర్దశపాలయ్యెను.'

"జనమేజయా! విదురుడు పురజనుల మాట లిట్లు చెప్పగా విని ధృత రాష్ట్రుడు బాంధవ సహితముగ మరల శోకమూర్ఛితు డయ్యెను.

"జనమేజయా! అప్పుడు దుర్యోధన - కర్ణ - శకునులు 'తమకు ద్రోణా చార్యు డొక్కడేద్వీపము (ఆశ్రయము)' అని తలచి సమస్త రాజ్యమును ఆచార్యుని చరణముల యందు సమర్పించిరి. అప్పుడు ఆచార్య ద్రోణుడు అమర్ష శీలు రైన దుర్యోధన - దుశ్శాసన - కర్ణులతో, ఇతర భరత వంశీయులతోను, ని ట్లనెను :

'పాండవులు దేవతాపుత్రులు. కనుక, వారు అవధ్యు లని బ్రాహ్మణులు చెప్పెదరు. నేను హృదయపూర్వకముగ, నా శక్తికొలది నీకు అనుకూలముగనే ప్రయత్నించుచు తోడ్పడెదను. భక్తితో తన శరణు జొచ్చిన యీ రాజులను, ధృతరాష్ట్ర పుత్రులనున్ను పరిత్యజించుచు సాహసము చేయ జాలను. అన్నిటి కంటె దైవమే ప్రబలము పాండవులు జూదములో ఓడి ధర్మబద్ధు లై అడవికి పోయి, పన్నెండేండ్లు అచట నివసించెదరు.

'పాండవులు వనమునందు పూర్తిగా బ్రహ్మచర్యమును పాలించుచు నుండి, క్రోధామర్షభరితు లై తిరిగి వచ్చినప్పుడు ఈ వైరమునకు ప్రతీకారము తప్పక చేసెదరు అది మనకు మహా దుఃఖకారణ మగును

'దుర్యోధనా! మైత్రి కారణముగా ద్రుపదునితో నాకు కలహము ఏర్పడి నప్పుడు నేను అతనిని రాజ్యభ్రష్టుని జేసితిని. అతడు దుఃఖితుడై నన్ను వధించు పుత్రుని కనునిచ్ఛతో యజ్ఞము చేసెను. 'యాజుడు - ఉపయాజుడు' అను నిరువురు ముని సోదరుల తపస్సు చేత ద్రుపదుడు అగ్ని నుండి ధృష్టద్యుమ్నుని, యజ్ఞవేదీ మధ్యభాగము నుండి ద్రౌపదినిన్ని పొందెను. ధృష్టద్యుమ్నుడు పాండవులకు శ్యాలకుడు (భార్య సోదరుడు). కనుక నతడు వారికి నిరంతరము ప్రియము చేయుటకే సంసిద్ధుడై యుండును. అతని వలననే నాకు భయము కలదు. అతని శరీరకాంతి అగ్నిజ్వాలవలె భాసిల్లు చుండును. అతనిని దేవతలు ద్రుపదునకు ప్రసాదించిరి. అతడు ధనుర్బాణ కవచములతో నుద్భవించెను. నేను మరణ ధర్మము గల మనుష్యుడను గనుక. నాకు ధృష్టద్యుమ్నుని వలన ప్రాణభయము కలదు

'దుర్యోధనా' శత్రువీరసంహారకుడైన ధృష్టద్యుమ్నుడు పాండవుల పక్షమునకు పోషకుడుగ నిలిచెను. అతిరథ-మహారథ-రథికులగణనమందు అతనిపేరు మొదట నిలుచును. యువక వీరుడైన యర్జునుడు ధృష్టద్యుమ్నుని కొరకు నాతో యుద్ధము చేసినప్పుడు తన ప్రాణములను గూడ విడుచుటకు సంసిద్ధుడగును.

'కౌరవులారా! భూమండలమందు అర్జునునతో యుద్ధము చేయుటకంటే మించిన మహాదుఃఖము నాకు మఱియొకటి ఏది యుండును? 'ధృష్టద్యుమ్నుడు ద్రోణునకు మృత్యుస్వరూపుడు' అను మాట అంతట వ్యాపించెను. 'నా వధ కొరకే అతడు జన్మించెను' అనికూడా ప్రజ లందరు వినిరి. ధృష్టద్యుమ్నుడు ప్రపంచ ప్రఖ్యాత వీరుడు

'దుర్యోధనా! నీకు ఇప్పుడు ఉత్కృష్టకాలము లభించినది త్వరగా. నీ శ్రేయస్సాధ-కొరకు ప్రయత్నించుము పాండవులకు వనవాస దీక్ష యిప్పించిన మాత్రమున నీ యభీష్టము సిద్ధించ లేదు. ఈ రాజ్యము నీకు చలికాలములో తాటిచెట్టు నీడవలె రెండు గడియలు మాత్రమే సుఖము నిచ్చును. ఇప్పుడు నీవు పెద్ద-పెద్ద యజ్ఞములు చేయుము. యథేచ్ఛగా సుఖము లనుభ పింపుము ఇష్టము వచ్చినన్ని దానములు చేయుము నేటికి పదునాల్గవ యేట నీకు హింసారూపమైన మహాయుద్ధమును ఎదుర్కొనవలసి యుండును.'

"జనమేజయా! 'ఇట్లు ద్రోణాచార్యుడు దుర్యోధనునితో చెప్పెను' అని విదురుడు ధృతరాష్ట్రునకు చెప్పగా, ధృతరాష్ట్రుడు అతనితో 'విదురా! ఆచార్య ద్రోణుడు సరిగానే చెప్పెను. కనుక, నీవుపోయి పాండవులను తిరిగి తోడ్కొని రమ్ము. ఒకవేళ, వారు తిరిగి రాకుండిన యెడల, అస్త్ర-శస్త్రములతో, పదాతి సేనలతో, సుఖ-భోగసామాగ్రితోను సురక్షితులై వారు గౌరవపూర్వకముగ వనములో తిరిగెదరుగాక! వారు గూడ నా పుత్రులే కదా!' అని యనెను

ధృతరాష్ట్రుని చింత-సంజయునితో సంభాషణము :

"జనమేజయా! పాండవులు వనమునకు పోయిన తరువాత ధృతరాష్ట్రుడు మిక్కిలి చింతతో నిట్టూర్చుచు, దుఃఖితుడై యుండుట చూచి సంజయుడు, 'రాజా! సమస్త భూమండల రాజ్యమును పొంది, పాండవులను బహిష్కరించి కూడ నీ వెందుకు దుఃఖించు చున్నావు?' అని యనగా, ధృతరాష్ట్రు డతనితో 'సంజయా! యుద్ధకుశలులు, బలవంతులు, మహారథికులు నైన పాండవులతో వైరము కలుగ నున్న వారు శోకమగ్నులు గాక ఎట్లుండెదరు?' అని యనగా, సంజయు డిట్లనెను:

'మహారాజా! నీవలననే ఇంత మహావైరము సంభవించెను. గనుక, సమస్త ప్రపంచమునందలి బాంధవులతో పాటు మీకు వినాశము తప్పదు భీష్మ-ద్రోణ-విదురాదులు పరి-పరి విధముల నివారించినను మూర్ఖుడైన నీ పుత్రుడు దుర్యోధనుడు నిర్లజ్జుడై, సూతపుత్రుడైన ప్రాతికామిచేత ధర్మాత్మురాలైన ద్రౌపదిని సభలోనికి తెప్పించెను. దేవతలు, ఎవనికి పరాజయము కలిగింప దలచెదరో, అతని బుద్ధిని మొదలే హరించెదరు. దీనిచేత అతడు అన్నింటిని విపరీతముగానే చూడ జొచ్చును. వినాశకాలము సంప్రాప్తించి, బుద్ధి మలిన మైన వానికి అన్యాయమే న్యాయముగా తోచును. అతడు మనస్సు ఎప్పుడు గూడ మార్చుకొనడు అట్టి సమయములో అతని వినాశమునకు అనర్థమే అర్థముగా, అర్థముగూడ అనర్థముగాను కనపడును గనుక, అదియే మంచి దని తలచును.

'రాజా! కాలుడు, దండముతో ఎవని శిరస్సుగూడ ఖండింపడు. అతడు ప్రతి వస్తువులోను మనుష్యునకు వినాశకాలమందు విపరీత బుద్ధిని మాత్రమే కలిగించును ద్రౌపది ధర్మాత్మురాలు. మానవ స్త్రీ గర్భమునుంచి యామె పుట్ట

లేమ ఆమె అగ్నికుల సంజాతురాలైన యసమానసుందరి సమస్తధర్మజ్ఞురాలు కీర్తిమంతురాలు అట్టి పతివ్రతను నిండుసభలో ఈడ్చి తెచ్చిన దుష్టులా భయంకరము, రోమాంచకరము నైన మహాఘోర యుద్ధమును కలిగించిరి.

'రాజా! అధర్మముతో జూదమాడిన దుర్యోధనుడు తప్ప, మరియొకడెవడు ద్రౌపదిని సభలో పిలుచును? అప్పుడు ద్రౌపది స్త్రీధర్మము (రజస్వల)తో నుండెను. ఆమె వస్త్రము రక్తసిక్తమై యుండెను. ఏకవస్త్రధారిణి యైన ద్రౌపది అట్టి పరిస్థితిలోనే సభలో వచ్చి పాండవులను చూచెను. అప్పుడు పాండవుల ధన-రాజ్య-వస్త్ర సంపదలు అన్నియు అపహరింప బడి యుండెను. సమస్త మనోవాంఛితములను, కోరికలనున్ను వారికి కాకుండ చేయగా, వారు దాసులై, ధర్మబంధనములో కట్టుబడి యుండుట చేత పరాక్రమము చూపుటకుగూడ అసమర్థులై యుండిరి. వారి దుర్దశ జూచి ద్రౌపది క్రోధముతో, దుఃఖనిమగ్నమాయెను. అట్టి తిరస్కారమునకు ఆమె సర్వదా అనర్హురాలైనను, సభలో కర్ణ-దుర్యోధనులామెతో కఠినముగా మాటలాడిరి. ఈ విషయము లన్నియు నీకు దుఃఖము కలిగించుచున్నవని తలచెదను.

"జనమేజయా! ఇట్లు సంజయుడు చెప్పగా విని ధృతరాష్ట్రు డిట్లనెను :

'సంజయా! ద్రౌపదియొక్క దైన్యపూర్ణములైన ఆ నేత్రములచేత సమస్త భూమండలము దగ్ధము కాగలుగుచుండెను. ఆమెయభిశాపము (అపదూరు) చేత నా పుత్రుల సంహారము నేడే జరిగి యుండును. కాని, యామె అంతయు మౌనముతో సహించెను. ఆమె సభలోకి ఈడిచినప్పుడు చూచిన భరత వంశస్త్రీ లందరు గాంధారీదేవితో కలిసి భయంకరముగ విలపించుచు ఆక్రోశించిరి. ఆ స్త్రీలు సాధారణ పుర ప్రజలతో కలిసి రాత్రింటగళ్ళు శోకించుచున్నారు. ద్రౌపదీ వస్త్రాపహరణమైననాడు బ్రాహ్మణు లందరు కుపితులై ఆ సాయంకాలము మన యింటిలో అగ్నిహోత్ర హోమము గూడ చేయ లేదు.

'సంజయా! ఆ సమయమందు ప్రళయకాల మేఘముల భయంకర గర్జనము వంటి ధ్వనితో మిక్కిలి బిగ్గరగా సుడిగాలి వీచెను. అప్పుడు పిడుగు పడినట్లుగా కర్కశధ్వని వినిపించెను. ఆకాశము నుండి ఉల్కలు పడెను. పర్వకాలము లేకుండనే రాహువు సూర్యుని మ్రింగెను. ప్రజలకు అతి ఘోర

భయము కలిగెను. అట్లే, మన రథశాలలో అగ్ని అంటుకొని రథ ధ్వజములు కాలి, భస్మమాయెను. అది భరతవంశీయులకు అమంగళ సూచకము.

'సంజయా! దుర్యోధనుని యగ్ని హోత్ర గృహమందు నక్కలు వచ్చి భయంకరముగ కూయుచుండెను. నక్కల ధ్వని వినగానే గాడిదలు నలువైపుల ఓండ్రపెట్ట జొచ్చెను. ఇది యంతయు చూచి భీష్మ - ద్రోణ - కృపాచార్య - బాహ్లీ కాదులైన పెద్దలు వెడలిపోయిరి. ఆ సంగతి విదురుడు నాకు చెప్పుట చేత, నే నప్పుడు ద్రౌపదని పిలిచి ఆమె కోరిన వరము ప్రకారము ఆమె పతులను దాస్యమునుండి విముక్తులను జేసితిని. ఆ విముక్తితోపాటు వారికి ధనుస్సు మొద లైన ఆయుధములు, రాజ్య సంపదయు నిచ్చి, ఇంద్రప్రస్థమునకు పంపితిని.

'సంజయా! తరువాత విదురుడు సభవారితో ని ట్లనెను :

'భరత వంశీయులారా! ఈ సభలో తే బడిన ద్రౌపదియే మీ వినాశమునకు కారణము కా గలదు. ఈమె ఉత్తమోత్తమ లక్ష్మి దేవతల యాజ్ఞచేతనే ఈమె పాండవులను సేవించు చున్నది. పాండవులు అమర్ష భరితు లైయున్నారు. ఈ సభలో ద్రౌపదికి కలిగింప బడిన క్లేశమును వా రెప్పుడుగూడ సహింపరు. శ్రీ వృష్ణి వంశధనుర్ధరులు, మహారథికు లైన పాంచాల వీరులున్ను ఈ దుష్కార్యము సహింపరు. అర్జునుడు పాంచాల వీరపరివృతు డై, తప్పక వచ్చును. ఆ వీరుల నడుమ మహా బలశాలి యైన భీమసేనుడు ఉండును. అతడు దండధరు డైన యమునివలె గద త్రిప్పుచు యుద్ధమునకు రా గలడు.

'సభాదులారా! అప్పుడు అర్జున గాండీవ ధనుష్టంకారము విని, భీమసేన గదా వేగమున్ను చూచి యే రాజుగూడ వారిని ఎదురింప జాలడు. కనుక, శాంతిపూర్వకముగ సంధి చేసికొనుటయే ఎల్లప్పటికి మంచి దని నా యభిప్రాయము. వారితో యుద్ధము చేయుట మంచిది కాదు. పాండవులు ఎప్పటి కైనను కౌరవులకంటె అధిక బలశాలు రని నా విశ్వాసము. ఎందు కనగా, మహా పరాక్రమశాలి యైన జరాసంధుని భీమసేనుడు తనబాహుశస్త్రముచేతనే సంహరించెను.'

"జనమేజయా! యిట్లు విదురుడు చెప్పె ననగా విని సంజయుడు ధృతరాష్ట్రునితో నిట్లనెను :

'మహారాజా! కనుక, పాండవులతో శాంతిపూర్వకముగ నుండ వలెను. ఇరు పక్షములకు అనుసరింప వలసిన సముచిత మైన నీతి యిదియే. కనుక, మీరు నిస్సందేహముగ ఈ యుపాయమునే అనుసరింపుడు. మహారాజా! యిట్లు చేయుట వలన నీకు పరమశ్రేయస్సు కలుగును.'

"జనమేజయా! ఇట్లు సంజయుడు చెప్పగా, ధృతరాష్ట్రు డతనితో, 'సంజయా! విదురుడు, నాతో ధర్మార్థయుక్త మైన మాట చెప్పెను. కాని, నేను పుత్రులహితముకోరు చున్నను, విదురుని మాట పెడచెవిని బెట్టితిని.'

"శౌనకా! ఇట్లు వైశంపాయన ముని జనమేజయునకు చెప్పి, సభాపర్వ కథను ముగించెను."

(అనుద్యూత పర్వము సమాప్తము)

(సభాపర్వము సమాప్తము)

ఇది శ్రీ వేంకటేశ్వర కరుణాకటాక్ష లబ్ధ సంస్కృతాంధ్ర సాహితీ రచన శాలి, కౌశిక గోత్ర పద్మావతీ - శ్రీనివాస పుత్రుండు, 'ఆంధ్రబిల్హ'ణాది బిరుదాంచితుండు నైన కప్పగంతుల లక్షణశాస్త్రి విరచిత మైన వేదవ్యాస మహాభారత యథామూలాంధ్ర గద్యానువాదమునందు సభాపర్వము సమాప్తము.

తే॥ గీ॥ వ్యాసభారత మాదిపర్వద్వయంబు
వచన మాంధ్రము, శ్రీ శ్రీనివాస పాద
పద్మముల సమర్పించి మత్పాపచయము
పాపికొందును 'లక్ష్మణ' పండితుండ॥

ఓం తత్ సత్.

తప్పు ఒప్పుల పట్టిక

పుట	పేరా	పం.	తప్పు	ఒప్పు
8	4	3	దృషపర్వుని	వృషపర్వుని
9	2	5	యైనను	యైన
10	1	5	పుష్కణి	పుష్కరిణి
14	4	7	త్రికాలద్శరి	త్రికాలదర్శి
15	పాదపిఠిక	1	4	1
17	1	8	భోగముల	భోగములు
19	పాదపీఠిక	1	1	5
23	పాదపీఠిక	2	శత్రుకుల	శత్రువుల
26	1	7	సరస్పరము	పరస్పరము
35	1	3	మూనీశ్వరు	మునీశ్వరు
36	4	5	దానితో	దానిలో
55	3	1	మహార్షు	మహర్షు
64	4	5	అనిని	అతనిని
65	2	8	యుద్ధమున	యుద్ధము
72	3	9	బడిలో	ఒడిలో
73	3	5	నున్న	నన్ను
75	2	2	ప్రజలను	ప్రజలకు
86	1	1	క్షత్రియలలోనీత్	క్షత్రియులలో నాతో
92	1	2	బండొరులు	ఒండొరులు
93	3	7	హార్షోత్సాహము	హర్షోత్సాహము
94	2	5	బీమసేను	భీమసేను

www.ingramcontent.com/pod-product-compliance
Lightning Source LLC
LaVergne TN
LVHW020116220825
819277LV00036B/441

9781022234147